பௌத்த இந்தியா

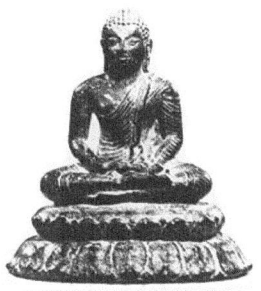

பௌத்த இந்தியா

T.W. ரீஸ் டேவிட்ஸ்

தமிழாக்கம்: அக்களூர் இரவி

கிழக்கு

பௌத்த இந்தியா

Bowtha India

TW Rhys Davids ©

Tamil Translation of the book *"Buddhist India"* (1911) by TW Rhys Davids

First Edition: December 2023
288 Pages
Printed in India.

ISBN: 978-93-86737-99-1
Kizhakku - 1359

Kizhakku Pathippagam
177/103, First Floor, Ambal's Building, Lloyds Road,
Royapettah, Chennai - 600 014. Ph: +91-44-4200-9603
Email : support@nhm.in Website : www.nhm.in

◼ kizhakkupathippagam ◼ kizhakku_nhm

Translator's email id: thendralaham@gmail.com

Cover image: Buddha and Worshippers, ancient region of Gandhara -2nd-3rd century, Rogers Fund, 1913

All illustrations, photos and images are for informational purposes only and are copyrighted by their respective owners.

Kizhakku Pathippagam is an imprint of New Horizon Media Private Limited

The views and opinions expressed in this book are the author's own and the facts are as reported by the author, and the publishers are not in any way liable for the same.

All rights reserved. No part of this publication may be reproduced, stored in a retrieval system, or transmitted, in any form or by any means, electronic, mechanical, photocopying, recording or otherwise, without the prior permission of the publishers.

ANCIENT INDIA
Charsadda
Srinagar
Taxila
TIBET
HIMALAYAS
Harappa
Lhasa
Brahmaputra River
Gyantse
KISTAN
Sutlej River
Hastinapura
Kapilavashtu
Lumbini
Delhi
Ganges River
Ahicchatra
Kathmandu
HIMALAYA
Indus River
Bairat
Mathura
Shravasti
Kushinagara
Atranjikhera
Vaishali
Yamuna River
Sarnath
Pataliputra (Patna)
Mohenjo Daro
Nalanda
Paharpur
Kaushambi
Varanasi (Benares)
Rajagriha
Bharhut
Bodh Gaya
Sanchi
Tamluk
Bhopal
Ujjain
Lothal
Ratnagiri
INDIA
BAY OF BENGAL
Ajanta
Ellora
ARABIAN SEA
Kanheri
KEY
Karli
Indus Valley sites
Nagarjunakonda
Amaravati
Urban sites existing at the time
Sites associated with the life of
Krishna River
Later Buddhist sites
N
Modern cities
Present-day frontiers (note: some
Kanchi
0
400 km
0
400 miles

உள்ளே

	முன்னுரை	... 9
1.	மன்னர்கள்	... 15
2.	குலங்களும் தேசங்களும்	... 29
3.	கிராமங்கள்	... 53
4.	சமூகத் தரநிலை	... 63
5.	நகரங்கள்	... 75
6.	பொருளாதார நிலைமைகள்	... 88
7.	எழுத்து – தொடக்க நிலை	... 102
8.	எழுத்து – வளர்ச்சிநிலை	... 116
9.	மொழியும் இலக்கியமும் – பொதுப் பார்வை	... 128
10.	இலக்கியம் – பாலி மொழி புத்தகங்கள்	... 149
11.	ஜாதகக் கதை புத்தகங்கள்	... 177
12.	சமயம் – தொல் இறைக் கோட்பாடு	... 196
13.	சமயம் – பிராமணர்களின் நிலை	... 217
14.	சந்திரகுப்தன்	... 237
15.	அசோகர்	... 250
16.	கனிஷ்கர்	... 278

முன்னுரை

பழங்கால இந்தியாவில் பௌத்தம் செல்வாக்குடன் இருந்த காலம் பற்றி ஆங்கிலத்தில் விவரிக்கும் முதல் முயற்சி இந்தப் புத்தகம். பிராமணர்களின் பார்வையை அடிப்படையாகக் கொள்ளாமல், பெருமளவுக்கு மன்னர்களின் பார்வையிலிருந்து விவரிக்க முயற்சி செய்திருக்கிறேன். இந்த இரண்டு பார்வைகளும் இயல்பாகவே மிகவும் வேறுபட்டவை. இந்தியாவில், வேதப்பிராமணர்களும் ஆட்சியாளர்களும் பரஸ்பர நலன் சார்ந்த மோதல்களில் ஈடுபடாத வரையிலும் எப்போதுமே ஒன்றிணைந்தே செயல்பட்டுள்ளனர். அத்தகைய மோதல் ஏற்பட்ட தருணங்களில், அதாவது இந்தப் புத்தகம் பேசக்கூடிய பௌத்தம் செல்வாக்குடன் இருந்த காலகட்டத்தில், பெருமளவுக்கு நல்லிணக்கம் இருந்ததில்லை. பின்வரும் பக்கங்களில் அதைத் தெளிவாகப் புரிந்துகொள்வோம்.

இப்படியான ஒரு முயற்சியில் ஈடுபடுவதையுமே ஒருவிதமான மதிப்புக் குறைவான செயலாகச் சிலர் கருதக்கூடும். ஏனென்றால், ஐரோப்பியர்கள் இந்தியாவுக்குள் நுழைந்த காலத்தில் இந்தக் களம் பிராமணர்களின் வசம் இருந்தது; பிராமணர்களின் கண்ணோட்டம் தான் நீண்ட காலத்துக்கு நம்மிடையே முக்கியமானதாகக் கருதப் பட்டது. ஆகவே, இப்போது மற்றொரு பார்வையை முன்வைப்பது அதிகப்பிரசங்கித்தனமான முயற்சியாகத் தோன்றலாம்.

'இதை ஏன் அப்படியே விட்டுவிடக்கூடாது? பல நூற்றாண்டுகளாக, தேவையானதொரு மறதியில் மகிழ்வுடன் புதையுண்டு கிடக்கும் சோர்ந்து போன அந்த மனிதர்களின் ஆபத்தான கருத்துகளுக்கு மீண்டும் ஏன் உயிர்கொடுக்க வேண்டும்?'

இந்திய வரலாற்றின் அந்தப் புதிர்கள் மனு சாத்திரத்திலும் மகாபாரதத்திலும் உலவும் மதிப்பு மிக்க மனிதர்களால் தீர்த்துவைக்கப்பட்டன. கிறிஸ்துவுக்கு முன் ஐந்து நூற்றாண்டு களும், அவருக்குப் பின் ஐந்து நூற்றாண்டுகளும் எல்லோராலும் உண்மையெனக் கூறப்படும் வாய்ப்பை அக்கருத்துகள் பெற்றிருந்தன. குமரில பட்டரின் நிழல்! இந்த மனிதர்களின் எழுத்துகள், இவர்களில் ஒதுங்கி வாழ்ந்த பிராமணர்களும் உண்டு, தீவிரமாக எடுத்துக் கொள்ளப்பட்டால், ஏளனமின்றிக் குறிப்பிடப்பட்டால், என்ன நிகழ்ந்துவிடும்? தற்செயலாக ஒன்றைப் பற்றி அவர்கள் நல்லவிதமாகச் சொல்லியிருக்கிறார்கள் என்றால் அவ்வாறு அவர்கள் சொல்வதற்கு முன்பே, பழமைவாத பிராமணர்கள் அவற்றை நன்றாக எடுத்துச் சொல்லியிருப்பார்கள். இந்தப் பிராமணர்கள்தாம் இந்தியாவில் சமூக வாழ்க்கை அமைப்பின் அஸ்திவாரக் கல்லாக இருந்தவர்கள்; எப்போதும் அஸ்திவாரத்தை அமைத்தவர்கள்; முறையான அதிகாரம் பெற்றவர்கள். இந்த மரபிலிருந்து விலகி நிற்கும் எதிர்ப்பாளர்களை இப்போது ஏன் நாம் பொருட்படுத்தவேண்டும்?'

நல்லது. இந்தத் தவறைச் செய்யும் முதல் குற்றவாளி நான் அல்ல என்ற உணர்வுடன் என் தரப்பை முன்வைக்கிறேன். பிராமணர்கள் முன்வைத்த சாதி மற்றும் வரலாறு குறித்த கோட்பாடுகளுடன் பொருந்தவில்லை என்பதற்காக அவற்றைக் கண்டுபிடித்தவர்கள் நாணயங்களையும் கல்வெட்டுகளையும் ஆராயாமல் விட்டுவிட வில்லை. நிறைய புதிய விஷயங்கள் ஏற்கெனவே வந்துவிட்டன. ஜாதி குறித்த கோட்பாடுகள் ஏற்கனவே பெருமளவுக்கு அசைக்கப் பட்டுவிட்டன. கிடைக்கும் ஒவ்வொரு சான்றையும் எந்தத் தயக்கமும் இன்றி இப்போது தைரியமாகப் பயன்படுத்தலாம். இந்தப் புத்தகத்தில் சொல்லப்படவிருக்கும் சான்றுகள் பெருமளவுக்கு முதல் முறையாகத் தொகுக்கப்பட்டிருக்கின்றன. எனவே இவற்றில் குறைபாடுகள் இருக்கவே செய்யும்.

ஆனால், இதுவரை இருண்டு கிடந்த விஷயங்கள் மீது அல்லது சந்தேகத்துக்கு இடமில்லாதவை என்று ஏற்றுக்கொள்ளப்பட்ட விஷயங்கள் மீது புதிய வெளிச்சத்தை இவை பாய்ச்சுகின்றன. இதுவரையிலும் அவற்றைச் சேகரிப்பதில் எதிர்கொண்ட சிரமங் களுக்குப் போதுமான அளவு பலன் கிடைக்கத்தான் செய்திருக்கிறது.

இந்த உணர்வுகளுக்கு எதிரான எதனாலும் எந்த நன்மையும் இல்லை. அவை எந்த ஆதாரம் கிடைத்தாலும் அதை கேள்விக்கு உட்படுத்தும். முடிவுகள் எதையும் காதை மூடிக் கொண்டு அதைப்

புறந்தள்ளும். ஆனால், நிச்சயமாக அனைத்துக்கும் மேலாக, ஒரு பாதை திறந்திருக்கிறது. அத்தகையக் கருத்துகளைக் கொண்டிருப்போர்மீது எப்போதும் பெரும் மரியாதையுடன் அக்கருத்துகளுக்கு எதிராக ஒரு போரை அறிவிப்பது என்பதே அந்த வழி. அந்தக் கருத்துகள் தவறானவை. வரலாற்று முறைமை களுடன் பொருந்தாதவை. அத்துடன் தன்னுணர்வின்றி அவர்களால் உயிரூட்டப்பட்ட அந்த எழுத்துகள் அடுத்த தலைமுறையால் மறக்கப்பட்டுவிடும்.

இதன் தொடர்பாக இதுபோன்ற மற்றொரு அம்சத்தை நிச்சயம் கவனிக்காமல் விட்டுவிடக்கூடாது. அது இந்தியாவில் நடக்கும் வரலாற்று ஆய்வுகள் மீது அனைவரும் கொண்டிருக்கும் அவநம்பிக்கை. கால வரிசையிலான வரலாற்று விவரிப்புகளைத் தொடர்ச்சியாகக் கொண்ட புத்தகங்கள் ஐரோப்பாவில் ஏராளம் கிடைக்கின்றன; நாம் அவற்றை நிறையப் படித்திருக்கிறோம். அவை மிக அவசியம். ஆனால், இந்தியாவில் அப்படி இல்லை; இதுவரையிலும் இந்தியர்களுக்கு கிடைத்துள்ள இலக்கியங்கள் முழுவதும் பிராமண இலக்கியங்களே. ஆனால், அப்படைப்புகளில் கால வரிசைப்படி முக்கியமான மன்னர்களின் பெயர்கள், நிகழ்வுகளின் தேதிகள், போர்கள், அந்த விவரிப்புகளை எழுதியவர்கள் யார் என்ற விவரங்கள் எதுவும் இருப்பதில்லை.

கெடுவாய்ப்பாக, உண்மை நிலை அப்படித்தான் இருக்கிறது. அதற்கான சில முக்கியமான காரணங்கள் பின்னால் சுட்டிக்காட்டப் பட்டுள்ளன. ஆனால், இதன் மறுபக்கத்தையும் நாம் புறக்கணித்து விடக்கூடாது. கி.பி.எட்டு அல்லது ஒன்பதாம் நூற்றாண்டு இங்கிலாந்தின் வரலாறு குறித்து நமக்குச் சான்றுகள் கிடைத் துள்ளன; அதே காலகட்டத்தின் இந்திய வரலாறு குறித்துக் கிடைத்திருக்கும் ஆதாரங்களை ஒப்பிட்டுப் பார்த்தால், இரண்டுக்கும் இடையே பெரிய வேறுபாடு எதுவும் இல்லை. ஆனால், உண்மையில் இந்தியா என்பது பல்வேறு நாடுகள் ஒன்று சேர்ந்த கண்டம் என்பதால், ஐரோப்பியக் கண்டத்துடன் செய்யப் படும் ஒப்பீடே இன்னும் சரியானதாக இருக்கும். ஐரோப்பியக் கண்டத்தின் தென்கிழக்குப் பகுதியில் ஒரு மூலையிலிருக்கும் நாம் ஒன்றோடொன்று தொடர்புடைய வரலாற்றை ஸ்வீகரித்துள்ளோம். எனினும், ஆரம்பக் காலகட்டத்தில் ஐரோப்பாவின் பிற பகுதிகளில் கிடைத்திருக்கும் ஆவணங்கள் இந்தியாவில் கிடைத்திருப்பதைப் போலவே சொற்பமானதாக, குறைகள் மிகுந்ததாகவே இருக்கின்றன.

ஆனால், இரண்டு கண்டங்களிலும் ஒரு முக்கியமான வேறுபாடு உள்ளது. அதாவது ஐரோப்பாவில், முந்தைய காலகட்டங்கள் குறித்துக் கிடைத்திருக்கும் அனைத்து ஆவணங்களும் வரலாற்று மாணவர்களுக்குக் கிடைக்க வழிவகை செய்யப்பட்டுள்ளன. முறையாகச் செழுமைப்படுத்தப்பட்டுள்ளன; அவசியமான இடங் களில் ஆங்காங்கே சிறுகுறிப்புகள் சேர்க்கப்பட்டுப் பதிப்பிக்கப் பட்டுள்ளன. அத்துடன் அகராதிகளும், குறுபுத்தகம்களும் அனைத்து வகை உதவிகளும் அவர்களுக்குக் கிடைக்கின்றன.

ஆனால், இந்தியாவில் கடந்த காலம் தொடர்பாகக் கிடைத்துள்ள சான்றுகளின் பெரும்பகுதி இன்னும் கையெழுத்துப் பிரதிகளாகவே இருக்கின்றன; அவற்றில் பல அச்சிடப்பட்டிருந்தாலும் முழுமையாக ஆய்வு செய்யப்படவில்லை. பழமையான வரலாற்று முக்கியத்துவம் வாய்ந்த இடங்களில் அகழ்வாராய்ச்சி இதுவரையிலும் அரிதாகவே நிகழ்ந்துள்ளன.

சான்றுகள் அதிகம் இல்லை என்ற புகார்கள் குறித்துப் படிக்கும் போது, இதற்கான தீர்வுகள் மிகப் பெருமளவில் நம் கைகளில்தான் உள்ளது என்பதையும் நினைவில் கொள்வது நல்லது. மிக எளிதாகச் சொல்ல வேண்டும் என்றால், நாம் முறையாகச் செயல்பட்டிருந்தால் நிறைய சான்றுகள் கிடைத்திருக்கும் என்பது உண்மை. ஆனால், இதுவரை நமக்குக் கிடைத்திருக்கும் ஆதாரங்களைக்கூட நாம் முழுமையாகப் பயன்படுத்தவில்லை என்பது அதைவிடப் பெரிய உண்மை.

மிகத் தெளிவாகச் சொல்வதென்றால், வரலாற்றுத் தரவுகள் இருக்கின்றன, ஆனால், போதுமான அளவு மனித முயற்சிகள் இல்லை. இந்தப் பணியைச் செய்வதற்கு விருப்பமுள்ள, திறமையான நபர்கள் அதிகமாக இருக்கின்றனர். பிரச்சனை என்னவென்றால் இங்கிலாந்தில் ஒரு வழக்கம் இருக்கிறது. அனைத்து உயர் கல்வியும், ஆய்வுகளும் முறையான அமைப்பு ஏதுமின்றி, நன்கொடைகள் வழங்கும் தனிப்பட்ட புரவலர்களின் கட்டுப்பாட்டில் தட்டுத் தடுமாறி இயங்கும்படிச் செய்திருக்கிறோம். அந்தக் கட்டுப்பாடுகள் எல்லா நேரங்களிலும் அறிவார்ந்ததாக இருக்கும் என்று சொல்ல முடியாது. இதன் விளைவாக மத்திய கால ஆய்வு தொடர்பான ஆய்வுகளுக்கு புரவலர்களின் விருப்பத்துக்கு ஏற்பவே நிதி உதவிகள் கிடைத்தன. இறையியல், செவ்விலக்கியங்கள், கணிதம் போன்ற பழமையான ஆய்வுகளுக்கே தேவைக்கு அதிகமாக, பெருமளவில் நல்கைகள் கிடைத்துள்ளன. புதிய ஆய்வுகள் போதிய நிதி வசதியின்றி, பெரும் சிரமத்துடன் நடைபெற வேண்டியுள்ளது.

எடுத்துக்காட்டாக, இங்கிலாந்தில் அசிரியாலஜிக்கு (அசிரிய இனத்தவர் குறித்த ஆய்வு) இருக்கை ஏதும் கிடையாது. ஆனால், பாரீஸில், பெர்லினில், செயின்ட் பீட்டர்ஸ்பர்க்கில், வியன்னாவில், கீழ்த்திசை விஷயங்களைக் கற்பதற்குச் சிறந்த கல்வி நிறுவனங்கள் உள்ளன. ஆனால், கல்வி கற்பிக்கவோ ஆராய்ச்சிக்கோ பேராசிரியர்கள் தமது நேரத்தைச் செலவிடவில்லை; சம்பாத்தியத்துக்காக வேறு வழிகளில் ஈடுபடும் பெரும் அபத்தத்தை லண்டனில்தான் நாம் பார்க்கமுடியும்.

இங்கிலாந்து முழுவதும் நிலைமை கிட்டத்தட்ட இப்படி, மோசமாகவே உள்ளது. எடுத்துக்காட்டாக இங்கிலாந்து முழுவதிலும் சம்ஸ்கிருதத்துக்கு இரண்டே ஆய்வு இருக்கைகள்தான் உள்ளன. ஜெர்மனியில் அரசு சார்பிலேயே இருபதுக்கும் மேற்பட்ட ஆய்வு இருக்கைகள் செயல்படுகின்றன. ஏதோ இந்தியா மீது ஜெர்மனிக்கு நம்மைக் காட்டிலும் பத்து மடங்கு அக்கறை அதிகமாக இருப்பதுபோல் தோன்றுகிறது. நம் அரசாங்கம் செயலற்று, அமைதியாக இருக்கிறது. எப்படியாவது ஏதோ ஒரு வழியில் ஒப்பேற்றிவிடுவோம் என்று நம்பிக்கொண்டிருக்கிறது; இந்தியா தொடர்பான ஆய்வுகள் எல்லாம் நம் பொறுப்பு இல்லை என்றும் நம் அரசு நினைக்கிறது.

இந்த புத்தகத்தை எழுதுவதற்கு அதிக கால தாமதமாகிவிட்டது; பரபரப்பான, வாழ்க்கையின் நெருக்கடிகளில் இருந்து தப்பித்து, அவ்வப்போது சிறிது சிறிதாக நேரம் ஒதுக்கி மிகவும் சிரமப்பட்டே இதை எழுதி முடித்திருக்கிறேன். என்னைக் காட்டிலும் திறமை மிகுந்த, நெருக்கடிகள் குறைவாக இருக்கும் அறிஞர்கள் பலர் உள்ளனர். மிகுந்த அக்கறையுடன் நான் தீவிரமாக ஆராய்வதற்கு முயன்ற முக்கியமான இந்த விஷயங்கள் மீது அவர்களால் என்னைக் காட்டிலும் எல்லா வகையிலும் அதிகம் பங்களிக்க முடியும் என்று நம்புகிறேன்.

T.W. ரீஸ் டேவிட்ஸ்

அக்டோபர், 1902

தர்மச் சக்கரம்; தேரில் மன்னர் பசேனதி

அத்தியாயம் 1

மன்னர்கள்

பௌத்தம் எழுச்சியுற்றபோது இந்தியாவில் ஆக உயர்ந்ததாக முடியரசு எதுவும் இருந்திருக்கவில்லை. ஆனால், நிச்சயமாக, அரசர்களும் அரசாட்சியும் இருக்கத்தான் செய்தனர். பௌத்தம் தோன்றுவதற்குப் பல நூற்றாண்டுகளுக்கு முன்பே, கங்கை நதிச் சமவெளியில் மன்னர்கள் ஆட்சி செய்துகொண்டிருந்தனர். பரந்த இந்தியா முழுவதும், மன்னர்கள் ஆளப்போகிற காலகட்டம் ஒன்று வேகமாக உருவாகிக் கொண்டிருந்தது. இந்தப் பிரதேசங்களில் வெகு விரைவில் பௌத்தத்தின் செல்வாக்கின் கீழ் வந்த தேசங்களில் குறுநில மன்னர்களின் சிறிய குடியரசுகளும் இருந்தன; அவை தவிர்த்து கணிசமான பரப்பளவும் அதிகாரமும் பெற்றிருந்த நான்கு பெரிய ராஜ்யங்களும் இருந்தன. தவிர்த்து பத்துக்கும் மேற்பட்ட சிறிய ராஜ்ஜியங்களும் இருந்தன – இவை ஜெர்மனியின் 'டச்சிகள்' அல்லது 'ஹெப்டார்க்கி' காலத்தில் வழக்கத்திலிருந்த இங்கிலாந்தின் ஏழு மாகாணங்களுக்கு இணையானவை என்று கூறலாம். இவை எதுவும் அவ்வளவு அரசியல் முக்கியத்துவம் பெற்றிருக்கவில்லை.

இந்தப் பகுதிகளையும், குடியரசுகளையும் அண்டையில் இருந்த பெரிய ராஜ்ஜியங்கள் படிப்படியாகத் தன்னகப்படுத்தி, இணைத்துக் கொள்ளும் நடைமுறை ஏற்கனவே முழுவேகத்தில் நடந்து கொண்டிருந்தது. தற்போது நமக்குக் கிடைத்திருக்கும் சான்றுகள்,

அன்றைய காலகட்டத்தில் ஆட்சி செய்த அரசாங்கத்தின் வடிவம் அல்லது தன்மை என்ன என்பதை அறிந்து கொள்ளவோ, அந்த நாட்டின் பரப்பளவு குறித்தோ, அல்லது மக்கள் தொகை குறித்தோ மிகச் சரியான சிந்தனையை அளிப்பதற்கு போதுமானதாக இல்லை. பௌத்தம் எழுச்சி பெறுவதற்குமுன் இந்தியாவிலிருந்த அரசியல் அமைப்புகளின் வரலாற்றைக் கண்டறிவதற்கும் இதுவரை எந்த முயற்சியும் மேற்கொள்ளப்படவில்லை. ஆகவே, ஒப்பீட்டுப் பார்வையில் மிகவும் சுவாரஸ்யமான ஒரு விஷயத்தை இங்கு கூறமுடியும். முழுமையான சுதந்திரத்துடன் அல்லது பகுதியளவு சுதந்திரத்துடன் இருந்த குடியரசுகளைப் பற்றியும் அதே காலகட்டத்தில் அவற்றின் அருகிலேயே அதிக வலிமையுடன் அல்லது குறைந்த வலுவுடன் இருந்த முடியரசுகளைப் பற்றிய தகவல்களை மிகப்பழமையான பௌத்தப் பதிவேடுகள் வெளிப்படுத்துகின்றன.

கி.மு.ஆறு மற்றும் ஏழாம் நூற்றாண்டுகளில் இந்திய சமுதாயத்தில் காணப்பட்ட இந்த முக்கிய அம்சத்தை ஐரோப்பாவை அல்லது இந்தியாவைச் சேர்ந்த அறிஞர்கள் இதுவரை கவனிக்கவில்லை என்பது குறிப்பிடத்தக்கது. இந்திய மக்கள் குறித்த தகவல்களை அறிந்துகொள்ள புரோகிதர்களின் படைப்புகளை மட்டுமே அதிக அளவில் அவர்கள் நம்பினர். இந்தப் படைப்புகள் உண்மையான தகவல்களைப் புறக்கணிக்கின்றன. அதற்கான காரணங்களில் ஒன்று, சுதந்திரக் குடியரசுகள் மீது புரோகிதர்களுக்கு இயல்பாகவே இருந்த எதிர்ப்புணர்வு. அதுமட்டுமின்றி, தற்போது கிடைத்திருக்கும் பெரும்பாலான புரோகித இலக்கியங்களும், மிகவும் குறிப்பாக சட்டப் புத்தகங்களும் பிற்காலத்தைச் சேர்ந்தவை. அங்கீகரிக்கப்பட்ட ஒரே அரசு வடிவம், உலகளவில் அப்போது நடைமுறையிலிருந்த அரசின் வடிவம், புரோகிதர்களின் வழிகாட்டுதலின் நடந்த மன்னர்களின் ஆட்சி முறைதான் என்ற தோற்றத்தை அவை தருகின்றன. ஆனால், பௌத்தப் பதிவுகள் இந்த விஷயத்தை சந்தேகமின்றி தெளிவாக விளக்குகின்றன; பின்னாளின் ஜைனப் பதிவேடுகளும் இந்த விஷயத்தைப் போதுமான அளவுக்கு உறுதிப்படுத்துகின்றன.

மேலே குறிப்பிட்டதுபோல் நான்கு முடியரசுகள் முக்கியத்துவம் வாய்ந்தவையாக இருந்தன. அவை:

1. மகத ராஜ்ஜியம். அதன் தலைநகர், ராஜகிருஹம் (பின்னர் பாடலிபுத்திரம்). முதலில் ஆட்சி செய்தது மன்னன் பிம்பிசாரன்; அதன் பின்னர், அவரது மகன் அஜாதசத்ரு.

2. வடமேற்கில் கோசல ராஜ்ஜியம் (வட கோசலம்) இருந்தது. அதன் தலைநகர் சிராவஸ்தி. முதலில் மன்னன் பசேனதி ஆட்சி செய்தார்; பின்னர் அவரது மகன் விதூதபா ஆட்சியில் இருந்தார்.

3. கோசலத்துக்குத் தெற்கே வம்சஸ் அல்லது வத்சஸ் என்ற ராஜ்ஜியம் இருந்தது. அவர்களது தலைநகர், யமுனை நதிக்கரையில் இருந்த கோசாம்பி. பரந்தபாவின் மகன் உதயணன் இதை ஆட்சி செய்தார்.

4. இந்த ராஜ்ஜியத்துக்கு மேலும் தெற்கே அவந்தி ராஜ்ஜியம் இருந்தது. அதன் தலைநகர், உஜ்ஜைனி. ராஜா பஜ்ஜோதா அதை ஆட்சி செய்தார்.

இந்த ராஜ்ஜியங்களின் அரச குடும்பங்கள் திருமண உறவுகளால் இணைந்திருந்தன. ஆனால், இந்த இணைப்பால், அவ்வப்போது அவர்களுக்கு இடையில் யுத்தங்களும் நடந்தன. பசேனதியின் சகோதரி கோசலாதேவி, மகதத்தின் மன்னன் பிம்பிசாரனின் மனைவியாக இருந்தார். பிம்பிசாரனின் மற்றொரு மனைவியின் (மிதிலையின் விதேகா) மகனான அஜாதசத்ரு தந்தையைக் கொன்றான். கோசலா தேவி துயரத்தால் இறந்துபோனார். பசேனதி, காசி நகரைக் கைப்பற்றினார். அந்த நகரத்தின் வருவாய் இதுவரை கோசலா தேவியின் கைச்செலவுகளுக்கு வழங்கப்பட்டிருந்தது. கோபமடைந்த அஜாதசத்ரு வயதான தனது மாமாவுக்கு (சிற்றன்னையின் சகோதரர்) எதிராகப் போர் தொடுத்தார். முதல் படையெடுப்பில் வெற்றி அஜாதசத்ருவின் பக்கம் இருந்தது. ஆனால், நான்காவது படையெடுப்பில் அவர் சிறைபிடிக்கப் பட்டார்.

ஆட்சிக்கான தனது உரிமைகோரலை அஜாதசத்ரு கைவிட்ட பின்னரே விடுதலை செய்யப்பட்டார். அதன்பின் பசேனதி தனது மகள் வஜிராவை அவருக்குத் திருமணம் செய்துகொடுத்தார். அத்துடன், திருமணப் பரிசாக, சர்ச்சையிலிருந்த காசி நகரத்தையும் அளித்தார். மூன்று ஆண்டுகளுக்குப் பின், பசேனதியின் மகன் விதூதபா தந்தைக்கு எதிராகக் கிளர்ச்சி செய்தான். அப்போது பசேனதி சாக்கிய நாட்டின் உலும்பாவில் இருந்தார். பசேனதி ராஜகிருஹத்துக்குத் தப்பிச் சென்று அஜாதசத்ருவிடம் உதவி கேட்டார். ஆனால், நகரத்துக்குச் சென்று சேரும் முன்னே நோயில் விழுந்தவர், வழியிலேயே இறந்துபோனார். பின்னாட்களில் பக்கத்திலிருந்த குடியரசுகளுடன் அதாவது விதூதபா, சாக்கியர்களுடனும், அஜாதசத்ரு வைசாலியின் வஜ்ஜியன்களுடனும்

எவ்வாறு மோதலில் ஈடுபட்டார்கள் என்பதைப் பின்னர் விரிவாகப் பார்க்கலாம்.

கோசாம்பி மற்றும் அவந்தியின் அரச குடும்பங்கள் திருமண உறவால் ஒன்றுபட்டன. அவந்தியின் மன்னன் பஜ்ஜோதாவின் (பிரத்யோதா) மகள் வாசவதத்தை கோசாம்பியின் அரசன் உதயணனின் மனைவியானார். அதாவது அவனது மூன்று மனைவிகளில் ஒருத்தியானார். இது நிகழ்ந்த விதத்தை வசீகரமான கதையாக தம்மபதத்தின் 21-23 பாடல்கள் விவரிக்கின்றன. கதை இவ்வாறு செல்கிறது.

> பஜ்ஜோதா ஒரு முறை தனது அரசவையில் இருந்தவர்களைப் பார்த்து, அவனைக் காட்டிலும் புகழ்பெற்ற அரசன் யாராவது இருக்கிறானா என்று விசாரிக்கிறான். அவன் மூர்க்கமானவன், பழிபாவங்களுக்கு அஞ்சாத குணம் கொண்டவன். கோசாம்பியின் உதயணன் அவனை விஞ்சிய புகழ் பெற்றவன் என்ற பதில் அவனுக்கு கிடைக்கிறது. அவன் உடனே உதயணனைத் தாக்கத் தீர்மானித்தான். வெளிப்படையாகப் படையெடுத்துச் செல்வது நிச்சயமாகப் பேரழிவைத்தான் ஏற்படுத்தும்; பதுங்கியிருந்து தாக்குதல் நடத்துவது மிகவும் எளிதானது என்று அவனுக்கு அறிவுரை கூறினார்கள். இதற்கான உத்தியொன்று வகுக்கப்பட்டது.
>
> உதயணன் சிறந்த யானையைப் பிடிப்பதில் ஆர்வமுள்ளவன். அதற்காக எங்கு வேண்டுமானாலும் செல்வான்; ஆகவே, மரத்தால் யானை ஒன்றைச் செய்து, உண்மையான யானைபோல் வண்ணம் தீட்டி அதற்குள் அறுபது வீரர்களை மறைத்தனர். எல்லைக்கு அருகில் இருபக்கமும் வீரர்கள் மறைந்திருக்கும் குறுகலான ஓரிடத்தில் அதை நிறுத்தினர். எல்லைக்கு அருகில் உள்ள வனத்தில் இதுவரையிலும் எவரும் பார்த்திராத அற்புதமான யானை ஒன்று நிற்பதாக, ஒற்றர்கள் மூலம் உதயணன் காதுக்கு எட்டும் வகையில் செய்தி பரப்பப்பட்டது. உதயணன் தூண்டிலில் சிக்கினான். மதிப்பு மிக்க பரிசைத் தேடி, மறைந்திருந்த வீரர்கள் மத்தியில் நுழைந்தான். பரிவாரங்கள் மற்றும் பாதுகாப்பு வீரர்களிடமிருந்து அவன் பிரிக்கப்பட்டதால். அவன் சிறைபிடிக்கப்பட்டான்.
>
> யானைகளை வசீகரித்து அடக்கும் ஓர் அற்புதமான சக்தியை/மந்திரத்தை உதயணன் அறிந்திருந்தார். அதைத் தனக்குச்

சொல்லித் தந்தால், உயிர்ப்பிச்சை அளித்து விடுதலை செய்வதாக பஜ்ஜோதா கூறினார்.

'மிக நன்று. ஆனால், ஓர் ஆசிரியருக்குச் செலுத்த வேண்டிய மரியாதையை எனக்கு அளித்தால் அதைச் சொல்லித் தருவேன்' என்றார் உதயணன்.

'உனக்கு மரியாதை செலுத்துவதா, என்றைக்கும் அதற்கு வாய்ப்பில்லை.'

'அப்படியானால் நானும் உனக்கு அந்த மந்திரத்தைச் சொல்லித்தர முடியாது.'

'எனில், நான் உன்னைத் தூக்கிலிட உத்தரவிட வேண்டியிருக்கும்.

'உன் விருப்பம் போல் செய்துகொள்! என் உடலுக்குத்தான் நீ இப்போது எஜமானன். என் மூளைக்கு அல்ல.'

பஜ்ஜோதா யோசனை செய்தார். இந்த வசீகரிக்கும் மந்திரம் இவனைத் தவிர வேறு யாருக்கும் தெரியாது. எப்படியாவது தெரிந்துகொள்ள வேண்டும். ஆகவே உதயணனைப் பார்த்து, அவனை மதித்து வணங்கும் வேறு யாருக்காவது அதைச் சொல்லித்தர முடியுமா என்று கேட்டார்.

சொல்லித் தருவேன் என்று அவர் பதில் அளித்ததும், பஜ்ஜோதா தன் மகளை அழைத்தார்: 'ஒரு குள்ளன் வந்திருக்கிறான். அவனுக்கு வசீகர மந்திரம் ஒன்று தெரியும்; அதை அவனிடமிருந்து கற்றுக் கொள்ளவேண்டும். அதன்பின் அதை எனக்கு சொல்லித் தரவேண்டும்' என்று மகளிடம் கூறினார். மகள் ஒப்புக்கொண்டார்.

மன்னன், உதயணனிடம், 'கூனலான பெண்ணொருத்தி இருக்கிறாள். அவள் திரைக்குப் பின்னால் இருந்துகொண்டு உனக்குரிய மரியாதையைச் செய்வாள். திரைச்சீலைக்கு வெளியில் நின்றுகொண்டு அவளுக்கு அந்த வசீகர மந்திரத்தைக் கற்பிக்க வேண்டும்' என்றார். அவர்களிடையில் நட்பு ஏற்பட்டுவிடக்கூடாது என்ற எண்ணத்தில் மன்னன் இந்தத் தந்திரத்தைச் செய்தார்.

சிறை பிடிக்கப்பட்ட ஆசிரியர் தினந்தோறும் மந்திரத்தைத் திரும்பத் திரும்பச் சொன்னாலும், திரைமறைவிலிருந்த மாணவியால் அதைக் கற்க முடியவில்லை. திரும்ப உச்சரிக்க

முடியவில்லை. இறுதியாக ஒருநாள், பொறுமையிழந்த உதயணன் சத்தமாகக் கோபித்துக் கொண்டான். 'சரியாகத் திருப்பிச் சொல், கூனியே! உனக்குக் குழறும் நாக்கும், அசையாத் தாடையுமா இருக்கிறது?'

இளவரசி உடனே 'என்ன சொல்கிறாய், கேவலமான குள்ளனே! என்னை எப்படி கூனி என்று அழைக்கலாம்?' என்று பதிலுக்குக் கோபத்துடன் கேட்டாள். உதயணன் உடனே திரைச்சீலையின் ஒரு முனையைப் பிடித்து இழுத்தான். அவள் யார் என்று கேட்டார். சொன்னாள். மன்னனின் தந்திரம் வெளிப்பட்டது. அவன் அவளிருந்த இடத்திற்குள் சென்றான். அதன்பின் அன்று வசீகரிக்கும் மந்திரத்தைக் கற்றுக் கொள்வதோ பாடங்களைத் சொல்வதோ எதுவும் நடக்கவில்லை.

இருவரும் சேர்ந்து, மாற்றுத் திட்டம் ஒன்றைப் போட்டனர். மந்திரத்தை முறையாகக் கற்றுக்கொள்வதற்கு ஒரு நிபந்தனை இருக்கிறதாம்; சில நட்சத்திரங்கள் ஒன்றாக இருக்கும் நேரத்தில் கையில் ஒரு குறிப்பிட்ட சக்திவாய்ந்த மூலிகையை வைத்திருக்க வேண்டுமாம் என்று அவள் தன் அப்பாவிடம் கூறினாள். அவர்கள் வெளியில் செல்லவும், உதயணனின் பிரபலமான யானையைப் பயன்படுத்தவும் அனுமதியும் கேட்டாள். மன்னன் அவள் விருப்பத்துக்கு அனுமதி அளித்தார்.

ஒரு நாள், அவளது தந்தை உல்லாசப் பயணம் சென்றிருந்த போது, உதயணன் அவளை யானையின் மீது ஏற்றிக்கொண்டு, தோல் பைகளில் காசுகளையும் தங்கப் பொடிகளையும் நிறைய நிரப்பி எடுத்துக்கொண்டு அந்த இடத்தைவிட்டு வெளியேறி விட்டார்.

வீரர்கள் மன்னன் பஜ்ஜோதாவிடம் சென்று நடந்ததைக் கூறினார்கள். கோபம் கொண்ட அவர், விரைந்து சென்று அவர்களைப் பிடித்துவரும்படி படையொன்றை அனுப்பினார். துரத்தி வருபவர்களைப் பார்த்த உதயணன் சிறிது தூரம் சென்ற பின், காசுகள் இருந்த பையை அவிழ்த்துக் கொட்டினான். வந்தவர்கள், காசுகளைப் பொறுக்கி எடுப்பதில் ஈடுபட்டதால், தாமதித்தனர். தப்பிச் செல்பவர்கள் மேலும் முன்னேறி சென்றனர். படைவீரர்கள் மீண்டும் அவர்களருகில் நெருங்கியதும், உதயணன் தங்கப் பொடிகள் இருந்த பையை அவிழ்த்துக் கொட்டினான். வீரர்கள் அதை எடுப்பதற்குத் தாமதித்து நின்றனர்.

அவர்கள் தப்பியவர்களை மீண்டும் நெருங்கியபோது, நாட்டின் எல்லையைத் தாண்டியிருந்தனர். உதயணனின் படைகள் தங்கள் அரசனை எதிர்கொள்ளக் கோட்டையிலிருந்து வெளியே வந்து நின்றன! பின்தொடர்ந்து வந்தவர்கள் பின்வாங்கித் திரும்பினர். உதயணனும் வாசவதத்தையும் பாதுகாப்பாக வெற்றியுடன் நகரத்துக்குள் நுழைந்தனர். ஆடம்பரமாகவும் உரிய சடங்கு களுடனும் அவள் உதயணனின் ராணியாகப் பட்டாபிஷேகம் செய்யப்பட்டாள்.

இப்படி, வாசவதத்தை உதயணனனை மணந்த கதை செல்கிறது; மரபு வழியிலான இரு கதைகள் குழப்பப்பட்டு ஒழுங்கற்ற முறையில் கூறப்படுவது போன்ற தோற்றத்தை இது தருகிறது. தெளிவானதொரு வரலாறு என்று யாரும் இதை எடுத்துக் கொள்ளமாட்டார்கள். அநேகமாக, பலரும் அறிந்த பிரபலமான இந்தக் கதாபாத்திரங்களை வைத்து மீளுருவாக்கம் செய்து சொல்லப் படும் கதையாக இது இருக்கலாம்.

அறிஞர் ஒருவர், ‘உதயணன் அவளுடன் யானையின் மீதேறித் தப்பிச் செல்லும்போது, பிடிபட்டுத் தண்டிக்கப்படுவதிலிருந்து தப்பிக்க, தங்கம் நிறைந்த பையைப் பாதையில் வீசிச் சென்றான்’ என்று இந்தக் கதையை விவரிக்கும்போது, மீளுருவாக்கத்தில் செய்யப்படும் மிகச் சிறிய மாற்றம் கதையின் சாராம்சத்தையே எவ்வளவு எளிதாக மாற்றி விடுகிறது என்பதை காண முடிகிறது. ஆனால், இந்த மரபுவழிக் கதை, அவந்தியின் அரசன் பஜ்ஜோதாவும், கோசாம்பியின் அரசன் உதயணனும் அண்டை நாடுகளைச் சமகாலத்தில் ஆட்சி புரிந்தனர்; திருமணத்தால் தொடர்புடையவர்களாக இருந்தனர்; போரிலும் ஈடுபட்டனர் என்பதற்கு போதுமான ஆதாரம் இருக்கிறது.

கோசாம்பியின் வச்சஸ் அல்லது வம்சஸ் இனத்தவரின் அரசன் உதயணன் பற்றி வேறு பல விஷயங்களும் கேள்விப்படுகிறோம். ஒருமுறை ஓர் உல்லாசப் பயணத்தில் அவன் இருந்தான்; ஒருநாள் அவன் தூங்கிக்கொண்டிருக்கையில் பிந்தோலாவின் (பிந்தோலா பரத்வாஜர் – பௌத்த சமயத்தில் மிகவும் மதிக்கப்படும், பிரபலமானவர்) சமயச் சொற்பொழிவைக் கேட்க அரண்மனைப் பெண்கள் அவனறியாமல் சென்றுவிட்டனர். மது போதையிலிருந்த அவன் ஆத்திரமடைந்தான். பிந்தோலாவின் உடலின் மீது பழுப்பு எறும்புகளின் கூடு ஒன்றைக் கட்டிவைத்துச் சித்திரவதை செய்தான். ஆனால், அதே அரசன் சிறிது காலத்துக்குப் பின், பிந்தோலோவுடன்

புலனடக்கம் குறித்து ஓர் உரையாடல் நடத்துகிறான். அதன் விளைவாக, அந்த அரசன் தன்னை புத்தரைப் பின்பற்றுபவனாக அறிவித்துக்கொண்டான். மற்றொரு உல்லாசப் பயணத்தின்போது, அவனது ராணி சாமாவதி தங்கியிருந்த கூடாரம் எரிந்துபோனது. பணிப்பெண்கள் பலரும் அப்போது ராணியுடன் தங்கியிருந்தனர். உதயணனின் தந்தை பெயர் பரந்தபா; அவருக்கு போதி என்றொரு மகனும் இருந்தான். இவர் பெயரில் பௌத்தச் சுத்தபிடகம் ஒன்று உள்ளது. இவர் குறித்த வேறு விவரங்களும் கொடுக்கப்பட்டுள்ளன. ஆனால், உதயணன் புத்தருக்குப் பின்னும் உயிர் வாழ்ந்தார். ஆனால், அவருக்குப் பின் போதி அரியணை ஏறினாரா இல்லையா என்ற விவரம் நமக்குக் கிடைக்கவில்லை.

கோசல நாட்டு மன்னர் பசேனதி மிகவும் வித்தியாசமான குணமுள்ளவராகச் சித்தரிக்கப்படுகிறார். மூன்றாம் சம்யுத்த நிகயா முழுவதும் அவரைப் பற்றியே பேசுகிறது. அறநெறிச் சார்பு கொண்ட இருபத்தைந்து நிகழ்வுகள் அதில் கூறப்படுகின்றன. அந்த இலக்கியத்தின் பிற பகுதிகளிலும் அவரைப் பற்றிய குறிப்புகள் இணையான எண்ணிக்கையில் காணப்படுகின்றன. துணைக் கண்டத்தின் வடமேற்கில் புகழ்பெற்று விளங்கிய தட்சசீலத்தின் கல்விச்சாலையில் அவர் கல்வி கற்றார்; அங்கிருந்து திரும்பியதும், தந்தை மகா கோசலன் அவரை அரியணையில் அமர்த்தினார். ஆர்வத்துடன் அரசாட்சி செய்து அவரது கடமைகளைச் சரியாக நிறைவேற்றினார். நல்லவர்களின் தோழமையை நாடுபவராக இருந்தார். இந்தியர்கள் சகிப்புத்தன்மைக்கு நன்கு அறியப் பட்டவர்கள்; அதை முழுமையாக வெளிப்படுத்தும் வகையில், அனைத்துச் சமயத்தினரின் சிந்தனைப் பள்ளிகளுக்கும் ஒன்றுபோல் ஆதரவை வழங்கினார். சிந்தனையிலும் செயலிலும் அவர் கொண்டிருந்த இந்தச் சுதந்திரப் போக்கும் நடத்தையும், புத்தரைப் பின்பற்றுபவனாக பசேனதி தன்னை அறிவித்துக் கொண்டபோது மேலும் வலுப்படவே செய்தது. புத்தருடன் அவர் நேரடியாக நடத்திய உரையாடலின் விளைவு இது.

அரசர் புத்தரைப் பார்த்துக் கேட்டார்: ஏற்கனவே பலரும் நன்கு அறிந்த உபாத்யாயர்கள் பலர் இருக்கின்றனர்; அவர்களுடன் ஒப்பிடுகையில் மிகவும் இளமையாக இருக்கும் நீங்கள், அவர்கள் அடைந்திராத உள்ளொளியை எப்படிப் பெற்றிருக்க முடியும்?

இதற்கு மிகவும் எளிமையான பதில் புத்தரிடமிருந்து வந்தது: இளையது என்பதால் 'எந்த சமயக் கோட்பாடும்' இகழப்படக் கூடாது; இளைஞனாக இருப்பவன் என்பதால், ஓர் இளவரசனை யாராவது அவமதிப்பார்களா? அதுபோல் இளமையான ஒரு விஷப் பாம்பையோ இளம் நெருப்பையோ மதிக்காமல் இருப்பார்களா? கோட்பாட்டின் இயல்பான சாரம்தான் சிந்தனைக்குரியது; அந்த குருவின் தனிப்பட்டக் குணாதிசயங்கள் (வயது) அல்ல.

இந்த உரையாடலின் போது மகா கோசலனின் சகோதரியும் பசேனதியின் அத்தையுமான சுமனாவும் இருந்தார். அந்தச் சமய அமைப்புக்குள் தன்னை இணைத்துக்கொள்ள அவர் முடிவு செய்தார், ஆனால், வயதான உறவுக்காரப் பெண்மணி ஒருவரைக் கவனித்துக் கொள்ளவேண்டிய நிலையில் அவர் இருந்தார். அதனால், இணைவது தாமதமாயிற்று.

அந்த வயதான பெண்மணி இறந்ததும், சுமனா, சங்கத்தில் சேர்ந்து பிக்குணி ஆனார். அப்போது அவரும் வயது முதுமை அடைந்து விட்டிருந்தார். 'தெரிகதை'யில் திரட்டப்பட்டுப் பாதுகாக்கப்படும் பௌத்தப் பிக்குணிகளின் கவிதைகளில் இவருடையதும் உள்ளது. அந்த வயதான பெண்மணி, பசேனதியின் பாட்டி. இவ்வாறு அந்தக் குடும்பத்தின் நான்கு தலைமுறைகள் நம் முன் இருக்கிறார்கள்.

திக நிகயம் (1.87) மற்றும் திவ்யாவதானா (620) ஆகியவற்றுக்கு இடையில் ஓர் ஒப்பீடு செய்யலாம். திக நிகயம் என்பது உரையாடல்களின் தொகுப்பு; சுத்தபிடகத்தின் ஒரு பகுதி. திவ்யாவதானா என்பது பௌத்த தொன்மக் கதைகள் அடங்கிய சம்ஸ்கிருத புத்தகம்; விநய பிடகத்தில் உள்ளவை இதில் குறிப்பிடப்படுகின்றன.

பழைய நூலில் அரசன் பசேனதி செய்ததாகப் பதிவாகியிருக்கும் அதே செயல்கள், காலத்தால் பிந்தைய நூலில் அரசன் அக்னிதத்தன் என்பவரின் செயல்களாகச் சொல்லப்படுகின்றன. மன்னர்கள் பலருக்கும் பதவிப்பெயராக பயன்படும் பசேனதி என்பது உண்மையில் ஒரு பட்டப் பெயராக இருக்கவும் அதிக சாத்தியம் உண்டு. எனவே, இந்த அரசனின் உண்மையான பெயர் அக்னிதத்தன் என்பதாக இருக்கலாம்.

கிறித்துவுக்கு முந்தைய மூன்றாம் நூற்றாண்டின் பௌத்த நினைவுச் சின்னங்கள் பாராஹாட் என்ற இடத்தில் காணப்படுகின்றன; அங்கு புடைப்பு சிற்பங்கள் ஒன்றில் பசேனதியின் உருவத்தைப் பார்க்க முடியும். காற்றில் பிடரி மயிர்களும், வால்களும் பறக்க, நான்கு

குதிரைகள் விரைந்து இழுத்துச் செல்லும் ரதத்தில் அவர் பயணம் செய்கிறார். மூன்று பணியாட்கள் அவருடன் வருகின்றனர். அவரது உருவத்துக்கு மேல் தர்ம சக்கரம் காணப்படுகிறது. கோசலத்தின் அரசனான அவர் தன்னை அர்ப்பணித்துக் கொண்ட புதிய கொள்கையின் சின்னம் அது.

மண உறவின் மூலம் புத்தரது குடும்பத்துடன் தொடர்பு ஏற்படுத்திக் கொள்ளவேண்டும் என்ற ஆசையில் அரசர் பசேனதி சாக்கிய இனத் தலைவரின் மகள்களில் ஒருவரை மனைவியாக்கிக் கொள்ள கேட்கிறார்; சாக்கியர்கள் சமுதாய அரங்கில் இது குறித்து விவாதித்தனர். இதைத் தங்கள் இனத்தின் கண்ணியத்துக்குக் குறைவானதாகக் கருதினர். ஆனாலும், தங்கள் முதன்மைத் தலைவர்களில் ஒருவருக்கு ஓர் அடிமைப் பெண் மூலமாகப் பிறந்த மகளான வாசபா கத்தியா என்ற பெண்ணை பசேனதிக்கு மணமுடித்தனர். அந்தப் பெண் மூலம்தான் பசேனதிக்கு நாம் முன்னர் குறிப்பிட்ட விதூதபா என்ற மகன் பிறந்தான்.

பின்னாளில் விதூதபாவுக்கு இந்த மோசடி தெரியவந்தது. அவர் இதயத்தில் பெருங்கோபம் எழுந்தது; அதன் விளைவாக, சாக்கியர்களைப் பழிவாங்க முடிவு செய்தார். அவர் அரியணை ஏறியதும் செய்த முதல் காரியம், சாக்கிய நாட்டின் மீது படையெடுத்து, அதன் தலைநகரைக் கைப்பற்றியதுதான். வயது வித்தியாசம் பாராமல், ஆண் பெண்ணென்றும் பாராமல் அந்த இனத்தவர் எண்ணற்றவர்களைக் கொன்றான்.

இந்த நிகழ்வின் விவரங்கள் மிகவும் பழைய பதிவேடுகளில் இதுவரை கிடைக்கவில்லை. ஆனால், ஓர் இனத்துக்கு எதிராக நடந்த போருக்கான முக்கிய சூழ்நிலை மிகத் தெளிவாக விவரிக்கப்படுகிறது. சந்தேகமின்றி இது ஒரு வரலாற்று உண்மைதான். புத்தரின் மரணத்துக்கு ஓரிரு ஆண்டுகளுக்கு முன்பு இச்சம்பவம் நிகழ்ந்ததாகக் கூறப்படுகிறது.

ஆனால், மறுபுறத்தில் இந்தக் கதையின் ஆரம்பம், மிகவும் இயல்பற்றதாக வலிந்து சேர்க்கப்பட்டதாகத் தோன்றுகிறது. கிரேக்கக் குடியரசுகளைச் சேர்ந்த மேற்குடி பிரபுக்களின் குடும்பம் ஒன்று, தமது மகள்களில் ஒருத்தியை, அவர்களது கண்ணியத்துக்குக் குறைவாக, அண்டை நாட்டின் சர்வாதிகார ஆட்சியாளன் ஒருவனுக்கு மணம் செய்து வைப்பது குறித்துச் சிந்திப்பார்களா? தற்போது நாம் விவாதிக்கும் இந்த நிகழ்வில் சம்பந்தப்பட்ட அடக்குமுறை ஆட்சியாளன், அனைவரும் ஒப்புக்கொண்ட, அந்த இனத்தின் மீது மேலாதிக்கம் செலுத்தும் ஓர் அரசன்.

சாக்கியர்கள், கோசல அரச குடும்பத்தைத் தங்களைக் காட்டிலும் தாழ்ந்த பிறப்பினராகக் கருதியிருக்கலாம். சாக்கியர்களின் தற்பெருமை குறித்துப் பல இடங்களில் குறிப்பிடப்பட்டுள்ளது. ஆனால், அவ்வாறு இருந்தும், அவர்கள் ஏன் மறுப்புத் தெரிவித்திருக்க வேண்டும் என்பதை நமக்கு இன்றைக்குக் கிடைத்திருக்கும் தகவல்களைக் கொண்டு புரிந்துகொள்ள இயலவில்லை.

ஏனென்றால், அண்டையிலிருந்த வைசாலியின் லிச்சாவியர்கள் இதுபோலவே சுசுதந்திரமும், இணையான பெருமையும் கொண்ட மற்றொரு இனத்தினர் (வஜ்ஜியன்களின் உட்பிரிவினர்); அவர்களது தலைவர்களில் ஒருவனது மகள் மகதத்தின் அரசன் பிம்பிசாரனுக்கு மணம் செய்து வைக்கப்பட்டாள் என்பதை அறிவோம். மேலும், சிரவாஸ்தியில் ஆண்டு கொண்டிருந்த அரச குடும்பம், பரம்பரையாக கோசல இனத்திடமிருந்து ஆளும் உரிமை பெற்றிருந்த மேற்தட்டுப் பிரபு வம்சங்களில் ஒன்று என்பதும் ஏறத்தாழ உறுதியான ஒன்றே.

கோசலத்தில் அரச குடும்பம் தவிர்த்து, பிரபுத்துவக் குடியரசுகளாக இன்னமும் நீடிக்கும் பழங்குடியினத்தின் தலைவர்களும் முக்கிய மனிதர்களும் 'ராஜன் அல்லது அரசன்' என்ற பெயரால்தான் குறிப்பிடப்படுகிறார்கள். அதுபோல் கோசலர்களின் முதன்மைத் தலைவர்களும் சாதாரண இனத் தலைவர்களும் (குல புத்திரர்கள்) அவ்வாறே குறிப்பிடப்படுகிறார்கள்.

அத்துடன் அவர்களது இனத்தைத் தோற்றுவித்த நபர்களின் குடும்பங்களின் முக்கியத்துவத்தை மிகைப்படுத்திக் கூறுவது மிகவும் இயல்பான போக்குதான்; இந்த விஷயத்தில் ஜைனர்கள் மற்றும் பௌத்தர்களின் பிற்காலப் பதிவேடுகள் முந்தையப் பதிவுகளிலிருந்து வேறுபடுகின்றன. எனவே, சாக்கியர்கள் பிரதேசத்தின் மீதான விதூதபாவின் படையெடுப்புக்கு உண்மையான காரணம் மேலே குறிப்பிட்டதுதான் என்று சொல்ல முடியாமல் போவதற்கு சாத்தியம் இருக்கிறது.

சாக்கியர்களின் ஆணவத்தைப் போருக்கான ஒரு சாக்காக அவன் பயன்படுத்திக் கொண்டிருக்கக்கூடும். உண்மையான காரணம் வேறொன்றாக இருக்கக்கூடும். அவனது நெருங்கிய உறவினன் மகதத்தின் அஜாதசத்ரு பின்னொரு சமயம் தனது உறவினர்களான வைசாலியின் லிச்சாவியர்களைத் தாக்கி வெற்றி கொள்ளத் தூண்டியது ஓர் அரசியல் நோக்கம்; பெரும்பாலும், அதே நோக்கம்தான் விதூதபா தனது உறவினர்களான சாக்கியர்களைத் தாக்கி வெற்றிகொள்ளச் செய்திருக்கும்.

புத்தரின் இறப்பு பற்றிக் கூறும் (மகா பரிநிப்பான சுத்தம்) நூலின் தொடக்க அத்தியாயங்களில் அவர்களைத் தாக்குவதற்கு அஜாதசத்ருவுக்கு இருந்த நோக்கம் குறித்து ஏற்கனவே பார்த்தோம். அத்துடன் புத்தர் மிகவும் எளிமையான ஒரு முன்கணிப்பைக் கூறியதாகவும் குறிப்பிடப்படுகிறார்: அதாவது லிச்சாவியர்கள் ஆடம்பர வாழ்க்கையால் பலவீனமடையும் நிலை நேரிட்டால் அஜாதசத்ரு தனது எண்ணத்தை நிறைவேற்றிக் கொள்வதற்கு படையெடுப்பார் என்று புத்தர் குறிப்பிட்டதாகச் சொல்லப் பட்டுள்ளது. ஆனால் மூன்று ஆண்டுகளுக்கு மேல் முயன்றும் அஜாதசத்ருவால் அது இயலவில்லை. இறுதியில் வஸ்ஸகாரன் என்ற பிராமணன் செய்த துரோகச் செயலால், வைசாலி நகரத்தின் முன்னணி குடும்பங்களுக்கு இடையில் கருத்து வேறுபாடுகளை விதைப்பதில் வெற்றி பெற்ற பின், பெரும் படையுடன் அந்த நகரத்தின் மீது பாய்ந்து, அஜாதசத்ரு அதைக் கைப்பற்றி முற்றிலுமாக அழித்தான்.

உஜ்ஜைனியின் மன்னன் பஜ்ஜோதாவிடமிருந்து படையெடுப்பை எதிர்பார்த்து அஜாதசத்ரு தனது தலைநகர் ராஜகிருகத்தைப் பலப்படுத்திக் கொண்டார் என்றும் கூறப்படுகிறது. அவ்வாறான படையெடுப்பு எப்போதாவது நடந்ததா என்பதும், வெற்றியின் அளவு குறித்தும் அறிந்து கொள்வது மிகவும் சுவாரஸ்யமானதாக இருக்கும். அதன்பின் காலப்போக்கில், கி.மு.நான்காம் நூற்றாண்டில் உஜ்ஜைனி மகதத்திடம் அடிபணிந்து போனது. இளைஞன் அசோகன் அதன் மன்னராக நியமிக்கப்பட்டார். இந்த இடைப்பட்ட காலகட்டத்தில் இந்த நிலை ஏற்படுவதற்குக் காரணமாக நடந்த நிகழ்வுகள் குறித்து நமக்கு எதுவும் தெரியவில்லை.

நீண்ட காலத்துக்கு முன்பாகவே சங்கத்தில் தன்னை இணைத்துக் கொண்டிருந்த புத்தரின் முதல் உறவினன் தேவதத்தன்; புத்தர் இறப்பதற்குச் சுமார் ஒன்பது அல்லது பத்து ஆண்டுகளுக்கு முன், கருத்து வேறுபாட்டால் சங்கத்துக்குள் பிளவை ஏற்படுத்தினார். அப்போது பட்டத்து இளவரசனாக இருந்த அஜாதசத்ரு, புத்தரின் முன்னாள் சீடரும் கசப்பான எதிரியுமான தேவதத்தனின் முக்கிய ஆதரவாளனாக இருந்தான் என்று அறிகிறோம். தேவதத்தன்தான், பௌத்தக் கதையின் யூதாஸ் இஸ்காரியோத்து.

இந்த நேரத்தில்தான் மன்னன் பிம்பிசாரன் ஆட்சிப் பொறுப்பின் கடிவாளங்களை இளவரசனிடம் ஒப்படைக்கிறார். ஆனால், இடையில் அரியணையை உறுதிப்படுத்திக்கொள்ள அரசனைக் கொன்றுவிட வேண்டும் என்று தேவதத்தன் அவரைத் தூண்டியிருக்

கிறான்; அது நீண்ட நாட்களுக்கு முன்பு நடந்தது என்று சொல்ல முடியாது. இந்த யோசனையை, புத்தர் இறப்பதற்கு எட்டாவது ஆண்டுக்கு முன்பு, அஜாதசத்ரு செயல்படுத்தினான். அப்பாவைப் பட்டினிப் போட்டு, மெதுவாக இறந்துபோகச் செய்தான்.

ஆனால், காலப்போக்கில் இந்தக் கொலைச் செயல், அவரை மன உளைச்சலுக்கு ஆளாக்கியது. பெரிய பரிவாரம் பின்தொடர புத்தரைப் பார்க்கச் சென்றதாக அறிகிறோம். புத்தச் சங்கத்தில் தன்னை இணைத்துக் கொள்வதால் இப்பிறவியில் கிடைக்கும் பலன்கள் என்னவென்று அவரிடம் கேட்கிறார். புகழ்பெற்ற 'Samanna Phala' சுத்தத்தில் இந்த உரையாடல் வருகிறது. எனது 'Dialogues of the Buddha' நூலில் முழுமையாக மொழிபெயர்த்துக் கொடுத்துள்ளேன். அரசன், புத்தருக்கு வந்தனம் செய்யும் இந்த நிகழ்வு, பாராஹுட் பௌத்த நினைவுச் சின்னங்களில் பார்க்க முடிகிற புடைப்பு சிற்பம் ஒன்றின் கருப்பொருளாக இருக்கிறது. வழக்கம்போல் அதில் புத்தரின் உருவம் சித்திரிக்கப்படவில்லை; அவரது காலடிகள் மட்டுமே காணப்படுகின்றன.

உரையாடலின் முடிவில், எதிர்காலத்துக்கான தனது வழி காட்டியாகப் புத்தரை அரசர் வெளிப்படையாக ஏற்றுக்கொண்டார்; தந்தையின் கொலையால் ஏற்பட்ட மன உளைச்சலையும் வெளிப்படுத்தினார் என்று கூறப்படுகிறது. ஆனால், அஜாதசத்ரு

புத்தரைத் தரிசிக்கப் புறப்படும் அஜாதசத்ரு

பௌத்தத்துக்கு மாறவில்லை என்றும் தெளிவாகக் கூறப் பட்டுள்ளது. புத்தரின் போதனைகள் அவருக்குள் தாக்கத்தை ஏற்படுத்தின; என்றாலும் அவற்றை உண்மையில் அவர் தொடர்ந்து பின்பற்றினார் என்பதற்கு எந்த ஆதாரமும் இல்லை. நமக்குத் தெரிந்த வரையில், அவர் அதன் பின் ஒருபோதும் புத்தரையோ, சங்க அமைப்பின் எந்த உறுப்பினரையுமோ சந்தித்ததில்லை; அறநெறி விஷயங்கள் குறித்து விவாதிக்கவும் இல்லை. புத்தரின் வாழ்நாளில், அவரது அமைப்புக்கு எவ்விதமான பொருளுதவியும் அரசன் அளித்ததாகவும் தெரியவில்லை.

எவ்வாறாயினும், புத்தர் இறந்தபின் அஜாதசத்ரு புத்தரது அஸ்தியின் பகுதியை (அவரும் புத்தரைப் போலவே, ஒரு க்ஷத்திரியன் என்ற அடிப்படையில்) கேட்டதாகவும் கூறப்படுகிறது; அஸ்தி அவருக்குக் கிடைத்தது. அதைப் புதைத்த இடத்தின் மேல் ஸ்தூபி ஒன்றை அமைத்தார். பழமையான அதிகாரப்பூர்வ ஆவணங்கள் இதைப் பற்றி எதுவும் கூறவில்லை; ஆனால், காலத்தால் பிந்தைய பதிவுகள் இதைக் கூறுகின்றன: புத்தரின் இறப்புக்குப்பின் ராஜகிருகத்தில் நடந்த முதல் பேரவைக் கூட்டத்தின் பதவியேற்புக்கான அரங்கம் அமைய வேண்டிய இடத்தை அரசரே அளித்திருக்கிறார்; நகரின் அருகிலிருந்த சப்த பர்ணி என்ற குகைக்கு வெளியில் ஏற்பாடுகள் செய்கிறார்; சங்கக் கொள்கை குறித்த முதல் விளக்கக் கூட்டமாகவும் அது அமைகிறது.

இவ்வாறாக அவர்களது அமைப்பில் இணைந்து கொள்ளாமலேயே பௌத்தர்களுக்கு அவர் ஆதரவை நல்கியிருக்கலாம். இந்திய மன்னர்களுக்கே இருந்த சிறப்பியல்பான அனைத்துச் சிந்தனைப் பள்ளிகளுக்கும் ஆதரவளிப்பது என்ற அடிப்படையில் அஜாதசத்ரு அதைச் செய்திருக்கக்கூடும்.

பிற மன்னர்கள் குறித்து, எங்கேயோ ஓரிடத்தில் அல்லது தற்செயலாகத்தான் குறிப்புகள் காணப்படுகின்றன; சூரசேனர்களின் அரசன் அவந்திபுத்திரன்; கௌதமரின் குருவான (உத்தகா) உத்ரகா ராமபுத்திரரைப் பின்பற்றுபவர்களும் ஆதரவாளர்களுமான எலேய்யா, அவனது அரசவையைச் சார்ந்தவர்கள் பற்றி சொற்ப குறிப்புகளே காணப்படுகின்றன. ஆனால், மேற்கூறிய நால்வர் குறித்து மட்டுமே சில கூடுதல் விவரங்கள் நமக்குக் கிடைத்துள்ளன.

அத்தியாயம் 2

குலங்களும் தேசங்களும்

மன்னர்கள் தொடர்பாகக் கிடைத்திருக்கும் தரவுகள் போன்றுதான் குலங்கள் பற்றியும் கிடைத்துள்ளன. நம்மிடம் பெருமளவுக்குத் தகவல்கள் உள்ளன; குறிப்பாக மூன்று அல்லது நான்கு குலங்கள் பற்றி அதிகமான தகவல்கள் கிடைத்துள்ளன. மீதமுள்ளவை பொறுத்தவரையில் வெறும் பெயர்கள் தவிர்த்து வேறொன்றும் கிடைக்கவில்லை.

மிக இயல்பாக, மற்ற குலங்களைக் காட்டிலும் சாக்கிய குலத்தைப் பற்றி அதிக விவரங்கள் கிடைத்துள்ளன. அவர்களது நாடு அமைந்திருந்த இடம், மற்ற இடங்களிலிருந்து அந்த நாடு எவ்வளவு தூரம் போன்றவற்றை கிடைத்திருக்கும் விவரங்களில் இருந்து அறிந்துகொள்ள முடிகிறது. எடுத்துக்காட்டாக, (கபிலவாஸ்து) ராஜகிருகத்திலிருந்து 60 யோஜனை தூரம் - 450 மைல்கள்; வைசாலியிலிருந்து 50 யோஜனை தூரம் - 375 மைல்கள், சிராவஸ்தியிலிருந்து 6 அல்லது 7 யோஜனை தூரம் – 50 அல்லது 60 மைல்கள்.

நேபாள – பிரிட்டிஷ் இந்தியா எல்லைக்கு மிக அருகில் அந்த இடம் இருந்திருக்கவேண்டும்; மிகச் சமீபத்தில் கண்டுபிடிக்கப்பட்ட, சாக்கியர்களால் அமைக்கப்பட்ட பௌத்த நினைவுச் சின்னங்கள் அல்லது புதைமேடுகளால் இந்தத் தகவல் இறுதி செய்யப் பட்டுள்ளது. புத்தரின் அஸ்தியை அங்கு வைத்திருக்கிறார்கள்; அந்த

இடத்தில் அசோகரின் கல்வெட்டு ஒன்றும் இருக்கிறது; புத்தர் பிறந்த இடமான லும்பினி தோட்டத்துக்கு அசோகர் விஜயம் செய்ததைக் கல்வெட்டு பதிவு செய்திருக்கிறது.

கண்டுபிடிக்கப்பட்டிருக்கும், நம் கண் முன்னே தெரிகிற ஏராளமான இடிபாடுகளில், அந்த இனத்தின் முக்கிய நகரமான கபிலவாஸ்துவுடன் தொடர்புடையவை எவை? மற்ற நகர அமைப்புகளுக்குச் சொந்தமான இடிபாடுகள், எவை? எதிர்கால ஆய்வுகள் மூலம் தீர்க்கப்பட வேண்டிய கேள்விகள் இவை.

(கபிலவாஸ்து முதுநகர், இன்றைய திலவ்ராகோட் என்ற இடத்தில் இருந்திருக்கலாம். சாக்கியர்களின் பௌத்த நினைவுச் சின்னங்கள் மீதான திரு.பெப்பியின் முக்கியமான ஆய்வுகள் புதிய-கபிலவாஸ்துவில் நடந்திருக்கக்கூடும். அரசன் விதூதபா முதுநகரை இடித்துத் தள்ளியபின், புதிய நகரம் அமைக்கப்பட்டது - ஆசிரியர்)

மிகப் பழமையான பதிவேடுகளில் காதுமா, சாமகாம, கோமதுஸ்ஸா, சிராவஸ்தி, மெத்தலுபா, உலும்பா, சக்கரா மற்றும் தேவதாஹா போன்ற நகரங்களின் பெயர்கள் குறிப்பிடப் பட்டுள்ளன. இறுதியாகக் குறிப்பிடப்பட்டிருக்கும் இடத்தில்தான் புத்தரின் தாய் பிறந்தார். அவரது தந்தையின் பெயர் அஞ்சனா; ஒரு சாக்கியர் என்று வெளிப்படையாகக் குறிப்பிடப்பட்டுள்ளது. (அபாதானா என்ற வாழ்க்கை வரலாறுகளின் தொகுப்பில் இந்தத் தகவல் உள்ளது). பிற்காலப் பதிவுகள் புத்தரின் தாய் கோலியர் குலத்தைச் சேர்ந்தவர் என்று கூறுகின்றன. அத்துடன் அந்த நகரம், இளவரசன் தேவதாஹாவின் பெயரால்தான் அழைக்கப்பட்டது. அவரும் கோலிய குலத்தின் ஒரு தலைவரே. கோலியர்கள், சாக்கிய குலத்தில் தாழ்நிலையில் இருக்கும் ஒருவித துணைப்பிரிவு என்றும் விளக்கம் அளிக்கப்பட்டுள்ளது.

அந்த நில உடமைச் சமூகத்தில், சந்தைகள் கொண்ட நகரங்கள் கணிசமான எண்ணிக்கையில் இருந்தன என்ற தகவல், ஒரு வகையில் அது பரந்து விரிந்த பிரதேசமாக இருந்திருக்கலாம் என்பதைக் குறிக்கிறது. இந்தப் பழைய பாரம்பரியம் குறித்த விவரங்களை புத்தகோசர் நமக்காகப் பாதுகாத்து வைத்திருக்கிறார். புத்தருக்கு, அவரது தந்தையின் வழியில் எண்பதாயிரம் உறவினர் குடும்பங்களும், அதே எண்ணிக்கையில் தாய் வழி உறவினர்களும் இருந்தனர் என்று அவை கூறுகின்றன. சார்ந்திருப்போரையும் உள்ளடக்கி, ஒரு குடும்பத்துக்கு ஆறு அல்லது ஏழு நபர்கள் என்று வைத்துக்கொண்டாலும், அந்தச் சாக்கியப் பிரதேசத்தில் மொத்தம்

பத்து லட்சம் பேர் இருந்திருக்கிறார்கள். இந்த எண்ணிக்கை முற்றிலும் தோராயமாக கணக்கிடப்பட்டதுதான்; ஓரளவுக்கு இந்தக் கணிப்பு சரியாக இருக்கும் என்றே எடுத்துக்கொள்ளலாம்.

இனக்குழுவின் நிர்வாகம் மற்றும் நீதித்துறை சார்ந்த நடவடிக்கைகள்/ விவகாரங்கள் கபிலவாஸ்துவில் இருந்த பொது அவையில் (சந்தாகாரா) நடைபெறும்; அந்த அவையில் சிறியவர்களும் பெரியவர்களும் ஒன்றாகவே கூடுவார்கள்; அத்தகைய மக்கள் அவையில்தான், அல்லது கலந்து பேசும் கூட்டத்தில்தான் (நாம் முன்பு பார்த்த) அரசர் பசேனதியின் முன்மொழிவு விவாதிக்கப்பட்டது. அம்பத்தன் என்பவர் கபிலவாஸ்துவுக்கு வியாபார விஷயமாகச் செல்கிறார். சாக்கியர்களின் அவை கூடியிருப்பது அறிந்து அவர் அங்கு சென்றதாக அறிய முடிகிறது. இது போல் மல்லர் இனக்குழுவின் பொது அவைக்குச் சென்றுதான் ஆனந்தன், புத்தர் இறந்த செய்தியைச் சொல்கிறார். கூட்டம் தொடர்ந்து நடந்த நிலையில், இந்த விஷயம் குறித்து அவர்கள் விவாதிக்கிறார்கள்.

ஒரு தலைவர் எப்படி, எவ்வளவு காலத்துக்குத் தேர்ந்தெடுக்கப் பட்டிருப்பார் என்பது நமக்குத் தெரியவில்லை. அமர்வுகளின் போது அதற்குத் தலைவராக, பொறுப்பானவராகத் தேர்ந்தெடுக்கப் பட்டாரா? அமர்வுகளே நடக்காத நிலையில், அந்த ராஜ்ஜியத்துக்குத் தலைவராகத் தேர்ந்தெடுக்கப்பட்டாரா? தெரியவில்லை. அவர் ராஜா என்ற பட்டத்தைப் பெற்றிருந்தார். அது ரோமானியர்களிடம் வழக்கத்திலிருந்த 'கான்சல்' அல்லது கிரேக்கர்களின் 'அர்ச்சான்' என்பது போன்று இருந்திருக்கலாம். லிச்சாவியர்கள் மத்தியில் இதைப்போல் மூத்தவர்கள் பதவி வகித்ததைப் பற்றி எங்கேயும் கேள்விப்படவில்லை; அல்லது மேலே குறிப்பிடப்பட்ட உண்மையான மன்னர்கள், இதுபோன்ற அரசருக்குரிய தலைமைப் பண்புகளுடன் ஆற்றிய செயல்கள் குறித்தும் நமக்கு அறியக் கிடைக்கவில்லை. ஒரு காலகட்டத்தில் புத்தரின் உறவினரான இளைஞர் பத்தியா, ராஜாவாக இருந்தார் என்று கேள்விப் படுகிறோம்; மற்றொரு பத்தியில், புத்தரின் தந்தையான சுத்தோதனர், ராஜா என்று அழைக்கப்படுகிறார். பல இடங்களில் இவர் ஒரு எளிய குடிமகனாக, சுத்தோதனன் என்ற சாக்கியர் என்பதாகவே பேசப்படுகிறார்.

கபிலவாஸ்துவில் ஒரு புதிய பொது அவை கட்டப்பட்டது; அருகிலிருந்த மகா வனத்தில் (பெருங்காடு) ஆலமரங்கள் நிறைந்த

பகுதியில் அமைந்திருந்த நிக்ரோதர்மா என்ற சோலையில் அமைந்த குடிலில் புத்தர் தங்கியிருந்த காலத்தில் அந்த அவை கட்டி முடிக்கப்பட்டது. அனைத்துச் சிந்தனைப் பள்ளிகளையும் சார்ந்த, துறவு நிலை மேற்கொண்டு தனித்திருப்போர் தங்குவதற்காக அந்தச் சமூகத்தினர் வசதிகளைச் செய்திருக்கிறார்கள். புதிய பொது அவையைத் திறந்து வைக்கும்படி கௌதமரைச் சாக்கியர்கள் கேட்டுக் கொண்டனர். புத்தர் அவர்களது விருப்பத்தை நிறைவேற்றினார்; அறநெறிச் சொற்பொழிவுகள் மூலம் அதைச் செய்தார். இரவு முழுவதும் நீடித்த அந்த நிகழ்வில் அவரது சீடர்கள் நந்தாவும் மொகல்லானாவும் உரை அளித்தனர். இவை நமக்கு முழுமையான பதிவுகளாகக் கிடைத்துள்ளன.

இந்த முதன்மை நகரமான கபிலவாஸ்துவில் அமைந்திருந்த பொது அவை தவிர்த்து, மேலே குறிப்பிடப்பட்ட வேறு சில நகரங்களிலும் இது போன்ற அவைகள் இருந்துள்ளன. சிறிது முக்கியத்துவம் வாய்ந்த அனைத்து இடங்களிலும் இத்தகைய அரங்குகள் அல்லது மேலே கூரையுடன் சுவர்கள் இல்லாத பந்தல் போன்ற அமைப்புகள் இருந்தன; அனைத்தையும் அங்கு பேசுவார்கள், விவாதிப்பார்கள், நடத்துவார்கள்; ஒவ்வொரு கிராமத்தின் தலமட்ட விவகாரங்களும் குடும்பத்தினர் அனைவரும் குழுமியிருக்கும் திறந்த கூட்டங்களில் மரங்கள் அடர்ந்த தோப்புகளில் நடத்தப்பட்டன.

மீக நீண்டதாகப் பரவிக்கிடந்த வண்டல் மண் நிரம்பிய சமவெளியில் அமைந்திருந்த ஒவ்வொரு கிராமத்துக்கும் மிகவும் தனித்துவமான அம்சமாக அந்தக் 'கூடுகை' விளங்கியது. அந்தச் சமவெளி கிழக்கிலிருந்து மேற்காக ஐம்பது மைல்களும், இமயமலை அடிவாரத்திலிருந்து தெற்கே முப்பது அல்லது நாற்பது மைல்களும் பரவிக் கிடந்தது. இந்த சமவெளியில்தான் பெரும்பான்மை இனக்குழூக்கள் வசித்தன என்பதில் சந்தேகமில்லை.

நெல் வயல்களும் வளர்த்த கால்நடைகளும்தாம் அந்த இனக்குழூக்களின் வாழ்வின் ஆதாரமாக இருந்தன. நெல் வயல்களைச் சுற்றித்தான் கிராமங்கள் ஒரு தொகுப்பாக அமைக்கப்பட்டன; சுற்றியிருந்த காடுகளில் அவர்களது கால்நடைகள் அலைந்து திரிந்து புல் மேய்ந்தன. பிறப்பால் விவசாயிகளான சாக்கியர்கள் அனைவருக்கும் அந்த வனங்களின் மீது பொதுவான உரிமை இருந்தது. ஒவ்வொரு கிராமத்திலும் கைவினைஞர்கள் இருந்தனர். அநேகமாக அவர்கள் சாக்கிய இனத்தவர்களாக இருக்க வாய்ப்பில்லை.

சமூகத்தில் உயர்ந்த அந்தஸ்துடன் சில சிறப்புத் தொழில்களில் ஈடுபட்ட மனிதர்களும் இருந்தனர்; குறிப்பாக, தச்சர்கள், கருமார்கள், குயவர்கள் போன்றோர் தங்களுக்கென தனிக் கிராமங்களை அமைத்துக் கொண்டிருந்தனர். சமூகத்தினரின் அனைத்து அன்றாட நிகழ்வுகளுக்கும் தேவையான சேவைகளைச் செய்துவந்த பிராமணர்களும் தனிக் குடியிருப்பில் வசித்தனர், எடுத்துக்காட்டாக, கோமதுஸ்ஸா என்ற கிராமம் பிராமணர்களின் குடியிருப்பு.

கடைத்தெருக்கள் இருந்தன; கடைகளும் இருந்தன, ஆனால், அருகிலிருந்த ராஜ்ஜியங்களின் பெரிய தலைநகரங்களில் இருந்ததாகக் குறிப்பிடப்பட்டிருக்கும் வணிகர்களோ, வட்டிக்குப் பணம் கொடுத்தவர்களோ இங்கு இருந்ததாக நமக்குப் பதிவுகள் கிடைக்கவில்லை. ஒவ்வொரு கிராமமும் காடுகளால், ஒன்று மற்றொன்றிலிருந்து பிரிக்கப்பட்டிருந்தன. அந்தப் பெரு வனத்தின் பகுதிகள், நாம் விவாதிக்கும் காலகட்டத்துக்கு முன்னதாகவே பரந்து விரிந்திருந்தன. உண்மையில் ஆரம்பத்தில் இமய மலையின் அடிவாரத்துக்கும் கங்கை என்ற பெரும் நதிக்கும் இடைப்பட்ட பகுதியாக, அந்தப் பிரதேசம் முழுவதும் வனங்கள் நிறைந்திந்தன. வனத்தின் பல பகுதிகள், ஆங்காங்கே பல்வேறு குலங்களின் ஆளுகையில் இருந்தன. அண்டையிலிருந்த முடியரசுகளால் இந்தக் குலங்கள் அழிக்கப்பட்டன; அதன்பின் இந்தப் பெருங்காடு மீண்டும் தேசம் முழுவதும் பரவியதாக அமைந்தது. நான்காம் நூற்றாண்டிலிருந்து, இன்றைய காலகட்டம் வரையிலும், தொன்மையான நாகரிகத்தின் எச்சங்களை அந்தப் பெருங்காடு பொதிந்து வைத்திருந்தது.

இந்த வனம் அவ்வப்போது கொள்ளையர்களால், சில நேரங்களில் தப்பித்து ஓடிச் செல்லும் அடிமைகளால் ஆக்கிரமிக்கப்படும். ஆனால் குற்றங்கள் குறித்து நாம் அதிகம் கேள்விப்படவில்லை; கிராமங்களில் அவை அதிக அளவுக்கு இருக்க சாத்தியமில்லை எனச் சொல்லலாம். ஒவ்வொரு கிராமமும் சுயமாக நிர்வகிக்கப்பட்ட சிறிய குடியரசாகத் திகழ்ந்தது. கோலியர்களின் மத்திய அமைப்பின் அதிகாரிகளுக்கு குற்றேவல் செய்யும் அல்லது காவல்துறை போல் பணியாற்றும் சிறப்புக் குழுவினர் இருந்தனர்; ஒருவகையான சீருடையும், தலைப்பாகையும் அவர்களை வேறுபடுத்திக் காட்டின; மிரட்டிப் பணம் பறித்தல் மற்றும் வன்முறை போன்ற செயல்களில் இவர்கள் ஈடுபடுவதும் உண்டு. மல்லர்களிடம் இதுபோன்ற பணியாளர்கள் இருந்தனர். எனவே, அனைத்துக் குலங்களும்

இதுபோன்ற பணியாளர் அமைப்பைப் பெற்றிருந்தன என்று சொல்லலாம்.

அருகிலிருந்த வலிமை மிக்க குலமான வஜ்ஜியர்களின் கூட்டமைப்பில் குற்றவியல் சட்டம் எவ்வாறு நிர்வகிக்கப்பட்டது என்பதைப் பிற்காலப் பதிவு ஒன்று கூறுகிறது. தொடர்ச்சியாக அங்கு அதிகாரிகள் நியமிக்கப்பட்டனர்: நீதிபதிகள், வழக்கறிஞர்கள், சட்ட விதிமுறைகளில் பயிற்சி பெற்றவர்கள், எட்டு குலங்களின் பிரதிநிதிகள் சபையினர், தளபதி, பிரதேச உதவித் தலைவன் அல்லது தலைவன் ஆகியோரே அவர்கள். இவர்களில் எவரும் குற்றம் சாட்டப்பட்டவர்களை விடுவிக்க முடியும். ஆனால் ஒருவரைக் குற்றவாளி என்று கருதினால், ஒவ்வொருவரும் அதிகார வரிசையில் அவர்களுக்கு மேலே உள்ளவர்க்கு வழக்கை அனுப்பவேண்டும். தலைவன் இறுதியாக விதிமுறைப் புத்தகத்தின்படி அபராதம் விதிப்பார். சிறிய குலங்களில் இதுபோன்ற இடைநிலை அதிகாரிகள் இல்லை என்று நமக்குத் தெரியவருகிறது; அத்துடன் வஜ்ஜியர் களிடமும் (அவர்கள் அனைவரும் பதிவின் இந்தப் பகுதியில் 'ராஜாக்கள்' என்று குறிப்பிடப்படுகிறார்கள்), மிகவும் சிக்கலான இந்த நடைமுறை உண்மையில் பின்பற்றப்பட்டதா என்று தெரியவில்லை; ஆனால் சட்டப்பூர்வமான நடைமுறைகள் குறித்த புத்தகமும் சட்ட விதிகளும் வேறு சில இடங்களிலும் குறிப்பிடப் படுகின்றன. எனவே, உண்மையில் இந்த விஷயத்தில் எழுதப்பட்ட குறிப்புகள் பயன்பாட்டில் இருந்தன என்பதற்கான சாத்தியம் உள்ளது.

சாக்கியர்கள் தவிர மற்ற குலங்களின் பெயர்கள்:

- சம்சமாரகிரி குன்றுப் பகுதியின் பக்காக்கள்
- அல்லகப்பாவின் புலிகள் (Bulis)
- கேசபட்டாவின் (கேசரியா) காலாமாக்கள்
- ராமகாமாவின் கோலியர்கள்
- குஷிநகரின் மல்லர்கள்
- பாவாவின் மல்லர்கள்
- பிபாலிவனத்தின் மௌரியர்கள்
- மிதிலையின் விதேகர்கள்
- வைசாலியின் லிச்சாவியர்கள்

(விதேகர்களும் லிச்சாவியர்களும் வஜ்ஜியன்களின் துணைக் குழுவினர்)

வேறு பல பழங்குடிகளின் பெயர்களும் காணப்படுகின்றன. ஆனால், அவர்கள் குலங்களா அல்லது முடியரசுகளின் கீழ் இருந்தவர்களா என்பது இன்னமும் தெரியவில்லை. முடியாட்சியின் கீழ் இருந்த ஒரு பழங்குடி அமைப்பு, சுதந்திரமான அரசு என்ற நிலைக்குத் திரும்பிய நிகழ்வு ஓரிடத்தில் மட்டுமே குறிப்பிடப் படுகிறது. ஒரு குலத்தில் ஒருவர் பெற்றிருக்கும் மிக உயர்ந்த அதிகாரம், எப்போதெல்லாம் மரபு வழியில் தொடர்கிறதோ, அங்கெல்லாம் சட்ட வரம்புகள் ஏதுமற்ற முழுமையான ஒரு முடியாட்சியே இருந்திருக்கும் என்பதாகத்தான் தோன்றுகிறது.

பௌத்தம் எழுச்சியுற்ற காலத்தில் அல்லது அதற்குச் சிறிது முன்னர் இந்தியாவின் அரசியல் ரீதியாகப் பிரிந்திருந்த பதினாறு பெரிய தேசங்கள், பதினாறு அதிகார மையங்களைப் புத்தகத்தின் பல இடங்களில் காணப்படும் பட்டியல் நன்கு விளக்குகிறது (அங்குத்தர சுத்தம்). இந்தப் பெயர்கள், இத்தாலியர்கள் அல்லது துருக்கியர்கள் என்று சொல்வது போல் மக்களின் பெயர்களாக இருக்கின்றன; அவை நாடுகளின் பெயர்கள் அல்ல என்பது சுவாரஸ்யமானது. இந்தப் பழைய பட்டியலை வரைந்தவர்கள் அல்லது பயன் படுத்தியவர்கள், இந்த மக்களை இன்னமும் பழங்குடியினத்து மக்களாகத்தான் மனத்தில் எடுத்துக்கொண்டுள்ளனர்; புவியியல் பிரிவுகளாக அல்ல என்பதைப் பட்டியல் எடுத்துக்காட்டுகிறது.

1. அங்க தேசம்
2. மகத தேசம்
3. காசி தேசம்
4. கோசல தேசம்
5. வஜ்ஜிய தேசம்
6. மல்ல தேசம்
7. சேதி தேசம்
8. வம்ச (வத்ச) தேசம்
9. குரு தேசம்
10. பாஞ்சால தேசம்
11. மச்ச (மத்ச) தேசம்
12. சூர சேன தேசம்
13. அஸ்ஸாக தேசம்
14. அவந்தி தேசம்
15. காந்தார தேசம்
16. காம்போஜ தேசம்

1. அங்கர்கள் மகதத்துக்குக் கிழக்கிலிருந்த பிரதேசத்தில் வசித்து வந்தனர். தற்போதைய பாகல்பூருக்கு அருகிலிருக்கும் சம்பா அவர்களது தலைநகராக இருந்தது. அதன் எல்லைகள் நமக்குத் தெரியவில்லை. புத்தரது காலத்தில் அது மகதத்தின் ஆட்சிக்கு உட்பட்டிருந்தது. மீண்டும் அது சுதந்திரம் பெற்றதா என்ற விவரம் நமக்குக் கிடைக்கவில்லை. ஆனால், முந்தைய காலங்களில் அது சுதந்திரமான அரசாக இருந்தது; இந்த இரு அண்டை நாடுகளுக்கும் இடையில் போர்கள் நடந்ததாக வரலாறு கூறுகிறது. புத்தரின் காலத்தில் அங்க தேசத்தின் ராஜாவாக, செல்வ வளம் மிக்க பிரபு ஒருவர் இருந்தார். அத்துடன் ஒரு பிராமணருடைய புரவலராகவும் அவர் இருந்தார் என்பது தெரிகிறது.

2. மகதத் தேசத்தவர்கள், இப்போது பிஹார் என்று அழைக்கப்படும் பிரதேசத்தில் ஆட்சி செய்தனர். வடக்கில் கங்கை நதியும் கிழக்கே சம்பா நதியாலும், தெற்கே விந்திய மலைகளும், மேற்கில் சோனா நதியும் அதன் எல்லைகளாக இருந்திருக்கலாம். புத்தரின் காலத்தில் (அதாவது அங்க தேசத்தையும் சேர்த்து) எண்பதாயிரம் கிராமங்கள் இருந்ததாகவும் முந்நூறு லீகுகள் (சுமார் இரண்டாயிரத்து முந்நூறு மைல்கள்) சுற்றளவு கொண்டிருந்ததாகவும் கூறப்படுகிறது.

3. காசி நகரத்தவர்கள், நிச்சயமாக பனாரஸ் நகரத்தைச் சுற்றியிருந்த பிரதேசத்தில் வசித்த மக்கள்தாம். புத்தர் காலத்தில், பாரதத்தின் இந்தப் புகழ்பெற்ற பழமையான இராஜ்ஜியம் அரசியல் முக்கியத்துவம் இழந்துவிட்டது. நகரத்தின் வருவாய் யாருக்குரியது என்று கோசலத்துக்கும் மகதத்துக்கும் இடையில் சர்ச்சை நிலவியது. அத்துடன் அந்த ராஜ்ஜியமே கோசலத்துடன் இணைக்கப்பட்டது. இந்தப் பட்டியலில் இது குறிப்பிடப் பட்டிருப்பது வரலாற்று முக்கியத்துவம் வாய்ந்தது; ஏனெனில், காசி ஒரு சுதந்திரமான அரசுதான் என்ற எண்ணம் இன்னமும் மக்களின் மனத்தில் மாறாமலேயே இருக்கிறது. இரண்டாயிரம் மைல்கள் சுற்றளவு கொண்டதாக இந்தத் தேசம் இருந்தது என்பதை, இந்தச் செய்தி ஜாதகக் கதைகளில் அடிக்கடி குறிப்பிடப்படுவதால் உறுதி செய்யமுடிகிறது. ஆனால், காசி இந்தக் காலகட்டத்தில் சுதந்திரமாக இருந்திருக்கவில்லை. அத்துடன் எல்லைகளும் தெரியவில்லை.

4. சிராவஸ்தியைத் தலைநகராகக் கொண்ட இராஜ்ஜியத்தை ஆள்பவர்களாக கோசலர்கள் இருந்தனர். தற்போதைய

கோரக்பூருக்கு வடமேற்கே எழுபது மைல் தொலைவில் இருக்கும் அந்த நகரம் இப்போது நேபாளத்தில் உள்ளது. பனாரஸ் மற்றும் சாகேதா (அயோத்தி) நகரங்கள் இதற்குள் அடங்கும். அனேகமாக இந்த ராஜ்ஜியத்தின் தெற்கு எல்லையாக கங்கையும், கிழக்கு எல்லையாக கண்டகி நதியும், வடக்கு எல்லையாக மலைகளும் இருந்திருக்கலாம். கி.மு.ஏழாம் நூற்றாண்டில் சாக்கியர்கள் ஏற்கனவே கோசல தேசத்தின் ஆதிக்கத்தை ஒப்புக்கொண்டிருந்தனர்.

கோசல இராஜ்ஜியம் விரைந்து எழுச்சி பெற்றதும், மிக விரைவில் அதற்கும் மகதத்துக்கும் இடையில் எதிர்காலத்தில் தவிர்க்க முடியாமல் நடந்த போராட்டங்களும், புத்தர் கால அரசியலில் முன்னோடிப் பிரச்சனையாக இருந்தன. கடினமான மலைப்பிரதேசத்தில் வசித்தவர்களும் மலையேறுவதில் திறமை பெற்றவர்களுமான கோசல குலத்தவர்கள் இமய மலைக்கும் கங்கைக்கும் இடையிலிருந்த அனைத்துப் பழங்குடியினரையும் தங்கள் ஆளுகைக்குள் கொண்டுவந்தனர். ஆனால், கிழக்குப் பகுதியில் சுதந்திரமாக இயங்கிய இனக் குழுக்களால் அவர்களது ஆட்சி தடுக்கப்பட்டது. அத்துடன், இந்தியாவில், ஆக உயர்ந்த ஆதிக்கம் செலுத்துவது யார் என்பது குறித்து கோசலத்துக்கும் மகதத்துக்கும் இடையில் போராட்டம் இருந்தது; லிச்சாவியர் களின் வலிமை மிக்க கூட்டமைப்பு மகதத்தின் பக்கம் நின்றதும் அநேகமாக அப்பிரச்சனை முடிவுக்கு வந்துவிட்டது. புத்தரது காலத்துக்கு முன் வனகன், தவசேனா மற்றும் கம்சன் ஆகிய கோசலத்தின் மன்னர்கள் காசி மீது வெற்றிகரமான பல படையெடுப்புகளை நடத்தியுள்ளனர். இறுதி வெற்றி கம்சனுக்குக் கிடைத்துள்ளது. ‘காசியை வென்றவன்’ என்ற பட்டம் அவனது பெயருடன் சேர்ந்துகொண்டது.

5. வஜ்ஜியர்களை, எட்டு குலங்களின் கூட்டமைப்பு என்று சொல்லலாம்; அவர்களில் லிச்சாவியர்களும் விதேஹன்களும் மிகவும் முக்கியமானவர்கள். ஆரம்பக் காலங்களில் விதேகம் ஒரு ராஜ்யமாக இருந்தது என்றும் புத்தரின் காலத்தில் அது ஒரு குடியரசு என்றும் மரபான பதிவுகள் கூறுவது மிகவும் சுவாரஸ்யமானது. ஒரு தனி ராஜ்ஜியமாக அதன் பரப்பளவு முந்நூறு லீகுகள் (சுமார் இரண்டாயிரத்து முந்நூறு மைல்கள்) சுற்றளவு கொண்டதாக இருந்தது என்று கூறப்படுகிறது. அதன் தலைநகர் மிதிலை; லிச்சாவியர்களின் தலைநகர் வைசாலியிலிருந்து வடமேற்கே முப்பத்தைந்து மைல்

தொலைவில் அது இருந்தது. பௌத்தத்தின் எழுச்சிக்கு சிறிது காலத்துக்கு முன் அங்கு ஜனக மன்னர் ஆட்சி செய்தார். தற்கால நகரமான ஜனக்பூர், பழங்காலத்தில் புகழ் பெற்றிருந்த இந்த சத்திரிய அறிஞரும் தத்துவவாதியின் நினைவை இன்னமும் அதன் பெயரில் தக்க வைத்துக் கொண்டிருக்கலாம்.

6. குஷிநகரம் மற்றும் பாவாவின் மல்லர்கள் சுதந்திரமான குலங்களாக இருந்தனர். சீன யாத்ரீகர்களின் குறிப்புகளின் அடிப்படையில், அவர்களது பிரதேசம், சாக்கிய பிரதேசத்தின் கிழக்கே இமயமலைச் சரிவுகளில் இருந்தது. வஜ்ஜியர்களின் கூட்டமைப்பு இவர்களுக்குத் தெற்கே இருந்தது. ஆனால், சிலர் இவர்கள் சாக்கியர் நிலத்துக்குத் தெற்கிலும், வஜ்ஜியர்களுக்கு கிழக்கிலும் இருந்ததாகக் கூறுகிறார்கள்.

7. பழங்கால ஆவணங்களில் குறிப்பிடப்படும் சேதி என்ற அதே பழங்குடியினர்தான் இவர்கள். இரண்டு தனித்துவமான குடியிருப்புகளைக் கொண்டிருந்தனர். ஒன்று, அநேகமாகப் பழமையான பிரதேசம். அது மலைகளில் இருந்தது. இப்போது நேபாளம் என்று அழைக்கப்படுகிறது. மற்றொன்று, அநேகமாகப் பிற்காலக் குடியிருப்பாக இருக்கலாம்; கிழக்கே கோசாம்பிக்கு அருகில் இருந்தது. அத்துடன் வம்சா என்ற குலத்தினரின் பிரதேசத்துடன் குழப்பிக் கொள்ளப்படுகிறது. ஆனால், இந்தப் பட்டியல் அவர்களை வேறுபடுத்திக் காட்டுகிறது.

8. வம்சா என்பது வத்சர்களின் நாடு. கோசாம்பி என்ற அதன் தலைநகரின் பெயர் மட்டுமே மிகவும் பிரசித்தமானது. அவந்தி தேசத்துக்கு வட திசையில், யமுனை நதிக் கரையில் அமைந்திருந்தது.

9. தற்போதைய டெல்லிக்கு அருகில் இருக்கும் இந்திரபிரஸ்தம் தலைநகராக இருந்த தேசத்தில் குரு வம்சத்தவர் ஆட்சிசெய்தனர்; அதற்குக் கிழக்கே பாஞ்சாலர்களும் தெற்கே மத்ஸ்ய தேசத்தினரும் இருந்தனர். பாரம்பரியப் பதிவேடுகள் அந்த ராஜ்ஜியம் இரண்டாயிரம் மைல் சுற்றளவைக் கொண்டிருந்தது என்கின்றன. புத்தரது காலத்தில் இவர்களுக்கு அரசியல் முக்கியத்துவம் மிகவும் குறைவாகவே இருந்தது. குரு தேசத்தின் கம்மஸ்ஸ-தம்மாவில்தான் மிக முக்கியமான சுத்தாந்தங்கள் எடுத்துக்காட்டாக மகா சதிபத்தானம், மகா நிதானம் போன்றவை உபதேசிக்கப்பட்டன. ரதபாலன் என்பவன் குரு வம்சத்தின் அரச குடும்பத்தைச் சேர்ந்தவன்.

10. குரு தேசத்தவர்களுக்குக் கிழக்கில், இமயமலைகளுக்கும் கங்கைக்கும் இடைப்பட்ட பிரதேசத்தை இரண்டு பாஞ்சாலர் களும் ஆட்சி செய்தனர். அவர்களது தலைநகரங்களாக கம்பில்லாவும் கனோஜும் இருந்தன.

11. மச்சாக்கள், அல்லது மத்ஸ்ய தேசத்தவர்கள், குரு தேசத்துக்குத் தெற்கிலும் யமுனைக்கு மேற்கிலும் இருந்தனர், இந்த நதி அவர்களைத் தென் பகுதியில் பாஞ்சாலர்களிடமிருந்து பிரித்தது.

12. சூரசேனர்களின் தலைநகர், மதுரா; இவர்களது பிரதேசம் மத்ஸ்யர்களுக்குத் தென்மேற்கிலும் யமுனைக்கு மேற்கிலும் இருந்தது.

13. புத்தர் காலத்தில் அஸ்ஸாகர்களின் நகரம் கோதாவரி நதிக்கரையில் இருந்தது. அவர்களது தலைநகரம் போதானா அல்லது போதாலி (இன்றைய போதான்). மகதத்துடன், அங்க தேசம் குறிப்பிடப்படுவது போல அவந்தி தேசத்துடன் இந்தப் பிரதேசம் குறிப்பிடப்படுகிறது, தேசங்களின் பட்டியலில் சூரசேனர்களுக்கும் அவந்திக்கும் இடையில் இந்தத் தேசம் இருப்பதாகத் தோன்றுகிறது. ஒரு வரைபடம் தயாரித்தால், இந்தத் தேசத்தின் அமைவிடம் அவந்திக்குத் தென்மேற்காக இருக்கும். எனில், இந்தக் கோதாவரிக் கரைக் குடியமர்வு பிற்காலத்தில் உருவானதாக இருக்கலாம். அத்துடன் போதானா (அல்லது போதாலி) நகரம் குறித்தும் எங்கும் குறிப்புகள் இல்லை என்பதன் மூலம் இது உறுதியாகிறது.

இந்தக் குலத்தினரின் பெயரும் தெளிவற்றதாக இருக்கிறது. சம்ஸ்கிருத எழுத்தாளர்கள் அஸ்மாகா மற்றும் அஸ்வாகா என்று இரண்டையும் குறிப்பிடுகிறார்கள். இந்தச் சொற்கள் உள்ளூர் மொழியிலும் பாலி மொழியிலும் அசாகாவாக இருந்திருக்கலாம். அல்லது இந்தப் பெயர்களில் இரண்டு வெவ்வேறு குலங்கள் இருந்திருக்க வேண்டும். அல்லது அஸ்வகா என்பது சம்ஸ்கிருதத்தில் தவறாக உச்சரிக்கப் பட்டிருக்க வேண்டும். அல்லது அசாகா என்ற சொல்லை சம்ஸ்கிருதமாக்கியதில் தவறு நேர்ந்திருக்கலாம்.

14. அவந்தியின் தலைநகர், உஜ்ஜைனி. காண்டா பஜ்ஜோதா (கொடுமைக்காரன் பஜ்ஜோதா) என்பவன் அதன் அரசன். நாட்டின் பெரும்பகுதி வளமான நிலம். சிந்து சமவெளி வழியாக வந்த ஆரியர்கள் இங்கு குடியேறியிருக்க வேண்டும் அல்லது

கைப்பற்றி இருக்கவேண்டும், இப்பிரதேசம் கட்ச் வளைகுடாவுக்கு மேற்குப் பகுதியிலிருந்தது. கி.பி. இரண்டாம் நூற்றாண்டின் பிற்பகுதி வரையிலும் இந்தத் தேசம் அவந்தி என்று அழைக்கப்பட்டது. ஆனால், ஏழு அல்லது எட்டாவது நூற்றாண்டு தொடங்கி மாளவம் என்ற பெயரால் அழைக்கப் பட்டது.

15. காந்தாரம். நவீன காந்தஹாரான இது கிழக்கு ஆப்கானிஸ்தானின் ஒரு மாவட்டமாக இருக்கிறது. இன்றைய பஞ்சாபின் வடமேற்குப் பகுதியையும் உள்ளடக்கியதாக அன்று இருந்திருக்கும். இதன் தலைநகரம் தட்சசீலம். புத்தரது காலத்தில் காந்தாரத்தின் அரசனாக இருந்த புக்குசாதி, மகத மன்னன் பிம்பிசாரனுக்கு தூதுக்குழு ஒன்றையும் நட்பு வேண்டி கடிதமும் அனுப்பியதாகக் கூறப்படுகிறது.

16. தொலைதூரத்தில் வடமேற்கில் இருந்த நாடு காம்போஜம். அதன் தலைநகரம் ராஜபுரம் (அல்லது பூஞ்ச்)

ஓர் அரசியல் கண்ணோட்டத்தில் இந்தப் பட்டியல் ஆர்வம் தரக்கூடியதாக இருக்கிறது. மேலும் சில பெயர்கள் கண்டுபிடிக்கப் படவேண்டும்: எடுத்துக்காட்டாக, ஷிவி என்ற ராஜ்ஜியம், மத்ர தேசம், சொன்விரா தேசம், உத்யானா தேசம், விராட தேசம் போன்றவை. பௌத்தத்தின் தொடக்க ஆண்டுகளில் பெற்றிருந்ததைக் காட்டிலும் பிந்தைய காலத்தில் மிக முக்கியமான இடத்தை மல்லர்களும் சேதிகளும் பெற்றனர். விரைவில் மகதத் தேசத்தின் நகரமாக ஆகவிருந்த வைசாலி அப்போது சுதந்திர அரசாக இருந்தது. அண்டையிலிருந்த ராஜ்ஜியங்களால் பிற்காலத்தில் சேர்த்துக் கொள்ளப்பட்ட அங்க தேசமும் காசி ராஜ்ஜியமும் வெளிப்படையாக மற்ற தேசங்களுடன் இணையான நிலையில் வைத்துப் பார்க்கப்பட்டன. இது பழைய பட்டியலாக இருக்கக்கூடும்.

இதற்குச் சிறிது காலத்துக்கு முந்தைய நிலைமைகளின் அடிப்படையில் பட்டியல் உருவாக்கப்பட்டிருக்கலாம். செவிவழித் தகவல்களின்படி பௌத்தப் பள்ளிகளிடம் ஒப்படைக்கப் பட்டிருக்கலாம். ஆனால், இந்தச் செய்தி ஆர்வத்தையும் முக்கியத்துவத்தையும் மட்டுமே கூட்டுகிறது.

புவியியல் சார்ந்தும் இந்தப் பட்டியல் மிகவும் மேலோட்ட மாகத்தான் சிலவற்றைச் சொல்கிறது. அவந்திக்குத் தெற்கில் இருக்கும் இடம் எதுவும் அதில் காணப்படவில்லை; அத்துடன்

பட்டியலில் ஒரே ஒரு இடம் மட்டுமே தெற்கே மிகவும் தூரத்தில் இருப்பதாகக் காட்டப்படுகிறது; தென்னிந்தியா முழுமையும் மற்றும் சிலோனும் புறக்கணிக்கப்பட்டுள்ளன. அதுமட்டுமின்றி, ஒரிசாவைப் பற்றியும், கங்கை நதிக்குக் கிழக்கே வங்காளம் பற்றியும் அல்லது தக்காணத்தைப் பற்றியும் குறிப்புகள் இல்லை. இந்தப் பட்டியலை வரைந்தவர்களின் கருத்திலிருந்த எல்லை நிச்சயமாக வடக்கில் இமயமலையாலும், தெற்கில் விந்திய மலைத் தொடர்களாலும், மேற்கில் சிந்துவுக்கு அப்பாலிருந்த மலைக ளாலும், கிழக்கில் தென் திசை திரும்பும் கங்கை நதியாலும் சூழப்பட்டிருந்தது.

இந்தப் பட்டியலைப் பாதுகாத்து வைத்திருந்த புத்தகங்கள், அடுத்தடுத்த அரசியல் இயக்கங்களுக்கு, பல நிலைகளுக்கு ஏராளமான சான்றுகளையும் பாதுகாத்து வைத்துள்ளன. அத்துடன் புவியியல் சார்ந்த தகவல்களுடன் சேர்த்துப் பார்க்கையில், விஷயங்கள் பக்குவமான கண்ணோட்டத்துடன் பார்க்கப் பட்டதாகவே தெரிகிறது. பழைய பட்டியலை வரைந்தவர்களுக்கு தென் திசையிலிருந்த இடங்கள் குறித்து மிகவும் குறைவாகவே தெரிந்துள்ளது.

மிகப் பழமையான ஆவணங்கள் ஒன்றில், ஒரு பக்கத்தில் தட்சிண பாதை என்றொரு பதம் காணப்படுகிறது. தற்போது நாம் புழங்கும் சொல்லான தக்காணம் என்பதில் உள்ளடங்கும் ஒட்டுமொத்தப் பிரதேசத்தையும் அது குறிக்கிறது என்று சொல்லும் சாத்தியம் இல்லை. ஆனால், நாம் விவாதிக்கும் பத்தியிலேயே, கோதாவரியின் மேல்பகுதியில் சற்று உள்நாட்டிலிருந்த நகர அமைப்பு ஒன்றை அல்லது குடியிருப்பைக் குறிப்பதற்கு இந்தப் பதம் பயன்படுத்தப்பட்டுள்ளது. இந்தச் சொல் நான்கு நிகாயங்களில் எந்த ஒன்றிலும் தென்படவில்லை. ஆனால், பிந்தையக் காலகட்டம் ஒன்றில் அந்தச் சொல் மீண்டும் குறிப்பிடப்படுகிறது. ஆனால், தெளிவற்ற முறையில் கோதாவரிக் கரையில் வரம்புக்குட்பட்ட பிரதேசம் ஒன்றைச் சுட்டிக்காட்டுகிறது. அத்துடன் அவந்தி தேசத்துடன் அதாவது, பழங்காலப்பட்டியலில் இருக்கும் அவந்தியுடன் இணைத்தும் குறிப்பிடப்படுகிறது.

அந்தப் பதம் நமக்கு ஆர்வம் ஊட்டுகிறது. அதன் பொருள் 'தென் திசைச் சாலை'. நிலையாக அமைந்த எந்த ஒரு பிரதேசத்துக்கும் பொருந்தக்கூடிய விநோதமான பெயர். நாடுகடத்தப்பட்ட மனிதன் ஒருவன் 'தென் திசை செல்லும் சாலையில்' செல்வதாக வேதப்

பாடல் ஒன்றில் குறிப்பு இருக்கிறது. அது பிற்காலத்திய செய்யுள் தான். அந்தப் பாதையில் ஒரு குறிப்பிட்ட எல்லை வரை, வெவ்வேறு இடங்களுக்கு வெவ்வேறு காலகட்டத்தில் மனிதர்கள் சென்றிருக்கலாம். புத்தரின் காலத்தில் மிகவும் தெற்கே இருந்த நகரம் பிரத்திஸ்தானம். பின்னாளில் அது கிரேக்கர்களால் பைத்தானா என்று அழைக்கப்பட்டது. நிச்சயமாக, தென் திசையில் கோதாவரி நதிக்கரையில் துறவிகள் வாழ்ந்த ஆசிரம் இதுவாகத்தான் இருக்கும்; மனிதர்கள் சென்ற மிகத் தூரத்திலிருந்த இடமாகவும் இது இருக்கலாம்.

இதற்கு இன்னும் தெற்காக, புத்தர் காலத்தில் இருந்ததாக ஓரிடம் குறிப்பிடப்படுகிறது. பழங்காலத்து ஆசிரியர் / உபதேசிப்பவர் ஒருவரின் பெயர் பலமுறை குறிப்பிடப்படுகிறது: அவர், தகாரா சிகின். சிகின் என்பது அவரது பெயராக இருக்கலாம். அத்துடன் தகாரா (தற்போதைய மகாராஷ்டிரத்தின் ஓஸ்மானாபாத் மாவட்டத்தின், தேர் என்ற இடம்) என்ற தனித்த முன்னொட்டாக, ஓர் அடைச்சொல்லாக, அவரது ஊரை, 'தகாராவை' சேர்ந்தவர் என்று குறிப்பதாக இருக்கலாம். ஆனால், இந்தத் தகவல் சந்தேகத்துக்குரியது. அந்த இடம் குறித்து வேறு எங்கும் குறிப்புகள் இல்லை, அத்துடன் பெயருக்கான மற்றொரு விளக்கம் கிடைப்பதற்கும் வாய்ப்பு இருக்கிறது என்று நினைக்கிறேன்.

தக்காணத்திலும் பரவியிருந்தனர் என்ற தகவல் தவிர்த்து, அந்நிலத்துக்கு அப்பால் நடந்த கடல் பயணங்களைப் பற்றியும் நிகாயங்கள் பேசுகின்றன. அவற்றில், கலிங்கத் தேசத்தின் வனம், கடற்கரையோரமாக இருந்த குடியமர்வுகள், அதன் தலைநகராக தந்தபுரம் (கலிங்கத்தின் முன்னாள் தலைநகரம் தந்தபுரம்) விளங்கியது பற்றியும் அவை குறிப்பிடுகின்றன. விநய பிடகம், பரூச் என்ற நகரம் பற்றியும் உதானா (பௌத்த புத்தகம்) சூர்ப்பராகாவைப் பற்றியும் குறிப்பிடுகின்றன. இந்தச் செய்திகள் அனைத்தையும் கணக்கில் எடுத்துக்கொண்டு பார்த்தால், புவியியல் அறிவில் பெரும் வளர்ச்சி இருந்திருக்கிறது என்பதை அறியமுடிகிறது. வேறு சில இடங்களையும் இவ்வாறு கண்டறிய முடியும் என்பதில் சந்தேகமில்லை. ஆனால், இந்த வளர்ச்சி வரம்புக்கு உட்பட்டதே என்பது குறிப்பாகச் சுட்டப்படுகிறது. ஆனால், தென்னிந்தியாவைக் குறித்தோ ராமாயணக் கதையில் பெரும் பங்கு வகிக்கும் சிலோனைப் பற்றியோ இதுவரை எந்தக் குறிப்பும் காணப்படவில்லை என்பதைக் கவனத்தில் கொள்ள வேண்டும்.

(இராமாயணத்தின் பிற்பகுதி தொன்மங்களை அடிப்படையாகக் கொண்டது என்ற பேராசிரியர் ஜேக்கோபி உற்சாகத்துடன் பகிர்ந்து கொள்ளும் செய்தியை நாம் ஏற்றுக்கொள்ளலாம். மிகப் பழமையான தொன்மங்களில் காணப்படும் வானுலகில் நடந்ததாகக் கூறப்படும் போர்களை உள்வாங்கி வால்மீகி அவற்றைப் பூமிக்கு இடப்பெயர்ச்சி செய்கிறார்; பழம்பாடல்களின் தெய்வங்களை மனித உருவிலான நாயகர்களாக உருமாற்றுகிறார். அந்தந்தப் பகுதியில் மக்கள் வழிபட்டுக் கொண்டிருந்த இயற்கை வேளாண் தெய்வங்களை, அந்த நாயகர்களின் நிலைக்கு உயர்த்தி, இலங்கை என்ற இடத்தில் நிகழ்வதாக அந்தக் கதையை முற்றிலும் புதிய முறையில் அனைத்து வசீகரங்களுடன் அவர் உருவாக்கினார். புராணங்கள் அறிவை உள்ளடக்கியதுதான், ஆனால் அதிகமான அறிவு அதற்குத் தேவையில்லை).

இந்தப் புவியியல் சார்ந்த கருத்துகள் பிற்கால வேத வரலாற்றுக்கும், தொடக்கக்கால சம்ஸ்கிருத இலக்கியங்கள் குறித்த வரலாற்று ஆய்வுக்கும் கணிசமான அளவுக்கு மிகவும் முக்கியத்துவம் வாய்ந்தவை. குப்தர் காலத்தின் பிராமண இலக்கியங்களை முழுமையாக மறுவடிவமைப்பது குறித்த பேராசிரியர் பண்டார்கரின் சமீபத்திய கருத்துக்களை உறுதிப்படுத்துவதற்கு இவை போதுமானவை. எடுத்துக்காட்டாக, முனைவர் ஹோஃப்ராத் பியூலர், அபஸ்தம்பா மற்றும் ஹிரண்ய-கேசின் ஆகிய படைப்புகள் தெற்கில், கோதாவரி நதி தீரத்துக்குத் தெற்கே எழுதப்பட்டதாகக் கருதினார். ஏனெனில், அவை நாம் இப்போது கணக்கில் எடுத்துக்கொண்டிருக்கும் சான்றுகள் அடங்கிய படைப்புகள் உருவான காலத்தைக் காட்டிலும் பிந்தைய காலத்தைச் சேர்ந்ததாக இருக்கவேண்டும்.

பொதுவாக ஏற்றுக்கொள்ளப்பட்ட கருதுகோள்களால் இந்தக் கேள்வியை ஆய்வுக்கு உட்படுத்துவதை ஏற்றுக்கொள்ள முடியாது. ஆனால், அவை உண்மையான தகவல்களுடன் பொருந்தா நிலையில் இருந்தன. ஆரியர்களின் குடியேற்றப் பாதை கங்கை மற்றும் யமுனைச் சமவெளிகளில் இருந்ததாகக் கருதப்படுகிறது. ஆனால், அது அவ்வளவு எளிதாக இருந்திருக்க வாய்ப்பில்லை.

இது போன்ற முக்கியத்துவம் வாய்ந்த மேலும் இரண்டு பாதைகளையாவது நாம் முன்வைக்க முடியும்; ஒன்று, சிந்து நதியின் ஓரமாகவே தென் பகுதிக்கு இடம் பெயர்ந்து கட்ச் வளைகுடாவைச் சுற்றிக்கொண்டு, அவந்தி தேசத்தை அடைதல்; மற்றொன்று காஷ்மீரிலிருந்து மலைகளின் அடிவாரத்தை ஒட்டி கோசல

தேசத்தின் வழியாக, சாக்கிய நாட்டை அடைதல்; அதன்பின் திரிகூடம் வழியாக மகத தேசத்துக்கும் அங்க தேசத்துக்கும் செல்லுதல். இலக்கியத்திலிருந்தும் மற்றும் மொழியிலிருந்தும் கிடைத்திருக்க வேண்டிய முடிவுகளில் இன்னும் ஏராளமான சான்றுகள் உள்ளன.

இந்தியாவுக்குள் பழங்குடியினர் குடியேற்றம் குறித்து இதுவரையிலும் ஏராளமான சான்றுகள் சேகரிக்கப்பட்டு, பகுப்பாய்வு செய்யப்பட்டுள்ளன. இலக்கியத்திலும், மொழியிலிருந்தும் நாம் பெற முடிந்த முடிவுகளைக் காட்டிலும் ஏராளமான சான்றுகள் நமக்குக் கிடைத்துள்ளன. எடுத்துக்காட்டாக, திரு.கிரியர்சன் ஒரு முக்கியமான உண்மையைச் சமீபத்தில் சுட்டிக்காட்டியுள்ளார். அதாவது ராஜஸ்தான் மக்களின் பேச்சுவழக்கு, இமயமலைப் பகுதியில் புழங்கும் பேச்சுவழக்குகளுடன் நெருங்கிய ஒற்றுமையைக் கொண்டுள்ளது; நேபாளத்தில் மட்டுமின்றி இமயமலை அடிவாரத்தின் மேல் திசை நோக்கிச் செல்கையில் குறைந்தபட்சம் சம்பா (இமாச்சல் பிரதேசத்தின் சம்பா மாவட்டம்) பிரதேசம் வரையிலும் அந்த ஒற்றுமையைக் காணமுடியும் என்கிறார். அவர்களது முன்னோர்கள் கிழக்குத் திசை நோக்கியும் தென் திசையிலும் குடியமர்வுக்காக அலைந்து திரிந்த காலகட்டத்தில் அவர்கள் நெருக்கமாக வாழ்ந்திருக்க வேண்டும் என்பதை இது வெளிப்படுத்துகிறது. இரண்டு பாதைகளும் வடக்கு பஞ்சாபிலிருந்து தொடங்கியிருக்க வேண்டும்; ஆனால், நிச்சயமாக இரண்டு பாதைகளும் கங்கை நதி தீரத்தை ஒட்டி சென்றிருக்கவில்லை.

அந்த மலைவாழ் மக்களின் பிள்ளைகள், வாரிசுகள் மலைகளிலேயே வாழ்வதற்கு முனைந்தனர்; அத்துடன், உலகெங்கிலும் பார்க்க முடிகிற மலைப்பகுதி மக்களைப்போல், அரசியல் மற்றும் சமயம் சார்ந்த விஷயங்கள் என்ற இரண்டிலும் பொதுவாக இவர்கள் தனித்த, உறுதியான சுதந்திரத்துடன் விளங்கினர். பரவலாக, தனித்து வாழ்ந்த இவர்கள் எப்போதும் மிகுந்த இரக்க குணம் கொண்டவர்கள்; பௌத்தம் போன்ற எந்தவொரு முற்போக்கு தத்துவத்துக்கும் அவர்கள் மத்தியில் உடனடி ஆதரவு கிடைத்தது.

நமக்குக் கிடைத்திருக்கும் புவியியல் சார்ந்த சான்றுகள் மற்றொரு விஷயத்தின் மீது வெளிச்சம் பாய்ச்சுகின்றன. சிலோன் தேசத்தில் எப்போது ஆக்கிரமிப்பும் குடியேற்றமும் நடந்திருக்க முடியும்? நிகாயாக்கள் தொகுக்கப்பட்டதற்கு முன், அதாவது கணிசமான காலகட்டத்துக்கு முன் நிச்சயம் நடந்திருக்க முடியாது. அசோகரின்

ஆட்சிக்காலத்தில் பிக்குகள் அங்கு சென்றது நமக்கு நன்கு தெரியும். ஆகவே, இந்த இரண்டு தேதிகளுக்கு இடைப்பட்ட காலத்தில்தான் சிலோனில் ஆக்கிரமிப்பு நடந்திருக்க வேண்டும்; அத்துடன், சந்தேகத்துக்கு இடமின்றி இரண்டில் முந்தையதற்கு நெருக்கமான காலகட்டத்தில் நடந்திருக்கும். சிலோனில் கிடைத்திருக்கும் காலவரிசைப் பதிவேடுகள், முதல் ஆக்கிரமிப்பு புத்தர் இறந்த ஆண்டில் நடந்ததாகக் குறிப்பிட்டிருப்பது நிச்சயம் பிழையாகத்தான் இருக்கவேண்டும். அவர்களது தொடக்ககால காலவரிசைப் பட்டியலில் இருக்கும் இந்தக் குழப்பமே அந்தப் பட்டியலைப் பிழையானதாக்குகிறது.

கி.மு. ஏழாம் நூற்றாண்டில் வட இந்தியாவில் வசித்த மக்களின் எண்ணிக்கை குறித்து முடிவு செய்ய வாய்ப்பிருந்தால், தெளிவற்ற பல கேள்விகளுக்கு விடை கிடைக்கப் அது பெரும் உதவியாக இருக்கக்கூடும். இருப்பினும், கிடைக்கும் எண்ணிக்கை மிகவும் தெளிவற்றதாகத்தான் இருக்கமுடியும். பெரிய நகரங்கள் சிறிய எண்ணிக்கையில் தான் இருந்தன. அந்த நகரங்கள் தொடங்கி, புத்தகங்களில் குறிப்பிடப்பட்டுள்ள பரந்து விரிந்திருக்கும் காடுகள் மற்றும் வனாந்தரங்கள் வரையிலும் கணக்கில் கொண்டால், நிச்சயம் அந்த எண்ணிக்கை மிகப் பெரிதாக இருக்கமுடியாது. ஒருவேளை ஒட்டுமொத்தப் பிரதேசத்திலும் ஒன்றரை அல்லது இரண்டு கோடி மக்கள் வசித்திருக்கலாம். கி.மு.நான்காம் நூற்றாண்டில், அலெக்சாண்டரை எதிர்க்க உருவாகிய கூட்டமைப்பால் நான்கு இலட்சம் வீரர்கள் கொண்ட படையைத் திரட்ட முடிந்தது. கி.மு.மூன்றாம் நூற்றாண்டில், போரில்லாத சமாதான காலத்தில் மகதத்தில் பராமரிக்கப்பட்ட படைகளை மெகஸ்தனிஸ் விவரிக்கிறார்: இரண்டு லட்சம் காலாட்படை வீரர்களும், முந்நூறு யானைகளும் பத்தாயிரம் ரதங்களும் இருந்ததாகக் கூறுகிறார்.

கி.மு.ஏழாம் நூற்றாண்டில் இந்தியாவிலிருந்த முக்கிய நகரங்களின் பட்டியல் கீழே கொடுக்கப்பட்டுள்ளது.

அயோத்யா: (ஆங்கிலோ-இந்திய சொல் ‘அவுத்’ இதிலிருந்து பெறப்பட்டது) சரயு நதிக் கரையிலிருக்கும் கோசல தேசத்தின் ஒரு நகரம். அந்த நகரத்துக்கான அனைத்துப் புகழுக்கும் ராமாயணத்தின் ஆசிரியர் அவரது கதையின் சம்பவங்கள் நடக்கும் காலகட்டத்தில் அதை தலைநகராகக் குறிப்பிட்டிருப்பதுதான் காரணம். மகாபாரதத்தில் இந்த நகரம் குறிப்பிடப்படவில்லை; புத்தரின்

காலத்தில் இந்த நகரத்துக்கு அவ்வளவு முக்கியத்துவம் இருந்ததாகத் தெரியவில்லை. தொலைவில் மேற்குத் திசையில் மற்றொரு அயோத்யா இருந்தது; மற்றும் மூன்றாவது அயோத்யா, (தவறுதலாக என்று நினைக்கிறேன்) கங்கை நதிக்கரையில் இருந்ததாகக் கூறப்படுகிறது.

வாரணாசி: கங்கை நதியின் வடக்குக் கரையில் உள்ள நகரம்; இந்த நதியும் வருணா நதியும் சந்திக்கும் இடைப்பட்ட நிலப்பரப்பில், அதன் பெயர் குறிப்பிடுவது போல, வாருணாவுக்கும் அஸ்ஸி என்ற சிற்றோடைக்கும் இடைப்பட்ட நிலத்தை உள்ளடக்கியதாக இருந்தது. சுதந்திர இராஜ்ஜியத்தின் தலைநகராக அந்த நகரம் ஒரு காலத்தில் இருந்தது (அதாவது, பௌத்தம் எழுச்சி பெறுவதற்குச் சில காலங்களுக்கு முன்பு வரையில்); புறநகர்ப் பகுதிகளையும் சேர்த்து அதன் பரப்பளவு பன்னிரண்டு லீகுகள் அல்லது எண்பத்தைந்து மைல்கள் இருந்ததாக அடிக்கடிக் குறிப்பிடப்படுகிறது. மெகஸ்தனிஸ், அவர் வசித்த பாடலிபுத்திரத்தின் கோட்டைச் சுவர்களின் சுற்றளவு 220 ஸ்டேடியா (அல்லது சுமார் இருபத்தைந்து மைல்கள்) எனக் குறிப்பிடுகிறார்; இந்தப் பரப்பளவின் அளவுக்கு, ஒரு நகரத்தை அல்லது ஒரு 'கவுண்டியை' (மாவட்டத்தை) அமைக்கும் வழக்கம் இந்தியாவில் இருந்திருக்கிறது. அந்த அடிப்படையில், வாரணாசி செழிப்பின் உச்சத்தில் இருந்த காலகட்டத்தில், அந்நகரும் இந்த வழக்கத்திலிருந்து விலகியிருந்ததாகத் தோன்றவில்லை. அந்த நேரத்தில், ஆட்சி நிர்வாகம் சார்ந்த விஷயங்களை விவாதிக்கக் கூடும் 'அவையாக' நகரத்தின் 'டவுன் ஹால்' என்றைக்கும் பயன்படுத்தப்படவில்லை. மதம் சார்ந்த மற்றும் தத்துவம் சார்ந்த பிரச்சனைகள் குறித்த பொது விவாதங்கள் அந்த அவையில் நடத்தப்பட்டன.

சம்பா நகரம்: அதே பெயரில் ஓடும் நதிக்கரையில், அங்க தேசத்தின் பண்டைய தலைநகரமாக இருந்தது. அந்த நகரம் இருந்த இடம் இதே பெயருடன் நவீன கிராமங்களாக பாகல்பூருக்கு கிழக்கே இருபத்தி நான்கு மைல் தொலைவில் இருப்பதாக கன்னிங்ஹாம் அடையாளம் கண்டிருக்கிறார். அத்துடன் மிதிலையிலிருந்து அறுபது லீகுகள் தொலைவில் இருந்ததாகக் கூறப்படுகிறது. அதனுடைய அழகிய ஏரிக்காக இது கொண்டாடப்பட்டது; அந்த ஏரியை வெட்டிய ராணி ககாராவின் பெயர் ஏரிக்கு கொடுக்கப்பட்டுள்ளது. அதன் கரையில் வனம் போல் சம்பகா மரங்கள் அடர்ந்திருந்தன. அவற்றின் அழகிய வெள்ளைப்

பூக்களிலிருந்து வெளிப்படும் நறுமணம் காற்றில் நிறைந்திருக்கும். புத்தரின் காலத்தில், தேச சஞ்சாரம் செய்யும் குருமார்கள் அங்கு ஓய்வெடுக்கச் செல்வது வழக்கம். கோச்சின் சைனா பகுதியில் (வியத்நாமின் தென் பகுதி) குடியேறிய இந்தியர்கள், அவர்களது மிக முக்கியமான குடியமர்வுக்கு இந்தப் புகழ்பெற்ற பழைய நகரத்தின் பெயரை வைத்தனர். மேலும் அங்க தேசத்தின் சம்பா என்ற பெயர் காஷ்மீரிலிருக்கும் இன்னும் பழமையான சம்பாவுக்கும் வைக்கப்பட்டது.

கம்பிலா: வடக்கு பாஞ்சால தேசத்தின் தலைநகரம். இது கங்கையின் வடக்குக் கரையில், மேற்குத் திசையில் இருந்திருக்கிறது. ஆனால், நகரம் சரியாக எந்த இடத்தில் இருந்தது என்பது இன்னமும் உறுதியாக முடிவு செய்யப்படவில்லை.

கோசாம்பி: வத்ஸ்யர்கள் அல்லது வம்சாக்களின் தலைநகரம். யமுனை நதிக்கரையில் இருந்தது. வாரணாசியிலிருந்து நதிப் பிரயாணத்தில் முப்பது லீகுகள் அதாவது இருநூற்று முப்பது மைல்கள் தூரம். தெற்குப் பிரதேசத்திலிருந்தும் மேற்கிலிருந்தும் கோசலத்துக்கும் மகதத்துக்கும் பொருட்களும் பயணிகளும் வருவதற்கான மிக முக்கியமான நுழைவாயிலாக இது இருந்தது. சுத்த நிபாதத்தில் (1010-1013) உஜ்ஜைனிக்கு தெற்கே இருந்த ஓரிடத்திலிருந்து தொடங்கும் பாதை முழுமையாகக் குறிப்பிடப் பட்டுள்ளது. கோசாம்பி மற்றும் குஸிநாரா வழியாகச் செல்லும் அப்பாதையின் இடையில் நிறுத்தங்களும் சுட்டிக்காட்டப் பட்டுள்ளன. கோசாம்பியிலிருந்து ராஜகிருஹம் செல்லும் வழி, நதிக்கரை ஓரமாகவே போகிறது.

புத்தரின் காலத்தில், கோசாம்பியின் புறநகர்ப் பகுதிகளில் அவரது சமயத்தின் நான்கு தனித்துவமான அமைப்புகள் இருந்துள்ளன: பதரிகா, குக்குடா, கோசிதா பூங்காக்கள் மற்றும் பவரியாவின் மாம்பழத் தோப்பு ஆகியன அவை. புத்தர் அடிக்கடி இவ்விடங்களுக்குச் செல்வார்; இந்த இருப்பிடங்களில் ஏதாவது ஒன்றில் தங்குவார். அங்கு அவர் ஆற்றிய உரைகள் பலவும் புத்தகங்களாகப் பதிவு செய்யப்பட்டுள்ளன.

மதுரா: சூரசேனர்களின் தலைநகரான இது யமுனை நதிக்கரையில் இருக்கிறது. அந்தப் பெயரை எழுதும் விதத்தில் வேறுபாடு இருந்தாலும், தற்போதைய மதுரா இருக்கும் இடத்துடன் அதை அடையாளம் காண்பது ஆர்வத்தைத் தூண்டுவதாக இருக்கிறது. மிகவும் தொன்மையான இடிபாடுகள் அங்கு கிடைத்துள்ளன.

புத்தரின் காலத்தில் மதுராவின் அரசனுக்கு அவந்திபுத்திரன் என்ற பட்டம் இருந்திருக்கிறது. எனவே உஜ்ஜைனி அரச குடும்பத்துடன் அவர்களுக்கு இருந்த தொடர்பு தெரிய வருகிறது. மதுராவுக்கு புத்தர் வருகை தந்துள்ளார். மிகவும் செல்வாக்கு மிக்க அவருடைய சீடர்களில் ஒருவரான மகா காசியபர் வசித்த நகரம். பாலி மொழிக்கு முதன்முதலில் இலக்கண அமைப்பைத் தந்தவர் இவர்; அதன்படி பழமையான பாலி இலக்கணம் அவர் பெயரில் அழைக்கப்படுகிறது என்று பாரம்பரியப் பதிவுகள் கூறுகின்றன.

மிலிந்தா பதிவில் (331) மதுரா இந்தியாவின் மிகவும் புகழ்பெற்ற இடங்களில் ஒன்றாகக் குறிப்பிடப்பட்டுள்ளது; அதேநேரம் புத்தரின் காலத்தில் இந்நகர் குறித்த குறிப்புகள் ஏதுமில்லை. இந்த இடைப்பட்ட காலத்தில்தான் வளர்ச்சியின் மிகப்பெரும் உச்சத்தில் நகரம் இருந்திருக்க வேண்டும். இன்னொரு மதுராவுக்கு இணையாக போதுமான அளவு பிரபலமாக இருந்திருக்கிறது. திருநெல்வேலிக்கு அருகில் என்று மகாவம்சம் முதலில் குறிப்பிடும் நகரம் மதுராவைப் (மதுரை!) போலவே புகழ் பெற்றதாக இருந்தது. மூன்றாவது மதுரா மிகத் தூரத்தில் வடக்கில் இருந்ததாக ஜாதக நூலிலும் பெட்டாவத்து வண்ணனா பதிவிலும் குறிப்புகள் உள்ளன.

மிதிலை: விதேகத்தின் தலைநகரம்; மன்னர்கள் ஜனகர் மற்றும் மகாதேவரின் தலைநகரம்; இப்போது திரிகூடம் என்று அழைக்கப்படும் மாவட்டத்தில் இருந்தது. அதன் பரப்பளவு ஏழு லீகுகள் அதாவது சுமார் ஐம்பது மைல்கள் சுற்றளவு கொண்டதாக இருந்தது என்று அடிக்கடி குறிப்பிடப்படுகிறது.

ராஜகிருஹம்: மகதத்தின் தலைநகரம்; தற்போதைய ராஜகிரி. இங்கு இரண்டு தனித்தனி நகரங்கள் இருந்தன; மலை மீதிலிருந்த கோட்டை மிகப் பழமையானது; மிகச் சரியாகச் சொன்னால் அதன் பெயர் கிரிப்பாஜா. தொன்மையான இக்கோட்டை கட்டடக் கலைஞன் மஹா கோவிந்தனால் அமைக்கப்பட்டது எனக் கூறப்படுகிறது. பிற்காலத்து நகரம், மலைகளின் அடிவாரத்தில், புத்தரின் சம காலத்தவரான பிம்பிசாரனால் கட்டப்பட்டது. இதுதான் இராஜகிருஹ நகரம். புத்தரின் காலத்திலும் அவருக்குப் பின்னரும் செழிப்பின் உச்சத்தில் இருந்தது. ஆனால், சிசுநாகாவால் இந்த நகரம் கைவிடப்பட்டது. அவன் தலைநகரை வைசாலிக்கு மாற்றிக் கொண்டான். அவனது மகன் கலாசோகா தலைநகரை பாடலிபுரத்துக்கு மாற்றினான். தற்காலத்து பாட்னாவின் அருகில் அந்த இடம் உள்ளது. கிரிப்பாஜா மற்றும் ராஜகிருஹம் இரண்டின் கோட்டைகளையும் இப்போதும் பார்க்கமுடியும்; இவை முறையே

நான்கரை மைல்கள் மற்றும் மூன்று மைல்கள் சுற்றளவு கொண்டவை. வலிமையான மலையரணான கிரிப்பாஜாவின் கோட்டைச் சுவர்களின் தென்புறத்து முனை, புதிய நகரமான ராஜகிருஹத்தின் (அதாவது அரசனின் கிருஹம்/இல்லம்/மாளிகை) கோட்டைச் சுவர்களின் வடக்கு முனையில் இருந்து ஒரு மைல் வடக்கே அமைந்திருக்கிறது. கிரிப்பாஜாவின் கற்சுவர்கள் இந்தியாவில் இப்போதும் பார்க்க முடிகிற மிகத் தொன்மையான கல் கட்டுமானங்கள் ஆகும்.

ரோருகா: பிற்காலத்தில் ரோருவா என்றழைக்கப்பட்ட இது சௌவீரா தேசத்தின் தலைநகர். இதிலிருந்து தற்காலத்துப் பெயர் சூரத் உருவானது. கடல் வர்த்தகத்தின் முக்கிய மையமாக இது இருந்தது. இந்தியாவின் அனைத்துப் பகுதிகளிலிருந்தும் அங்கு பயணிகளும் குழுக்களும் வியாபாரிகளும் வந்தனர்; ஏன், மகதத் தேசத்திலிருந்தும் வந்தனர். ஜோசபஸ் குறிப்பிடும் ஓஃபிர் என்ற இந்த இடம்- செப்டுவஜின்ட் சோஃபியிலும் கூறப்படுகிறது. அக்காலத்தில் பாலஸ்தீனத்துக்கு இறக்குமதி செய்யப்பட்ட தந்தங்கள், குரங்குகள் மற்றும் மயில்கள் ஆகியன இந்தியாவிலிருந்து இங்கிருந்து வந்தவை. எபிரேய மொழியின் காலவரிசைத் தொகுப்பேடுகளின் ஆசிரியர்கள் சுட்டிக்காட்டும் கிங் சாலமோனின் மரக்கலங்கள் வியாபாரம் செய்த துறைமுகமாக ரோருகா இருந்திருக்கலாம். துறைமுகத்தின் மிகத் துல்லியமான பெயர் ரோருகா; மிலிந்தா நூலில் இந்தியர்கள் சௌராவுக்குக் கடற்பயணம் செய்வதைப் பற்றி பேசும்போது இந்தப் பெயரைப் பயன்படுத்துகிறார்கள். நகரம் இருந்த சரியான இடம் இன்னும் கண்டுபிடிக்கப்படவில்லை; ஆனால், நிச்சயமாக கட்ச் வளைகுடாவில், தற்கால காராகோடாவுக்கு அருகில் இருந்திருக்கலாம். அந்த நகரம் செழிப்பிலிருந்து வீழ்ந்தபோது, அந்தப் பகுதியை தற்போதைய பரோச் என்கிற பாருகச்சா எடுத்துக்கொண்டது; அது தற்காலத்து சுப்பராகா. இந்த இடங்கள் ரோருகாவுக்கு எதிர்ப்புறத்தில் கத்தியாவார் தீபகற்பத்தின் தென்புறத்தில் இருந்தன.

சாகலா: இன்றைய சியால்கோட்டாக இருக்கலாம். இந்தப் பெயரில் மூன்று நகரங்கள் இருந்தன. ஆனால், தூரக்கிழக்கில் இருந்த இரண்டும் (கையெழுத்துப் பிரதிகளில் சரியாகக் கூறப்பட்டிருந் தாலும், இரண்டையும் சந்தேகிக்கிறேன்) தொலைதூரத்தில் வட-மேற்கில் பிரபலமாக இருந்த சாகலா மன்னரின் பெயரைத் தாங்கி நிற்கின்றது. அலெக்சாண்டரை மிகத் துணிவுடன் எதிர்த்து

நின்ற நகரம். பின்னாளில் அரசன் மிலிந்தா இதை ஆட்சிசெய்தான். இந்த நகரம் மத்ரர்களின் தலைநகரமாக இருந்தது. கன்னிங்ஹாம், நகரின் இடிபாடுகளைக் கண்டுபிடித்துவிட்டதாகக் கருதினார்; ஆனால் அங்கு அகழ்வாராய்ச்சிகள் எதுவும் மேற்கொள்ளப்படவில்லை, ஆகவே, சரியான இடம் இன்னும் உறுதிசெய்யப்படாமலே உள்ளது.

சாகேதம்: இந்த இடம் இடிபாடுகளுடன் அடையாளம் காணப்பட்டுள்ளது. தற்போதைய அவுத் (உ.பி.) மாகாணத்தின் உனாவ் மாவட்டத்தில் சுஜான் காட் சாய் நதிக்கரையில் இருக்கிறது. இன்னமும் ஆராயப்படாமல் இருக்கிறது. பழங்காலத்தில் இது கோசல தேசத்தின் முக்கியமான நகரமாக இருந்தது. இந்நகரம் சில நேரங்களில் தலைநகரமாகச் செயல்பட்டிருக்கிறது. புத்தர் காலத்தில் தலைநகராக சிராவஸ்தி இருந்தது. சாகேதம் பெரும்பாலும் அயோத்யாவாகத்தான் இருக்கவேண்டும். ஆனால் புத்தர் காலத்தில் இரண்டு நகரங்களும் இருந்ததாகக் குறிப்பிடப்படுகிறது. லண்டன் மற்றும் வெஸ்ட்மின்ஸ்டர் போன்று அவை அருகருகே இருந்திருக்கலாம். ஆனால், இந்தியாவின் ஆறு பெரிய நகரங்களில் ஒன்றாக சாகேதம்தான் குறிப்பிடப்படுகிறது; அயோத்யா அல்ல; சாகேதத்துக்கு அருகில் இருந்த அஞ்சனா வனத்தில் சூத்திரங்கள் பலவற்றை புத்தர் உபதேசித்தார் என்று கூறப்படுகிறது. சாகேதத்திலிருந்து வடக்கு நோக்கிச் சென்றால் சிராவஸ்தி ஆறு லீகுகள், சுமார் நாற்பத்தைந்து மைல்கள் தூரத்தில் இருந்தது. ஏழு குதிரைகளில் மாற்றி மாற்றி சவாரி செய்து பயணித்தால் ஒரே நாளில் அடைந்துவிட முடியும். ஆனால், வழியில் அகலமான நதி ஒன்று இருந்தது. படகு மூலம் மட்டுமே அதைக் கடக்க முடியும்; நடைபயணத்தின்போது எதிர்கொள்ள நேரும் ஆபத்துகள் குறித்து தொடர்ந்து குறிப்புகள் காணப்படுகின்றன.

சிராவஸ்தி: வடக்கு கோசல தேசத்தின் தலைநகரம், அரசன் பசேனதி ஆண்டு, வசித்த இடம். புத்தரின் காலத்தில் இந்தியாவின் ஆறு பெரிய நகரங்களில் ஒன்றாக இருந்தது. தொல்பொருள் ஆராய்ச்சியாளர்கள் அதன் இருப்பிடம் குறித்து மாறுபட்ட கருத்துகளைக் கூறியிருக்கிறார்கள்; இந்தியாவின் ஆரம்பக்கால வரலாறு குறித்த பல கல்வெட்டுகளுக்கு முதலில் முக்கியத்துவம் அளிக்கப்பட்டதால், விவாதத்துக்குரிய இந்த முடிவு ஏற்பட்டிருக்கலாம். இந்த நகரம் சாகேதத்துக்கு வடக்கே ஆறு லீகுகள் தூரத்திலும், ராஜகிருஹத்துக்கு வடமேற்கில் நாற்பத்தைந்து லீகுகள், சுப்பரகாவுக்கு வடகிழக்கில் நூறுக்கும் அதிகமான லீகுகள்

தூரத்திலும், சங்கிஸ்யாவிலிருந்து முப்பது லீகுகள் தூரத்திலும் இருந்தது. அக்கிராவதி அல்லது ஐராவதி (இன்றைய ரப்தி நதி) நதிக்கரை நகரம் இது.

உஜ்ஜைனி: அவந்தியின் தலைநகர். கிரேக்கர்கள் அப்பகுதியை ஓசீன் (ஓசோன்?) என்று நறுமணம் நிறைந்த வானிலைக்காக அழைத்தனர், அங்குதான் புத்தரின் முக்கிய சீடர்களில் ஒருவரான காசியபரும், சமயத்தைப் பரப்ப சிலோனுக்குச் சென்ற அசோகரின் மகன் மகிந்தனும் பிறந்தனர். பிற்காலத்தில் அங்கே 'தெற்கு மலை' என்ற புகழ்பெற்ற புத்தமடம் உருவானது. தொடக்கத்தில் (நர்மதைக் கரையில் இருந்த) மகிசாதி அல்லது மகிஸ்மதி தலைநகராக இருந்தது. சமீபத்தில் வேதிசா என்ற இடத்தில் புகழ்பெற்ற பில்சா பௌத்த நினைவுச் சின்னங்களும், அதற்குச் சற்று அருகிலேயே நன்கு அறியப்பட்ட எரகச்சா என்ற இடத்திலும் இடிபாடுகள் கண்டுபிடிக்கப்பட்டுள்ளன. பாடலிபுத்திரத்திலிருந்து வேதிசா ஐம்பது லீகுகள் தூரத்தில் இருந்தது.

வைசாலி: இது லிச்சாவி வம்சத்தினரின் தலைநகராக இருந்தது. திருமண உறவின் மூலமாக ஏற்கனவே மகத அரசர்களுடனும் நேபாள மன்னர்கள் மற்றும் மௌரியர்களின் மூதாதையர்களுடனும் குப்த வம்சத்தவர்களுடனும் நெருங்கிய தொடர்பில் இருந்தவர்கள். வலிமைமிக்க வஜ்ஜியர்களின் கூட்டமைப்பின் தலைமையகமாக இது இருந்தது. பின்னர் அஜாதசத்ருவால் தோற்கடிக்கப்பட்டாலும், உடைந்துபோய்விடவில்லை. கி.மு.ஆறாம் நூற்றாண்டின் சமூக மற்றும் அரசியல் வாழ்க்கையில் மிக முக்கியமான காரணியாக உருவெடுத்த சுதந்திரமான குலங்களின் பிரதேசங்கள் அனைத்திலும் ஒரே பெரிய நகரமாக இது இருந்தது. மாபெரும் இந்த நகரம் செழிப்பு மிக்கதாக இருந்திருக்க வேண்டும். அதன் இருப்பிடம் குறித்து பல்வேறு யூகங்கள் இருக்கின்றன; அவற்றில் எதுவுமே இதுவரை அகழாய்வு மூலம் உண்மை என நிரூபிக்கப்படவில்லை. தற்போதைய திரிகூடத்துக்கு அருகில் இருந்திருக்கலாம். கங்கை நதியின் குறிப்பிட்ட இடம் ஒன்றிலிருந்து மூன்று லீகுகள், அல்லது, இருபத்தைந்து மைல்கள் வடக்கே நகரம் இருந்தது. ராஜகிருஹத்திலிருந்து ஐந்து லீகுகள் அதாவது முப்பத்தெட்டு மைல்கள் என்று சொல்லலாம்.

இந்த நகரத்துக்குப் பின்னால் தான் வடக்கே இமயமலை வரை நீண்டிருந்த மகாவனம் என்ற பெருங்காடு இருந்தது. அந்த வனத்தில்தான் அந்தச் சமூகத்தினர் புத்தருக்காக தபோவனம் ஒன்றை

அமைத்தனர். அங்கு அவர் பல சொற்பொழிவுகள் அளித்தார். அண்டையிலிருந்த புறநகர்ப் பகுதி ஒன்றில்தான் சமணர்களின் நிறுவனர் பிறந்தார். சில முன்னணி குலத் தலைவர்களின் நெருங்கிய உறவினர் அவர். நகரத்தைச் சுற்றியிருந்த மூன்று சுவர்களைப் பற்றி கேள்விப்படுகிறோம், ஒவ்வொன்றும் பசுவின் குரல் கேட்கும் தூரத்து இடைவெளியில் அமைந்திருந்ததாம். அந்த நகரத்தில் 7707 ராஜாக்கள் அதாவது லிச்சாவி குலத்தலைவர்கள் வசித்திருக் கிறார்கள். அவர்களுக்கு முடிசூட்டப்பட்ட புனிதமான குளம் குறித்தும் அறிகிறோம். நகரத்திலும் அதைச் சுற்றிலும் பௌத்தத்துக்கு முந்தைய காலத்தில் வழிபாடு நடந்த ஆலயங்கள் பல இருந்தன. அந்த இடத்தில் அகழ்வாராய்ச்சி செய்வது மிகவும் விரும்பத்தக்கது.

இதேபோன்ற விஷயங்களைப் பண்டைய நகரங்கள் அனைத்துக்கும் குறிப்பிட்டுப் பேசலாம். ஆனால், அந்த இடங்கள் ஒன்றிலும் முறையாக அகழாய்வு நடக்கவில்லை. இந்தியாவின் தொல்லியல் துறை தற்போது, 1910களில் வேலை நடைபெறாத துறையாக இருக்கிறது.

அத்தியாயம் 3

கிராமங்கள்

புத்தர் காலத்திலும், பௌத்தத்தின் செல்வாக்கு மிகவும் விரைவாகவே உணரப்பட்ட வட இந்தியாவின் சில பகுதிகளிலும், அதாவது இப்போது ஐக்கிய மாகாணங்கள் (யுனைட்டட் பிராவின்ஸ்) என்றும் பீகார் என்றும் அழைக்கப்படும் பகுதிகளிலும், அவற்றை ஒட்டியிருந்த மாவட்டங்களிலும் சமூக நிலைமைகள் முற்றிலும் எளிமையாகத்தான் இருந்தன. ஆனால், அதே மாவட்டங்கள் இப்போதிருக்கும் நிலைமைகளில் இருந்தும், அப்போது ஐரோப்பாவில் வாழ்ந்த இவர்களைப் போன்ற பழங்குடி இனத்தவரிடமிருந்தும் பல்வேறு ஆர்வமூட்டும் விஷயங்களில் வேறுபட்டிருந்தன. இந்த வேறுபாடுகளை விளக்க வெவ்வேறு கோட்பாடுகள் முன்வைக்கப்பட்டன.

உணவுப் பழக்கங்களுக்கும் காலநிலைத் தாக்கத்துக்கும் பெருமளவில் முக்கியத்துவம் அளிக்கப்பட்டது. உடல்ரீதியாகவும் மனரீதியாகவும் மனிதர்கள் தளர்வடைந்து வலிமைக் குறைந்து தோன்றியதற்கு சைவ உணவுப் பழக்கமே காரணம்; அதிகப்படியான அரசியல் நடவடிக்கைகளும் மிகுதியான தேசபக்தியும் இல்லாத நிலையை வைத்து இதை ஊகிக்க முடியும் என்று சொல்லப்படுகிறது. சமவெளிகளில் நிலவிய புழுக்கமான சூழலும், தளர்வுறச் செய்யும் வெப்பமும் சுறுசுறுப்பான அரசியல் செயல்பாடுகள் இல்லாத நிலையை, மோசமான தத்துவங்கள்

உருவான நிலையை விளக்கலாம். அல்லது இடியும் மின்னலும், கடும் புயல்களும், சுட்டெரிக்கும், தவிர்க்க முடியாத சூரியக் கதிர்களும், மனச்சோர்வை உண்டாக்கும் கம்பீரமான பெரும் மலைகள் போன்ற வல்லமை மிக்க இயற்கை சக்திகளும் மனித மனத்தில் ஏற்படுத்திய பெரும் தாக்கம் இந்திய மக்கள் தாழ்வு நிலைக்கு போதுமான காரணங்களாகக் கூறப்படுகின்றன. இவற்றுடன், அந்த மக்களுடைய வாழ்விலும் சிந்தனையிலும் விநோதமானதாக பார்க்க முடிகிற அனைத்துக்கும், ஓரளவுக்கே நாகரீகம் அடைந்திருந்த பழங்குடியினருடன் அவர்களுக்கு இருந்த தொடர்புகளும், அதிக அளவில் நடந்த அகமண உறவுகளும், பின்பற்றிய முட்டாள்தனமான, தீங்கு விளைவிக்கும் மூடநம்பிக்கை களும் முக்கியமான காரணங்களாக முன்வைக்கப்படுகின்றன.

கி.மு. ஏழாம் நூற்றாண்டின் பொதுவான நிலைமைகள் குறித்து - அது மத்தியதரைக் கடல் பகுதியை சுற்றியிருந்த பிரதேசங்களிலோ அல்லது மறுபுறத்தில் கங்கை சமவெளிப்பகுதியிலோ நடந்த விஷயங்கள் குறித்து நாம் அறிந்திருப்பவை இந்திய மக்கள் அப்போது தாழ்வு நிலையில் இருந்தார்கள் என்ற முடிவை நியாயப்படுத்தும் அளவுக்கு போதுமான அளவிற்கு தெளிவாக, துல்லியமாக இருக்கின்றனவா என்பது சந்தேகமே. சில அம்சங்களில் அது வேறுவிதமாக இருப்பதுபோல்தான் தோன்றுகிறது. குறைந்தபட்சம், அறிவு சார்ந்த திறன்களில் இந்தியர்கள் குறைந்தவர்களாக இல்லை. உண்மையைக் கூறுவதென்றால், ஐரோப்பியர்கள் மத்தியில் தாம் மேலானவர் என்று பரவலாகக் காணப்படும் நம்பிக்கை இப்போது மட்டுமல்ல, எப்போதும் உளவியல் ரீதியாக சுவாரஸ்யமானது. நாகரிகமடைந்திராத மனிதர்கள் குறித்த பண்டைய கிரேக்கர்களின் கருத்தும், வெளிநாட்டவர் குறித்த நவீன காலத்துச் சீனர்களின் கருத்தும் இதுபோன்றதே. ஆனால், தரப்படும் காரணங்கள் தெளிவற்றவை, அத்துடன் ஆய்வுக்கு உட்படுத்த முடியாதவை.

1897-ல், பாரிஸில் நடைபெற்ற ஓரியண்டல் காங்கிரஸில் காலநிலை குறித்த விவாதத்தில் பேராசிரியர் ப்யூலர் பேசியதை மீண்டும் நினைத்துப் பார்க்கிறேன். மிகவும் பலமான எச்சரிக்கை ஒன்றை அவர் விடுத்தார். இந்தியாவில் பள்ளிகளின் ஆய்வாளராக பல ஆண்டுகள் பணிபுரிந்திருந்த அவர், இந்தியாவின் காலநிலையை நன்கு அறிந்தவர். அப்பகுதியின் காலநிலை மோசமான விளைவுகளை ஏற்படுத்துவது என்ற மிகை-மதிப்பீடுகள், பெரும்பாலும் இந்தியாவுக்கு இதுவரையிலும் வருகை தந்திராத

நபர்களால் முன்வைக்கப்பட்டது என்று அவதானித்திருந்தார். அந்தத் தேசத்தில் உடல் ரீதியாகவும் அறிவு ரீதியாகவும் அதிகச் சக்தியை வெளிப்படுத்துவதோ உழைப்பதோ சாத்தியமில்லாதது. ஐரோப்பியர்கள் மட்டுமின்றி இந்தியாவின் பூர்விக குடிமக்களுக்கும் இது பொருந்தும். அது இயல்பானது என்பதை அங்கு வசித்தவர்கள் அறிவார்கள். என்னால் இதை முழுமையாக உறுதிப்படுத்த முடியும் என்றார் அவர்.

இந்தக் காலநிலை நேர்மறையான நன்மைகளையும் தந்துள்ளது. அனைத்துப் பழமையான நாகரிகங்களும் (எடுத்துக்காட்டாக எகிப்தில் மெசபடோமியா மற்றும் சீனா) வெப்பமான, வளமான நதியோரத்துச் சமவெளிப் பகுதிகளில், ஓரளவு இதுபோன்ற புறவயச் சூழலில், நிலைமைகளில்தான் வளர்ச்சியுற்றன. ஆனால், இந்தியாவுக்குள் காலநிலை பெரிதும் மாறுபடும் ஒன்று. பௌத்தம் தோன்றிய சாக்கிய தேசம், இமயமலையின் கீழ்ச் சரிவு வரை நீண்டிருந்தது என்பதை மறந்துவிடக்கூடாது. அத்துடன் கி.மு.ஏழாம் நூற்றாண்டில் மிகவும் வலிமையான இராஜ்ஜியமாக இருந்த வடக்குக் கோசலத்தின் தலைநகரம் மலையடிவாரத்தில் இருந்தது, அந்த நகரத்தின் வலிமை, அந்தத் தேசத்திலும், சுற்றிலும் வசித்த மலையேறுவதில் அனுபவம் பெற்ற மனிதர்களைச் சார்ந்திருந்தது.

இந்தியர்களின் வாழ்வில் தாக்கம் ஏற்படுத்தியதில் புவியியல் சார்ந்த நிலைமைகளைக் காட்டிலும் பொருளாதார நிலைகளும் சமூக நிறுவனங்களும் முக்கியமான காரணிகளாக இருந்தன. இந்தியச் சமூக அமைப்பின் அடிப்படையாகக் கிராமங்கள் இருந்தன. அவற்றின் அமைப்புமுறை குறித்த விவரங்கள் முழுமையாக நமக்கு இன்னமும் தெரியவில்லை; மேலும் சந்தேகத்துக்கு இடமின்றி அந்தச் சமூகத்தில் வெவ்வேறு மாவட்டங்களில், வெவ்வேறு கிராமங்களில், நில-உடைமை சமூகத்து பழக்க வழக்கங்களும் குடும்பத் தலைவர்கள் என்ற தனிநபர்களுக்கு சமூகத்தில் இருந்த உரிமைகளும் ஒன்றுக்கொன்று மாறுபட்டிருந்தன.

இந்தியாவின் ஆரம்பக்கால வரலாறு குறித்த முடிவுகள் அனைத்தையும் மாற்றியமைக்கும் வகையில், ஆரியர்கள் படிப்படியாக இந்தியாவைக் கைப்பற்றிய நேரத்தில் அவர்கள் எதிர்கொண்டு சந்தித்த மக்கள் நாகரிகமடையாத பழங்குடியினர் என்று கருதுவது ஒரு பொதுவான பிழையாகும். சிலர் அப்படி இருந்தனர் என்று சொல்லலாம். மலைகளில் வசித்த பழங்குடியினராக, நாடோடிகளாக, வனங்களின் வேட்டையாடும்

குழுக்களாகள் சிலர் இருந்தனர். ஆனால், மிகவும் வளர்ச்சியுற்ற சமூக அமைப்புடன், நன்கு அமைந்த சமூகங்களும் இருந்தன. படையெடுத்து வந்தவர்களின் பேராசையைத் தூண்டும் வகையில் போதுமான அளவுக்குச் செல்வந்தர்களாக அவர்கள் இருந்தனர்.

பல சந்தர்ப்பங்களில் அமைதியான வாழ்க்கை முறைக்கு அடிமைப்பட்டவர்களாகவே இருந்தனர். ஆனால், சண்டை என்று வரும்போது நீண்ட நாட்களுக்கு எதிர்த்து நிற்கவும் முடியும். வரையறுக்கப்பட்ட சுதந்திரத்தைத் தக்கவைத்துக்கொள்ளும் அளவுக்குப் போதுமான வலிமை பெற்றவர்களாகவும் இருந்தனர். அதேநேரத்தில் வேறு சந்தர்ப்பங்களில் போரின் மூலம் கைப்பற்றப் படும் புதிய தேசத்தின்மீது அவர்களது சிந்தனைகளையும். அமைப்புகளின் விதிகளையும் திணிக்கவும் செய்தனர்.

ஆனால், பல சந்தர்ப்பங்களில் ஒரு போராட்டத்துக்கான வாய்ப்பே இருக்காது எனலாம். அந்தத் தேசம் மிகப் பெரியது. அந்தப் பெரிய, பரந்த நிலப்பரப்புடன் ஒப்பிடுகையில் பழங்குடியினரும் இனக்குழுக்களும் எண்ணிக்கையில் மிகவும் குறைவானர்களே. பெரும்பாலும் ஒரு பிரதேசம், மற்றொன்றிடமிருந்து மிக அகலமான ஆறுகளாலும், ஊடுருவ முடியாத காடுகளாலும் பிரிக்கப்பட்டிருந்தது. ஆகவே, சுதந்திரமான வளர்ச்சிக்கும், சமாதான முறையிலான தொடர்புகளுக்கும் ஏராளமான வாய்ப்புகள் இருந்திருக்க வேண்டும்.

இந்தச் சூழ்நிலைகள் கிராமங்களின் அமைவில் நிலவிய வேறுபட்ட தன்மையை விளக்கக்கூடும். ஆனால், சில விஷயங்களில் கிராமங்கள் அனைத்தும் ஒரே மாதிரியாகத்தான் இருந்தன. தனித்து இருந்த வீடுகள் பற்றி நாம் எங்கும் கேள்விப்படவில்லை. வீடுகள் அனைத்தும் ஒரேயிடத்தில், தொகுப்பாக அமைந்திருந்தன; அவற்றைக் குறுகிய சிறு தெருக்கள் மட்டுமே பிரித்தன. கிராமத்தை அமைக்க, அருகிலிருந்த வனங்களின் மரங்களை வெட்டியபோது, புனிதமான மரங்கள் என்று கருதப்பட்டவை வெட்டாமல் விடப்பட்டன. அவை கிராமத்தை ஒட்டி பெருந்தோப்புகளாக நின்று கொண்டிருந்தன. இதற்கு அப்பால், பரந்து விரிந்து கிடக்கும் விளைநிலங்கள்; பெரும்பாலும் அவை நெல் வயல்கள்.

ஒவ்வொரு கிராமமும் கால்நடைகளின் மேய்ச்சலுக்கான புல்வெளியையும், கணிசமான பரப்பளவில் வனங்களையும் பெற்றிருந்தன. காடுகளின் கழிவுகள் மீதும் மரங்கள் மற்றும் விறகுகள் மீதும் கிராமவாசிகளுக்குப் பொதுவான உரிமைகள் இருந்தன.

கால்நடைகள் முறையே கிராமத்துக் குடும்பத் தலைவர்களுக்குச் சொந்தமாக இருந்தன. ஆனால், யாருக்கும் தனிப்பட்ட மேய்ச்சல் நிலம் கிடையாது. அறுவடைக்குப் பின் கால்நடைகள் வயல் வெளிகளில் சுற்றித் திரிந்தன. பயிர்கள் விளைந்திருக்கையில், கிராமத்தினரால் கூட்டாக அமர்த்தப்படும் மேய்ப்பனின் பொறுப்பில் கால்நடைகள் விடப்படும். வயல்வெளிக்கு அப்பாலிருந்த கிராமத்து மேய்ச்சல் வெளிக்கு அவன் அவற்றை ஓட்டிச் செல்வான். கால்நடை மேய்ப்பவன் முக்கியமான நபர். அவனது பண்புகள் இவ்வாறு விவரிக்கப்படுகின்றன:

'அவனது பொறுப்பிலிருக்கும் கால்நடைகளின் பொதுவான தோற்றத்தையும், அவற்றின் மீது இடப்பட்டிருக்கும் அடையாளக் குறிகளையும் அறிந்தவன்; மாடுகளின் உடம்பிலிருந்து ஈக்களின் முட்டைகளை அகற்றுவதிலும், புண்களை ஆற்றுவதிலும் திறமை படைத்தவன்; மாட்டு ஈக்கள் அருகில் வராமலிருக்கும் வகையில் புகை அதிகமாக வெளிப்படும் அளவுக்கு நெருப்பு மூட்டத் தெரிந்தவன்; நீர் இருக்கும் குட்டைகளையும் கால்நடைகள் நீரருந்த வசதியான இடங்களையும் அறிந்தவன்; புல் நிறைந்த மேய்ச்சல் நிலத்தைத் தேர்ந்தெடுப்பதில் திறமை மிக்கவன்; மாடுகளின் மடிகளிலிருந்து பால் கறக்காமல் இருப்பவன்; மந்தைகளின் தலைமை விலங்கை மதிப்புடன் நடத்தத் தெரிந்தவன்'.

வயல்களில் விவசாயம் ஒரே நேரத்தில் மேற்கொள்ளப்பட்டது; நீர்ப் பாசன வசதிகள் சமூகத்தினரால் செய்துகொள்ளப்பட்டன. நீர்ப் பயன்பாடும் அதாவது நீர் வழங்குவதும் விதிகள் சார்ந்து கிராமத் தலைவனின் மேற்பார்வையில் ஒழுங்குபடுத்தப்பட்டன. எந்தவொரு தனிநபரும் அல்லது அதிக அளவில் நிலம் வைத்திருப்பவரும் தனது வயல்களைச் சுற்றி வேலி அமைக்கத் தேவையில்லை. ஆனால், ஒரு பொதுவான வேலி இருந்தது; நீர் வழித்தடங்களின் வரப்புகள் எல்லைகளாக அமைந்திருக்க, வயல்வெளி முழுவதையும் பார்க்கும்போது, இணைத்துத் தைக்கப்பட்ட புத்த மதத்தவரின் அங்கியைப்போல் தோன்றியது.

கிராமங்களின் பெரும் வயல் பரப்பு குடும்பத் தலைவர்களின் எண்ணிக்கைக்கு ஏற்ப பல சிறு வயல்களாகப் பிரிக்கப்பட்டது; இது ஒரு பொதுவிதியாக இருந்தது. ஒவ்வொரு குடும்பமும் அதன் பங்குக்கான விளைச்சலை எடுத்துக்கொண்டது. ஆனால், இங்கிலாந்தில் நாம் பார்க்க முடிவதுபோல் சமூகத்தில் எவருக்குமே நிலத்தின்மீது தனிப்பட்ட உரிமை இல்லை. இது போன்று கிராமத்து நிலத்தில் ஒருவருக்கு இருக்கும் பங்கை, எவரும் அதை ஓர்

அந்நியருக்கு விற்றதாகவோ அடமானம் வைத்ததாகவோ நாம் கேள்விப்படவில்லை; குறைந்தபட்சம் கிராமசபையின் அனுமதியின்றி அவரால் அவ்வாறு செய்ய இயலாது.

சில பழங்கால புத்தகங்களில் நிலம் விற்கப்பட்டதாக மூன்று நிகழ்வுகள் பதிவாகியுள்ளன. ஒன்றில், அந்த நிலம் உடைமையாளரோ அல்லது அவரது முன்னோர்களோ வனத்தைச் சுத்தம் செய்து உருவாக்கியது; மிகப் பழமையான நூலில், யாகப்பலி சடங்கு ஒன்றை நடத்தியதற்குச் சன்மானமாக நிலம் வழங்கப்பட்டது என்று வெளிப்படையாகக் குறிப்பிடப்பட்டுள்ளது. ஆனால், எந்த நிலத்தையும் யாரும் விற்கவோ வாங்கவோ முடியாது என்றும் சேர்த்தே சொல்லப்பட்டிருக்கிறது. பூமித் தாய் விற்கவோ வாங்கவோ முடியாதவள்; அனைவரும் பயந்து பணிந்து வணங்கும் தெய்வம்.

எந்தவொரு தனிநபருக்கும் தனது சொத்தை மற்றவர்க்கு அளிக்கும் உரிமை, ஏன் அவரது குடும்பத்துக்கான பகுதியைக் குறித்து முடிவெடுக்கும் அளவுக்கான உரிமை கூடப் பெற்றிருக்கவில்லை. இவை சார்ந்து எழும் பிரச்சனைகள் அனைத்தும் சமூகத்தில் நிலவும் வழக்கங்களின் அடிப்படையில் தீர்க்கப்பட்டன. சமூகம், பொதுவான நம்பிக்கைகளின் அடிப்படையில் எது சரி, எது சரியில்லை என்று தீர்மானம் செய்தது. மூத்த மகனுக்கு மட்டும் வாரிசு உரிமை என்பது பொதுவாக அங்கீகரிக்கப்படவில்லை.

குடும்பத் தலைவர் இறந்துவிட்டால், பெரும்பாலும் அந்தக் குடும்பம், அந்தக் குடும்பத்தின் மூத்த மகனின் மேற்பார்வையில், முன்னர் எப்படி நடந்ததோ அதே வழியில் தொடர்ந்து நடக்கும். ஒருவேளை சொத்துப் பிரிக்கப்பட வேண்டியிருந்தால், நிலம் மகன்களுக்கு இடையில் சமமாகப் பிரிக்கப்பட்டது. தனிப்பட்ட சொத்தில் மூத்த மகனுக்குக் கூடுதல் பங்கு (வெவ்வேறு இடங்களில், வெவ்வேறு காலகட்டங்களில் இது வேறுபட்டது) அளிக்கப்பட்டது; எனினும், அதுவும் சமமாகத்தான் பிரிக்கப்பட்டது. கௌதமர் தொடர்பான ஆரம்பக்கால நியதிகள் (விதிகள்) குறித்த நூலொன்றில், இளைய மகனும் கூடுதல் பங்கைப் பெற்றான் என்று கூறப்படுகிறது. ‘Gavelkind’ என்ற ஆங்கிலேயச் சட்டத்துக்கு இது இணையானது. (செல்டிக் சட்டத்தை அடிப்படையாகக் கொண்ட இது ‘Gavail-kinne’ என்ற வேர்ச்சொல்லிலிருந்து ‘family settlement’ என்ற பொருளில் பெறப்பட்டது.) ஆனால், நியதிகள் குறித்த பிற்காலத்து புத்தகங்களில் இந்தப் பதிவுகள் காணப்படவில்லை.

பெண்களுக்கும் தனிப்பட்ட சொத்துகள் வைத்துக்கொள்ளும் உரிமை இருந்தது. முதன்மையாக அவை அணிகலன்களும் உடைகளும். மகள், தாயிடமிருந்து இவற்றைச் சுவீகரித்துக் கொண்டாள். நிலத்தில் அவர்களுக்குத் தனியாக ஒரு பங்கு தேவையில்லை; ஏனெனில். அவற்றின் விளைபொருட்கள் அவர்களது கணவர்கள் மற்றும் சகோதரர்களின் பங்காகக் கிடைத்துவிடுகின்றன.

கிராமத்துக்குப் பொதுவான புல்வெளி மீதோ அல்லது வனப் பகுதியின் மீதோ தனி நபர் எவரும், அதை வாங்கியதன் அடிப்படையில் அல்லது சுவீகரிப்பின் மூலம் பிரத்தியேக உரிமை எதையும் பெறமுடியாது. மேய்ச்சல் நிலத்துக்கும் காடுகளின் மீதான இந்த உரிமைகளுக்கும் அதிக முக்கியத்துவம் கொடுக்கப்பட்டது. ஒரு குறிப்பிட்ட யாகத்தை (அறுநூறு பலி!) செய்ததற்காக புரோகிதர்களுக்கு இது போன்ற நிலத்தின் பெரும் பரப்பு வழங்கப்பட்டதாகக் கூறப்படுகிறது. இவ்வாறு ஒரு கிராமத்தை தானமாக புரோகிதர்களுக்கு வழங்குவது ஒரு சிறப்பான விஷயமாக அடிக்கடிக் குறிப்பிடப்படுகிறது.

அதுபோன்ற நிகழ்வில் என்ன நடக்கிறது என்று பார்க்கலாம்; அந்த அரசன் நிலத்தை (அரசனுக்கு நிலம் மீது உரிமை இல்லை) சாதாரணமாக எடுத்துக் கொடுத்துவிட முடியாது; மாறாக, அந்த நிலத்திலிருந்து கிடைக்கும் வருவாயிலிருந்து வழக்கமாக அரசாங்கத்துக்கு ஆண்டுதோறும் கட்ட வேண்டிய பத்திலொரு (tithe-பதின்ம வரி) பங்கிற்கு விலக்கு அளிக்கிறார். அவ்வளவுதான். விவசாயிகள் எவரிடமிருந்தும் அவர்களது உரிமைகள் எவையும் பறிக்கப்படவில்லை. உண்மையில் அவர்களது நிலை மேம்பட்டதாகத்தான் இருந்தது. ஏனென்றால், அவர்கள் முன்பு செலுத்தப்பட்ட அதே வரியை மட்டுமே செலுத்துகிறார்கள்; ஆனால், அத்துடன் அவர்களுக்கு பலமான செல்வாக்குள்ள ஒருவரின் பாதுகாப்பும் கிடைத்துவிடுகிறது.

கிராமத்தினர் பொதுவாகப் பாதுகாப்பு இல்லாமல் இருந்தார்கள் என்பதல்ல. கிராமத் தலைவர் மூலமாகவே அரசாங்க நடவடிக்கைகள் அனைத்துமே மேற்கொள்ளப்பட்டன, மேலும் அரசாங்கத்தின் உயர் அதிகாரிகளிடம் மக்களது பிரச்சனைகளை எடுத்துச் சொல்லும் வாய்ப்பும் அதிகாரமும் அவருக்கு இருந்தது. பிற்காலத்துச் சட்ட புத்தகங்கள் கூறுவதுபோல் இந்த கிராமத் தலைவர் ராஜாவால் நியமிக்கப்படவில்லை; முந்தையக்

காலங்களில், இந்த நியமனம் மரபு வழியில் வந்தது; அல்லது கிராம சபையால் தீர்மானிக்கப்பட்டது என்பது ஏறத்தாழ உறுதியாகிறது.

அரச குடும்பத்தைச் சார்ந்த நபரோ உயர் அதிகாரியோ கிராமத்துக்கு வருகை தரும் நேரங்களில், சந்தேகத்துக்கு இடமின்றிச் இந்தக் கிராமத் தலைவர்தான் சாலையைச் சரி செய்ய வேண்டும்; அனைவருக்கும் உணவு அளிக்கவும் ஏற்பாடு செய்வார். ஆனால், இந்தக் காலகட்டத்தில் அரசாங்கத்துக்கான 'கோர்வி' அதாவது கட்டாய உழைப்பு (ராஜ காரியம்) பற்றி எதுவும் குறிப்பிடப் படவில்லை. மேலும், பிற்காலத்துச் சட்டப் புத்தகங்களிலும், கைவினைஞர்கள் மற்றும் எந்திர வல்லுநர்களிடம் இருந்துதான் இந்தச் சேவை பெறப்பட்டது என்று குறிப்பிடப்பட்டுள்ளது, மாறாக, கிராமத்து மக்கள் செய்ததாகப் பதிவு ஏதுமில்லை.

மறுபுறம், கிராமத்து மக்கள் ஒன்றிணைந்து, சமூகக் கூடங்களையும் ஓய்வு இல்லங்களையும் நீர்த்தேக்கங்களையும் கட்டுகிறார்கள்; ஊருக்குள்ளும், அண்டை கிராமத்துக்குச் செல்லும் இணைப்புச் சாலைகளையும் அவர்களே சீரமைக்கிறார்கள்; அத்துடன் பூங்காக் களையும் உருவாக்கினார்கள் என்றும் விவரிக்கப்படுகிறது. அத்துடன் இதுபோன்ற பொது பயன்பாட்டுப் பணிகளில் பெண்களும் பெருமித உணர்வுடன் பங்கு கொண்டார்கள்.

இந்தக் கிராமங்களில் பொருளாதார நிலைமைகள் எளிமையாகவே இருந்தன. இப்போது செல்வந்தர்கள் என்று நாம் சொல்பவர்கள் போல் அந்தக் காலகட்டத்தில் கிராமத்தில் எந்தக் குடும்பத் தலைவரும் இருந்திருக்க வாய்ப்பில்லை. அவர்களது எளிய தேவைகளுக்குப் போதுமானவை கிராமத்தில் கிடைத்தன. பாதுகாப்பு இருந்தது, சுதந்திரம் இருந்தது. நிலப்பிரபுக்கள் இல்லை, ஏழைகளும் இல்லை. எந்தக் குற்றமும் மிகக் குறைவே. ஏதேனும் குற்றம் நடந்தது என்றால், அது கிராமங்களுக்கு வெளியில்தான் நடந்தது. அரசு வலுவாக இருந்த காரணத்தால், கொள்ளை போன்றவை ஒடுக்கப்பட்டன என்பது பொதுவான விஷயம். பழைய சுத்தந்தா ஒன்றின் வினோதமான சொற்களை நாம் மேற்கோள் காட்டலாம்: மக்கள், 'பரஸ்பர உதவியால் திருப்தியுடன் மகிழ்ச்சியாக வாழ்ந்தனர்; குழந்தைகளைக் கைகளில் பிடித்தபடி நடனமாடி மகிழ்ந்தனர்; திறந்து வைத்த கதவுகளுடன் வாழ்ந்தனர்.'

இந்த மகிழ்ச்சியைப் பாதிக்கும் தீவிரமான ஒரே விஷயமாக வறட்சியால் ஏற்படும் பஞ்சம் இருந்தது. மகதத்தின் அரசவையில் நீண்டகாலம் தூதுவராக இருந்த மெகஸ்தனிஸ், நீர்ப்பாசன வசதி

காரணமாக, பஞ்சம் என்பது முற்றிலும் அறியப்படாத ஒன்றாக இருந்தது என்று கூறியிருப்பது உண்மைதான். ஆனால், பஞ்சம் மெகஸ்தனிஸ் வசித்த பாடலிபுத்திரத்தை ஒட்டிய மாவட்டங்களிலேயே நிலவியது என்பது குறித்து பல குறிப்புகள் நம்மிடம் உள்ளன. அதுவும் அவர் கூறும் காலகட்டத்திலேயே நிலவியதாகத் தெரிகிறது. அவரது கூற்று சரியானதுதானா? இருப்பினும், அந்தக் குறிப்புகள் இரண்டு நூற்றாண்டுகளுக்கு முந்தையத் தேதியைக் குறிப்பிடுகின்றன; ஆகவே, இந்தப் பதிவுகளில் குறிப்பிடப் பட்டுள்ள காலத்துக்கும் மெகஸ்தனிஸின் காலகட்டத்துக்கும் இடையிலான காலத்தில், நிலைமைகள் மேம்பட்டிருக்க வாய்ப்புகள் உண்டுதான். ஆனால் அப்படி நடந்திருக்க வாய்ப்பில்லை என்றே நினைக்கிறேன்.

பின்னால் வரவிருக்கும் சந்திரகுப்தர் குறித்த அத்தியாயத்தில் மெகஸ்தனிஸின் கூற்றுகள் பல பிழையாக இருப்பதை நாம் பார்க்கப் போகிறோம். அநேகமாக, இதுவும் அதுபோன்ற ஒரு நிகழ்வாக இருக்கக்கூடும்.

இது போன்ற பொருளாதார நிலைமைகள் இருந்த சூழலில்தான் மக்களில் பெரும்பான்மையோர் குறைந்தபட்சம் 70-80 சதவீதம் பேர் வாழ்ந்தனர். பழமையான புத்தகங்களும், சில நவீனப் புத்தகங்கலும் பொது மக்கள் அல்லாத சிலரைப் பற்றித் தொடர்ந்து குறிப்பிடுகின்றன; அவர்கள் பொதுமக்களிடமிருந்து முற்றிலும் மாறுபட்டவர்கள். மேலும், பொதுமக்கள் பற்றி பெரிய அக்கறை வரலாற்று புத்தகங்களில் பொதுவாக காணப்படவில்லை. மதகுருமார்கள், மன்னர்கள், புறக்கணிக்கப்பட்ட ஜாதியினர், வித்தைக் காட்டுவோர், படைவீரர்கள், குடிமக்கள், துறவறம் பூண்ட சிந்தனையாளர்கள் போன்ற பொதுமக்கள் அல்லாத மற்றவர்கள் அவர்களது பங்கை சரியாகச் செய்தனர்; அதுவும் முக்கியமான பங்கு. ஆனால், பொதுவாக இந்திய மக்கள், இப்போதைக் காட்டிலும், முதலாகவும் முதன்மையாகவும் கிராமத்து மக்களாகவே வாழ்ந்தனர். காந்தஹாரிலிருந்து கிட்டத்தட்ட கல்கத்தா வரையிலும், இமயமலையிலிருந்து தெற்கே கட்ச் வளைகுடா வரையிலும் பரந்த விரிந்திருந்த நிலப்பரப்பில், கணிசமான பரப்பளவுடன் பெரிய நகரங்கள் இருந்தன என்று குறிப்புகள் அதிகமாக இல்லை.

எவ்வாறாயினும், பெரும்பான்மை மக்களான கிராமவாசிகள், இப்போதைய கிராமத்து மக்களிடமிருந்து பெருமளவுக்கு முற்றிலும்

மாறுபட்ட சமூக அந்தஸ்தைப் பெற்றிருந்தனர். மோசமான கெடுவாய்ப்பான சூழ்நிலையிலும் கூலிக்கு வேலை செய்யும் நிலைக்குத் தள்ளப்படுவதை அவர்கள் சீரழிவாகக் கருதினர். அவர்கள் தங்கள் நிலையை, குடும்பத்தை மற்றும் கிராமத்தை எண்ணிப் பெருமிதம் கொண்டனர். அத்துடன், அவர்கள் அவர்களது வர்க்கத்தைச் சேர்ந்த, கிராமத்தைச் சேர்ந்த கிராமத் தலைவர்களால் நிர்வகிக்கப்பட்டனர். அநேகமாக, கிராமத்தினர் மத்தியில் நிலவிய பழக்கவழக்கங்கள் மற்றும் நோக்கங்களின் அடிப்படையில் அந்தத் தலைவர்கள் தேர்ந்தெடுக்கப்பட்டிருக்கலாம்.

அத்தியாயம் 4

சமூகத் தரநிலை

சமூகத் தரநிலையை முடிவு செய்வதில், பழங்கால இந்தியர்களின் பார்வையில் நில உடமை மற்றும் சொத்துடமையும் அவற்றின் பகிர்மானம் தொடர்பான பழக்கவழக்கங்கள் மிக முக்கியமானதாக இருந்தன. ஆனால், சமயம் சார்ந்த வழக்கங்கள் ஒருபுறமும், மறுபுறம் அகமண உறவு முறையும் மற்றும் சமமாக அமர்ந்து உண்ணும் வழக்கமும் போன்றவையும் அவர்களது உண்மையான நல்வாழ்விலும் தேசத்தின் முன்னேற்றத்திலும் அதிகளவு தாக்கத்தை ஏற்படுத்தின.

உலகெங்கும், பழங்குடி மக்களிடையே மண உறவு உரிமை அதாவது வெவ்வேறு இனங்களுக்கு இடையில் புற மண உறவு கொள்வதிலும் சமமாக அமர்ந்துண்ணும் வழக்கத்திலும் கட்டுப்பாடுகள் இருந்தன என்பதைச் சமீபத்திய ஆண்டுகளில் அறிந்துள்ளோம். குலத்துக்குள்ளும், குலத்துக்கு வெளியிலும் அதாவது அகமண உறவு மற்றும் புற மண உறவு கொள்வது ஆகிய இரண்டுமே உலகம் தழுவிய வழக்கமாக இருந்து வந்திருக்கிறது. எடுத்துக்காட்டாக ஓர் ஆண் தனது குடும்பத்துக்குள் மணம் செய்துகொள்ள இயலாது; தனது குலத்திற்குள் மணம் செய்து கொள்ளலாம்; குலத்துக்கு வெளியில் அவன் மணம் செய்து கொள்ளக் கூடாது.

பல்வேறு பழங்குடி இனத்தவரிடையே நிலவிய கட்டுப்பாடுகள் அவர்கள் பின்பற்றிய மாறுபட்ட மரபு வழி பழக்கவழக்கங்களுக்கு உட்பட்டவையாக இருந்தன. அவை ஒரே மாதிரியாக இருக்கவில்லை. ஆனால், வரம்புகளும் கட்டுப்பாடுகளும் எப்போதும் இருந்தன. பழங்குடியினரின் புனித விருந்துகளில் அனைவரும் ஒன்றாக உண்ணும் வழக்கங்கள் இருந்தன; ஆனால், அதில் அந்நியர்கள் கலந்துகொள்ள முடியாது. குறிப்பிட்ட உறவு முறைக்கு அப்பால் இருப்பவர்களுடன் விசேஷமான சில சூழ்நிலைகள் தவிர்த்து, சமமாக அமர்ந்துண்ணும் வழக்கம் இருக்கவில்லை; ஒரு பழங்குடியினத்தவருடன் அமர்ந்து உணவு உண்பதன் மூலம், ஓர் அந்நியர் அந்தப் பழங்குடி மனிதருடனான உறவில் சில உரிமைகளைப் பெறும் பழக்கம் நிலவியது. இங்கு, திரும்பவும் விவரங்கள் வேறுபடுகின்றன. ஆனால், சமமாக அமர்ந்து உணவுண்ணும் வழக்கத்தில் நிலவிய கட்டுப்பாடுகள் ஒருகாலத்தில் உலகம் முழுவதும் நிலவின.

இந்தியாவிலும் கி.மு.ஏழாம் நூற்றாண்டில் இத்தகையப் பழக்கவழக்கங்கள் இருந்தன. ஆரியர், திராவிடர், கோல் இனத்தவர் மற்றும் பல்வேறு பழங்குடியினர் மத்தியில், வெவ்வேறு வடிவங்களில் பரவலாக இவை நடைமுறையில் இருந்தன. இந்த இனத்தவர்கள் ஒன்று சேர்ந்து கலவையான மக்கள் திரள் ஒன்றை உருவாக்கினார்கள். கெடுவாய்ப்பாக ஆரியர்களின் ஆவணப் பதிவுகள் மட்டுமே நமக்குக் கிடைத்துள்ளன. அப்பதிவுகள் அனைத்தும் பழக்கவழக்கங்கள் அனைத்தையும் மேலோட்டமாக எழுதியுள்ளன; அத்துடன் அவை அவற்றை முற்றிலும் அறிந்தவர்களுக்காக எழுதப்பட்டுள்ளன. எனவே, நாம் குறிப்பால் தெரிவிக்கும் விஷயங்களின் உள் அர்த்தங்களைப் புரிந்துகொள்ள வேண்டியுள்ளது; ஆனால், பதிவான குறிப்புகள் அனைத்தும் இன்னமும் சேகரிக்கப்பட்டு, வகைப்படுத்தப்படவில்லை. எனினும், மிகவும் முக்கியத்துவம் வாய்ந்த குறிப்புகள் கணிசமான எண்ணிக்கையில் ஏற்கனவே நன்கு ஆராயப்பட்டுள்ளன; அவற்றைக் கொண்டு நாம் ஓர் ஓவியத்தின் வெளிக்கோட்டுக்கான முக்கியப் புள்ளிகளை வரைய முடியும். எதிர்காலத்தில் அவற்றை ஒன்றிணைத்து, நிரப்பி முழுமைபெறச் செய்யலாம்.

சமூக வேறுபாடுகளைத் தீர்மானிக்கும் அடிப்படை விஷயமாக 'உறவுநிலை' இருந்தது; அல்லது, தமது வெள்ளையான நிறம் குறித்து பெருமிதம் கொண்டிருந்த ஆரியர்கள் சொல்வதுபோல், 'நிறம்' அடிப்படை விஷயமாக இருந்திருக்கலாம். ஒரு பொதுவான

சொல்லை புனித புத்தகங்கள் தொடர்ந்து திரும்பத் திரும்பக் கூறுகின்றன. குறைந்தபட்சம் ஆரியப் பிரிவினரிடையே இச்சொல் பொதுவான ஒன்றாக இருந்திருக்கலாம். உலக மக்கள் அனைவரும் வர்ணங்கள் என்று சொல்லப்படும் நான்கு சமூகத் தரநிலைகளால் பிரிக்கப்பட்டுள்ளனர் என்று அவர்கள் கூறுகின்றனர்.

முதல் நிலையில் அரச வம்சத்தவர்களும் பிரபுக்களுமான க்ஷத்திரியர்கள் இருந்தனர், இந்தத் துணைக்கண்டத்தின் மீது ஆரியப் பழங்குடியினர் படையெடுத்து வந்தபோது அவர்களது தலைவர்களாய் இருந்தவர்களின் வழிவந்தவர்கள் என்று அவர்கள் தம்மைக் கூறிக்கொண்டனர். தந்தை மற்றும் தாய் என்ற இரு உறவு வழிமுறையிலும், ஏழு தலைமுறைகள் கலப்பு ஏதுமற்ற சுத்தமான வம்சாவளியினர் என்று அவர்கள் மிகவும் அழுத்தமாகச் சொல்லிக்கொண்டனர். 'நல்ல நிறமும் பார்ப்பதற்கு நேர்த்தியான, கம்பீரமான தோற்றமும்' கொண்டவர்கள் என்று அவர்கள் வருணிக்கப்படுகிறார்கள்.

அடுத்து வருபவர்கள், பிராமணர்கள்; யாகப்பலி போன்ற சடங்குகளை நடத்தும் புரோகிதர்களின் வழிவந்தவர்கள் என்று அவர்கள் தம்மைக் கூறிக்கொண்டனர். அவர்களில் பெரும்பான்மையோர் வேறு தொழில்களையும் செய்தனர்; உயர்ந்த பிறப்பாலும், தெளிவான மேனி நிறத்தாலும் அவர்கள் உயர் குடிகளுக்கு இணையாக இருந்தனர். இவர்களுக்கும் கீழே விவசாயக் குடிமக்கள் அதாவது வைசியர்கள் இருந்தனர். இறுதியாகச் சூத்திரர்கள் வந்தனர். ஆரியர் அல்லாத இனங்களைச் சேர்ந்த பெரும்பான்மை மக்கள் இந்த வர்க்கத்தில் இருந்தனர்; அவர்கள் கூலி வேலையில் ஈடுபட்டனர்; கைவினைப் பொருட்கள் செய்தனர் அல்லது மற்றவர்களுக்கு சேவைகள் புரிந்தனர். இவர்கள் கறுப்பு நிறத்திலிருந்தனர்.

பொதுவாகப் பார்க்கையில், இந்த வகைப்பாடு வாழ்க்கையின் யதார்த்த நிலைமைகளை ஒத்திருந்தது. ஆனால், இந்த நான்கு வர்ணங்களின் எல்லைகளுக்குள், ஒவ்வொன்றுக்குள்ளும் அறிவுக்கொவ்வாத தரநிலைகள் பல இருந்தன; அத்துடன் அந்த எல்லைகள் எல்லாமே மாறுதலுக்கு உட்பட்டவை; மேலும் அவை தெளிவாக வரையறுக்கப்படாதவை.

மக்கள் குறித்த இந்த விவரக் குறிப்புகள் இத்துடன் முழுமை பெறவில்லை. இந்த நான்குக்கும் கீழே, அதாவது சூத்திரர்களுக்கும் கீழே, 'தாழ்ந்த பழங்குடியினர்' அல்லது 'தாழ்ந்த பணிகள்

செய்வோர்' அல்லது 'ஹீன-ஜாதி அல்லது 'ஹீன-சிப்பானி' இருந்தனர் என்று குறிப்பிடப்படுகிறது.

முதலில் குறிப்பிடப்படுவோரில் நாணல் புல் கொண்டு பொருட்கள் செய்வோர், பறவைகள் பிடிப்பவர்கள், வண்டிகள் செய்பவர்கள் என்று இந்தத் தொழில்களில் பரம்பரையாக ஈடுபட்ட கைவினைஞர்கள் இருந்தனர்; பூர்விகப் பழங்குடியினர் அவர்கள்.

அடுத்ததாகச் சொல்லப்படுவோரில் பாய் முடைவோர், முடி திருத்துபவர்கள், குயவர்கள், நெசவாளர்கள் மற்றும் தோல் தொழிலாளர்கள் இருந்தனர். இவர்கள் மத்தியில், பிறப்பால் தீர்மானிக்கப்பட்ட, நிரந்தரமான, உறுதியான விதிகள் ஏதும் இல்லை. இந்தத் 'தாழ்ந்த பணிகளில்' ஒன்றுக்குப் பதிலாக மற்றொரு தொழிலை மாற்றிக்கொள்ள முடியும்; அவ்வாறு, அவ்வப்போது தங்கள் தொழில்களை அவர்கள் மாற்றிக்கொண்டனர்.

காதல் வயப்பட்ட சத்திரியன் ஒருவன் – அவமதிப்போ அபராதமோ இன்றி-குயவனாக, கூடை முடைபவனாக, பூமாலை தொடுப்பவனாக, சமையல்காரனாக அடுத்தடுத்து வெற்றிகரமாகப் பணிகள் செய்தான் என்று ஒரு ஜாதகக் கதை (5.290) கூறுகிறது. மற்றொரு ஜாதகக் கதையில் (6.372), ஒரு 'சேத்தி' தையல்காரனாக, குயவனாக வேலை செய்கிறான்; அத்துடன், அதே நேரம் அவனது உயர் பிறப்பின் மரியாதையையும் தக்கவைத்துக் கொள்கிறான்.

இறுதியாக மற்றொன்று: சமண மற்றும் பௌத்த புத்தகங்களில் சண்டாளர்கள் மற்றும் புக்குசாக்கள் என்ற வனவாசிகளான பழங்குடியினத்தவர் குறித்துக் கேள்விப்படுகிறோம். இந்தத் தாழ்ந்த இனத்தவர், தாழ்ந்த பணிகளைச் செய்பவர்களைக் காட்டிலும் மிகவும் இழிவானவர்கள் என்று கூறப்படுகிறார்கள்.

மேற்கூறியவர்கள் தவிர்த்து, நடோடிகளும் அடிமைகளும் கூட இருந்தனர்: கொள்ளைக்காகச் செல்கையில் பிடிக்கப்படும் மனிதர்கள் அடிமைகள் ஆக்கப்பட்டனர். அல்லது நீதிமன்றங்களில் தண்டனையாக மனிதர்களின் சுதந்திரம் பறிக்கப்பட்டது; அல்லது சிலர் விருப்பத்துடனேயே அடிமைத்தனத்துக்கு ஆட்பட்டனர். இப்படியான அடிமைகளுக்குப் பிறந்தவர்களும் அடிமைகள் எனப்பட்டனர்; அடிமைத்தன நிலையிலிருந்து அவர்கள் மீட்கப்படும் நிகழ்வுகளும் குறிப்பிடப்படுகிறது. ஆனால், அடிமை முறையில் பிற்காலத்தில் ஏற்பட்ட மாற்றங்கள்போல் அதாவது கிரேக்கச் சுரங்கங்களில், ரோமானியர்களின் பெரும் பண்ணைகளில், அடிமைகள் வைத்திருக்கும் பெரும் கிறித்துவச் செல்வந்தர்களின்

தோட்டங்களில் அடிமைகள் அனுபவித்தப் பெரும் துயரங்களையும் ஒடுக்குமுறைகளையும் இந்தியாவில் நாம் கேள்விப்படவில்லை.

இந்தியாவில் பெரும்பாலான அடிமைகள் வீட்டு வேலைக் காரர்களாக இருந்தனர்; மோசமாக நடத்தப்படவில்லை; அத்துடன் அவர்கள் குறைவான எண்ணிக்கையில்தான் இருந்திருக்கிறார்கள் என்றும் தெரியவருகிறது.

மக்களிடையே பிரிவினைகள் இப்படித்தான் இருந்தன. மூன்று உயர் வர்க்கங்களும் தொடக்கத்தில் ஒன்றாகத்தான் இருந்தன; ஏனென்றால், சத்திரியர்களும் புரோகிதர்களும் உண்மையில் வைசியர்கள் என்ற மூன்றாம் வர்க்கத்திலிருந்து தம்மை dukaLai உயர்ந்த சமூகத் தரநிலைக்கு உயர்த்திக் கொண்டவர்கள்தாம். நடைமுறையில் ஒருவகையில் அது சிரமமானது என்றாலும், ஒத்திசைவான சில மாற்றங்கள் நடைபெறுவதற்கான சாத்தியம் இருந்தது. ஏழைகள், பிரபுக்களாகவும், இந்த. இருவரும் பிராமணர் களாகவும் முடிந்தது.

புனித புத்தகங்களில் பல நிகழ்வுகள் குறிப்பிடப்படுகின்றன. அவை ஜாதிக் கோட்பாடுகள் குறித்தவை. எனினும் அவற்றில் சில பிற்காலத்து புரோகித புத்தகங்களில் அவர்கள் அறியாமலேயே பொதிந்து வைக்கப்பட்டுள்ளன. ஒவ்வொரு நிகழ்வும் விதிவிலக்கானது என்பதுபோல் குறிப்பிடப்பட்டுள்ளது; எனினும் 'வர்ணங்களுக்கு' இடையிலான எல்லைக்கோடு அந்த நேரத்தில் இன்னமும் கடுமையாக வரையப்படவில்லை என்பதே உண்மை. உயர் வர்ணத்தினர் அனைவரும் வெள்ளை நிறத்திலும் இல்லை.

சந்தேகமின்றி சத்திரியர்களில் சிலர், திராவிட மற்றும் கோல் இனத்துப் பழங்குடித் தலைவர்கள் மற்றும் பிரபுக்களின் வழிவந்தவர்கள்; அவர்கள் தம் சுதந்திரமான நிலையையும் சமூகத்தில் அந்தஸ்தையும் வெற்றியின் மூலமோ அல்லது ஏதேனும் உடன்படிக்கை மூலமோ பாதுகாத்துக் கொண்டனர். அதே பழங்குடி இனத்தைச் சேர்ந்த வேறு சிலரும் அவ்வப்போது அரசியல் முக்கியத்துவம் பெற்றனர்; அந்தத் தகுதியுடன், இன்னும் உயர்ந்த சமூகத் தரநிலையில் அவர்கள் நுழைந்தனர்.

பொதுவாகக் காணப்பட்டதைக் காட்டிலும், வெவ்வேறு சமூகத் தர நிலைகளில் உள்ளோர் படிநிலையில் மாறிக்கொள்வதில் அதிகச் சுதந்திரம் இருந்தது என்பதை அடுத்துக் குறிப்பிடப்படும் தொழில் சார்ந்த நிகழ்வுகள் காட்சிப்படுத்துகின்றன.

1. ஓர் அரசனின் மகனான சத்திரியன் தான் காதலிக்கும் வேறு வர்ணப் பெண்ணைத் திருமணம் செய்துகொள்வதற்காக, அந்தப் பெண்ணின் தந்தை ஒரு குயவராக, கூடை முடைபவராக, பூமாலைக் கட்டுபவராக, ஒரு சமையல்காரராக இருந்தாலும் அவர்களிடம் உதவியாளனாகப் பயிற்சிப் பெறுகிறான். அவனது செயல் வெளியுலகத்துக்குத் தெரிய நேர்ந்தும் அதனால் அவன் தனது சாதி நிலையை இழந்தான் என்று எந்தக் குறிப்பும் இல்லை.
2. மற்றொரு இளவரசன், சகோதரிக்காக ராஜ்ஜியத்தில் தனது பங்கை விட்டுக்கொடுத்து, ஒரு வியாபாரியாக மாறிவிடுகிறான்.
3. மூன்றாவதாக ஓர் இளவரசன் வணிகனுடன் வசிக்கச் சென்று 'உடலுழைப்பின்' மூலம் தனது வாழ்வாதாரத்தைச் சம்பாதித்துக் கொள்கிறான்.
4. பிரபு ஒருவன் ஊதியத்துக்காக வில்லாளியாகப் பணியேற்கிறான்.
5. ஒரு பிராமணன், பிறர்க்குத் தானம் கொடுக்கப் பணம் திரட்டுவதற்காக வியாபாரத்தில் ஈடுபடுகிறான்.
6. இது போன்ற காரணங்கள் ஏதும் சொல்லாமலேயே, இரண்டு பிராமணர்கள் வணிகம் செய்து வாழ்க்கை நடத்துகிறனர்.
7. ஒரு பிராமணர், இதற்கு முன் நெசவுத் தொழிலாளியாக இருந்து இப்போது வில்லாளி ஆகிவிட்ட ஒருவனிடம் உதவியாளராகப் பணிபுரிகிறார்.
8. பிராமணர்கள் சிலர் வேட்டையாடுபவர்களாகவும், விலங்குகளையும் பறவைகளையும் பொறிவைத்துப் பிடிப்பவர்களாகவும் வசித்தனர்.
10. ஒரு பிராமணர் வண்டிச் சக்கரங்களைச் சீர் செய்து தருபவராக இருந்தார்.

பிராமணர்கள் விவசாயத்திலும் ஈடுபட்டனர்; மாடு மேய்ப்பவர்களாகவும், ஆடு மேய்ப்பவர்களாகவும் தம்மை அவர்கள் பணிகளில் அமர்த்திக் கொண்டனர் என்றும் அடிக்கடிக் குறிப்பிடப்படுகிறது. இவையனைத்தும் ஜாதகக் கதைகளில் குறிப்பிடப்படும் நிகழ்வுகள். இதைப் போன்ற விஷயங்களில் பெரும் மாற்றத்தை பௌத்தம் கொண்டுவந்தது என்று ஒரு வலிமையான வாதம் இருக்கிறது; அதை நாம் ஏற்கவில்லை என்றால், பௌத்தம் எழுச்சிப் பெறத் தொடங்கிய நேரத்தில் இந்த நிலைமைகள் இன்னும் தளர்வாக இருந்திருக்கவேண்டும் என்றுதான் கருதத் தோன்றுகிறது.

மண உறவு தொடர்பான வழக்கங்கள் எவ்வகையிலும் நான்கு வர்ணங்களுடன் ஒத்திசைவாக, அந்தக் காலகட்டம் வரையிலும் நீடித்திருந்ததாகத் தெரியவில்லை. ஆரியர்கள் மத்தியில் அவை முற்றிலும் மாறுபட்ட சிந்தனை அடிப்படையில் புழக்கத்தில் இருந்தன. அதாவது, அந்த இனத்தின் ஆண்களது குழுவைச் (கோத்திரத்தைச்) சார்ந்து இருந்தன.

பிற மக்களிடம் அந்தப் பழங்குடி இனத்துக்குள் உறவு அல்லது கிராமத்துக்குள் உறவு என்பதாக அவ்வழக்கம் இருந்தது. மண உறவு கொள்ளும் இரு தரப்பினரும் பிறப்பால் ஒரே கிராமத்தைச் சேர்ந்தவர் என்று சொல்லப்படும் எந்த நிகழ்வும் எங்கும் குறிப்பிடப்பட வில்லை. மறுபுறம், ஒழுங்கற்ற முறையில் நடந்த எண்ணற்ற உறவுகள் குறித்த பல நிகழ்வுகள் குறிப்பிடப்படுகின்றன. மேலும், சில நேரங்களில் இத்தகைய மண உறவில் வந்த வாரிசுகள் பிரபுக்களாகவும் (சத்திரியர்களாகவும்) அல்லது பிராமணர்களாகவும் தரநிலை உயர்வு பெற்றனர்.

•

ஒன்றாக அமர்ந்துண்ணுதல் அல்லது உண்ணாமலிருத்தல் போன்ற வழக்கங்கள் குறித்து, பழங்கால புத்தகத் தொகுப்புகளில் சில குறிப்புகள் மட்டுமே உள்ளன. ஒரு பிராமணர், சத்திரியர் ஒருவருடன் அமர்ந்து உண்ணுவது பற்றியும், மற்றொரு பிராமணர், சண்டாளர் ஒருவரின் உணவை உண்பது, அந்தச் செயலுக்காக உளப்பூர்வமாக வருந்துவது போன்ற நிகழ்வுகள் தெளிவாகப் பதிவாகியுள்ளன. சாக்கிய இனத்து இளம்பெண் கோசல நாட்டு மன்னன் பசேனதியை மணம் செய்து கொண்ட கதையைப் படித்தோம்; சொந்த மகளாகவே இருந்தாலும் அடிமைக்குப் பிறந்தவளாக இருந்தால், ஒரு சத்திரியர் அவளுடன் அமர்ந்து உண்ணமாட்டான் என்ற வழக்கத்தை நிகழ்வு வெளிக்காட்டியது. அத்தகைய வழக்கங்களை மீறும் மனிதர்கள் சாதிவிலக்கம் செய்யப்பட்டனர் என்று கேள்விப்படுகிறோம். சண்டாளர் ஒருவர் பயன்படுத்திய அரிசிக் கஞ்சியுடன் கலந்துவிட்ட நீரைக் குடித்தற்காக சகோதர பிராமணர்களின் சமூகத் தரநிலையைச் சில பிராமணர்கள் பறித்துவிடும் சம்பவம் ஒன்றும் ஜாதகக் கதை *(4.388)* ஒன்றில் பதிவாகியுள்ளது.

இன்னமும் சற்று பழைய ஆவணம் ஒன்றில் பதிவாகியிருக்கும் உரையாடலில் இது எப்படி செயல்படுத்தப்பட்டது என்று கூறப்படுகிறது. அந்த நிகழ்வில் பிராமணர்கள் சிலர் 'ஏதோ குற்றம்

செய்ததற்காக ஒரு பிராமணரை விலக்கம் செய்கிறார்கள். தலையை மழித்த பின், அவர் மீது சாம்பலைத் தூவுகிறார்கள்; அதனால் அவர் இறந்தவர் போலாகிவிடுகிறார்; பின்னர், அவரை அந்தப் பகுதியிலிருந்தும் நகரத்திலிருந்தும் துரத்துகிறார்கள்'.

அந்தப் பத்தி மேலும் இவ்வாறு தொடர்கிறது: சத்திரியர்கள், இதை ஒரு சத்திரியருக்குச் செய்திருந்தால் பிராமணர்கள் அந்த சத்திரியனை அகமண உறவு கொள்ள அனுமதித்திருப்பார்கள். புனித விருந்துகளில் அவர்களோடு ஒன்றாக அமர்ந்துண்ணவும் சம்மதம் தெரிவித்திருப்பார்கள். மேலும் இவ்வாறு செல்கிறது: 'பிறப்பு அல்லது பரம்பரை பற்றிய கருத்துகளுடன், அல்லது சமூகத் தரநிலையின் பெருமிதத்துடன், மணவுறவினால் கிடைக்கும் தொடர்புடன் தன்னை எப்போதும் பிணைத்துக் கொண்டிருப்ப வர்கள் விவேகம் அற்றவர்கள்; அத்துடன் பகுத்தறிவு அற்றவர்கள்.'

ஆகவே, அந்தப் பத்தி முழுவதும் பௌத்தப் பார்வையின் சாயலில் தோய்ந்ததாகவே நாம் பார்க்கமுடிகிறது. எப்படியிருப்பினும், இது எழுதப்பட்ட காலகட்டத்தில், இத்தகையப் பழக்கவழக்கங்களும், பிறப்பால் உணரப்படும் பெருமிதமும் மக்களது சமூக வாழ்க்கையில் ஒரு அம்சமாக அங்கீகாரம் பெற்றிருந்தன என்பதற்கு இது நல்லதொரு சான்று.

மற்றுமொரு ஜாதகக் கதையில் (5.280), ஒரு பிரபலமான கதையின் சாரத்தைப் பார்க்க முடிகிறது; ஒரு சத்திரியர் நிராகரித்த அவரது மனைவியை பிராமணர் ஒருவர் தனது ஒரே மனைவியாக ஏற்றுக்கொள்கிறார். மக்கள் அவரைப் பார்த்து நகைக்கிறார்கள். அவரது சமூகத் தரநிலைக்கு எவ்வகையிலும் தகுதியற்ற செயலை அந்தப் பிராமணர் செய்தார் என்பதற்காக அவர்கள் சிரிக்கவில்லை. உண்மையில் அவர் வயதானவர் என்பதுடன் அழகற்றவராகவும் இருந்தார் என்பதாலேயே அப்படி நடந்துகொண்டனர்.

சமூகத்தில் முக்கியத்துவம் பெற்றிருந்த அனைத்துத் தரநிலை களையும் சார்ந்த ஆண்களும் பெண்களும் மண உறவு கொண்டதைக் காட்டும் ஏராளமான நிகழ்வுகள் உள்ளன. மரபுகள் பற்றிப் பேசும் சமயம் சார்ந்த புத்தகங்களிலும் இவை காணப்படுகின்றன. உயர்நிலையில் இருந்த ஆண்களுக்கும் சமூகத் தரத்தில் தாழ்ந்திருந்த பெண்களுக்கும் இடையிலான மண உறவுகளை மட்டும் அவை குறிப்பிடவில்லை; உயர்நிலையில் இருந்த பெண்களுக்கும் சமூகத் தரத்தில் தாழ்ந்திருந்த ஆண்களுக்கும் இடையில் நிகழ்ந்த உறவுகளைப் பற்றியும் குறிப்புகள் உள்ளன.

இந்தக் குறிப்புகளைக் கண்டு நாம் சிறிதும் வியப்படைய வேண்டியதில்லை. கிடைத்திருக்கும் தகவல்களிலிருந்து என்ன நடந்திருக்கும் என்பதை நாம் தெரிந்துகொள்ள இயலும். இந்தியாவில் இப்போது சுத்தமான ஆரிய இனம் என்ற ஒன்று இல்லை என்பது பொதுவாக ஒப்புக்கொள்ளப்பட்டுள்ளது. பிராமணக் கோட்பாட்டைப்போல், நடைமுறை வழக்கங்களும் கடுமையாகப் பின்பற்றப்பட்டிருந்தால் இப்படி நிகழ்ந்திருக்காது. இங்கிலாந்தில் ஐபீரியர்கள், கெல்ட்ஸ், ஆங்கெல்ஸ், சாக்சன்கள், டேன்ஸ், நார்மன்கள் ஆகியோர் இப்போது கலந்துவிட்டனர். கொள்கையளவில் கலப்பு திருமணத்துக்குக் கட்டுப்பாடுகள் இருப்பினும், அவர்கள் ஒரு தேசம் ஆகிவிட்டனர்.

அதுபோலவே வட இந்தியாவிலும் பௌத்தம் எழுச்சியுற்ற காலத்தில் ஆரியர், கோலரியர், திராவிடர் என்று தொன்மையான இன வேறுபாடுகளுடன் எவரையும் அங்கீகரிக்க முடியாத நிலையே இருந்தது. பழைய கட்டுப்பாட்டு எல்லைகள் குறைந்தபட்சம் முற்றிலும் மறைந்துபோன நீண்ட காலந்தொட்டே, சாதி சார்ந்த புரோகிதக் கோட்பாடுகள் நடைமுறை செயல்பாட்டின் ஒழுங்குமுறையாக மாற்றப்பட்டுவிட்டன. இது நடந்துமுடிந்த நிகழ்வு. நவீனக் காலத்தில் நாம் பார்க்கும் பிரிவுகள், அவற்றில் இனத்துக்கு முக்கியப் பங்கு இருந்தாலும், வெவ்வேறு பெயர்களால் குறிப்பிடப்படுகின்றன. அவை வெவ்வேறு கருத்துகளை அடிப்படையாகக் கொண்டவை.

இன்றைய முன்னேறிய மற்றும் நாகரிகம் அடையாத இனங்களுக் கிடையில் விரோதங்கள் எழுவதற்குப் பெருமளவு காரணமாக இருக்கும் வழக்கங்கள் மற்றும் அறிவுசார்ந்த பண்பாட்டு விஷயங்களைப் போல், அக்காலத்தில் உடல் சார்ந்த விரோதம் அவ்வளவாக இல்லை என்பதை உடனிகழ்வாகச் சுட்டிக்காட்ட முடியும். ஆனால், அதிக அளவில் நிற வேறுபாட்டின் அடிப்படையிலான விரோதங்கள் இருந்தன. அதேநேரத்தில் கலப்புமணங்கள் அடிக்கடி நடந்தது என்ற தகவல் சந்தேகத்துக்கு அப்பாற்பட்டது; எனினும் பெருமிதம் மிக்க சத்திரியர்களுக்கும் தாழ்ந்த நிலையிலிருந்த சண்டாளர்களுக்கும் இடையிலிருந்த பெரும் இடைவெளியை ஏறக்குறைய நுட்பமான பல வரலாற்று நிலைகள் நிரப்பின. இந்த நிலைகளுக்கு இடையிலான எல்லைகள் தொடர்ச்சியாக மீறப்பட்டன. ஆயினும், சமனற்ற மண உறவுகளுக்கு நிஜமான தடைகளும் இருக்கத்தான் செய்தன. கட்டுப்பாட்டு எல்லை இன்னமும் கடினமாக, தீவிரமாக

வரையப்படவில்லை; எனினும், எல்லை வரையறையற்ற சமுதாயமாகவும் அது இருக்கவில்லை; ஆனால், ஒன்றையொன்று ஈர்க்கும் எதிர்க்கும் சக்திகளுக்கு இடையில் போராட்டங்கள் தொடர்ந்து நடைபெற்றன என்பதை ஊகிக்க முடிகிறது.

நவீனக் காலத்து இந்தியாவிலோ மனு சாஸ்திரத்திலோ இதிகாசங்கள் போன்ற வழிகாட்டும் புத்தகங்களிலோ குறிப்பிடப்படும் பிராமணர்களின் உரிமைகளை நன்கு அறிந்தவர்களுக்கு பிராமணர்கள் 'தாழ்ந்த குலத்தில் பிறந்தோர்' என்று கூறப்படுவதைக் கேட்கையில் திகைப்பேற்படலாம். மிகத்தெளிவாக, அரசர்களுடனும் பிரபுக்களுடனும் அவர்களை ஒப்பிடுகையில் பயன்படும் ஓர் அடைமொழி தான் அது. மிகவும் தொடக்கக் காலத்தில் ஒப்பீட்டு அளவில் அவர்களுக்கு இருந்த முக்கியத்துவத்தை நாம் புரிந்துகொள்ள ஒரு வழி இது.

சமூகத்தில் உயர்ந்தவர்கள் என்று புரோகிதர்கள் தம்மைக் கூறிக்கொள்வதை, அந்தநேரத்தில் வட இந்தியாவில் எந்த இடத்திலும் அதுவரையிலும் மக்கள் ஏற்றுக்கொண்டிருக்கவில்லை. பௌத்தத்துக்கு முந்தைய புரோகிதர்களின் புத்தகங்களும் நமக்கு மிகவும் பரிச்சயமான முந்தையக் காலத்து நிலைமைகளை மறைமுகமாகக் குறிப்பிட்டன; பிற்கால புத்தகங்கள் அவ்வாறு கூறவில்லை. கிழக்குப் பிரதேசத்திலிருந்து மிகவும் வேறுபட்டிருந்த வடமேற்கு மாகாணங்கள் தொன்மையான வழக்கங்களை மிகக் கடுமையாகப் பின்பற்றின என்று கூறுகின்றன. அவர்களுக்கு உகந்த நிலப்பரப்பாக குரு தேசத்தையும் பாஞ்சால தேசத்தையும் சொல்கின்றன; காசியையோ கோசலத்தையோ அல்ல. ஆனால், பிற்கால இலக்கியங்களில் தனித்த அம்சமாகத் தென்படும் சத்திரியர்களுக்கு எதிராக அவர்கள் முன்வைக்கும் ஆணவமானக் கூற்றுகளை தொடக்கக்கால புத்தகங்களில் எந்த இடத்திலும் அவை பதிவு செய்யவில்லை.

எவரிடமிருந்து அவர்கள் அங்கீகாரத்தையும் வெகுமதியும் எதிர்நோக்கி இருந்தார்களோ அந்த அரசர்கள் தாம் இப்போது அவர்களது புரவலர்கள். நாம் இப்போது விவாதிக்கும் நேரம் வரையிலும், சத்திரியர்கள் அனைவரும் இன்னமும் தீவிரச் சர்ச்சைக்குரியதாகப் பார்க்கும் உரிமைகோரல்களை அவர்கள் முன்வைக்கவில்லை. இந்த எதிர்ப்பை முன்வைப்பவர்கள், புத்த மதத்தில் உறுப்பினர்களாக இருக்கும் உன்னதமான பிறப்பில் வந்தவர்கள் மட்டுமே. ஒட்டு மொத்தத்தில் இவர்கள் சிறுபான்மையினர்.

எடுத்துக்காட்டாக, சமூகத்தில் அந்தஸ்தைப் பொறுத்தவரை புரோகிதர்கள் அரச குலத்தவருக்கு அடுத்தபடியாக இருந்தனர் என்ற தகவலை சமண புத்தகங்கள் அத்தனையும் பதிவு செய்திருக்கின்றன. இந்த இரண்டு வர்க்கத்தினருக்கும் இடையில் இயல்பான இந்த உறவு நிலையை உலகம் முழுவதிலும் நாம் பார்க்க முடிகிறது. இந்தியாவில் சில பகுதிகளில் பொக்கரசாதி, சோனதண்டா போன்ற சில புரோகிதர்கள் சமூகத்தில் மிக உயர்ந்த நிலையில் இருந்தனர் என்பதை எடுத்துக்காட்டலாம். வரலாற்றின் மத்திய காலத்தில் இருந்த பெரும் மடாதிபதிகள் மற்றும் பிஷப்களைப் போல் அவர்கள் இருந்தனர். ஆனால், சமூகத்தை மொத்தமாகப் பார்க்கையில் ஒரு வர்க்கமாக, புரோகிதர்கள் அரசர்களை நம்பியிருந்தனர். சமூகத்தில் அவர்களுக்குக் கீழானவர்களாகவே கருதப்பட்டனர்.

மண உறவு கொள்வதிலும் ஒன்றாக அமர்ந்து உண்ணுவதிலும், அப்போது வட இந்தியாவில் இருந்தது போன்ற கட்டுப்பாடுகள், இதே மாதிரியான பண்பாடு கொண்ட மக்களிடையே உலகம் முழுவதிலும் காணப்பட்டன. இந்த வழக்கங்கள் தாம் பிற்காலத்தில் உருவான இந்தியச் சாதி அமைப்பின் தோற்றத்துக்கான திறவுகோல் என்பது உண்மை. ஆனால், இந்தக் கட்டுப்பாடுகளைக் காட்டிலும் அந்தச் சாதி அமைப்பு அதிகமானவற்றை உள்ளடக்கியதாக இருந்தது. அதே காலகட்டத்தில் இத்தாலி அல்லது கிரீஸ் போன்ற நாடுகளில் ஒரு அமைப்பாக நிலைப்பெற்றிருந்த அதைப் பற்றி பேசுவதைக்காட்டிலும் புத்தர் கால இந்தியாவின் சாதிய நிலைமைகள் பற்றித் துல்லியமாகப் பேசமுடியாது. அப்போது சாதி என்பதை குறிக்க ஒரு சொல் கூட கிடையாது. போர்த்துகீசியச் சொல் ஒன்றிலிருந்து இது பெறப்பட்டது. நவீன காலத்தில் இதை விவரிக்க பயன்படும் சொற்கள் பெரும்பாலும் தவறான பொருளைத் தருகின்றன; ஆய்வுடன் தொடர்புடையதாக இருக்கின்றன; ஆனால், சாதியைக் குறிக்கவில்லை. வர்ணங்கள், சாதிகளைக் குறிக்கவில்லை; சாதியின் தனித்த அடையாளங்களையும் அவை கொண்டிருக்கவில்லை. ஐரோப்பியர்கள் முதன் முதலில் அறிமுகப்படுத்திய நாளிலிருந்து பயன்படுத்தப்பட்டு வருவது போலத்தான் இப்போதும் பயன்படுத்தப்படுகிறது.

இவர்களுக்கிடையில் மண உறவோ அல்லது சேர்ந்துண்ணும் வழக்கமோ இருக்கவில்லை; 'ஜாதி' என்பது 'பிறப்புடன்' வருகிறது; தொடர்ந்து சாதியைச் சுற்றிக் கட்டி எழுப்பப்படும் பாரபட்சங்களும், பிறப்பின் பெருமிதமும் ஒன்றோடொன்று தொடர்புடையனது;

ஆனால், அது இன்று ஐரோப்பாவில், சாதி என்ற கருத்திலிருந்து மிகவும் வேறுபட்ட சிந்தனையாக புழக்கத்தில் இருக்கிறது. 'குலம்' என்பது சூழலுக்கு ஏற்ப 'குடும்பம்' அல்லது 'வம்சம்' என்று அழைக்கப்படுகிறது. மத்திய கால சாதி அமைப்புமுறை அதிக அளவில் குடும்பங்களுடனும் குலங்களுடனும் தொடர்புடையதாக இருந்தது. எனினும், அடிப்படையில் வேறுபட்ட சொற்களுக்கு இடையில் குழப்பத்தை ஏற்படுத்தும் வகையில் தவறான புரிதலைத் தருகிறது. அல்லது இந்தத் தொன்மையான ஆவணங்களின் மத்திய கால சிந்தனையை மறுவாசிப்புக்கு உட்படுத்துகிறது. இந்தச் சொல்லின் சரியான அல்லது துல்லியமான பயன்பாட்டின் அடிப்படையில், சாதி அமைப்பு நீண்ட காலத்துக்கு நடைமுறையில் இல்லை.

அத்தியாயம் 5

நகரங்கள்

பழங்கால நகரம் ஒன்றின் வெளிப்புறத் தோற்றம் குறித்த விரிவான விவரிப்புகள் நம்மிடம் இல்லை என்பது ஒரு கெடுவாய்ப்பு: உயரமான மதில்கள், சரியாமல் அவற்றைத் தாங்கி நிற்கும் சுவர்களுடன் வலிமையான கொத்தளங்கள், கண்காணிப்புக் கோபுரங்கள், பெரும் வாயிற்கதவுகளுடன் நகரங்கள் இருந்தன என்று சொல்லப்படுகிறது; அந்தக் கோட்டையைச் சுற்றி ஓர் அகழியோ அல்லது இரட்டை அகழிகளோ இருந்தன. ஓர் அகழியில் நீர் நிரம்பியிருக்கும், மற்றொன்றில் சேறு நிறைந்திருக்கும்.

சாஞ்சியில் இருக்கும் பௌத்த நினைவுச் சின்ன வளாகத்தில் புடைப்பு சிற்பம் ஒன்று உள்ளது; கி.மு.இரண்டாம் அல்லது மூன்றாம் நூற்றாண்டைச் சேர்ந்தது. மேற்கூறிய நகரக் கோட்டை அமைப்பின் மாதிரியை அதில் பார்க்கமுடியும். மேலும், பழங்காலத்தில் கோட்டைகள் அனைத்தும் பெரும்பாலும் ஒரே மாதிரியாக இருந்திருக்க அதிகம் சாத்தியங்கள் உண்டு. ஆனால், கோட்டை மதில்களின் நீளம் அல்லது அவை சூழ்ந்து ஆக்கிரமித்திருக்கும் இடத்தின் பரப்பளவு பற்றி எங்கும் கூறப்படவில்லை.

பெரிய மதில்கள் சூழ்ந்த நகரம் குறித்த தகவல்கள் இல்லை; எனினும், பல்வேறு புறநகர்ப் பகுதிகள் சூழ்ந்திருந்த கோட்டை இருந்திருக்கலாம் என்று தோன்றுகிறது. ஏனென்றால், மதியப்

பொழுதில் மகிழ்வுலா மேற்கொள்ள விரும்பும் ஓர் அரசனோ ஓர் உயர் அதிகாரியோ அதற்காக நகரத்துக்கு வெளியில் செல்வதாக அடிக்கடிக் குறிப்பிடப்படுகிறது. அதுபோல் பெரும் வீடுகளின் ஜன்னல்களைத் திறந்தால், தெருவை அல்லது அப்பகுதியின் சதுக்கத்தைப் பார்க்க முடிவது போல அவை அமைந்திருந்தன என்றும் அடிக்கடிக் குறிப்பிடுகிறது.

எந்த இல்லமும் தனித்த காலியிடத்தில் அல்லது மைதானத்தால் சூழப்பட்டதாகக் கட்டப்படவில்லை என்று இதன் மூலம் நாம் அறியமுடிகிறது. எனினும், பிற்காலத்தில் கட்டப்பட்ட வீடுகளில் முன்புறம் அமைந்த, சுவர்கள் சூழ்ந்த முன்முற்றம் போன்ற இடங்கள் தெருக்களில் முடிவதுபோல் இருந்தன என்பதில் சந்தேகமில்லை.

வீடு கட்டுவது குறித்த பலவிதமான விவரங்கள் நமக்குக் கிடைத்துள்ளன. கட்டுமானத்துக்கு என்ன விதமான பொருட்கள் பயன்பட்டன என்பதும் தெரிய வருகிறது. வீட்டின் முன்பக்கத் தோற்றம் பொதுவாக எப்படி வடிவமைக்கப்பட்டிருக்கும் என்பதைத் தெரிவிக்கும் புடைப்புச் சிற்பங்கள் கிடைத்துள்ளன. மஹோாசதா என்ற அரசன் அமைத்த சுரங்கப் பாதை புகழ் பெற்றது; தரைக்குக் கீழே அந்தச் சுரங்கத்தில், அமைந்திருந்த அரண்மனை குறித்து மிக விரிவான விவரிப்புகள் கிடைத்துள்ளன. கட்டடக் கலை தொடர்பான மிகவும் ஆர்வமூட்டும் விஷயங்கள் நிறைந்தது. (மற்றொரு தகவல், அந்த அரண்மனைக்கு அடியில்தான் கங்கை நதிக்குச் செல்வது போல ஒரு சுரங்கப்பாதையை அவர் அமைத்தார் என்கிறது – மொ.ர்.). பழங்காலத்து ‘வெல்பெக் அபே’ போன்ற மாளிகை அது.

வினய பிடகத்தில் *(3. 96, 104-115, 160-180)* பௌத்த சமயத்தின் முக்கியமான நபர்களின் வசிப்பிடங்கள் பற்றிய விரிவான குறிப்புகள் உள்ளன; அத்துடன், மக்கள் வசிப்பதற்கான இல்லங்கள் பலவேறு வடிவங்களில் எப்படிக் கட்டப்பட்டன, எப்படி அழகுபடுத்தப்பட்டன என்பது பற்றிய மிக நுணுக்கமான விவரங்களையும் அது தருகிறது.

மேலும், கடவுளர்களுக்கான மாளிகைகள் குறித்த விவரங்களும், அந்த இடங்கள் குறித்த புடைப்பு சிற்பங்களும் கிடைத்துள்ளன. கடவுளர்களும் உருவாக்கப்பட்ட சிற்பங்களும் மனிதர்கள் போன்ற உருவங்களில் தான் கடவுளின் வடிவங்கள் உருவாக்கப்பட்டன. ஆகவே, இந்தப் புத்தகம் எழுதப்பட்ட காலத்தில், அல்லது

கபிலவஸ்துவிலிருந்து புத்தர் புறப்பட்டுப் போகும் காட்சியை மன்னர் தன் ராணிகளுடன் காணும் புடைப்புச் சிற்பம், சாஞ்சி

சிற்பங்கள் வடிக்கப்பட்ட காலத்தில் மனிதர்கள் பயன்படுத்திய கட்டடங்களுக்கான உண்மையான சான்றுகள் இவை. முழுமையாக விரிவாக எழுதுவதற்கு இங்கு போதிய இடமில்லை. பாராஹுட் பௌத்த நினைவுச் சின்ன இடத்தில் பார்க்க முடிகிற புடைப்பு சிற்பத்தில் குடியிருப்பு ஒன்றின் முகப்புத் தோற்றத்தை சிற்பியின் சிந்தனைகளுடன் பார்க்க முடிகிறது.

மற்றொன்றில் விண்ணுலகத்தில் இருப்பதாகக் கருதப்படும் விஜயந்தா என்ற அரண்மனையின் கடவுளர்கள் சந்திக்கும் அரங்கம் எப்படி இருந்திருக்கும் என்பதையும் அந்தச் சிற்பி கற்பனை செய்திருக்கிறார்.

சித்தரிக்கப்படும் வரைபடங்களில் நாம் பார்க்கும் தூண்களும் உத்திரங்களும் மரவேலைப்பாட்டைக் குறிக்கின்றனவா? மரவேலைப்பாட்டை சித்திரிக்கும் நோக்குடன் செதுக்கப்பட்ட கருங்கல் வேலைப்பாடா என்பதைத் தீர்மானிப்பது எளிதாக இல்லை. பிந்தியதுதான் சரியாக இருக்கும் என்று நினைக்கிறேன். அப்படியிருப்பின், கி.மு.மூன்றாம் நூற்றாண்டில் (புடைப்பு சிற்பத்தின் ஆண்டு) கருங்கல் ஏற்கனவே அதிகம் பயன்பாட்டில் இருந்திருக்க வேண்டும்.

மலை ஒன்றின் மீது கட்டப்பட்டிருந்த கி.மு.ஆறாம் நூற்றாண்டைச் சேர்ந்த கோட்டையின் மதில் சுவர்கள் கருங்கற்களால் கட்டப் பட்டிருந்தன என்பதை இப்போதும் பார்க்கமுடிகிறது. எடுத்துக் காட்டு, கிரிப்பஜ்ஜா கோட்டை. ஆனால், மிகவும் முந்தைய காலம் பற்றிப் பேசும் புத்தகங்களில், தூண்கள் அல்லது படிக்கட்டுகளுக்குக் கருங்கல் பயன்பட்டது என்பது தவிர்த்து வேறு எதுவும் குறிப்பிடப் படவில்லை. கருங்கல்லால் கட்டப்பட்ட ஒரு அரண்மனைப் பற்றி ஒருமுறை மட்டுமே குறிப்பிடப்பட்டுள்ளது. ஆனால், அது ஒரு கற்பனை நிலப்பரப்பில் இருக்கிறது.

முந்தையக் காலங்களில், அனைத்துக் குடியிருப்புகளின் மேற்கட்டுமானங்களும் குறைந்தபட்சம் மரவேலைப்பாடாக அல்லது செங்கல் கட்டுமானமாகத்தான் இருந்தது என்று கருதலாம். இந்த இரண்டுவிதக் கட்டுமானங்களிலும் உட்புறமும் வெளிப் புறமும் பெரும்பாலும், சிறப்பான சுண்ணாம்பு பூச்சு வேலைகளால் மூடப்பட்டிருந்தன; அத்துடன், வண்ணம் தீட்டப்பட்டு, ஓவியங்களாலும், அல்லது வேறு வடிவங்களாலும் பிரமாதமாக அழகுபடுத்தப்பட்டிருந்தன். சுண்ணாம்பைப் பயன்படுத்தி இந்த மென்மையான அடிப்படைப் பூச்சு எப்படிச் சுவரில் பூசப்படுகிறது; அதில் சுவர்க் கோல ஓவியங்கள் எப்படி வரையப்பட்டன என்பன குறித்து விரிவான வழிமுறைகள் வினயப் பிடகத்தில் கொடுக்கப் பட்டுள்ளன. அத்துடன் பல காலமாகப் பாதுகாக்கப்பட்டுப் பின்பற்றப்படும் நான்கு பொது வடிவங்களின் பெயர்களும் கிடைத்துள்ளன: அவை, சரம் (மாலை) போல் வரைதல், படரும் கொடிகள் போல் வரைதல், ஐந்து-ரிப்பன்கள் தொங்குவதுபோல் வரைதல், நாகம் அல்லது டிராகனின்-பல வடிவங்களில் வரைதல்.

உருவங்களுக்கு முக்கியத்துவம் அளிக்கப்படும் வேலைப்பாடு பெரும்பாலும் சித்திரங்களின் காட்சிக்கூடமாக (சித்திரக் குடில்) அழைக்கப்பட்டது. அஜந்தா ஓவியங்களில் காணப்படும் முழுமையான நிலையை பிற்காலத்தில்தான் பெற்றிருப்பார்கள்

என்று கருத முடியாது; சித்திரங்களை அழகுற வரைதல் என்பதில் தொடக்கத்திலிருந்தே பெருமளவுக்கு முன்னேற்றம் இருந்தது என்பதை விளக்கக் குறிப்புகள் காட்டுகின்றன.

வாயிற்கதவுகளுடன் கூடிய பெரிய அகலமான நடைபாதை ஒன்றின் முடிவில் முக்கியமான பெரும் மாளிகைகளின் நுழைவாயில் அமைக்கப்பட்டிருந்தன. அந்த நுழைவாயிலுக்கு இருபுறமும் நடைபாதைகள்; வலதுபுறத்தில் இருப்பது கருவூலத்துக்கும், இடதுபுறம் இருப்பது தானியக் களஞ்சியத்துக்கும் செல்கின்றன. நுழைவாயிலைக் கடந்து சென்றதும் ஓர் உள் முற்றமும், அதைச் சுற்றி (தரைத் தளம்) அறைகளும் இருந்தன. இந்த அறைகளுக்கு மேலிருக்கும் பகுதி தட்டையான மேற்கூரை. இது உப்பரி-பசாதா-தளா என்று அழைக்கப்பட்டது. அந்தத் தளத்தில் வீட்டின் உரிமையாளர் வழக்கமாக ஒரு விதானத்தின் கீழ் அமர்ந்திருப்பார்; அது ஒரு வரவேற்பறையாகவும், அலுவலக மாகவும், சாப்பாட்டுக் கூடமாகவும், அவர்களின் நோக்கத்துக்கு இசைந்தாற்போல் பயன்பட்டது.

அரசு காரியங்கள் அனைத்தையும் நிறைவேற்றவும், அவனது பரிவாரத்தைச் சேர்ந்த ஏராளமான மனிதர்கள் தங்க வசதியாகவும், விரிவான அந்தப்புரத்தைக் கொண்டதாக, அரசனின் அரண்மனை பெரிதாக இருந்தது. அரசு, அதனுடைய நிர்வாகக் காரியங்களை மேற்கொள்வதற்கான அலுவலகங்கள் அரண்மனைக்கு வெளியில் எதுவும் இல்லை என்று அறிகிறோம். இது தவிர்த்து, துணைக் கட்டடங்களும் அமைந்திருந்தன; அவற்றில் நமக்கு விநோதமாகத் தோன்றும் மூன்று அமைப்புகள் இயங்கின; அவை பெருமளவு வரலாற்று ஆர்வத்தைத் தூண்டுகின்றன.

ஏழு மாடிகளுடன் உயரமான மாளிகை ஒன்று, 'சட்ட பூமகா பிரசாதா' என்ற பெயரில் அடிக்கடிக் குறிப்பிடப்படுகிறது. இவற்றில் எதையும் இந்தியாவில் இப்போது பார்க்க முடியவில்லை. ஆனால், இலங்கை புலஸ்திபுராவில் பிற்காலத்தில் கட்டப்பட்ட இது போன்ற மாளிகை ஒன்று இன்றளவும் இருக்கிறது. அத்துடன் கி.மு. இரண்டாம் நூற்றாண்டில் கட்டப்பட்ட ஆயிரம் தூண்கள் கொண்ட மற்றொரு கட்டடம் அதேத் தீவில் அனுராதபுரம் என்ற இடத்தில் இருக்கிறது. இது சுவாரஸ்யமான மற்றொரு நினைவுச்சின்னம். ஆர்வத்தைத் தூண்டும் இந்தக் கட்டடங்கள் அனைத்திற்கும் சால்டியாவின் (நியோ-பாபிலோனிய அரசின் நகரம்) கட்டடங்களின் ஒன்றான ஏழு மாடி 'ஸிகராட்'களுடன் நிச்சயமாக ஏதோ தொடர்பு இருந்திருக்க வேண்டும்.

அரண்மனையில் நடனமாடும் காட்சி, பார்ஹூத் ஸ்தூபி

கஜ ஜாதகம் புடைப்புச் சிற்பம், பார்ஹூத் ஸ்தூபி

கங்கை நதிச் சமவெளி நாகரிகத்துக்கும் மெசபடோமிய நாகரிகத்துக்கும் இடையிலான தொடர்புகளை வேறு வழிகளில் நாம் அறிந்துள்ளோம்; ஆகவே, இந்த விஷயத்திலும், இந்தியர்களும் இது போன்ற சிந்தனைகளைப் பிறரிடமிருந்து பெற்றிருக்கலாம் என்றே தோன்றுகிறது. ஆனால், இந்தியாவில் இதுபோன்ற ஏழு மாடிகள் கொண்ட அரண்மனைகள் முற்றிலும் தனிமனிதப் பயன்பாட்டுக்குத்தான் இருந்தன. நட்சத்திரங்களின் வழிபாட்டுடன் அவற்றுக்கு எந்தத் தொடர்பும் இல்லை.

ஓர் அரசனுடைய அரண்மனையின் இயல்பான பகுதியாக பொது சூதாட்டக் கூடம் அமைக்கப்பட்டிருந்தது என்று பல இடங்களில் குறிப்பிடப்படுகிறது. அந்தக் கூடம் தனியாகவோ பெரிய வரவேற்பு மண்டபத்தின் பகுதியாகவோ அமைந்திருக்கலாம். இது போன்ற ஓர் இடத்தை அமைப்பது அரசனின் கடமை என்று ஆபஸ்தம்பச் சூத்திரம் (2.25) குறிப்பாகச் சுட்டுகிறது; பிற்காலத்தில் எழுதப்பட்ட வழிகாட்டும் புத்தகங்கள், சூதாட்டத்தில் வென்றவர், அதில் ஒரு பங்கை அரசுக் கருவூலத்துக்குச் செலுத்தும் வழக்கம் இருந்ததாகக் கூறுகின்றன. முப்பத்தாறு சதுரங்கள் கொண்ட பலகையில் பகடை வீசி சூதாட்டம் நடைபெற்றது.

விளையாட்டு குறித்த விளக்கங்கள் ஜாதகக் கதைகளில் மிகவும் தெளிவாக இல்லை. ஆர்வமூட்டக்கூடிய தொன்மையான புடைப்பு சிற்பம் ஒன்று திறந்தவெளி சூதாட்ட அரங்கு ஒன்றைக் காட்சிப் படுத்துகிறது. அதில் பிளவுபட்டதுபோல் அமைந்திருக்கும் பாறைமேல் சூதாட்டக்காரர்கள் குழுக்களாக அமர்ந்து விளையாடு கிறார்கள். காட்சியின் மையப்புள்ளி பாறையில் காணப்படும் பிளவுதான் என்பது வெளிப்படை. இது தற்செயலானது அல்ல; முற்றிலும் சிந்தித்து, திட்டமிட்டு அந்தச் சிற்பி வடித்தது. இதுபோன்ற காட்சி வேறு எங்கும் கண்டுபிடிக்கப்படவில்லை; ஆகவே, காட்சி என்ன சொல்கிறது என்பதை யூகித்துக் கொள்ள வேண்டியதுதான்.

கட்டட அமைப்பின் ஒரு பகுதியாக, வரலாற்றுப்போக்கில் சுவாரஸ்யம் தரக்கூடியதாக வெப்பக்காற்று குளியல் இருக்கிறது; வினய பிடகம், (3.105-110, 297) இது குறித்து முழுமையாக விவரித்துள்ளது. செங்கல் அல்லது கருங்கல் கொண்டு அமைக்கப் பட்ட உயரமான அடித்தளம் ஒன்றின்மீது இந்த அமைப்புக் கட்டப்பட்டிருந்தது. அந்தக் குளியல் அறைப் பகுதியை அடைய படிக்கட்டுகள் உள்ளன. அந்த ஆளோடியைச் சுற்றி தடுப்புகள் மரச்சட்டங்களால் அமைந்திருந்தன. மேற்கூரையும், சுவர்களும்

மரத்தால் செய்யப்பட்டவை. அவற்றை முதலில் தோல் கொண்டு மூடுகிறார்கள்; அதன் பின், மேல் பூச்சு. சுவரின் கீழ் பகுதி மட்டும் செங்கற்களால் கட்டப்பட்டிருந்தன.

முன் அறையும், வெப்பக்காற்று அறையும், அதன்பின் குளிப்பதற்குச் சிறிய குளமும் இருந்தன. மத்தியிலிருந்த வெப்ப அறையின் நடுவில் நெருப்பு மூட்டப்படும் இடமும் அதைச் சுற்றி இருக்கைகளும் போடப்பட்டிருக்கும்; உடலிலிருந்து வியர்வை வெளியேறுவதைத் தூண்டுவதற்கு அவர்கள் மீது சுடுநீர் ஊற்றப்பட்டது. அவர்களது முகங்கள்மீது சுத்தம் செய்யப்பட்டு நறுமணம் சேர்க்கப்பட்ட சுண்ணாம்பு பூசப்படுகிறது. வெப்பக்குளியலுக்குப் பிறகு தலைக்கு 'ஷாம்பு' தேய்ப்பதும், குளத்தில் மூழ்கிக் குளிப்பதும் உண்டு. தற்போது 'துருக்கிக் குளியல்' என்று அழைக்கப்படும் ஒரு வகையான இந்தக் குளியல் வழக்கம் கங்கைச் சமவெளிப் பகுதியில் ஆரம்ப காலகட்டத்திலேயே நடைமுறையில் இருந்தது என்று அறிவது ஆர்வமூட்டுகிறது. ஒருவேளை துருக்கியர்கள் இந்த வழக்கத்தை இந்தியாவிலிருந்து பெற்றிருப்பார்களோ?

நமக்குக் கிடைத்திருக்கும் பழமையான மற்றொரு ஆவணம், திக நிகயா. அதில் மற்றொரு வகைக் குளியல் விவரிக்கப்படுகிறது; திறந்த வெளிக் குளியல் அமைப்பு! அதில் இறங்குவதற்குக் கீழ் நோக்கிப் படிகள் செல்கின்றன. முழுவதும் கல்லால் அமைக்கப்பட்ட, குளம் போன்ற அந்த அமைப்பின் சுற்றுச்சுவர்கள் பூக்கள் மற்றும் சிற்ப வேலைப்பாடுகளால் அழகுபடுத்தப் பட்டுள்ளன. இந்தக் குளியல் அமைப்புகள் சில செல்வந்தர்கள் தமது பயன்பாட்டுக்காக அவர்களது தோட்டங்களில் நிறுவிய அழகான விஷயமாக இருந்திருக்கலாம்.

மிகப் பழங்காலத்தைச் சேர்ந்த இத்தகைய குளங்களை இப்போதும் இலங்கை-அநுராதபுரத்தில் பார்க்க முடியும். அவை கட்டப்பட்டு இரண்டாயிரம் ஆண்டுகளுக்கும் மேல் ஆகியிருக்கும்; எனினும், மிக நல்ல முறையில் அவை பாதுகாக்கப்படுகின்றன.

புத்தகத்தில் இரண்டு குளியல் குளங்கள் விவரிக்கப்படுகின்றன. முதலாவதில் குளத்துக்குள், அடித்தளம் போன்ற அமைப்பை பார்க்க முடிகிறது; நிச்சயமாக அது, ஆடை அணிந்து கொள்வதற்காக மரத்தூண்கள் மீது அமைக்கப்பட்ட மண்டபம் போன்ற அறையின் அடித்தளமாக இருக்கக்கூடும். அந்த இடம் குளிர்ச்சியாக வைக்கப்பட்டிருந்தது. அதற்கு உதவ, அந்த மேடையின் ஒரு பக்கம்,

நீரை நிரப்பி வைப்பதற்கு சிறிய குளம் ஒன்று தனியாகக் கட்டப்பட்டிருந்தது.

மற்றொன்றில், குளிப்பதற்குக் கீழே செல்லும் படிகளின் மேல், அங்கு செல்வோர் வெயிலில் இருந்து தம்மைப் பாதுகாத்துக் கொள்ள விதானம் அல்லது பந்தல் போன்ற அமைப்பைத் தாங்குவதற்கு வளைவான அமைப்புகள் (தண்டியம்-முட்டுவளை போன்றவை) இருப்பதை இப்போதும் பார்க்க முடிகிறது.

இந்தத் தொன்மையான கட்டடங்கள் குறித்து மேலுமொரு விவரம், குறிப்பாக, பழங்காலத்து அரண்மனையின் பகுதிகளை விவரிக்கும் புத்தகோசர், இதைக் கவனமுடன் பதிவு செய்துள்ளார். செய்தி ஆர்வத்தைத் தூண்டுவதாக இருக்கிறது. பொதுவாக கட்டடத்தின் வெளிப்புறத்தை கொடி, பூ போன்ற அழகான வேலைப்பாடுகள் அலங்கரிக்கின்றன. அலங்கார வடிவங்கள் வேறுபடுகின்றன; அதுபோலவே, பயன்படுத்தப்பட்டிருக்கும் மூலப்பொருட்களும் வேறுபடுகின்றன. பொதுவாக, மர வேலைப்பாடு அல்லது பூச்சு வேலைப்பாடாகத்தான் இருக்கிறது. ஏதாவது ஓரிடத்தில்தான், பாராஹுத் நினைவுச் சின்ன வளாகத்தில் இருப்பதாகக் கூறப்படுவதுபோல் கருங்கல் வேலைப்பாடாக உள்ளது.

ஆனால், அளவில் பெரிய, மாளிகை போன்ற வீடுகள் எண்ணிக்கையில் குறைவு. தாறுமாறாக அமைந்த, குறுகலான துர்நாற்றம் வீசும் தெருக்கள் இருந்திருக்கலாம்; மூங்கில் பிளாச்சுகள் கொண்டு அமைக்கப்பட்டு, களிமண்ணால் மெழுகப்பட்ட கூரைவேய்ந்த குடிசைகளான ஏழைகளின் அற்ப வசிப்பிடங்கள் அங்கே இருந்தன. நீண்ட வரிசையில் கடைகள் அமைந்த கடைத்தெருக்களை நம்மால் கற்பனை செய்ய முடிகிறது. கடைகள் தெருப்பக்கம் மட்டுமே திறக்கமுடிகிற வாயிலுடன் இருந்தன. உண்மையில் அவற்றுக்கு ஜன்னல் இல்லை; அல்லது இருக்க வேண்டிய பகுதியில் உயரம் குறைவான மிகச் சிறிய சுவர் இருந்திருக்கும். கடைத்தெருவில், ஒரு தெருவில் பெரும்பாலும் ஒரே மாதிரியான பொருட்கள் விற்பனை செய்யும் கடைகளே அமைந்திருந்தன.

மக்கள் கூட்டமாக வசிக்கும், சத்தம் நிறைந்ததாக நகரம் இருந்தது. மிகப் பழமையான பதிவுகள் இந்தத் தகவலைப் பெருமையாகக் கூறுகின்றன. மேலும், இரண்டு தெருக்கள் சந்திக்கும் நாற்சந்தியில் அமைந்திருக்கும் வீட்டுக்கு மதிப்பும் விலையும் அதிகம் என்பதை அறியும்போது வியப்பு ஏற்படவில்லை. ஆனால் புறநகர்ப்

பகுதிகளையும் உள்ளடக்கிய சில பெரிய நகரங்களின் பரப்பளவு மிகவும் பெரியது என்று கூறப்படுகிறது. அந்த நாட்களில் காணப்பட்ட கூட்டமும் எழுந்த சத்தமும், குறைந்தபட்சம் கோட்டைகளுக்கு வெளிப்பகுதியில்,வ் இப்போதைக் காட்டிலும் குறைவாகவே இருந்திருக்கும்.

தற்போது கிடைத்திருக்கும் ஆவணங்களின்படி சில சுகாதார ஏற்பாடுகள் செய்யப்பட்டிருந்தன என்று தெரிகிறது. வடிகால்கள் பற்றி தொடர்ந்து குறிப்பிடப்படுகிறது; ஆனால், அவை நீர் போக்குவரத்துக்கு மட்டுமே; சிறிய அளவிலான அமைப்புகள் குளியலறை அல்லது தொட்டிகளிலிருந்து நீரை எடுத்துச்செல்லவும், பெரியவை கோட்டைக்குள்ளிருந்து மழை நீரை வெளியேற்றவும் பயன்பட்டிருக்கின்றன. பின்னால் குறிப்பிடப்படும் இந்தத் துவாரங்களின் வழியாகத்தான் நாய்களும் குள்ளநரிகளும் கோட்டைக்குள் நுழைந்தன; சில நேரங்களில் மனிதர்களும் கோட்டை வாயில்கள் மூடப்பட்ட பின், இரவு நேரங்களில் தப்பித்துச் செல்லும் வழியாக அவற்றைப் பயன்படுத்தினர். ஆகவே, இவை ரோமானியர்களின் ‘க்ளோகா’ (cloaca) என்ற அமைப்பை ஒத்திருந்தன என்று கூற வாய்ப்பில்லை.

அதிக எண்ணிக்கையில் ஒன்றாக வசிப்பதால் எழக்கூடிய சுகாதாரம் சார்ந்த பல்வேறு சிக்கல்களைத் தவிர்க்க தற்போது மறைவாக வசதிகள் செய்யப்பட்டிருப்பதுபோல், பௌத்த அமைப்பைச் சேர்ந்த உறுப்பினர்களுக்கு அரண்மனைகளிலும் பெரிய மாளிகை களிலும், அப்போதும் குறைந்தபட்ச வசதிகள்ள் பயன்பாட்டிற்கு இருந்திருக்கலாம்.

இறந்தவர்களுக்கு சடங்குகள் எப்படிச் செய்யப்பட்டன என்ற விவரங்களும் கிடைத்துள்ளன; அதில் சில அம்சங்கள் மிகவும் ஆர்வமூட்டுகின்றன. பிறப்பு அல்லது செல்வம் அல்லது அதிகாரப்பூர்வப் பதவி அல்லது பொது மக்களுக்கு ஆசிரியராக இருந்தவர் என்று இவைபோன்று ஏதேனும் ஒரு வகையில் உயர்ந்த நிலையில் இருந்து இறந்தவர்கள் தகனம் செய்யப்பட்டனர்; அவர்களது அஸ்தி புதைக்கப்பட்டு அதன் மீது நினைவு மண்டபம் அமைக்கப்பட்டது (பாலி மொழியில் இது தூபம். பௌத்த சம்ஸ்கிருதத்தில் ஸ்தூபம்).

ஆனால், சாதாரண மக்களின் சடலங்கள் தனித்த முறையில் அப்புறப்படுத்தப்பட்டு பொது இடம் ஒன்றில் வைக்கப்பட்டன. அந்த இடம் சிவாதிகா அல்லது அமகா-சுஸ்னா என்று

அழைக்கப்பட்டது. (இவை இரண்டுக்கும், நல்லதொரு மாற்றுச் சொல்லாக கல்லறை என்ற பொருளில் ஆங்கிலத்தில் இது மொழிபெயர்க்கப்படுகிறது). அந்த இடத்தில் உடல்களோ அல்லது சிதையின் எச்சங்களோ புதைக்கப்படுவதில்லை. பறவைகள் அல்லது மிருகங்கள் அவற்றைத் தின்று அழிக்கின்றன; அல்லது இயற்கையாக சிதைந்துபோக விடப்படுகின்றன.

கழுவேற்றும் முறையில் மரணதண்டனை நிறைவேற்றும் பொது இடமாகவும் இந்த இடம் பயன்படுத்தப்பட்டது. அந்த இடம் பொதுமக்கள் அனைவரும் அணுகக்கூடியதாக இருந்தது. ஆனால், உடனடியாகப் புரிந்துகொள்ள முடிவதுபோல் அந்த இடம், ஆவிகள் உலவும் இடமாகக் கருதப்பட்டது. மிகக் கடுமையான விரதம் பூண்ட எளிய துறவிகள் மட்டுமே அங்கு அடிக்கடி போய்வந்தனர்.

சில நேரங்களில் இந்தக் கல்லறைகளில் 'தாகபா'க்கள் அல்லது நினைவு மண்டபங்கள் அமைக்கப்பட்டன. ஆனால், இவை பெரும்பாலும் புறநகர்ப் பகுதிகளில், தனிப்பட்டவர்களின் தோட்டங்களில் அமைந்தன; அல்லது சிறப்பு மரியாதை செய்யப்பட வேண்டியவர்களுக்கு, நாற்சந்திகளில் அவை அமைக்கப் பட்டுள்ளன. குறிப்பாக இவற்றைப் பௌத்த நினைவுச் சின்னங்களாக எண்ணுவதற்கு பழகிவிட்டோம். இவை பௌத்தத்துக்கு முந்தியவை.

உண்மையில் உலகளவில் நிலவிய வழக்கத்திலிருந்து சற்றே மாறுபட்டிருந்தன. புதைத்த இடத்தை அடையாளப்படுத்த, மண் மேடோ, கற்குவை அமைப்பதோ உலகளாவிய வழக்கமாக இருந்திருக்கவில்லை. ஆனால், நிச்சயமாக பண்டைய காலங்களில் அவ்வப்போது நடந்த வழக்கமாக இருந்துள்ளது. அவற்றின் வடிவத்திலும், அளவிலும் நாம் பார்க்க முடிகிற வேறுபாடுகள் குறிப்பிட்ட இனத்தை அடையாளம் காட்டும் சான்றாகவும் கருதப்படுகின்றன.

இந்தியாவிலிருந்த ஆரியர்கள் அந்த நேரத்தில் வட்ட வடிவ அமைப்பையே பயன்படுத்தினர். மேலும், இதில் ஆர்வமூட்டும் விஷயம் ஒன்றும் உள்ளது. நாம் விவாதிக்கும் அந்தக் காலகட்டத்தில் இந்தியாவில், சில சமூகத்தினர் அவற்றை மண் மேடுகளாகவோ அல்லது கல்லும் மண்ணும் பயன்படுத்தியோ அமைக்கவில்லை; மாறாக திடமான செங்கல் கட்டுமானங்களாக அமைத்தனர். மிகத் தொன்மையான காலத்தில் இந்த வழக்கம் இருந்துள்ளது. குறிப்பாக, இவை புரோகிதர்களின் மீதான விசுவாசத்தைத் துறந்த

சீடர்கள், முதிர்ந்த சிந்தனையாளர்களாக, சீர்திருத்தவாதிகளாக, தத்துவவாதிகளாக இருந்த தமது ஆசிரியர்களின் நினைவைப் போற்றுவதற்காக அமைத்தனர்.

இந்தச் சிந்தனையாளர்கள் முன்வைத்த கருத்துகளுடன் நாம் உடன்படலாம் அல்லது மாறுபடலாம்; வரலாற்றுக் கண்ணோட்டத்தில் பெரும் ஆர்வமூட்டும் உண்மை ஒன்றை ஒப்புக்கொள்ள வேண்டும்; இதுவரை கண்டுபிடிக்கப்பட்டிருக்கும் நினைவுச் சின்னங்கள் அனைத்தும் பக்தியுடன் மரியாதை செலுத்த வேண்டி கட்டப்பட்டவை; மன்னர்கள், குடித்தலைவர்கள், போர்வீரர்கள், அரசியல்வாதிகள் அல்லது அறச்சிந்தனை கொண்ட செல்வந்தர்களுக்காக அவை கட்டப்படவில்லை. வாழ்க்கையில் மக்கள் எதிர்கொள்ளும் பிரச்சனைகளுக்குப் புதிய தீர்வுகளை முன்வைத்த சிந்தனையாளர்களுக்கே நினைவுச் சின்னங்கள் அமைத்தனர். எனவே, பிராமணியப் பதிவுகள் இந்த நினைவுச் சின்னங்கள் குறித்த விஷயங்களை மிகக் கவனமாகத் தவிர்த்துவிட்டதை அறிந்து நாம் வியப்படையத் தேவையில்லை.

அநேகமாக, முதல் நிலையாக, வழக்கத்தை மீறியதாக கற்களைக் கொண்டு மிகக் கவனமாக கற்குவை ஒன்றை அமைக்கிறார்கள். அதன்பின் அதன் மேற்பரப்பு பளிங்கு போல் இருக்க வேண்டும் என்பதற்காக, வெளிப்புறத்தில் நேர்த்தியான சுண்ணாம்பைப் பயன்படுத்தி பூச்சுவேலை செய்கிறார்கள். இந்தியர்கள் இதில் மிகவும் திறமையானவர்கள். மற்றொரு நிலையில் அக்காலத்தில் பயன்பாட்டிலிருந்த பெரிய அளவிலான செங்கற்களை, கற்குவையைச் சுற்றி வட்டவடிவத்தில் ஒன்றன் மேல் ஒன்றாக அடுக்குகிறார்கள். அதன்பின் அந்த இடத்தைச் சுற்றி மரச் சட்டங்களால் தடுப்புபோல் அமைப்பார்கள்.

மிகப் பழமையான கற்குவை எதுவும் இப்போது நமக்குக் கிடைக்கவில்லை; அல்லது சிதைந்து கிடக்கும் சிலவற்றை மீண்டும் சீர்படுத்தி அதை வரைய முடிகிற அளவுக்குப் போதுமான அளவு ஆய்வும் நடக்கவில்லை. ஆனால், பிந்திய காலகட்டத்தில் நமக்குக் கிடைத்த சிலவற்றிலிருந்து அவற்றைப் பற்றி அதிகம் அறிந்து கொள்ள முடிகிறது. புகழ்பெற்ற பாராஹூட் நினைவுச்சின்ன வளாகத்தின் ஸ்தூபியை சீர்படுத்தி கன்னிங்காம் படம் ஒன்றை வரைந்துள்ளார். ஓரளவுக்கு அது நமக்கு உதவி செய்கிறது.

கருங்கல் தடுப்புகளில் செதுக்கப்பட்டிருக்கும் புடைப்பு சிற்பங்களில் பல ஸ்தூபிகள் காணப்படுகின்றன. எப்படி அவை

அமையலாம் என்ற அந்தக் காலத்துச் சிற்பியின் கற்பனை அவற்றில் வெளிப்படுகிறது. இந்த வேலைப்பாடுகளில் முதலாவதாக இருக்கும் கருங்கல் தடுப்பின் வெற்றுப் பரப்பை, நிரப்புவதற்கு வடிவமைக்கப்பட்ட சிற்ப வேலைகளை பார்க்கலாம்; உயரமான மற்றும் குறுகிய அந்த இடத்தை சிற்பி நிரப்ப வேண்டியுள்ளது; ஆகவே, குவிமாடத்தின் மேல்பகுதி அலங்கார வேலைப்பாட்டிற்கு பொருத்தமற்ற உயரத்தை அளித்திருக்கிறான்.

புத்தர் காலத்திலேயே, இதைப் போன்ற நினைவுச்சின்னங்களின் அளவு ஏற்கனவே கணிசமான பரிமாணங்களை அடைந்திருந்தது. புத்தரின் இறுதிச்சடங்கின் பிறகு சாக்கியர்களுக்குக் கிடைத்த அஸ்தியின் மீது திடமான குவிமாட வடிவிலான நினைவுச் சின்னத்தை அவர்கள் அமைத்தனர்; கூரையிலிருந்து அதன் உயரத்தை நாம் அளந்தால் (லண்டனில்) செயின்ட் பாலுக்கு அமைக்கப்பட்ட குவிமாடத்தின் அதே அளவு உயரம் இருக்கக்கூடும். வாட்டர்லூ பாலத்திலிருந்து அதைப் பார்க்கையில், இடையில் அமைந்திருக்கும் பெரிய வீடுகள் தேவாலயத்தை மறைத்துவிடுகின்றன; எனினும் நம்மால் அந்தக் குவிமாடத்தை, வானத்தின் பின்னணியில் குவிமாடத்தின் அழகிய வெளிக்கோட்டு வடிவத்தை மட்டும் பார்க்க முடியும். இவற்றை ஒருபோதும் பார்த்திராத மனிதர்களுக்கு, குவிமாடங்கள் குறித்தும், அவை எப்படி இருக்கும் என்பது பற்றியும் சிறந்த சித்திரத்தை இது அளிக்கிறது.

கெடுவாய்ப்பாக, மிகத் தொன்மையான காலத்தைச் சேர்ந்த இவற்றில் ஒன்றைச் சீரமைத்து வரையும் முயற்சிகளில் எவரும் ஈடுபடவில்லை. ஆனால், பிந்தைய காலகட்டத்தைச் சேர்ந்த ஒன்றை திரு. டபிள்யூ. சிம்சன் நமக்குத் தந்துள்ளார். இயற்கையான அகண்ட நிலப்பரப்பின் பின்னணியில் ஒரு தாகபாவின் தோற்றம். இது திரு.கேவ் பதிப்பித்திருக்கும் 'சிலோனின் சிதைந்த நகரங்கள்' நூலில் அந்த ஜெதாவன தகாபாவைப் பார்க்கலாம்.

இந்தத் தாகபா மூன்றாம் நூற்றாண்டைச் சேர்ந்தது. ஆனால், அதற்கு முன்புறம் நாம் பார்க்க முடிகிற நீர்ப்பாசனத்துக்கு உதவும் பெரிய குளம், இந்தியாவிலேயே மிகப் பழமையானதாக இருக்கக்கூடும்; ஏனெனில், அது அசோகரின் காலத்துக்கு முன்பே கட்டப்பட்டது.

அத்தியாயம் 6

பொருளாதார நிலைமைகள்

இந்தியாவின் ஆரம்பகால வரலாற்றின் எந்தவொரு காலகட்டம் குறித்த பொருளாதார நிலைமைகளின் சித்திரத்தை மீட்டுருவாக்கம் செய்ய இதுவரை எந்த முயற்சியும் மேற்கொள்ளவில்லை. பேராசிரியர் ஸிம்மர், முனைவர் பிக் மற்றும் பேராசிரியர் ஹாப்கின்ஸ் ஆகியோர் முறையே வேதங்கள், ஜாதகக் கதைகள், இதிகாசங்களின் அடிப்படையில், அவற்றில் கூறப்படும் சில விஷயங்கள் குறித்து ஆய்வு செய்துள்ளனர். ஆனால் பொதுவாகப் பார்த்தால், இந்தியாவைப் பற்றிய புத்தகங்கள் அனைத்தும், சமயம் மற்றும் தத்துவம், இலக்கியம் மற்றும் மொழி சார்ந்த விஷயங்களில் மட்டுமே மிக அதிக அக்கறை கொண்டிருந்தன.

உலகின் மற்ற பகுதிகளைப் போலவே இங்கும் வாழ்க்கையின் அடிப்படைத் தேவைகளுக்கான போராட்டம் மக்களின் நேரத்தை, பெரும்பான்மையான நேரத்தை என்று சொல்ல முடியாதென்றாலும் மிக அதிகமான நேரத்தை எடுத்துக் கொண்டிருக்க வேண்டும் என்பதை நாம் வசதியாக மறந்துவிடுகிறோம். செல்வம் சேர்த்தல், அதைப் பகிர்ந்து கொள்ளுதல் போன்ற வேறு விஷயங்களைக் காட்டிலும் தினசரி உணவுத் தேவை பெரிதாக இருந்திருக்கிறது.

முக்கியமான இந்த விஷயம் குறித்து திருமதி.ரைஸ் டேவிட்ஸ் 1901ஆம் ஆண்டுக்கான 'Economic Journal', மற்றும் 1901ஆம்

ஆண்டுக்கான 'Journal of the Royal Asiatic Society'ல் எழுதிய கட்டுரைகளின் அடிப்படையில் பின்வரும் கருத்துக்கள் குறிப்பிடப்பட்டுகின்றன.

மகத நாட்டு மன்னன், புகழ்பெற்ற (மற்றும் மோசமான) அஜாதசத்ரு, புத்தரை ஒருமுறைதான் பார்க்கச் சென்றான். அவனது மனத்தில் தோன்றிய புதிரான கேள்வியை அவரைச் சோதிப்பதற்காக கௌதமரிடம் கேட்டதாகச் சொல்லப்படுகிறது. அது இதுதான்: 'உங்களைப்போல் துறவு மேற்கொள்வதால், உங்களது அமைப்பு போன்ற ஒன்றில் சேர்வதால் இந்த உலகில் என்ன நன்மை ஏற்படும்? மற்ற மனிதர்கள் (இங்கே அவன் ஒரு பட்டியலைத் தருகிறான்), சாதாரணமாக கைவினைத் தொழில்களில் ஈடுபட்டு அதிலிருந்து ஏதாவது பெறுகிறார்கள்; அதன்மூலம் இந்த உலகில் அவர்கள் நல்லமுறையில் வாழலாம்; அவர்களது குடும்பங்களைச் சௌகரியமாக வைத்துக் கொள்ளலாம். குருவே, இந்த உலகில் இவ்வாறு துறவு மேற்கொண்டு, தனித்து வாழும் வாழ்க்கையால் கிடைக்கக்கூடிய கண்ணுக்குத் தெரிகிற உடனடி பலனை எனக்குக் கூற முடியுமா?'

கொடுக்கப்படும் பட்டியல் குறியீடாகத் தெரிவிப்பது. மன்னனின் பார்வையில் அத்தகையக் கைத் தொழில்களுக்கான சிறந்த எடுத்துக்காட்டுகள் இவை:

1. யானைப் பாகன்கள்
2. குதிரை வீரர்கள்
3. தேர்ச் சாரதிகள்
4. வில் வீரர்கள்
5-13. படையில் பணிபுரியும் ஒன்பது வகை வீரர்கள்
14. அடிமைத் தொழில்
15. சமையல்காரர்கள்
16. முடிதிருத்துவோர்
17. குளியலறை உதவியாளர்கள்
18. இனிப்பு/மிட்டாய் தயாரிப்பவர்கள்
19. மாலை கட்டுபவர்கள்
20. துணி வெளுப்பவர்கள்
21. நெசவாளர்கள்

22. கூடை முடைவோர்

23. பானை வனைவோர்

24. எழுத்தர்கள்

25. கணக்காளர்கள்

ஒரு முகாம் சார்ந்தோ அல்லது அரண்மனைக்காகவோ இவர்கள் பணியில் அமர்த்தப்படுகிறார்கள். அரசனும், அரசனைப் போன்றவர்களும் அரசனுக்கு அமைச்சராகப் பணி செய்பவரை முக்கியமாகக் கருதுகிறார்கள்; அவர்களைச் சார்ந்து இருக்கிறார்கள். அரசன் அஜாதசத்ருவுக்கு அளிக்கப்பட்ட பதிலில், விவசாயி குறித்தும், வரி செலுத்துபவர் பற்றியும் மிகவும் பணிவுடன் அவருக்கு நினைவூட்டப்பட்டது. இருதரப்பினரும் ஒருவரையொருவர் சார்ந்திருக்கிறார்கள். மன்னரின் பட்டியல் முடிவான ஒன்று இல்லை என்பது மற்ற பத்திகளிலிருந்து நமக்குத் தெளிவாகத் தெரிகிறது.

அதே காலகட்டத்தைச் சேர்ந்த வேறு ஆவணங்களில், தொழிலாளர்களின் குழுக்கள்/ கூட்டமைப்புகள் பற்றிக் குறிப்பிடப்பட்டுள்ளது; பின்னாளில், இந்த அமைப்புகளின் எண்ணிக்கை பதினெட்டு என்று அடிக்கடிக் கூறப்படுகிறது. அவற்றில் நான்கின் பெயர் கொடுக்கப்பட்டுள்ளது. ஆனால், கெடுவாய்ப்பாக அந்தப் பதினெட்டின் பெயர்ப் பட்டியலை இன்னமும் கண்டுபிடிக்கவில்லை. அடுத்து இங்கே குறிப்பிடப் படுவன அநேகமாக அவற்றில் இருக்கக்கூடும்:

1. மர வேலை செய்பவர்கள். இவர்கள் தச்சர்கள் மற்றும் அலமாரி போன்றவை செய்பவர்கள். அத்துடன் வண்டிச் சக்கரங்கள் செய்தல்-பழுதுபார்த்தல், வீடுகள் கட்டுதல், கப்பல்கள் மற்றும் அனைத்து வகை வாகனங்களையும் செய்தனர்.

2. உலோகத் தொழில் செய்பவர்கள். இவர்கள் கலப்பையின் கொழு, கோடரி, மண்வெட்டி, ரம்பம், கத்திகள் போன்ற அனைத்து இரும்புக் கருவிகளையும் உருவாக்கினர். அத்துடன் மிகச் சிறந்த, ஊசிகளை, அதிகம் இலேசாக, மிகுந்த கூர்மை கொண்டதாகச் செய்தனர். நுட்பமாகவும் அழகுடனும் தங்கத்திலும் (பெரும்பாலும் இது குறைவு) வெள்ளியிலும் நகைகள் செய்தனர்.

3. கல் தச்சர்கள். இவர்கள், வீட்டுக்குள் செல்வதற்கு அல்லது நீர்த்தேக்கத்துக்குள் கீழிறங்கிச் செல்லும் படிக்கட்டுகளை

அமைத்தனர். நீர்த்தேக்கங்களையும் உருவாக்கினர். மரத்தாலான வீடுகளின் மேல் பகுதிக்கு அடித்தளம் அமைத்துத் தந்தனர். வேலைப்பாடுகள் நிறைந்த தூண்கள் மற்றும் புடைப்பு சிற்பங்கள், படிகக் கிண்ணம் அல்லது கருங்கல் பெட்டகம் போன்ற நுட்பமான, சிறந்த வேலைகளைச் செய்தனர். இறுதியாகக் குறிப்பிடப்படும் இரண்டுக்கும் அழகிய எடுத்துக்காட்டுகளை சாக்கிய நினைவுச் சின்ன வளாகத்தில் காணலாம்.

4. நெசவாளர்கள். மக்கள் அணிந்த ஆடைகளுக்கான துணிகளை மட்டும் இவர்கள் தயாரிக்கவில்லை; ஏற்றுமதி செய்வதற்கு சிறந்த மஸ்லின் துணிகளையும் தயாரித்தனர். விலையுயர்ந்த, நேர்த்தியான பட்டாடைகளுக்கான துணிகளை நெய்தனர்; மென் முடி கொண்டு விரிப்புகள், போர்வைகள், ஜமக்காளங்களையும் செய்தனர்.

5. தோல் தொழிலாளர்கள். பெரும்பாலும் குளிர்ப் பருவங்களில் மக்கள் தமது பாதங்களை மூடிக்கொள்வதற்கான 'கவசம்' போன்ற செருப்புகளை உருவாக்கினர்; புத்தகங்கள் குறிப்பிடுவதுபோல், இதே வகைப் பொருட்களை சித்திர வேலைகளுடன், விலையுயர்ந்ததாகவும் செய்தனர்.

6. குயவர்கள். வீட்டு உபயோகத்துக்கான அனைத்து வகைப் பாத்திரங்களையும் கிண்ணங்களையும் செய்தனர். பெரும் பாலும் அவற்றைத் தலையில் சுமந்து சென்று தெருவில் விற்றனர்.

7. தந்த வேலைக்காரர்கள்: சாதாரணப் பயன்பாட்டுக்கென தந்தத்தில் பல சிறிய பொருட்களை உருவாக்கினர். இந்தியா இன்றளவும் புகழ் பெற்றிருக்கும் அழகிய வேலைப்பாடுகள் நிறைந்த, விலையுயர்ந்த சிற்பங்களையும் அணிகலன்களையும் செய்தனர்.

8. சாயக்காரர்கள், நெசவாளர்கள் நெய்த ஆடைகளுக்கு சாயம் தோய்த்து வண்ணம் கூட்டினர்.

9. நகைக்கடைக்காரர்கள். இவர்களது கைவேலைப்பாடுகளில் சில கிடைத்திருக்கின்றன. புடைப்பு சிற்பங்களில் அவற்றை நாம் காணமுடிகிறது. அதன் வழியாக, அவர்கள் உருவாக்கிய ஆபரணங்களின் வடிவத்தையும் அளவையும் நன்கு அறிந்து கொண்டுள்ளோம்.

10. மீனவர்கள். இவர்கள் ஆறுகளில் மட்டுமே மீன் பிடித்தனர். எனக்குத் தெரிந்தவரை கடலில் மீன் பிடிப்பது குறித்து எதுவும் குறிப்பிடப்படவில்லை.

11. இறைச்சிக் கடைக்காரர்கள்: இவர்களது கடைகள் பற்றியும் இறைச்சிக் கூடங்கள் பற்றியும் எண்ணற்ற முறை குறிப்பிடப் பட்டுள்ளன.

12. வேட்டைக்காரர்கள் மற்றும் பொறிவைத்துப் பிடிப்பவர்கள்: காடுகளில் இருந்து விலங்குகளையும் காய்கறிப் பொருட் களையும், மான் இறைச்சியையும் நகருக்குள் வண்டிகளில் விற்பனைக்குக் கொண்டு வருபவர்கள்; இவர்கள் பொழுது போக்கிற்கு வளர்க்கும் பறவைகளையும் விலங்குகளையும் விற்றனர் என்று பல்வேறு இடங்களில் குறிப்பிடப்பட்டுள்ளது. அவர்கள் ஓர் அமைப்பாக உருவாகியிருந்தனரா என்பது சந்தேகமே. ஆனால் அவர்களது தொழில் நிச்சயமாக மிக முக்கியமானதாகக் கருதப்பட்டது. காடுகளின் பெரும் பகுதிகள் அனைவருக்கும் பொதுவானவை. பெரும்பாலான குடியிருப்புகள் வனப்பகுதியிலிருந்து தள்ளியே அமைக்கப் பட்டிருந்தன.

இறைச்சிப் பயன்பாட்டுக்கு கால்நடைகளை வளர்க்கும் வழக்கம் அப்போது இல்லை; தந்தம், உரோமம், நரம்புகள், படர்க்கொடிகள் மற்றும் வனங்களில் கிடைக்கும் ஏனைய பொருட்கள் அனைத்துக்கும் தேவை அதிகமிருந்தது; அத்துடன் அத்தொழில் செய்வோரின் இணக்கமான செயல்பாடு, அந்த வேட்டைக்காரர்களை மக்கள் ஊக்குவிக்கும் நிலையை ஏற்படுத்தின. விலங்குகளைத் துரத்தி வேட்டையாடுதல் என்ற மிகவும் தொன்மையான வழக்கம் வனவாசிகளிடம் மட்டுமே இருந்தது என்று கருதக் காரணம் ஏதுமில்லை.

அரசர்களும் பிரபுக்களும், குருதியால் அவர்கள் ஆரியராக இருந்தாலும் இல்லாவிட்டாலும், உணவுத் தேவை என்ற பொருளாதார இலக்கிற்கு அப்பால், வேட்டையாடும் பொழுதுபோக்கில் மகிழ்ச்சி அடைந்தனர் என்றே தெரிகிறது. நற்குடிப் பிறப்பாளர்கள் இதை ஒரு வியாபாரமாகச் செய்தனர்; பிராமணர்கள் இதைச் செய்தபோது லாபத்துக்காகச் செய்கிறார்கள் என்று சுட்டிக்காட்டப்பட்டனர்.

13. சமையல்காரர்களும் தின்பண்டங்கள் செய்வோரும் அதிக எண்ணிக்கையில் இருந்த வகுப்பினர்; அநேகமாக ஓர்

அமைப்பாக அவர்கள் உருவாகி இருந்திருக்கலாம்; ஆனால், அதைப் பற்றிக் குறிப்பிடும் பகுதிகள் ஏதும் இல்லை.

14. முடிதிருத்துவோரும் எண்ணெய், சீயக்காய், நறுமண முதலானவை கொண்டு கேசத்தை சீர் செய்வோரும் தங்களுக்கு என்று அமைப்பை வைத்திருந்தனர். வாசனைத் திரவியங்கள் தயாரிப்பதிலும் விற்பதிலும் ஈடுபட்டிருந்தனர். செல்வந்தர்கள் அணியும் பலவகையான தலைப்பாகைகளை உருவாக்கு வதிலும் அவர்கள் தனித்திறமை பெற்றிருந்தனர்.

15. மாலை கட்டுபவர்கள், பூக்கள் விற்பனை செய்பவர்கள்.

16. பெரும் நதிகளில் இங்குமங்குமாக நடந்த நதிப்போக்குவரத்தில் பெரும்பகுதியை படகோட்டிகள் ஆக்கிரமித்திருந்தனர். சில நேரங்களில் அவர்கள் கடலுக்கும் சென்றனர். நமக்குக் கிடைத்திருக்கும் தொடக்கக்கால ஆவணங்கள் சிலவற்றில், பார்த்திராத நிலங்களுக்கு நடந்த கடல் பயணங்கள் குறித்தும் பதிவுகள் இருக்கின்றன. இந்தப் பயணங்கள் அடிக்கடி நடந்ததாக ஜாதகக் கதைகள் போன்றவை குறிப்பிடுகின்றன. ஆறு மாதங்கள் வரை நீடித்த கப்பல் பயணங்கள் (நாவாய் அல்லது ஒருவேளை படகுகள் மூலம்) குறித்தும் பழைய ஆவணங்கள் பேசுகின்றன. பிற்காலத்து புத்தகங்கள், ஏறத்தாழ கி.மு. மூன்றாம் நூற்றாண்டில் நடந்த கங்கை நதிப் போக்குவரத்து குறித்துப் பேசுகின்றன. பனாரஸிலிருந்து தொடங்கும் பயணம் அதன் முகத்துவாரத்தை அடைந்து கடலைக் கடந்து எதிர்க்கரையில் இருக்கும் பர்மாவின் நிலப்பரப்பை அடைகிறது. அதுபோலவே பாருகாச்சாவி லிருந்து (தற்போதைய பரோச்) புறப்படும் பயணம் குமரி முனையைச் சுற்றி இந்தியப் பெருங்கடலைக் கடந்து அதே இடத்தை அடைகிறது. இந்தக் காலகட்டம் முழுவதும் மாலுமிகளின் தொழில் தொடர்ச்சியாக நடந்திருக்கவில்லை; எனினும், முக்கியமற்ற ஒன்றாகவும் இருக்கவில்லை என்றும் தெரிகிறது.

17. நாணல்/ கோரை வேலை செய்பவர்கள் மற்றும் கூடை முடைபவர்கள்.

18. வண்ணம் தீட்டுவோர். இவர்கள் பெரும்பாலும் வீடுகளுக்கு வண்ணம் தீட்டுபவர்கள். வீடுகளில் சுவர்கள் பெரும்பாலும் நேர்த்தியான சுண்ணாம்பு பூச்சால் மூடப்படுகின்றன. அதன் மேல் வண்ண ஓவியங்கள் வரையப்பட்டு, அலங்கரிக்கப்

பட்டன. சுவர்க்கோல ஓவியங்களையும் இவர்கள் வரைந்தனர். இந்தப் பத்திகள், பொழுதுபோக்குக்கான கேளிக்கை விடுதிகள் பற்றியும் கூறுகின்றன. மகத மற்றும் கோசல மன்னர்களுக்குச் சொந்தமான இவற்றின் சுவர்களில் வண்ணத்தினால் உருவங்களும் வடிவங்களும் வரையப்பட்டு, அலங்கரிக்கப் பட்டன. அனைவரும் நன்கு அறிந்த சுவரோவியங்களான கி.பி.ஏழாம் மற்றும் எட்டாம் நூற்றாண்டுகளைச் சேர்ந்த அஜந்தா குகை ஓவியங்களும், ஐந்தாம் நூற்றாண்டைச் சேர்ந்த சிலோனின் சிகிரி பாறை ஓவியங்களும் பண்புகளில் மேற்குறிப்பிட்ட ஓவியங்களைப் போலவே இருக்கின்றன. ஆனால், அவை நிச்சயமாக முந்தைய காலகட்டப் பாணியைப் பிரதிபலித்தன.

இந்தப் பட்டியலில் இருப்பவர்களில் இரண்டு அல்லது மூன்று தொழில் செய்பவர்கள் தம்மை அமைப்பாக/ குழுவாக ஒருங்கிணைத்துக் கொண்டார்களா என்பது தெரியவில்லை. ஆனால், இவை அனைத்தும் வேளாண்மை தவிர்த்த கைவினைத் தொழில்களில் மிக முக்கியமானவை; இவர்களில் பெரும்பான்மையினர், மத்திய கால ஐரோப்பியாவில் காணப்பட்ட கில்டுகளைப் போல் தமது அமைப்புகளை வைத்திருந்தனர் என்பது உறுதி. முக்கியமான சந்தர்ப்பங்களில் அவர்களின் சேவை தேவைப்படும்போது 'குழுவின்' (குலம்) மூலம்தான் அரசன் அத்தொழிலாளிகளை வரவழைத்தார்.

அத்தகைய அமைப்புகளின் முதிய உறுப்பினர்கள் (குல மூப்பர்கள்-ஆல்டர்மேன்) அல்லது தலைவர்கள் (பாலி மொழியில் ஜெதாகா அல்லது பமுகா) சில நேரங்களில் அரசவையின் மிக முக்கியமான நபர்களாக, செல்வம் படைத்தவர்கள் போல் விரும்பத் தக்கவர்களாக நடத்தப்பட்டுள்ளனர். உறுப்பினர்கள் மத்தியிலோ, அவர்களது மனைவிகள் மத்தியிலோ பிரச்சனைகள் ஏதாவது எழும் நிலையில் அதைத் தீர்த்துவைக்க, நடுவர் மன்றம்போல் செயல்படும் அதிகாரத்தை 'குழு' பெற்றிருந்ததாகக் கூறப்படுகிறது.

ஒரு தொழிலைச் செய்யும் குழுவுக்கும் மற்றொரு தொழிலைச் செய்யும் குழுவுக்கும் இடையில் தகராறுகள் ஏதேனும் இருப்பின் அதைத் தீர்த்துவைக்கும் அதிகார வரம்பு 'மகா-சேத்தி'யிடம், (அதாவது இங்கிலாந்தின் Lord High Treasurer போன்ற ஒருவர்) இருந்தது; குலங்களின் 'மூப்பர்'கள் அனைவருக்கும் முதன்மையான 'முது மூப்பர்' என்ற தரநிலையில் அவர் செயல்பட்டார்.

விவசாயிகளையும் கைவினைஞர்களையும் தவிர்த்து வியாபாரிகளும் இருந்தனர். பெரிய நதிகளில் படகுகளில் மேலும் கீழும் பயணித்து தம் பொருட்களை விற்றனர். நதிக்கரையோரம் வசித்த மக்களிடமும் வியாபாரம் செய்தனர். பொருட்களை வண்டிகளில் நிரப்பிக் கொண்டு, கூட்டமாக நாட்டின் பல பகுதிகளுக்கும் சென்று விற்றனர். அளவில் ஓரளவுக்குச் சிறிய இந்த இரு சக்கர வண்டிகளை இரண்டு காளைகள் இழுத்தன. நீண்ட வரிசையில் செல்லும் இவை அக்காலகட்டத்தின் தனித்துவ அம்சமாக இருந்தன. மனிதர்கள் அமைத்த சாலைகளோ பாலங்களோ அப்போது கிடையாது. விவசாயிகள் ஒரு கிராமத்திலிருந்து மற்றொரு கிராமத்துக்குத் போக்குவரத்துக்காகக் காடுகளின் இடையே பாதைகள் உண்டாக்கினர்; இந்த வண்டிகள் மெதுவாக, மிகவும் சிரமப்பட்டே அவற்றில் பயணித்தன.

வண்டிகளின் வேகம் ஒரு மணிக்கு இரண்டு மைல்கள் தாம். அதைத் தாண்டியதில்லை. சிறிய நீரோடைகளை ஆழம் குறைவான, கடவுத்துறைகளின் ஊடாக கடந்து சென்றன. பெரிய ஆறுகள், வண்டிகளை ஏற்றிச் செல்லும் படகுகள் மூலம் கடந்து செல்லப் பட்டன. அவை நுழையும் ஒவ்வொரு நாட்டிலும் வரிகளும் சுங்கத் தீர்வையும் விதிக்கப்பட்டன; இவ்வாறு பொருட்களை வியாபாரத்திற்கு எடுத்துச் செல்லும்போது, அதிகம் செலவாகிற விஷயமாக, கொள்ளையர்களிடம் இருந்து தம்மைப் பாதுகாத்துக் கொள்ள வணிகர்கள் தாமாகவே ஏற்பாடு செய்துகொள்ளும் காவல் படையின் சம்பளம் இருந்தது. இதனால் பொருட்களுக்கு விலை அதிகமாகிவிடும். ஆகவே, விலை உயர்ந்த பொருட்களை எடுத்துச் செல்லும் வணிகர்கள் குழு மட்டுமே இப்படியான செலவைத் தாங்கிக்கொள்ள முடியும்.

பயணிகளையும், உணவுப் பொருட்களையும் எரிபொருட்களையும் ஏற்றிச் செல்லும் வாகனங்களின் போக்குவரத்து இப்போது மிக அதிகமாக இருப்பதுபோல் அப்போது இல்லை. பட்டு, மஸ்லின், நுட்பமாக நெய்யப்பட்ட சிறந்த துணி வகைகள், சமையல் கூடத்துப் பொருட்கள், வீரர்களுக்கு போர்க்கவசங்கள், ஜரிகை வேலைப்பாடு நிறைந்த பட்டுத்துணிகள், கையால் பூ வேலைப்பாடு செய்யப்பட்ட துணிகள், விரிப்புகள், வாசனைத் திரவியங்கள், மருந்துகள், தந்தம், தந்தத்தால் செய்த பொருட்கள், நகைகள், தங்கம் (அரிதாகத்தான் வெள்ளியின் பயன்பாடு) ஆகியன வணிகர்களின் முக்கியமான வியாபாரப் பொருட்கள்.

தொன்மையான வணிகப் பரிவர்த்தனை முறையான பண்டமாற்று, முற்றிலும் மறைந்து போயிருந்தது. பின்னர் வந்த நாணய நடைமுறையும், அரசாங்கத்தின் அதிகார அமைப்பு சுற்றுக்கு விட்டிருந்த, அதன் கட்டுப்பாட்டில் வைத்திருந்த பணமாற்று வில்லைகளும் இன்னமும் நடைமுறைக்கு வரவில்லை. 146 தானிய எடையுள்ள சதுர வடிவிலான செப்பு நாணயமான கஹாபணத்தின் அடிப்படையில் வியாபாரப் பரிவர்த்தனைகள் நடந்தன. பொருட்களின் மதிப்பு எடைபோடப்பட்டது; பேரங்களும் நடந்தன. சில தனி நபர்கள் இந்த நாணயங்களில் பதிக்கும் முத்திரைகள் (punch-marks) நாணயத்தின் எடைக்கும் நேர்த்திக்கும் உத்தரவாதம் தந்தன. இந்த முத்திரைகள், வணிகர்களின் அல்லது வணிக அமைப்புகளின் அல்லது தங்க வணிகம் மட்டுமே செய்தவர்களின் பணமாற்று வில்லைகளா என்பது உறுதியாகத் தெரியவில்லை.

வெள்ளி நாணயங்கள் பயன்பாட்டில் இல்லை. அரை மற்றும் கால் கஹாபணங்களும் இருந்தன. அநேகமாக வேறு நாணய வகைகள் பயன்பாட்டில் இல்லை. தங்க நாணயங்கள் பற்றிய குறிப்புகள் பின்னாளில் கிடைத்துள்ளன; ஆனால், அவை சந்தேகத்துக் குரியவை. அத்தகைய நாணயங்கள் எதுவும் நமக்குக் கிடைக்கவில்லை. சாக்கிய நினைவுச் சின்ன வளாகத்தில் சில மெல்லிய தங்கத் தகடுகள் முத்திரைகளுடன் கிடைத்திருக்கின்றன. நாணயமாகப் புழங்கமுடியாத அளவுக்கு இவை மிகவும் மெலிதாக உள்ளன.

இந்தியாவில் இருந்தபோது அலெக்சாண்டர் தாமிரத்தில் அரை கஹாபணா நாணயம் ஒன்றை அடித்து வெளியிட்டார் என்பது சுவாரஸ்யமான செய்தி. அக்காலத்துக் கிரேக்க நாணயங்கள் போல் அது வட்ட வடிவில் இல்லை. அப்போது புழக்கத்திலிருந்த இந்திய நாணயத்தைப் பின்பற்றி சதுர வடிவில் வெளியிடப்பட்டது.

பிந்தைய காலகட்டத்தில்தான் (எடுத்துக்காட்டாக மனு சாஸ்திரம் 8.401) அரசாங்கம் ஒழுங்குமுறை நடவடிக்கைகளின் மூலம் சந்தை விலையை நிர்ணயம் செய்தது என்று கேள்விப்படுகிறோம். கி.மு.ஆறாம் நூற்றாண்டில் மதிப்பீட்டாளர் என்று அழைக்கப்பட்ட அதிகாரி மட்டும் இருந்துள்ளார். அரண்மனைப் பயன்பாட்டுக்கு வாங்கப்படும் பொருட்களின் விலையைப் பேசி முடிவு செய்வது அவரது பணி. ஆனால், இது பொதுவான நடைமுறையிலிருந்து வேறுபட்டது. சந்தைகளில் பொருட்களின் விலைகள் பேரம் பேசி முடிவு செய்யப்பட்டன; இது குறித்து வெவ்வேறு இடங்களில்

அவ்வப்போது நிகழ்வுகள் பல குறிப்பிடப்படுகின்றன. இவை அனைத்தும் ஒன்று திரட்டப்பட்டு கட்டுரையாகத் தொகுக்கப் பட்டுள்ளன.

கஹாபணத்தின் மதிப்பு தாமிரத்தின் அப்போதைய மதிப்பின்படி, ஒரு பைசாவின் (பென்னி) மதிப்பில் ஆறில் ஐந்து பங்கு என்ற பொதுவான கருத்து நிலவுகிறது; எனினும் அப்போது அதனுடைய வாங்கும் சக்தி இப்போது ஒரு ஷில்லிங்குக்கு இருக்கும் வாங்கும் சக்திக்கு இணையாகவே இருந்தது.

நாணயங்கள் தவிர்த்து, கடன் பத்திரங்களின் பயன்பாடும் பெருமளவில் இருந்தது. பெருநகரங்களில் இருந்த பெரிய வணிகர்கள் பரஸ்பரம் ஒருவருக்கொருவர் கடன் பத்திரங்கள் எழுதிக் கொண்டனர். 'பிராமிஸரி நோட்டுகள்' (உறுதிமொழிப் பத்திரங்கள்) பற்றியும் தொடர்ந்து குறிப்பிடப்படுகிறது. கெடுவாய்ப்பாக வட்டி விகிதங்கள் பற்றி ஒருபோதும் குறிப்பிடப்படவில்லை. ஆனால், மிகத் தொடக்கத்தில் வட்டி பற்றி குறிப்பிடப்பட்டுள்ளது. அத்துடன் சட்டங்கள் குறித்துப் பேசும் புத்தகங்கள் அப்போது நடைமுறையிலிருந்த வட்டி விகிதம் பற்றி குறிப்பிட்டுள்ளன; பிற்காலத்தில், தனிநபர் உத்தரவாதத்தின் பேரில் அளிக்கப்படும் கடன்களுக்கான வட்டி விகிதம், ஆண்டுக்கு பதினெட்டு சதவீதம் எனக் கூறப்படுகிறது.

அப்போது வங்கி போன்ற வசதிகள் இல்லை. அதனால் பணம் ஜாடிகளில் நிரப்பப்பட்டு வீட்டுக்குள் தரையில் புதைத்து வைக்கப்பட்டது; அல்லது யாராவது நண்பரிடம் கொடுத்து வைக்கும் வழக்கமும் இருந்தது; அந்தப் பரிவர்த்தனைக்கு எழுத்துபூர்வமான ஒப்புகைச் சீட்டும் வாங்கி வைத்துக்கொள்ளப்பட்டது.

ஏழைகள், மத்திய வர்க்கத்தினர், செல்வம் வளம் மிக்க வணிகர்கள், பிரபுக்கள் போன்றோரின் செலவு செய்யும் சக்தி எப்படி இருந்தது என்பது குறித்த சில கருத்துகளை உறுதி செய்துகொள்ள மேலே குறிப்பிட்ட விவரங்கள் நமக்கு உதவுகின்றன. நமது பெரும் நகரங்களில் நிலவும் 'தேவை' குறித்து இப்போது அறிந்திருப்பது போல், அப்போது நகரங்களின் தேவைகள் எப்படி இருந்தன என்பது பற்றி சான்றுகள் எதுவும் கிடைக்கவில்லை. ஒரு சுதந்திரமான மனிதன் கூலிக்கு வேலை செய்துதான் வாழ வேண்டியிருந்தது என்று மிக மோசமான, துரதிர்ஷ்டமான விஷயம் பதிவு செய்யப்படுகிறது. அத்துடன் மக்களின் குடியிருப்புகள் நல்ல முறையில் அமைந்திருந்த

கிராம/நகரப் பகுதிகளில் இருந்து சற்று தூரத்திலேயே சுத்தம் செய்து பயன்படுத்தக்கூடிய வகையில் ஏராளமான நிலங்கள் இருந்தன.

அந்தக் காலத்தின் தரநிலை அடிப்படையில் செல்வந்தர்கள் என்று கருதப்படக்கூடிய நபர்களின் எண்ணிக்கை மிகவும் குறைவாகவே இருந்தது. மன்னர்கள் பலரைப் பற்றிக் கேள்விப்படுகிறோம், அவர்களுக்கு வருவாய் முதன்மையாக நில வரியால் வருகிறது. வேறு விதமான வருவாய்களும் சிறப்பு உரிமைகளும் அவர்களுக்கு இருந்தன. செல்வம் மிக்க பிரபுக்களும் சில புரோகிதர்களும் கணிசமான எண்ணிக்கையில் இருந்தனர். பிரபுக்களின் பொறுப்பிலிருந்த பிரதேசங்களிலிருந்தும் கிராமங்களிலிருந்தும் கிடைத்த பத்திலொரு பங்கு நிலவரியிலிருந்து புரோகிதர்களுக்கு மானியம் (தானம்) கொடுக்கப்பட்டது. இதுபோன்ற மரபுரிமைகளை முன்னோர்களிடமிருந்து ஸ்வீகரித்துக் கொண்டவர்களும் இருந்தனர்.

தட்சசீலம், சிராவஸ்தி, பனாரஸ், ராஜகிருஹம், வைசாலி, கோசாம்பி மற்றும் துறைமுக நகரங்களில் கோடீஸ்வர வணிகர்கள் ஏறத்தாழ பன்னிரண்டு நபர்களாவது இருந்தனர். இவர்களைக் காட்டிலும் அதிகமாக கணிசமான எண்ணிக்கையில் சிறிய வணிகர்களும் இடைத்தரகர்களும் சில நகரங்களில் இருந்தனர். ஆனால், இவர்கள் விதிவிலக்கானவர்கள். நிலப்பிரபுக்கள் என்று தனியாக எவருமில்லை. பெரும்பான்மை மக்கள் நல்ல வசதி படைத்த விவசாயிகளாகவும் கைவினைஞர்களாகவும் இருந்தனர்; பெரும்பாலும் அவர்களுக்குச் சொந்தமாக நிலம் இருந்தது. இந்த இரு வகுப்பினரும், அவர்கள் விருப்பப்படி தேர்ந்தெடுத்த உள்ளூர் தலைவர்களால் ஆளப்பட்டனர்.

கி.மு.ஆறாம் நூற்றாண்டில் வட இந்தியாவில் இருந்த மிக முக்கியமான பொருளாதார நிலைமைகளைச் சுருக்கமாக விவரித்திருக்கிறேன். இதை முடிப்பதற்கு முன், வணிகத்துக்குப் பயன்பட்ட பாதைகள் பற்றி புத்தகங்களில் காணப்படும் சில தகவல்களை ஒன்று சேர்த்துக் கூறுவது சரியாக இருக்கும்.

பௌத்தத்துக்கு முந்தைய இலக்கியங்களில் இவை குறித்த விவரங்கள் எதுவும் இல்லை. மிகப் பழமையான பாலி மொழி புத்தகங்களில், தேச சஞ்சாரிகளாக இருந்த பௌத்த ஆசாரியர்களின் பயண விவரங்கள் காணப்படுகின்றன. குறிப்பாக, சற்று நீண்ட தூரப் பயணங்களுக்கு, ஏற்கனவே பயன்படுத்தப்பட்டு ஏற்றுக்கொள்ளப்பட்ட பாதைகளையே பொதுவாக அவர்கள்

பின்பற்றினர். வணிகர்களும் இந்தப் பாதைகளைத்தான் பயன் படுத்தினர் என்பதற்கு இவை உடனடிச் சான்றுகள். வணிகர்களால் உண்மையாகப் பயன்படுத்தப்பட்ட வர்த்தகப் பாதைகள் குறித்து பின்னாளில் நமக்கு விவரங்கள் கிடைத்துள்ளன. படகுகளிலோ அல்லது குழுக்களாக காளை மாட்டு வண்டிகளிலோ அவர்கள் பயணித்தனர். இவ்வாறு, புரிதலுக்காக உத்தேசமாக ஒரு பட்டியலை நாம் உருவாக்கமுடியும்.

1. வடக்கிலிருந்து தென்மேற்கு திசையில் சென்ற பாதை. சிராவஸ்தியிலிருந்து புறப்பட்டு பிரதிஷ்டானம் (ஔரங்காபாத்துக்குத் தெற்கிலிருக்கும் இன்றைய பைத்தான்) செல்வது. வழியிலிருந்த முக்கியமான நிறுத்துமிடங்கள்/ தங்குமிடங்களும் கொடுக்கப்பட்டுள்ளன. (தென் திசையிலிருந்து செல்லும்போதுய) மாஹிசதி, உஜ்ஜைனி, கோனார்தபுரம், விதிஷா (பழங்காலத்தில் பெஸ்நகர். போபாலுக்கு வடகிழக்கில் இந்த இடம் இருக்கிறது), கோசாம்பி, சாகேதம் ஆகியன.

2. வடக்கிலிருந்து தென்கிழக்கு திசையில் சென்ற பாதை. அதாவது சிராவஸ்தியிலிருந்து ராஜகிருஹத்துக்குச் சென்றது. எனக்குத் தெரிந்தவரை இந்த இரண்டு பழங்கால நகரங்களுக்கிடையில் நேரான பாதை ஏதுமில்லை என்பது ஆர்வமூட்டுவது. எப்போதும் அவர்கள் வைசாலிக்கு வடக்கில் மலைகளின் அடிவாரத்தில் இருந்த பாதை ஒன்றில் பயணித்து அதன் பின்னர் கங்கை நதியை நோக்கித் தென் திசையில் திரும்பிப் பயணம் மேற்கொள்வார்கள். இப்படி சுற்றுப் பாதையில் செல்வதால் மலைகளுக்கு அருகில் ஆறுகள் செல்லுமிடங்களில் இயற்கையாக அமைந்திருக்கும் கடவுத் துறைகளில் நதியைக் கடப்பது எளிதாக இருக்கும்.

ஆனால், இந்தப் பாதையை சுயமாகத் தேர்ந்தெடுப்பதில் அரசியல் சார்ந்த விஷயங்களைப் பரிசீலிக்க வேண்டிய கட்டாயங்களும் இருந்தன; ஆனால், அத்தகைய தேவை இல்லாத நிலையிலும் இந்தப் பாதைதான் தேர்வுக்கு உரியதாக இருந்தது. சிராவஸ்தியிலிருந்து தொடங்கும் பாதையில் இருக்கும் நிறுத்தங்கள்: சேதவ்யா, கபிலவாஸ்து, குசினாரா, பவா, ஹத்தி காமா, பந்தகாரம், வைசாலி, பாடலிபுத்திரம், நாலந்தா ஆகியன. அநேகமாக இந்தச் சாலையில் கயாவுக்கும் செல்ல முடியும். கடற்கரையிலிருந்து அதாவது அநேகமாக தாமிரலிப்தியிலிருந்து பனாரஸ் நோக்கிவரும் சாலையை ஓரிடத்தில் இந்தப் பாதை சந்திக்கும் எனலாம்.

3. கிழக்கிலிருந்து மேற்கு திசையில் சென்ற பாதை. இது ஒரு முக்கியமான பாதை; பெரிய நதிகள் வழியாகச் சென்றது; இந்த வழியில் வாடகைக்குப் படகுகள் குவிந்து கிடந்தன. மிக விரைவாகச் செல்லும் படகுகள் குறித்தும் கேள்விப்படுகிறோம். கங்கை நதியின் வழியாக மேல்நோக்கி மேற்கிலிருக்கும் சஹஜாதி வரையிலும் படகுகள் சென்றன; யமுனையில் மேற்குத்திசையில் கோசாம்பி வரையிலும் படகுகள் சென்றன.

கீழ்நோக்கிய பயணத்தில் குறைந்தபட்சம் பிந்தைய காலகட்டத்தில் படகுகள் கங்கை முகத்துவாரம் வரை சென்றன; அதன் பின்னர் அங்கிருந்து கடலின் குறுக்கே அல்லது பர்மாவின் கரையோரமாகச் சென்றன. ஆரம்பகாலப் புத்தகங்களில் கீழ் நோக்கி சென்ற படகு போக்குவரத்து மகதம் வரை மட்டுமே சென்றதாகக் கேள்விப் படுகிறோம்.

தொலைவில் இருக்கும் இடமாக சம்பாவை எடுத்துக் கொள்ளலாம். மேல்நோக்கிச் சென்ற போக்குவரத்து அங்கிருந்து கோசாம்பிக்குச் சென்று, தெற்கிலிருந்து வரும் பாதையை அந்த இடத்தில் சந்தித்தது (பாதை 1). அதன்பின் அங்கிருந்து வண்டிகள் மூலம் தென்மேற்கு மற்றும் வடமேற்கு திசையில் தொடர்ந்து சென்றது.

மேற்கூறிய பாதைகள் தவிர்த்து விதேகத்திலிருந்து காந்தாரத்துக்கும், மகதத்திலிருந்து சோவ்லராவுக்கும், பாருகாச்சாவிலிருந்து கடற்கரையோரமாக பர்மாவுக்கும் வர்த்தகப் பாதைகள் இருந்தன; பனாரஸிலிருந்து கீழ்நோக்கி நதியின் போக்கில் முகத் துவாரத்துக்கும், அங்கிருந்து பர்மாவுக்கும் வணிகர்கள் சென்றனர். இது தற்போதைய தட்டோன் என்ற இடம். பின்னாளில் இந்தத் தங்கக் கடற்கரை, சுவர்ண பூமி என்று அழைக்கப்பட்டது என்கிறார் முனைவர் மொபேல் போடே. சம்பாவிலிருந்தும் வணிகர்கள் பர்மாவுக்குச் சென்றனர்.

ராஜபுதனத்துக்கு மேற்கே இருக்கும் பாலைவனத்தை வணிகக் குழுக்கள் இரவில் மட்டுமே பயணித்துக் கடந்தன; கடலில் பயணம் செய்யும்போது நட்சத்திரங்களைக் கவனித்துச் சரியான பாதையில் செல்வது போல், 'தரைவழி வழிகாட்டிகள்' இவர்களை வழிநடத்தி அழைத்துச் செல்வார்கள் என்று கூறப்படுகிறது. இந்தப் பயணம் குறித்துக் கொடுக்கப்பட்டிருக்கும் விளக்கம் முழுவதும், வாழ்க்கைக்கான கண்டுபிடிப்பு இது என்று சொல்லமுடிகிற அளவுக்கு மிகத் துல்லியமாக இருக்கின்றன. பாலைவனத்தின் ஊடாகவும் வர்த்தகப் பாதை இருந்தது என்பதற்கான ஆதாரமாக

இதை ஏற்றுக் கொள்ளலாம்; அத்துடன் நட்சத்திரங்களின் உதவியுடன் கப்பலை அல்லது வணிகக் குழுக்களை வழிநடத்துகிற வழிகாட்டிகள், தமது பணியை நன்கு அறிந்தவர்களாக இருந்தனர் என்பதற்கான சான்றாகவும் கொள்ளலாம்.

பாவேரு அதாவது புராதன பாபிலோனுக்கு சென்றதாக ஒரேயொரு வர்த்தகப் பயணம் குறிப்பிடப்படுகிறது. அது கடல் வழியாக நடந்தது. செருமா என்றழைக்கப்பட்ட ஒரு வெளிநாடு, மெசபடோமியாவின் சுமேருடனோ அல்லது அக்காடுடனோ ஏதாவது வணிகத் தொடர்பில் இருந்திருக்குமோ என்பதும் சிந்திக்கவேண்டியது. எனினும், எந்தத் துறைமுகத்திலிருந்து பயணம் தொடங்கியது என்பது குறிப்பிடப்படவில்லை. ஒரு கதை உள்ளது; உலகம் முழுவதும் பேசப்படும் கதை; 'சைரன்' (Siren) என்ற உயிரினங்கள், தம்பபண்ணி தீவில் வசித்தனர் என்ற கதை; அந்தத் தீவு கற்பனை நிலப்பரப்பு என்பாரும் உண்டு. அநேகமாக இது சிலோனைக் குறிக்கக்கூடும். லங்கா என்ற பெயர் அப்போது வழக்கில் இல்லை. சீனாவுடன் நடந்த போக்குவரத்து முதலில் மிலிந்தா என்ற நூலில் (பக். 127, 327, 359) குறிப்பிடப்படுகிறது; ஆனால், அது சில நூற்றாண்டுகளுக்குப் பின்னரே.

அத்தியாயம் 7

எழுத்து – தொடக்க நிலை

அனைத்து வகை இலக்கியங்களும் அவை உருவாவதற்கான அடிப்படை விஷயங்கள் இல்லாமையால் கடும் சிரமத்துக்குப் பின்னரே படைக்கப்பட்டுள்ளன என்பது மிகவும் ஆர்வமூட்டுவது. நீண்ட காலத்துக்கு எழுது பொருட்கள் எதுவும் இல்லாத நிலை. புத்தகங்களின் ஆக்கமும், அவற்றின் மறுஉருவாக்கமும் எளிதான விஷயமாக இருக்கவில்லை. இந்தியர்கள் அவற்றின் தேவையை உணராமலே இருந்தனர்; அதுமட்டுமின்றி, எழுதுபொருட்களின் வசதி ஏற்பட்ட பின்னரும், பல நூற்றாண்டுகளுக்கு, புத்தகங்கள் என்ற விஷயத்தைப் பொறுத்தவரையில் அவர்கள் அவை இல்லாமலே செயலாற்ற விரும்பினர் என்று கூறலாம். நமக்குக் கிடைத்திருக்கும் இந்தத் தகவல் உலக வரலாற்றில் தனித்துவ மானது. விரிவான ஆய்வுக்கு உட்படுத்த வேண்டியது.

எழுதுதல் பற்றிய மிகப் பழமையான குறிப்பு, 'சீலங்கள்' என்று சொல்லப்படும் சிறு தொகுப்பில் காணப்படுகிறது. புத்தரின் உரையாடல் வடிவிலான சொற்பொழிவுகளில் அல்லது சுத்தந்தாவின் முதல் பகுதியின் முதல் அத்தியமாக அமைந்திருக்கும் பதின்மூன்று உரையாடல்கள் ஒவ்வொன்றிலும் இவை பொதிந்துள்ளன.

புத்தரின் மரணத்துக்குப் பின்னர், அவரது தொடக்கக்காலச் சீடர்கள் புத்தரின் உரையாடல் வடிவிலான உபதேசங்களை ஒன்று திரட்டினர்;

ஆகவே முதல் நூற்றாண்டுக்கு முன்னதாகவே, இந்த வெளியீடு ஒரு தனிப் படைப்பாக இருந்திருக்க வேண்டும். ஆகவே, சீலங்கள் ஏறத்தாழ கி.மு.450 வாக்கில் உருவாகியிருக்கலாம்.

பௌத்த சங்கத்தில் இருக்கும் ஒருவர் செய்யக்கூடாத செயல்களின் பட்டியல் ஒன்று அதில் இருக்கிறது. விளையாட்டுகளின் பட்டியல் ஒன்றும் உள்ளது. அந்த விளையாட்டுகளில் ஒன்று 'அக்காரிக்கா' அதாவது எழுத்து வடிவம் தருதல். 'காற்றில் அல்லது விளையாட்டுத் தோழனின் முதுகில் எழுதும் எழுத்துகளை ஊகித்தல்.' குழந்தைகளுக்கான ஏராளமான விளையாட்டுகள் அந்தப் பகுதியில் குறிப்பிடப்படுகின்றன; எனவே, இதுவும் நிச்சயமாகக் குழந்தைகளின் விளையாட்டு என்று நாம் கருதலாம். அத்தகைய விளையாட்டை குழந்தைகள் விளையாடியிருப்பதும், 'எழுத்து வடிவம் தருதல்' என்று அதற்கு பெயர் தந்திருப்பதும், நாம் விவாதிக்கும் அந்தக் காலகட்டத்தில் எழுத்துகள் குறித்த அறிவு போதுமான அளவு இருந்திருக்கவேண்டும் என்பதைக் காட்டுகின்றன.

பௌத்த சங்கத்தின் உறுப்பினர்களுக்கு வகுக்கப்பட்ட நியதிகள் வினயம் (ஒழுக்கம்) என்ற பொதுப்பெயரின் கீழ் தொகுக்கப்பட்டன. தற்போது நமக்குக் கிடைத்திருக்கும் வடிவம், ஓரளவு இளையதாக, ஒருவேளை இரண்டு அல்லது மூன்று தலைமுறைகளுக்கு பின்னதாக இருக்கக்கூடும். அதில் பரிந்துரைக் குறிப்புகள் பல இருக்கின்றன. எடுத்துக்காட்டாக, எழுதுதல் (லேகா) அல்லது ஆவணப்படுத்துதல் ஒரு தனித்துவமான கலையாக வினயப் பிடகம் (டி.தி.7ல்) பாராட்டுகிறது. அதேநேரத்தில் பௌத்த சங்கத்திலிருக்கும் சகோதரிகள், இந்த உலகில் பரவலாகக் காணப்படும் கலை சார்ந்த விஷயங்களிலிருந்து விலகி இருக்க வேண்டும் என்பது விதியாகக் கூறப்படுகிறது. ஆனால், விதிவிலக்குகளும் இருந்தன. அவற்றில் ஒன்று எழுதக் கற்றுக்கொள்வது.

'அரசனின் அரண்மனைச் சுவரில் பெயர் எழுதப்பட்ட' ஒரு குற்றவாளி (இப்போது நாம், காவல் துறையால் 'தேடப்படுபவர்' என்று சொல்வதுபோல்) பௌத்தச் சங்கத்துக்குள் ஏற்றுக்கொள்ளப் படவில்லை. ஓர் இளைஞன் எந்தத் தொழிலை மேற்கொள்ளலாம் என்பது குறித்த ஒரு விவாதமும் நடக்கிறது; ஓர் 'எழுத்தாளரின்' தொழிலை ஏற்றுக்கொண்டால் அவனால் நிம்மதியாகவும் வசதியாகவும் வாழ்க்கையை நடத்த முடியும் என்று அவனது பெற்றோர் கூறுகிறார்கள்; ஆனால், மறுபுறத்தில், எழுதி எழுதி அவனது விரல்கள் வலிக்குமே என்றும் வருத்தப்படுகிறார்கள்.

தற்கொலை செய்துகொள்வதால் ஏற்படும் நன்மைகள் பற்றி, சங்க உறுப்பினர் ஒருவர் மற்றொரு நபருக்கு எழுதுகிறார் என்றால், அவர் அந்தக் கடிதத்தில் எழுதும் ஒவ்வொரு சொல்லுக்கும் ஒரு குற்றம் செய்கிறார்.

வினயப் பிடகம், எழுதுவதைக் குறிக்க பயன்படுத்தும் சொல் 'லேகம் சிந்தாதி'. 'கீறல்களாக எழுதுவது'. இதனடிப்படையில் ப்யூலர் இங்கு எழுதுவதற்குப் பயன்பட்ட பொருள் மரப்பட்டை என்ற முடிவுக்கு வருகிறார்; கீறல் போன்ற பாணி ஓர் ஓலையை பனையோலையை குறிப்பிடுவதாக இருக்கிறது.

எனவே, மேற்குறிப்பிட்ட பத்திகள் எழுதப்பட்ட நேரத்தில் 'எழுதுதல்' நடைமுறையில் இருந்தது என்பது தெளிவாகிறது. அதிகாரப்பூர்வ அறிவிப்புகள் வெளியிடுதல், தனிப்பட்ட மனிதர்கள் தமக்கிடையே கடிதங்கள் மூலம் தொடர்புகொள்ளுதல் ஆகிய வற்றுக்கு இது பயன்பட்டது. எழுதுவதில் ஒருவர் பெற்றிருந்த திறன், தனது வாழ்வாதாரத்தை அவர் சம்பாதிக்க உதவும் கௌரவமான தொழிலாக இருந்துள்ளது.

எழுதுதல் குறித்த அறிவு ஒரு குறிப்பிட்ட வகுப்பினருக்கும் மட்டுமே உரியதாகக் குறுக்கப்படவில்லை. சாதாரண மக்களும் பெண்களும் அதற்கானத் திறன் பெற்றவர்களாக இருந்தனர். அத்துடன், குழந்தைகளின் விளையாட்டுக்கான அடிப்படை விஷயமாக ஆக்கப் படும் அளவுக்கு கணிசமான அளவில் வழக்கத்தில் இருந்துள்ளது. ஒரு சிலர் மட்டுமே தெரிந்து வைத்திருந்த எழுதும் கலை, நீண்ட காலத்துக்குப் பின்னர்தான் அநேகமாக சில நூற்றாண்டுகளுக்குப் பிறகுதான் இந்த நிலையை அடைந்திருக்க வேண்டும்.

அரசாங்கக் குறிப்புகள் மட்டும் எழுதுதல் அல்லது தனிப்பட்ட மனிதர்களுக்கு இடையிலான தகவல் தொடர்பு என்ற நிலைமையிலிருந்து, புத்தகங்கள் எழுதும் நோக்கத்துக்கு பயன்பட்ட நிலைய அடைவதற்கு நீண்டகாலம் ஆகியிருக்கும். அதுவும் விரிவானதொரு ஓர் இலக்கியம் படைப்பதற்கு மிகவும் குறைவாகவே பயன்பட்டிருக்கும். இணையாக, எழுதும் கலை நன்கு அறியப்பட்டதாக இருந்தாலும், புத்தகங்கள்-இலக்கியங்கள் படைக்கும் அளவுக்கு இன்னமும் அத்திறன் பயன்பாட்டு நிலையை எட்டவில்லை. அதற்கு நாம் இப்போது மேற்கோள் காட்டிய புத்தகங்கள் மறுக்க முடியாத எடுத்துக்காட்டுகளாக உள்ளன. நாம் விவாதிக்கும் அந்தக் காலகட்டத்தில் இந்தியாவில் புத்தகங்கள் குறித்த அறிவு இருந்திருந்து, அது பயன்படுத்தப்பட்டும் இருந்தால்,

கிடைத்திருக்கும் கையெழுத்துப் பிரதிகளும், அதனுடன் தொடர்புடைய மொத்த அமைப்புகளும் பௌத்த அமைப்பின் உறுப்பினர்களின் அன்றாட வாழ்க்கையில் முக்கியப் பங்காற்றியிருக்கக் கூடும்.

பௌத்த அமைப்பின் எஞ்சியிருக்கும் விதிகள், அந்தச் சமூகத்தின் ஒட்டுமொத்த 'தனிச் சொத்து' விவரங்களையும் அல்லது தனிநபர் சொத்து விவரங்களையும் நம் முன்னால் போதுமான அளவு தெளிவாகக் காட்சிப்படுத்தியுள்ளன. ஒவ்வொரு 'அசையும் பொருளும்', அதாவது வீட்டு உபயோகத்துக்குரிய சிறிய பொருட்களும், குறைந்த முக்கியத்துவம் வாய்ந்த பொருட்கள் வரையிலும் குறிப்பிடப்படுகின்றன; அத்துடன் அவற்றின் பயன் பாடும் சுட்டிக்காட்டப்படுகிறது. சமூகத்தில் சாதாரண மக்கள் பயன்படுத்திய, ஆனால், பௌத்தச் சங்கத்தின் உறுப்பினர்களுக்கு அனுமதி மறுக்கப்பட்ட பொருட்களும் குறிப்பிடப்பட்டுள்ளன; ஆனால், புத்தகங்கள் அல்லது கையெழுத்துப் பிரதிகள் பற்றிய மிகச் சிறிய குறிப்பின் தடத்தையும், எந்த இடத்திலும் காணமுடிய வில்லை. உண்மையில், இது உறுதியான ஒன்று. ஒரு விஷயம் பற்றி நியாயமாக நாம் எதிர்பார்க்கும் ஒரு குறிப்பை இல்லாத நிலையில், அளிக்கப்படும் எதிர்மறை சான்றுகள் அந்த இடத்தில் நல்ல சான்றாக அமைந்துவிடலாம். அப்படிப்பட்ட அரிதான நேர்வுகளில் ஒன்று இது. ஆனால், இதையே நாம் அனைத்துக்குமானதாக கொள்ள முடியாது. நேர்மறையான சான்று, தேவைப்படும் இடத்தில் மிகச் சரியான இடத்தில் வந்து சேர்ந்துகொள்ளும்.

'புத்தகங்கள்' இருக்கின்றன என்று போதுமான அளவு, தொடர்ச்சியான குறிப்புகள் உள்ளன; ஆனால், 'அவை' மனனம் செய்து கற்றவர்களின் நினைவுகளில் மட்டுமே இருந்தன. அந்தச் சிரமம், அதாவது மனனம் செய்தல், எப்படி எதிர்கொள்ளப்பட்டது என்பதற்கான விளக்கம் நமக்குக் கிடைத்துள்ளது.

பௌத்த நம்பிக்கையின் நடைமுறைச் செயல்பாட்டில் தொடர்ந்து விளைந்த ஆபத்துகள் குறித்து அங்குத்தர நிகாயத்தில் (3.107) விவாதிக்கப்படுகின்றன. கவிதை நயம் மிக்க, அழகான, அலங்காரமான சுத்தங்கள் திரும்பத் திரும்பச் சொல்லப்படும்போது, சங்கத்தின் உறுப்பினர்கள் செவிமடுப்பார்கள்; மனத்தில் கொள்வார்கள்; சிரமப்பட்டு மனனம் செய்து கற்கத் தகுதியானவை என்று நினைப்பார்கள். ஆனால், மிக ஆழமான, நுட்பமான, அதிகளவு தத்துவார்த்த பகுதிகளைப் புறக்கணித்துவிடுவார்கள்.

அங்குத்தர நிகாயம், பௌத்தச் சமயத்தின் சிதைவுக்கான நான்கு காரணங்களில் ஒன்றாக அடுத்து வருவதைக் கூறுகிறது. 'அதிகம் கற்றறிந்த பிட்சுகளிடம் (உண்மையில், அவர்கள் அதிகமாகக் கேட்டவர்கள்தாம்) மரபு ஒப்படைக்கப்பட்டது; அந்தப் பிட்சுகள் கோட்பாட்டையும், கட்டுப்பாடுகளையும் உள்ளடக்கங்களையும் (நினைவு வைத்துக் கொள்வதற்கு உதவும் வகையில் உருவாக்கப் பட்ட உள்ளடக்க அட்டவணைகள்) தம் நினைவுகளில் சுமந்து கொண்டிருந்தனர். ஆனால், மற்றவர்க்கு அவற்றைச் சொல்லித் தரும்போது, சுத்தந்தங்கள் சிலவற்றை அவர்களது சீடர்கள் மனனம் செய்யாமல் விட்டுவிட்டதைக் கவனிக்கவில்லை. சொல்லித் தந்த பிட்சுகள் இறந்துபோன பின், குறிப்பிட்ட அந்தச் சுத்தந்தங்கள் அடிப்படைப் பாடத்திலிருந்தே நீங்கிப் போயிருக்கும். அடுத்து வருபவர்கள் அந்தப் பகுதி இல்லாமலேயே அடுத்தவருக்குச் சொல்லித் தருவார்கள்'.

அங்குத்தர நிகாயம், பலவித மன நிலைகளின் பட்டியலையும் 'ஊக்கமளிக்கும்' விஷயங்களையும் கூறுகிறது. அது இன்றி இந்த நிலையைப் பெற முடியாது; அதை வளர்க்கவும் முடியாது. இந்த நிலைகளில் ஒன்று கற்றல். அதன்மூலம் புலமை பெறுதல். படித்தல், அதாவது புத்தகங்களைப் படிப்பது அதற்கு ஊட்டச்சத்தாக ஊக்கமளிப்பதாக அமைகிறது என்பதாக சிந்திக்கலாம். ஆனால், இங்கே அப்படியில்லை. ஒருவர் 'தனக்குத் தானே திரும்பத் திரும்பச் சொல்லிப்பார்ப்பது' தான் என்று சொல்லப்படுகிறது. இப்படிச் சொல்லிப் பார்ப்பதற்கு ஒருவித மதிப்பு இருக்கிறது.

ஒரு மனிதன் தனது மூளையிலும், நினைவிலும் எதைச் சேகரித்து வைத்துக்கொள்கிறான் என்பதுதான் கற்றலுக்கான அடிப்படை என்பதை இது குறிப்பாகச் சொல்கிறது. தொடர்ச்சியாகத் திருப்பிச் சொல்லும் வழக்கம், கற்றதை இழப்பதிலிருந்து அவனைத் தடுக்கிறது. ஒருவேளை அப்போது புத்தகங்கள் பொதுவான பயன் பாட்டில் இருந்திருந்தால் இப்படியானக் கற்றல்முறை நடை முறையில் இல்லாமல் போயிருக்கலாம்.

பொது நியதிகளுக்கான விதிகளில், பரிந்துரைப்பதாக இரண்டு விதிகள் காணப்படுகின்றன. வினயப் பிடகம் ஐ.267ல் 'வசிப்பிடம்' ஒவ்வொன்றிலும் அல்லது மடாலயக் குடியிருப்பு ஒவ்வொன்றிலும் 227 விதிகளும் தொகுக்கப்பட்டிருக்கும் 'பாதிமோக்கம்' மாதந் தோறும் மனப்பாடமாகப் பாராயணம் செய்யப்பட வேண்டும் என்பதைக் குறிப்பிடுகிறது. மேலும், அங்குள்ள பிட்சுகள் எவரும் விதிகள் மனப்பாடமாக அறிந்திருக்கவில்லை என்றால், அந்தத்

தொகுப்பின் பிரதி ஒன்றைப் பெறுவதற்கு முயற்சிக்கக் கூடாது. ஆனால், இளைய பிட்சு ஒருவரை அண்டையிலிருக்கும் பிட்சுக்களின் குடியிருப்புக்கு அனுப்ப வேண்டும். அங்கு அவர் பாதிமோக்கத்தைக் கற்றுக்கொள்ள வேண்டும். விதிகளுக்கான விளக்கங்களுடனோ இல்லாமலோ மனப்பாடமாக அவர் கற்றுவர வேண்டும்.

இதற்குச் சில காலத்துக்குப் பின்னர், மழைக்காலங்களில் பிட்சுகள் பயணம் மேற்கொள்ளக்கூடாது என்றொரு விதி நடைமுறைக்கு வருகிறது. விதிவிலக்குகளில் ஒன்றாக, பிரபலமான சுத்தந்தங்களை எப்படிப் பாராயணம் செய்வது என்பதை ஒரு சாமானியர் தெரிந்துகொள்ளும் நிகழ்வும் குறிப்பிடப்படுகிறது. அவன் ‘பிட்சுகளிடம் ஒரு தூதரை அனுப்புகிறான். ‘’மரியாதைக்குரிய நீங்கள் வந்து இந்தச் சுத்தந்தங்களைக் கற்றுத்தர வேண்டும். இல்லையெனில் அந்தச் சுத்தந்தம் மறதிக்குள் விழுந்துவிடும்’’’. அவசரம் என்பதாலும் மிகவும் முக்கியமானது என்பதாலும், மழை பெய்து கொண்டிருந்தாலும் பிட்சுகள் சொல்லித்தரச் செல்கிறார்கள்.

மேற்குறிப்பிடப்படும் இத்தகையப் பக்கங்களில் இருந்தும் வேறு சிலவற்றின் மூலமாகவும் ஒன்று தெரியவருகிறது: அதாவது, சுமார் இருபது பக்கங்கள் மட்டுமே இருக்கக்கூடிய சுத்தந்தமாக இருந்தாலும், எழுதுவதன் மூலம் அதைப் பதிவு செய்து வைக்கலாம் என்பது, பொது நியதிகளுக்கான விதிகளைத் தொகுத்த அல்லது அவற்றைப் பயன்படுத்திய மனிதர்களுக்குத் தோன்றவில்லை! வேதனை தரும் (விடுபடுதல்) விபத்துக்களிலிருந்து பாதுகாத்துக் கொள்ளும் வழிமுறையாக எழுதுவதைப் பயன்படுத்தலாம் என்ற சாத்தியத்தையும் அவர்கள் நினைத்துப் பார்த்திருக்கவில்லை.

நாம் பார்த்ததுபோல், நீண்ட காலமாக, அநேகமாக பல நூற்றாண்டுகளுக்கு முன்பிருந்தே இந்திய மக்களுக்கு எழுத்துக்களுடனும் தொடர்பு இருந்தது; எழுதும் பழக்கமும் இருந்தது; சிறிய தகவல் தொடர்புகளுக்கு மிகச் சாதாரணமாக கடிதம் எழுதும் பழக்கத்தைக் கொண்டிருந்தனர். அவற்றின் பயன்பாடு மிகவும் முக்கியம் என்ற சந்தர்ப்பங்களில் எழுதுவதிலிருந்து அவர்கள் ஒதுங்கியிருந்திருக்க வேண்டும் என்பது விநோதமாகத் தோன்றுகிறது. அத்தகையப் புறக்கணிப்புக்கு இரண்டுவிதமான காரணம் இப்போது விளங்குகிறது.

முதலாவதாக இந்தியாவில் எழுதும் பழக்கம், மக்களின் அறிவார்ந்த வளர்ச்சிக் காலத்தின் பிற்பகுதியில் மிகவும் தாமதாக

அறிமுகமானது. அப்படி ஒன்று இருப்பதை அவர்கள் மிகத் தாமதமாகவே தெரிந்துகொண்டனர்; ஆனால், இலக்கியப் படைப்புகளை அடுத்த தலைமுறையிடம் ஒப்படைக்க மற்றொரு முறையை, சில அம்சங்களில் மிக அற்புதமான முறையை, ஏற்கனவே கண்டறிந்து இருந்தனர். அதில் உலக வரலாற்றில் அவர்களுக்கு இணை எவருமில்லை என்று சொல்லும் வகையில் முழுமை பெற்றிருந்தனர். முயற்சிக்கப்பட்ட இந்தத் தொன்மையான வழிமுறையை ஒரு புதிய-பயன் தரும் விநோதமான முறைக்காக அவ்வளவு எளிதில் அவர்கள் விட்டுக்கொடுக்க மாட்டார்கள்.

இரண்டாவது, ஒருவேளை அவர்கள் அவ்வாறு செய்ய விரும்பினாலும், அவர்களால் அப்படிச் செய்யமுடியாது. ஏனென்றால், எழுதத் தெரிந்துகொண்டிருந்த அந்த நேரத்தில், நீளமான பதிவுகளை எழுதுவதற்குத் தேவையான எழுது பொருட்கள் அவர்களுக்கு அறிமுகம் ஆகியிருக்கவில்லை.

இந்தியாவில் எழுத்துமுறை அறிமுகமானதில் மிகவும் ஆர்வமூட்டும் நிலைகளை சற்றுத் தெளிவாக அறிந்துகொள்ள முடிந்தது. இந்தியாவில் எழுத்துமுறை அறிமுகமான வரலாற்றை நாம் அடுத்துப் பார்ப்போம்.

எழுத்து முறை அறிமுகம் ஆனது எப்போது என்பது குறித்து நிலவும் மூன்று வெவ்வேறு சிந்தனைகளுக்கு அடிப்படைச் சான்றுகள் கிடைத்துள்ளன. அச்சிந்தனைகள் ஒரு குறிப்பிட்ட காலகட்டத்தில் ஒன்று சேருகின்றன. அந்தக் காலம் குறித்து நமக்குக் கிடைத்திருக்கும் புறவய அறிவு உண்மையான விளக்கம் நோக்கி நம்மை அழைத்துச் செல்கிறது.

முதல் சிந்தனை: மேலே நாம் குறிப்பிட்டதுபோல், எழுதுதல் குறித்து இந்திய இலக்கியங்களில் காணக் கிடைக்கும் மிகப் பழமையான குறிப்புகள்.

இரண்டாவது சிந்தனை : அசீரிய எடைக் கற்களிலும் (Lion weights) கி.மு.ஏழாம் மற்றும் ஒன்பதாம் நூற்றாண்டுகளின் 'மேசா' (Mesa) என்ற இடத்தில் கிடைத்த கல்வெட்டுகளிலும் பார்க்கமுடிகிற எழுத்துக்கள். மிகத் தொன்மையான இந்திய எழுத்துகளில் ஒரு பகுதியுடன் இவை மிக நெருக்கமாக ஒத்துப்போகின்றன. பேராசிரியர் வெபர் இதை முதலில் கண்டறிந்தார். முனைவர் ஹோஃப்ராத் புயூலரும் விரிவான ஆய்வால் சமீபத்தில் இதை உறுதிப்படுத்தியுள்ளார். அந்தக் காலகட்டத்தில் வடக்கு செமிட்டிய

எழுத்துகள் என்று அழைக்கப்பட்ட இருபத்திரண்டு எழுத்துகளில் மூன்றில் ஒரு பங்கு, மிகப் பழமையான இந்திய எழுத்து வடிவங்களுடன் ஒத்ததாக இருந்தன.

மற்றுமொரு மூன்றில் ஒரு பகுதியும் ஓரளவுக்கு ஒத்திசைவுடன் உள்ளது. மீதமிருக்கும் மூன்றாவது பகுதி, பெரும் சிரமத்துடன் ஆய்வு செய்தாலும் பொதுவில் குறைவாகவே இசைந்து போகிறது. இந்திய எழுத்துகளுக்கும் செமிட்டிக் எழுத்துகளின் தென்பகுதி வடிவங்களுக்கும் இடையில் இதுபோன்ற ஒப்பீட்டை வேறு அறிஞர்கள் சிலரும் செய்துள்ளனர்; ஆனால், அவை திருப்தி அளிப்பதாக இல்லை. இதுவரையிலான சான்றுகளின்படி முடிவு இதுதான்: ஒன்று, வெபரும் மற்றும் புயூலரும் கூறுவதுபோல் வடக்கு செமிட்டியர்களிடமிருந்து இந்திய எழுத்துகள் பெறப்பட்டிருக்க வேண்டும். அல்லது முனைவர் டீக்கே, ஐசக் டெய்லர் மற்றும் வேறு சிலரின் கருத்துகளின்படி, தெற்கு அரேபியாவில் வசித்த தெற்கு செமிட்டியர்களிடம் இருந்து பெறப்பட்டிருக்கலாம்.

எந்தக் காலம் என்பதுடன், நேரடியாக ஒன்றிணைய இப்போது சாத்தியம் உள்ளது. ஆனால், அது உண்மையாக இருக்க வாய்ப்பில்லை. ஏனெனில், இந்தியாவுக்கும் தெற்கு அரேபியாவுக்கும் இடையில் அமைந்திருக்கும் கடற்கரையோரப் பகுதியில் வழக்கத்திலிருந்த எழுத்து வடிவங்களுடன் ஒத்திசைவுத் தன்மை குறைவாக உள்ளது. ஆனால், பாலஸ்தீன எல்லைப்புறத்தில் கண்டெடுக்கப்பட்ட 'மேசா' கல்வெட்டு எழுத்துகளுடன் ஒற்றுமை அதிகமாக இருக்கிறது. ஆனால், அவ்வெழுத்துகளைப் பொறித்த மனிதர்களுடன் இந்தியர்கள் நேரடியாகத் தொடர்பு வைத்திருந்தனர் என்று ஒருவரும் வாதம் செய்யவில்லை.

ஆகவே, நான் ஒன்றை முன்வைக்கத் துணிகிறேன்: இந்தியர்கள் எழுதிய எழுத்துகள் வடக்கு செமிட்டிய எழுத்துகளில் இருந்தோ தெற்கு செமிட்டிய எழுத்துகளிலிருந்தோ பெறப்படவில்லை. மாறாக, யூப்ரடீஸ் பள்ளத்தாக்கில் பயன்பாட்டிலிருந்த, செமிட்டிக் காலகட்டத்துக்கு முந்தைய எழுத்து வடிவத்திலிருந்து மேலே நாம் குறிப்பிட்டவர்கள் பெற்றது போலவே, இந்தியர்களும் பெற்றிருக்க வேண்டும். இந்தக் கண்டுபிடிப்புகளை ஒன்றிணைக்கும் ஒரே கருதுகோளாக இதுதான் இருக்கிறது என்று கருதுகிறேன்.

எழுத்துகளின் வடிவங்களுக்கு இடையிலான ஒற்றுமை மிக அதிகமாக இருந்த காலத்தில் எழுத்துகள் பெறப்பட்டிருக்கக் கூடும்

என்றும் முடிவு செய்யலாம். ஆகவே, காலத்தைப் பொறுத்தவரை, அது கி.மு.ஏழாம் நூற்றாண்டாகவோ அதற்கு முந்தியோ இருக்கலாம்: ஆனால், பிற்காலத்துப் பாபிலோனிய அல்லது செமிடிக் எழுத்து வடிவங்களை ஒப்பிட்டுப் பார்க்கையில் போதுமான ஒத்திசைவு காணப்படவில்லை.

அத்துடன், இந்திய எழுத்துகளின் தோற்றம், எழுத்து முறை வலமிருந்து இடமாக எழுதப்பட்ட காலத்துக்கு முந்தையதாக இருக்கலாம் என்றும் கருத முடியும். இந்தியர்களின் எழுத்து முறை நம்முடையதைப் (ஆங்கிலேயர்கள்) போலவே இடமிருந்து வலம் செல்கிறது. ஒரேயொரு நாணயத்தில் காணப்படும் எழுத்தும், இன்னமும் வெளியிடப்படாத இலங்கையின் சிறிய கல்வெட்டுகள் சிலவற்றில் காணப்படும் எழுத்துக்களும் மட்டுமே வலமிருந்து இடம் எழுதப்பட்டுள்ளன. (Coins of Ancient Indiச் என்ற கன்னிங்ஹாம் நூலில் விவரங்கள் காணப்படுகின்றன; நாணயம் பிரிட்டிஷ் அருங்காட்சியகத்தில் உள்ளது. கல்வெட்டு, Mr.White King சேகரிப்பில் இருக்கிறது).

கி.மு.மூன்றாம் நூற்றாண்டின் கல்வெட்டுகள் சிலவற்றிலும் சில எழுத்துக்களின் திரட்சியை, இப்போது கூறுவதுபோல் பின்னோக்கிப் படிக்க வேண்டியதாக இருந்தன. எழுத்து எழுதப் பட்ட திசை, பதிவுகள் எழுதப்பட்ட காலத்தின் நெகிழ்வுத் தன்மையைச் சார்ந்து இருந்தது. ஆனால், இப்பதிவுகள் எவ்விதத்திலும் மிகப் பழமையானவை என்று கூறமுடியாது.

மூன்றாவது ஆதாரம், 1898 ஆம் ஆண்டின் ராயல் ஏசியாடிக் சொசைட்டியின் இதழில் திரு. கென்னடி எழுதிய கட்டுரையில் சிறந்த முறையில் ஒருங்கிணைத்துக் காட்டப்பட்டுள்ளது. அது சொல்ல விழைவது:

1. இந்தியாவின் மேற்குக் கடற்கரையிலிருந்த துறைமுகங் களுக்கும் பாபிலோனுக்கும் இடையில் கி.மு. ஏழாம் நூற்றாண்டில் தொடர்ச்சியாக, விரிவான வர்த்தகம் நடந்திருக்கிறது.
2. அந்தக் காலகட்டத்துக்குப் பல ஆண்டுகளுக்கு முன்பிருந்தே அத்தகைய வர்த்தகம் நடந்து கொண்டிருந்தது என்று சொல்வதற்குச் சாத்தியம் குறைவு.
3. பாபிலோனுக்குச் சென்ற இந்திய வணிகர்கள், பாபிலோனுக்கு அப்பாலும், உள் பிரதேசங்களுக்கும், அதாவது பாபிலோனிலிருந்து மேற்கு திசையிலும் சென்றிருக்கலாம்;

அல்லது ஏமன் வரை அவர்கள் பயணம் செய்தனர்; அல்லது அவர்கள் ஆப்கானிஸ்தானின் ஊடாக, கணவாய்களைக் கடந்து பாபிலோனை அடைந்தனர் என்று சொல்வதற்கு சாத்தியங்கள் குறைவு.

நாம் பார்த்த இந்த மூன்று வகையான ஆதாரங்கள் ஒவ்வொன்றின் விவரங்களின் அடிப்படையில் மேலும் அதிக அளவில் அவற்றை ஆய்வு செய்யவேண்டியுள்ளது. அந்த ஆதாரங்கள் எதுவும், இன்னமும் அதனளவில் முடிவானதாக இல்லை. ஆனால், மூன்றிலும் ஒருமித்த கருத்து ஒன்றை நாம் பார்க்க முடிகிறது. அது ஒவ்வொன்றுக்கும் உறுதித்தன்மையை அளிக்கிறது. அத்துடன், அடுத்துக் குறிப்பிடப்படும் விஷயங்களின் அடிப்படையில் அதை ஓர் அடிப்படைக் கருதுகோளாக எடுத்துக் கொள்ளலாம்:

1. கடல் பயணம் மேற்கொண்ட வணிகர்களிடம், பருவக் காற்றைப் பயன்படுத்திக் கொள்ளும் வழக்கம் இருந்தது. கி.மு.ஏழாம் நூற்றாண்டின் தொடக்கத்தில் (ஒருவேளை அது எட்டாம் நூற்றாண்டின் இறுதியாக இருக்கலாம்) இந்தியாவின் தென்மேற்குக் கடற்கரைப் பகுதியிலிருந்த துறைமுகங் களிலிருந்து புறப்பட்டு அப்போது பெரும் வணிக மையமாக இருந்த பாபிலோனுக்குச் சென்றனர். தொடக்கத்தில் சௌவீராவும் அதன் பின்னர் சுப்பராகாவும் பாருகாச்சாவும் பயன்பாட்டில் இருந்தன.

2. இந்த வணிகர்கள் பெரும்பான்மையாக திராவிடர்களே. ஆரியர்கள் அல்ல. பாபிலோனில் இறக்குமதி செய்யப்பட்டு, அந்தப் மேற்கு பிரதேசத்தினர் ஏற்று, பயன்படுத்திய பொருட்களின் இந்தியப் பெயர்கள் ஆகியன சம்ஸ்கிருதம் அல்லது பாலி சொற்களின் தழுவல் கிடையாது. மாறாக, அவை தமிழ்ச் சொற்களின் தழுவல். (சாலமனின் தந்தம், குரங்குகள் மற்றும் மயில்கள், குறிப்பாக 'அரிசி' என்ற சொல்).

3. அக்காடியர்கள் என்று அழைக்கப்பட்ட, செமிட்டிய இனத்துக்கு முந்தைய வெள்ளை இனத்தவர்கள் முதன் முதலாகக் கண்டுபிடித்து, பயன்படுத்தி வந்த எழுத்து வடிவத்திலிருந்து பெறப்பட்ட எழுத்துகக்ளுடன் அங்கு சென்ற இந்த வணிகர்களுக்கு, ஓரளவு அறிமுகம் இருந்தது.

4. இதற்கு முன்பு, நாடோடிகளாய் அலைந்து திரிந்த செமிட்டிக் பழங்குடியினர் இந்த எழுத்துகளை, பாபிலோனிலிருந்து மேற்கு

நோக்கியும், வடமேற்கு, தென்மேற்கு திசைகளிலும் எடுத்துச் சென்றனர். அந்தச் செமிட்டிக் பழங்குடியினர் கல்வெட்டுகளில் பதிவு செய்திருக்கும் எழுத்துகளுடனும் பாபிலோனிய எடைகற்களில் காணப்படும் எழுத்துகளுடனும், இந்திய வணிகர்கள் கற்றுக்கொண்ட குறிப்பிட்ட சில எழுத்துகள் மிக நெருக்கமாக ஒத்துப்போகின்றன. இவையிரண்டும் இந்தியர்கள் வணிகப் பயணங்களை மேற்கொண்ட காலகட்டத்துக்கு சற்றே முந்தையக் காலத்தவை.

5. வணிகர்கள் அந்த எழுத்து முறையை இந்தியாவுக்குக் கொண்டு வந்தனர்; பிறகு அந்த முறை படிப்படியாக விரிவடைந்தது; இந்தியாவின் கற்றறிந்த மனிதர்களின், பேச்சு வழக்கின் சிறப்புத் தேவைகளுக்கு ஏற்ப மாற்றியமைக்கப்பட்டது. இவ்வாறு தழுவி எற்றுக் கொள்ளப்பட்டு, மாற்றியமைக்கப் பட்ட எழுத்துக்கள் ஏறத்தாழ ஆயிரம் ஆண்டுகளுக்குப் பின்னர், பிராமி லிபி, அதாவது மேன்மையான எழுத்து முறை என்பதாக அறியப்பட்டது. இந்த இடைப்பட்ட காலத்தில், எடுத்துக் காட்டாக, அசோகரின் காலத்தில் அதற்கு என்ன பெயர் வழங்கப்பெற்றது என்பது தெரியவில்லை. இன்றைக்கு இந்தியா, பர்மா, சையாம், சிலோன் ஆகிய நாடுகளில் பயன்படுத்தப்படும் அனைத்து எழுத்துகளும் இதிலிருந்துதான் படிப்படியாக உருவாகின.

6. இந்த எழுத்துமுறை கி.மு. எட்டாம் அல்லது ஏழாம் நூற்றாண்டில் முதன்முதலில் இந்தியாவுக்குக் கொண்டு வரப்பட்ட நேரத்தில் ஏற்கனவே இந்தியர்களிடம் விரிவான வேத இலக்கியம் இருந்தது. புரோகிதர்களின் பள்ளிகளில் மனனம் செய்வதன் மூலம், மனனம் செய்து நினைவில் கொள்வதன் மூலம் அவர்கள் பெற்றுக் கொண்ட இலக்கியம் இது. விரைவில் அந்த எழுத்துகளை வேதம் ஓதுவோரும் அறிந்துகொண்டனர். எனினும், அவர்கள் தொடர்ந்து பழைய பாணியிலேயே பாடங்களை மற்றவர்க்குத் அளித்து வந்தனர். எழுதப்பட்ட குறிப்புகளைப் பயன்படுத்தத் தொடங்கிய பின்னரும், அவர்கள் முதன்மையாக நம்பியிருந்த நினை வாற்றலுக்கு உதவும் வகையில்தான் அதைப் பயன்படுத்தினர் என்பதற்கே சாத்தியம் அதிகமுள்ளது.

7. பாபிலோனில் எழுத்துகள் கண்டுபிடிக்கப்பட்ட பொருள் களிமண்ணால் செய்யப்பட்டது. ஆனால், இந்தியாவில் அவை

இரும்பிலான பொருட்களில், இலைகளில், அல்லது மரப்பட்டைத்துண்டுகளில் குறிப்பாக பனை மரப் பட்டைகளில் கிடைத்துள்ளன. ஆனால், எழுதும் மை பயன்படுத்தப் படவில்லை; இதுபோன்ற உடையக்கூடிய பொருட்களில் எழுத்துக் கீறல்களை உருவாக்குவது மிகவும் கடினம்; அத்துடன் இலைகளோ அல்லது பட்டைகளோ, அவை எளிதில் உடைந்துவிடும்; அல்லது அழிந்து போய்விடும்.

8. நீண்ட காலத்துக்குப் பிறகுதான், உடைந்து போகாமல் இருக்கும் வகையில் பெரிய பட்டைகளையும் தாளி பனையின் ஓலைகளையும் எழுதுவதற்குத் தயாரிக்கும் முறை கண்டு பிடிக்கப்பட்டது. அத்தகைய எழுதுபொருளின் மீது தடவுவதற்கான மையும் நீண்ட காலத்துக்குப் பிறகுதான் கண்டுபிடிக்கப்பட்டது; கீறல்களாக எழுதப்படும் எழுத்துகளை எளிதாகப் படிக்க இது பயன்பட்டது. இவை கண்டுபிடிக்கப் படும் வரையிலும், எழுதி, அவற்றைப் புத்தகங்களாக்கி பயன்படுத்த நடைமுறையில் எவ்விதமான எழுது பொருட்களும் இல்லை. விரைந்து அவை கண்டுபிடிக்கப் படாமல் இருந்ததற்கு, அத்தகையப் பொருட்களின் தேவை அதிகம் உணரப்படவில்லை என்பது காரணமாக இருக்கலாம்.

9. எழுதுபொருட்களின் தேவையை வேதப் பள்ளிகள் உணரவில்லை என்ற கூற்றுக்கு உண்மையில் போதுமான அழுத்தம் இல்லை. ஓர் அமைப்பாக, மந்திரங்கள் குறித்த அறிவை தங்கள் கைகளில் வைத்திருக்கவே புரோகிதர்கள் மிகவும் ஆர்வமாக இருந்தனர்; அதைச் சார்ந்துதான் யாகப்பலியில் உச்சரிக்கப்படும் மந்திரங்களின் சக்தி இருந்தது. புரோகிதர்கள் கூறும் நியதிகள் குறித்தப் புத்தகங்களில், இவை குறித்து நேர்த்தியான விதிகள் பிற்காலத்தில் சேர்க்கப்பட்டன. அவை சங்கரரின் மனமொப்பிய அங்கீகரிப்பை பெற்றன என்பது கவனிக்கப்பட வேண்டிய ஒன்று (வேதாந்தச் சூத்திரங்கள் 1.3.38).

'வேதச் சூத்திரங்கள் ஓதுகையில் அதைத் திட்டமிட்டுக் கேட்கும் சூத்திரனின் காதுகளை உருக்கிய ஈயத்தால் நிரப்ப வேண்டும். அதை அவன் ஓதினால், அவனது நாக்கை அறுத்துவிட வேண்டும். நினைவுகளில் அதைப் பாதுகாத்து வைத்திருந்தால் அவனது உடலை இரண்டாகப் பிளக்கவேண்டும்', மரபு வழியில் புரோகிதர்களுக்கு மட்டுமே கற்பிக்கும் பிரத்தியேக உரிமையைக் கடவுள் அவர்களுக்கு வழங்கியிருக்கிறார் என்பது புரோகிதர்களின் பார்வை (மனு 1.88);

அவர்கள் ஒவ்வொருவரும், கடவுளைக் காட்டிலும் (மனு 11.85) பெரும் தெய்வாம்சம் (மனு 9.317,319) பொருந்தியவர்களாகத் தம்மைக் கருதிக்கொண்டனர்.

இந்த இலக்கியங்களை மற்றவர்களுக்கு அளிக்கும் பயன்மிக்க வழிமுறையாக எழுதுவதைப் பயன்படுத்திக் கொள்ளாமல் அவர்கள் அலட்சியமாக இருந்தனர்; அவர்களது பிரத்தியேகமான உரிமைகளுக்கு மிகவும் ஆபத்தை ஏற்படுத்தக்கூடிய முறை என்பதாலும் அதைக் கடுமையாக எதிர்த்தார்கள் என்று கருதினால், அது தவறாக இருக்க முடியாது.

இந்தியாவில் அறியப்பட்ட மரப்பட்டை அல்லது பனை ஓலையில் எழுதப்பட்ட மிகப் பழமையான கையெழுத்துப் பிரதிகள் பௌத்தச் சமயத்தைச் சேர்ந்தவை என்பதறிந்து வியப்படையத் தேவையில்லை. கருங்கல்லிலும் உலோகத்திலும் எழுதப்பட்ட தொடக்கக்காலப் பதிவுகள் அனைத்தும் பௌத்தச் சமயத்தினர் பதிந்தவை. பௌத்தர்கள்தான் முதன்முதலில் நடைமுறை நியதிகளைப் பதிவு செய்ய எழுத்தைப் பயன்படுத்தினார்கள்.

அத்துடன், மிகப் பெரும் வேதகால இலக்கியமான வாசிஷ்ட தர்ம சூத்திரத்தில்தான் எழுதுதல் பற்றிய மிகத் தொடக்கக்காலக் குறிப்பு இருக்கிறது. இது பிற்காலத்தில், நியதிப் புத்தகங்களில் ஒன்றாக மாறியது. மேலே குறிப்பிடப்பட்ட பௌத்த அமைப்பின் நடைமுறை நியதிகளிலிருந்து எடுக்கப்பட்ட பல குறிப்புகளின் நீட்சியாக அது இருந்தது.

சித்திர எழுத்து முறையிலிருந்து இந்தியாவின் புரோகிதர்கள் தங்களுக்கென்று எழுத்து முறை ஒன்றை உருவாக்கிக் கொண்டார்கள்; இந்த எழுத்துமுறையின் மீது அவர்கள் வெளியிலிருந்து பெறப்பட்ட எழுத்துகள் பொருத்தமாக இணைக்கப்பட்டன என்ற முன் அனுமானத்துக்கு நிச்சயம் சாத்தியமில்லை. ஜெனரல் கன்னிங்ஹாம் இதை மேலும் தீவிரமாக ஆய்வு செய்கிறார். இந்திய மண்ணில் எழுத்துகள் முற்றிலும் அந்நாட்டவர்களால் உருவாக்கப்பட்டவை என்று அவர் கருதுகிறார். ஆனால், தற்போது அதற்கான ஆதாரம் நம்மிடம் இல்லை; அது மட்டுமல்ல. விஷயம் அதற்கு நேர்மாறானது. தற்போது கிடைத்துள்ள அனைத்து ஆதாரங்களும் இந்திய எழுத்துமுறை ஆரியர்களுடையது அல்ல என்பதை எடுத்துரைக்க முற்படுகின்றன; திராவிட வணிகர்கள்தான் அதை இந்தியாவில் அறிமுகப்படுத்தினர். இத்தகைய கண்டுபிடிப்புகளைச் சுயநலம்

காரணமாக எதிர்த்தப் போதிலும், இந்திய இலக்கியத்துக்கு புரோகிதர்கள் வேறு வழிகளில் மதிப்பிட முடியாத சேவைகளைப் புரிந்துள்ளனர்; எனினும், இப்படி முடிவாகக் கூறலாம்: இதற்கு முன் நீண்ட காலமாக இங்கிருந்த எழுத்துகள் குறித்த அறிவைப் பிரயோகித்து, புத்தகங்களை உருவாக்கி உற்பத்தி செய்வதற்கும், அவற்றைப் பாதுகாப்பதற்கும் உதவியாக அமைந்த எழுத்துத்துறை கண்டுபிடிப்புகளுக்கும், மேம்பட்ட நுட்பமான தொழில் முறைகளைக் கண்டறிந்து அளித்ததற்கும் வணிகர்களுக்கும், சார்பற்ற முறையில் இலக்கியம் பேசியவர்களுக்குமே இந்தியா கடமைப்பட்டுள்ளது.

அத்தியாயம் 8

எழுத்து – வளர்ச்சிநிலை

பாபிலோனிலிருந்து இந்தியாவின் மேற்குப் பகுதிக்கு எழுத்துக்கள் பற்றிய அறிவைக் கொண்டு வந்தவர்கள் இந்திய வணிகர்கள். பாபிலோனில் அப்போது வணிகக் குறிப்புகள் எழுதுவதும், அல்லது களிமண் பலகைகளிலும், செங்கற்களிலும் எழுதும் முறையும் மிக வெற்றிகரமாகப் பயன்பாட்டிலிருந்தன; அவற்றை இங்கு ஏன் அவர்கள் கொண்டு வரவில்லை என்ற கேள்வி எழுகிறது. எழுத்து, இங்கு கொண்டுவரப்பட்ட விதம், எளிதானதாக, சிரமமற்றதாக இல்லை. ஆனால், அது இந்தியாவுக்கு மட்டுமான பிரச்சனையாக உருவாகவில்லை. யூப்ரடீஸ் சமவெளிப் பகுதியிலிருந்து எழுத்துக்களைக் கற்றுக்கொண்ட உலகின் வேறு பகுதிகளைச் சேர்ந்த வணிகர்களும் பழங்குடியினரும்கூட களிமண் கற்களில் எழுதுகின்ற பழக்கத்தை எப்போதும் பின்பற்றவில்லை.

எழுத்துகளும் வாக்கியங்களும் பொறிக்கப்பட்ட களிமண் கற்களும், பலகைகளும் முத்திரைகளும் இந்தியாவின் பல்வேறு பகுதிகளிலும் பரவலாகக் கிடைத்துள்ளன. அனைத்துமே களிமண்ணால் செய்யப்பட்டவை. கருங்கற்களில் காணப்படும் எழுத்துகள் மிகுந்த ஆர்வம் ஏற்படுத்துபவை; அவை மிகவும் தொன்மையான சான்றுகள். ஆனால் அவை, சாதாரண கொத்தனார்கள் ஏற்படுத்திய குறியீடுகளாகத் தோன்றுகின்றன; களிமண் பலகைகளில்

பொறிக்கப்பட்டவை சமய புத்தகங்களின் சிறு வாக்கியங்களாக இருக்கின்றன.

அது போலவே, முத்திரைகளில் காணப்படும் எழுத்துகளும் வழக்கமானவையே. எனவே, புத்தகங்களைப் போல், எழுதும் நோக்கத்துக்கோ அல்லது சிறிய தகவல் தொடர்புக்கான பொருளாகவோ களிமண் பலகைகளை மக்கள் பொதுவாகப் பயன்படுத்தவில்லை என்பது உண்மை. முனைவர் ஹோய் (Dr.Hoey) களிமண்ணில் எழுதும் முறைக்கான மாதிரிப் பலகை ஒன்றை கண்டுபிடித்துள்ளார்; நிச்சயமாக அது ஆர்வமூட்டுவது. பௌத்தச் சமயத்தின் சிறிய பிரச்சாரக் குறிப்பு ஒன்று அதில் காணப்படுகிறது. கிடைத்திருக்கும் செம்பு மற்றும் தங்க உலோகத்தினால் ஆன தகடுகள் நிச்சயமாக மிக ஆரம்பக் காலத்தைச் சேர்ந்தவை. அவை அடிக்கடிப் பயன்படுத்தப்பட்டுள்ளன. தட்சசீலத்தின் செப்புத் தகடுகளும், மாவ்ங்-கோன் (Maung-gon) தங்கத் தகடுகளில் ஒன்றும் இங்கே எடுத்துக் காட்டப்பட்டுள்ளன.

மறுபுறம், பிர்ச் பட்டைகளும் பனை ஓலைகளும் இது போன்ற நோக்கங்களுக்காகப் பயன்படுத்தப்பட்டன. இதற்கான ஏராளமான சான்றுகள் இலக்கியங்களிலும் தொல்பொருள் ஆய்வுகளிலும் நமக்குக் கிடைத்துள்ளன. அவ்வாறு எழுதப்பட்ட புத்தகத்தின், இதுவரை கண்டுபிடிக்கப்பட்டதிலேயே மிகப் பழமையான மாதிரி ஒன்று கோசிங்கா விஹாரத்தின் இடிபாடுகளில் கையெழுத்துப் பிரதியாகக் கிடைத்துள்ளது. அந்த விஹாரம் கோட்டானில் (Khotan) இருந்து பதின்மூன்று மைல் தொலைவில் உள்ளது. இந்தக் கையெழுத்துப் பிரதியில் காணப்படும் கரோஸ்தி எழுத்துகள் பிர்ச் பட்டையின் மீது மை கொண்டு எழுதப்பட்டவை. கி.மு.500ல் மிகத் தொலைவில் இந்தியாவின் வடமேற்கு நிலப்பகுதியில் இந்த எழுத்து முறை அறிமுகப்படுத்தப்பட்டது.

காந்தாரப் பிரதேசத்தைச் சேர்ந்தவர்கள் இந்த எழுத்துமுறையைப் பயன்படுத்தினர். மேலே நாம் விவாதித்த மற்ற எழுத்து முறைகளையும் அந்த நேரத்தில் அந்த மக்கள் பயன்படுத்திக் கொண்டிருந்தனர். இதன் அடியொற்றி தற்போதைய அனைத்து இந்திய எழுத்துகளையும் நாம் மீண்டும் தடம்காண முடியும். இந்தக் கையெழுத்துப் பிரதிகளின் பகுதிகள் பாரிஸ் மற்றும் செயின்ட் பீட்டர்ஸ்பர்க் ஆகிய இடங்களின் காட்சியகங்களுக்குச் சென்றுள்ளன. இந்த எழுத்துகள் கிறித்துவச் சகாப்தம் தொடங்கு வதற்குச் சற்று முன்போ அல்லது அதன் பிறகோ காந்தாரப்

பிரதேசத்தில் பயன்பட்டிருக்க வேண்டும். மேலும் இந்தப் பிரதிகளில் பௌத்த நடைமுறை நியதிகள் குறித்த புத்தகங்களிலிருந்து எடுக்கப்பட்ட புத்த சமய உரையாடல்களின் தொகுப்பு ஒன்றும் இருக்கிறது. பாலி மொழி எழுத்துகளைக் காட்டிலும் இளையதான, பேச்சுவழக்கில் அது எழுதப்பட்டு உள்ளது.

காலகட்டம் குறித்த நமது ஆய்விற்கு, நமக்குக் கிடைத்திருக்கும் மற்றொரு கையெழுத்துப் பிரதி மிகவும் இளையது. குச்சாருக்கு (Kuchar) அருகில் மிங்கை (Mingai) என்ற இடத்தில் கேப்டன் போவர் (Bower) அதைக் கண்டுபிடித்தார். ஒரு மருந்துக்கான ரசீது போல் அது தோன்றுகிறது; மேலும் ஒரு பாம்பை வசீகரிப்பதற்கான மந்திரங்களும் அதில் உள்ளன. கி.பி.நான்காம் அல்லது ஐந்தாம் நூற்றாண்டுகளின் எழுத்துகள் அவை. பனை ஓலை போல் வெட்டப்பட்டிருந்த பிர்ச் மரப் பட்டையில் மை கொண்டு அவை எழுதப்பட்டிருந்தன. இந்த ஏடுகளை நூல் / கயிறு கொண்டு கோத்து ஒன்றாக இணைக்க ஏதுவாக மரப்பட்டையில் துளைகள் போடப்பட்டிருந்தன. இவ்வாறு துளை போடும் முறை எப்போதும் பனை ஓலைகளுக்குத்தான் பின்பற்றப்படும். ஆனால், பிர்ச் மரப் பட்டைக்கு மிகவும் பொருத்தமற்றது. ஏனெனில், அந்தப் பட்டை மிக எளிதாக உடையக்கூடியது; அத்துடன் அந்தக் கயிறு ஏடுகளைக் கிழிக்கவும் உடைக்கவும் செய்யும். கிடைத்திருக்கும் இந்த ஏடுகளில் அவ்வாறு நடந்துள்ளது.

இந்தக் கையெழுத்துப் பிரதியில் பயன்படுத்தப்பட்டுள்ள மொழி செவ்வியல் சம்ஸ்கிருதத்துக்கு நெருக்கமாக இருக்கிறது. ஆனால், இப்பிரதியில் பார்க்க முடிகிற ஐந்து வெவ்வேறு சிறு விளக்கக் குறிப்புகள், வேறுவிதமான, ஓரளவு நல்ல பேச்சுவழக்குகளாகத் தோன்றுகின்றன. மேலும், பழமையான கையெழுத்து பிரதி ஒன்றும், சமீபத்தில் துர்க்கெஸ்தானில் கண்டுபிடிக்கப்பட்டுள்ளது. இதுவரை கிடைத்திருப்பவற்றில், புரிதலுடன் சரியாக எழுதப்பட்டிருக்கும் பிரதிகளில் இது பழமையானது. மற்றவை ஆய்வுக்காக, முனைவர் ஹோர்ன்லேவின் (Dr.Hoernle) கைகளில் இன்னமும் காத்திருக்கின்றன.

போவர் கண்டறிந்த கையெழுத்துப் பிரதி சம்ஸ்கிருதத்தில் (சரியான சம்ஸ்கிருதம் என்று கூறமுடியாது என்றாலும்) உள்ளது; கோசிங்காவில் கிடைத்தது இம்மொழியுடன் தொடர்புடைய, ஒரு பிரதேசப் பேச்சு வழக்கில் இருந்தது. ஆனால், பாலி மொழியைக்

காட்டிலும் பிந்தையது. ஆகவே, இயல்பாக நாம் இப்படி ஒரு முடிவுக்கே வரவியலும்: சம்ஸ்கிருதம் பாலியைக் காட்டிலும் பழமையானது; ஆகவே, போவர் ஏடுகளில் காணப்பட்ட எழுத்துகள் நிச்சயமாக அதிகம் பழமையானவை. சேதமுறாமல் கிடைத்திருக்கும் அந்தக் கையெழுத்துப் பிரதி சில நூற்றாண்டு களுக்குப் பிந்தையதாக இருக்கக்கூடும்.

லத்தீன் மொழிக்கு இத்தாலிய மொழி போல், சம்ஸ்கிருதத்துக்கு பாலி மொழி. அவை எழுதப்பட்ட காலம் எதுவாக இருப்பினும், வெர்ஜில் படைப்பின் கையெழுத்துப் பிரதிகள் நிச்சயமாக தாந்தேவின் படைப்பைக் காட்டிலும் பழமையானவை. எனவே இப்படி முடிவு செய்யலாம் எனத் தோன்றுகிறது: சம்ஸ்கிருத மொழியில் இருக்கும் ஒரு படைப்பு, அது எழுதப்பட்டிருக்கும் அந்தக் கையெழுத்துப் பிரதியின் காலம் எதுவாக இருப்பினும், பாலி மொழிப் படைப்பைக் காட்டிலும் வெளிப்படையாக பழமையானது. மொழியியல்ரீதியாகப் பார்த்தால் பாலி மொழியைக் காட்டிலும் சிறிது இளையதான, பேச்சு வழக்கில் இருக்கும் மொழியில் எழுதப்பட்ட படைப்பைக் காட்டிலும் பழமையானது என்பது மற்றொரு வலிமையான வாதம்.

ஆனால், விநோதமாக, நமக்குக் கிடைத்திருக்கும் சான்று அதற்கு நேர்மாறானதாக இருக்கிறது. கோசிங்கா கையெழுத்துப் பிரதி, போவர் கண்டறிந்த கையெழுத்துப் பிரதியைக் காட்டிலும் பழமையானது. அதுமட்டுமின்றி, அதில் காணப்படும் பாடல் வரிகளும் போவர் பிரதியின் வரிகளைக் காட்டிலும் பழமை யானவை. ஏனெனில், அவை பாலி மொழியுடன் நெருங்கிய தொடர்புடைய பேச்சுவழக்கு மொழியில் எழுதப்பட்டவை என்று துல்லியமாகத் தெரிகின்றன.

இந்த இரண்டு படைப்புகளின் அச்சுப் பிரதிகள் மட்டுமே நம்மிடம் உள்ளன; அந்த எழுத்தின் காலம் குறித்து கூறுவதற்கு தொல்லெழுத்துக்கலை சான்று எதுவும் நம்மிடம் இல்லை; ஏனெனில், நாம் பரிசீலிக்கும் காலகட்டத்தைச் சேர்ந்த ஒரு புத்தகத்தை அல்லது கல்வெட்டை ஆய்வு செய்கையில், அதில் பேச்சு வழக்கிலான பாலி சொற்றொடர்கள் மற்றும் இலக்கண வடிவங்களின் கலப்பு இல்லாமல் தோராயமாக தூய சம்ஸ்கிருதத்தில் எழுதப்பட்டதாக இருக்குமெனில் சொற்பிறப்பியல் ரீதியாக, பாலியைக் காட்டிலும் சம்ஸ்கிருதம் பழமையானது என்று நம்மால் உறுதியாக அறிந்து கொள்ள இயலும்.

வெளிப்படையான இந்த முரண்பாட்டுக்கான விளக்கம் உண்மையில் மிகவும் தெளிவானது, எளிமையானது. இலக்கியங்களை ஒப்பீடு செய்து பார்த்தால் இது போதுமான அளவு தெளிவாகும், சொல்லப்போனால், கல்வெட்டு எழுத்துகளை ஒப்பீடு செய்வதன் மூலம் அதிகம் எளிதாக அறிந்துகொள்ளலாம். எடுத்துக்காட்டாக, சாக்கிய நினைவுச் சின்ன வளாகத்தில் திரு.பெப்பே (Mr.Peppe) கண்டுபிடித்த மலர்ச் செம்பில் காணப்படும் எழுத்துகளை எடுத்துக்கொள்ளலாம். என்னுடைய கருத்தில் இந்தியாவில் இதுவரையிலும் கண்டுபிடிக்கப்பட்ட எழுத்துகளில் இவை மிகப்பழமையானவை.

இதிலிருந்து நமக்கு என்ன தெரிய வருகிறது?

1. மொழியைப் பொறுத்தவரை, இது முற்றிலும் பயன்பாட்டிலிருக்கும் உயிரோடு இருக்கும் மொழி; வட்டார வழக்கில் பேசப்படும் மொழி.

2. எழுத்திலக்கண முறையில் அடிப்படையில், மெய் எழுத்துகள் தோராயமாகவும் வளர்ச்சியற்ற முறையிலும் எழுதப் பட்டுள்ளன.

3. மெய்யெழுத்துகளில் அடையாளக்குறி இடப்பட்ட அடிப்படையில் வெளிப்படும் உயிரெழுத்துக்கள், டி மற்றும் த மட்டுமே. சந்தேகத்துக்குரிய நேர்வில் அது ஞ அல்லது ணி ஆகவும் இருக்கலாம்.

4. இரட்டை மெய்யெழுத்துகள் இரண்டு ஒலியாக உச்சரிக்கப் படுவது (இன்றைய இத்தாலிய மொழியில் இருப்பதுபோல்) வட்டார வழக்கின் குறிப்பிடத்தக்க அம்சமாக இருந்தபோதிலும், மெய்யெழுத்துகள் எவையும் இரட்டையாக எழுதப்படவில்லை.

5. மெய்யெழுத்துகளின் குழுக்கள் எதுவும் (hundred என்ற சொல்லில் உள்ள ndr அல்லது plastic என்ற சொல்லில் உள்ள pl மற்றும் st போன்று) ஒருசேர எழுதப்படவில்லை. எனவே 'of the Sakiyas' என்ற சொல்லுக்கு 's ki y nm' என்ற எழுத்துகளே அதில் எழுதப்பட்டுள்ளன. எழுதியவரால் யோசிக்க முடிந்த மிக நெருக்கமான எழுத்திலக்கண அமைப்பு இதுவே. அந்தப் பிரதேசத்தில் வழக்கத்திலிருக்கும் பேச்சுவழக்கில் இந்தச் சொல் எப்படி உச்சரிக்கப்பட்டிருக்கலாம் என்று நான் மிகவும் சிரமப்பட்டேன். அந்தச் சொல், 'சாக்கியாநம்' அல்லது

‘சக்கியாநம்’ ஆக இருக்கலாம். Sak-kiyanang என்றும் உச்சரிக்க முடியும்.

இங்கே, எழுத்திலக்கண முறை மிகவும் முழுமையற்ற வகையில் பயன்பட்டுள்ளது என்பதைக் கவனிக்க முடியும். மிகச் சரியாகச் சொன்னால், ‘அசையெழுத்து’ என்று எந்த எழுத்தும் பயன்பட வில்லை. நாம் பயன்படுத்தும் ‘vocal’ என்ற சொல்லில் உச்சரிக்கப்படும், மெலிதாக ஒலிக்கும் உயிரெழுத்தான ‘a’, வேறு உயிரெழுத்து எதுவும் இணைந்திராத ஒவ்வொரு மெய்யெழுத்திலும் உள்ளார்ந்திருப்பதாகக் கருதப்படுகிறது.

உயிரெழுத்துகளில், நீட்டொலிக்கும் குற்றொலிக்கும் வேறு படுத்திப் பார்ப்பதற்கு எந்த முயற்சியும் மேற்கொள்ளப்படவில்லை. இணை-உயிரெழுத்துகள் (ஓரசையாக ஒலிக்கும் இரண்டு உயிரெழுத்துகள்) எதுவும் இங்கு இல்லை. உள்ளார்ந்த ‘a’ என்ற ஒலியின்றி ஒரு மெய்யெழுத்து இறுதியாக உச்சரிக்கப்பட வேண்டும் என்பதைச் சுட்ட, அதற்கு உதவி செய்வதற்கு எதுவும் இல்லை; இந்தத் தன்மையும், மெய்யெழுத்துக் குழுக்கள் இல்லாத நிலையும், மொழியின் அசல் பயன்பாட்டில் மிக அதிகமாக இரட்டை மெய்யெழுத்துகளை வெளிப்படுத்த இயலாமல் செய்து விடுகின்றன.

நாம் ஆய்வு செய்யவேண்டிய அடுத்த நிலையில் அசோகரின் கல்வெட்டு எழுத்துகள் உள்ளன. நாம் பேசுவது தற்போதைய நிலை; இந்தியாவில் தொல்பொருள் ஆய்வுகள் முறையாக மேற்கொள்ளப்பட்டால், ஓர் இடைப்பட்ட நிலை உருவாகக்கூடும் என்பதில் சந்தேகமில்லை. இதுவரையிலும் முப்பத்து நான்கு கல்வெட்டுகள் கண்டுபிடிக்கப்பட்டுள்ளன. ‘Inscriptions de Piyadasi’ என்ற தனது நூலில் எம்.செனார்ட் 1886க்கு முன் கண்டறியப்பட்ட அனைத்துக் கல்வெட்டுகளையும் முழுமையான, விரிவான பகுப்பாய்வுக்கு உட்படுத்தியிருக்கிறார். இவற்றுடன் பாராஹுத் நினைவுச் சின்ன வளாகத்தில் கிடைத்துள்ள அதிக எண்ணிக்கையிலான கல்வெட்டு எழுத்துகளையும் ஒப்பிட்டுப் பார்க்கவேண்டும். அவற்றில் சில, சிறிது பழமையானவை, சில சிறிது பிந்தையவை; ஒன்றிரண்டு மட்டுமே அசோகர் காலத்தைக் காட்டிலும் பிந்தையவை.

மூன்றாம் நூற்றாண்டின் இந்தக் கல்வெட்டுகளில் இரண்டு போக்குகள் சிறப்பாகத் தென்படுகின்றன. முதலாவது, எழுதும் வழிமுறைகள் மிகவும் மேம்பட்டதாக இருக்கின்றன. நீட்டொலி

உயிரெழுத்துகள் அதனளவில் சரியாக குறிக்கப்பட்டுள்ளன. ஓரிடத்தில் இணை உயிரெழுத்து ஒன்றும் காணப்படுகிறது. பல மெய்யெழுத்துகளின் குழுக்களும் அவ்வாறே எழுதப்பட்டுள்ளன. ஒட்டுமொத்தத்தில் எழுத்துகள் மிக நேர்த்தியாகவும் ஒழுங்காகவும் எழுதப்பட்டுள்ளன/ செதுக்கப்பட்டுள்ளன. எனவே, மிக அதிக அளவுக்குத் துல்லியமானதாக, அதிகளவுக்குப் படிக்க முடிவதாக, முழுமையாக, சரியாக எழுதப்பட்டதாக எழுத்துகள் உள்ளன.

மறுபுறத்தில், எழுதுபவர்கள் அல்லது எழுத்தைச் செதுக்குபவர்கள் பின்பற்றிய வழக்கங்களையும் பார்க்கவேண்டும். அவர்கள் வழக்கத்திலிருந்த மொழியின், பயன்பாட்டி இருந்த உண்மையான வடிவங்களை பயன்படுத்தவில்லை; அதற்குப் பதிலாக, மிகவும் அறிவார்ந்தவை என்று கருதியதை, இவைதாம் சொற்களின் சரியான வடிவங்கள் என்று எண்ணியதை எழுத்துமுறையில் வெளிப் படுத்துகிற பழக்கத்தைப் பின்பற்றினர். எனவே, அந்த எழுத்துகள் மிகக் குறைவானத் துல்லியத்துடன் இருந்தன; வாழும் மொழியின் பேச்சு வழக்குக்கு விசுவாசம் குறைவான சித்திரத்தைக் கொடுத்தன.

இறுதியாகக் குறிப்பிடப்படும் போக்கு, நமது (ஆங்கில) மொழியில் சொற்களின் உச்சரிப்புப் பிரச்சனை தீர்க்கப்பட்டபோது என்ன நிகழ்ந்ததோ, அதற்கு மிகச் சரியாக இணையானதாக இருக்கிறது. ஆங்கிலேயர்கள் இப்போது போலத்தான் 'would' மற்றும் 'could' சொற்களை அப்போதும் பெருமளவுக்கு உச்சரித்திருப்பார்கள். ஆனால், முந்தைய 'would' உச்சரிப்பில் (ஜெர்மன் மொழியின் wollteÀ இருப்பது போல) ஒரு l இருந்தது என்பது சிலருக்குத் தெரிந்திருக்கும். எனவே, அந்தச் சொல் 'l' உடன்தான் உச்சரிக்கப் பட்டது. ஆனால், இப்போது வழக்கிலிருக்கும் மொழியின் பேச்சு வழக்கில் அது இல்லை. சிலர் (தன்னை அதிகம் கற்றவராகவும், சரியானவராகவும் நினைத்துக் கொள்ளும் சிலர், பாதுகாப்பு கருதி) could என்ற சொல்லை l என்பதைச் சேர்த்தே உச்சரித்திருக்கலாம். இந்த நேர்வில், சற்று பழைய வடிவத்திலும் அல்லது இப்போது பேசப்படுகிற மொழியிலும் 'l' என்பது இல்லை.

இப்போது, விரும்பினாலும் விரும்பாவிட்டாலும் மேற்குறிப்பிட்ட இரண்டு சொற்களிலும் நாம் 'l' ஐப் பயன்படுத்துகிறோம். இந்தப் பிந்தையப் போக்குதான் இந்தியாவில் வெற்றி பெற்றதாக நிலவுகிறது. மொழியின் உண்மையான விஷயங்களை வெளிப் படுத்துவதற்கு நடந்த முயற்சிகள், மிகவும் படிப்படியாக முற்றிலும் மற்றொரு முயற்சிக்கு வழிவகுத்தன; அதாவது, ஓர் அறிவார்ந்த சொற்றொடரை எப்படிப் பேசுவது என்ற முயற்சிக்கு உதவின.

இவ்வாறு சொற்களின் ஒலிப்பு முறையைக் காட்டிலும் கடந்த கால வரலாறுதான், அதிகம் கவனத்தில் கொள்ளப்பட்டது. கல்வெட்டுச் சொற்களின் மொழியும், அவற்றில் பின்பற்றப்பட்ட சொற் களுக்கான எழுத்துப் பயன்பாடும் அதிக அளவுக்குச் இயல்பற்றதாகி விட்டன. பல நூற்றாண்டுகளுக்கு இந்த இரட்டைச் செயல்முறை தொடர்ந்தது; அதேநேரத்தில் உலகம் இப்போது கண்டிருக்கும் சொற்களை உச்சரிக்கும் முறைக்கு மிகச் சரியான சாதனமாக அது மாறும் வரையிலும், இணையாக, எழுத்தும் மேம்பாடு அடைந்து கொண்டே இருந்தது; மற்றொரு செயல்முறையான உச்சரிப்பும் அதன் உச்சத்தை எட்டிவிட்டது. பயன்பாட்டிலிருந்த பேச்சுமுறை நினைவுச் சின்னங்களில் இருந்து முற்றிலும் மறைந்துவிட்டது. மேலும் அனைத்துக் கல்வெட்டுகளிலும் புழக்கத்திலிருந்து மறைந்து விட்ட மொழியில், செவ்வியல் சம்ஸ்கிருதத்தில் தான் செய்திகள் பொறிக்கப்பட்டன.

இதுவரைக் கண்டுபிடிக்கப்பட்டுள்ள தூய்மையான சம்ஸ்கிருதக் கல்வெட்டுகளில் மிகப் பழமையானது கத்தியவாட்டின் கிர்னாரில் கிடைத்திருக்கும் ருத்ரதாமனின் கல்வெட்டுதான். சந்தேகமின்றி, அது சகா சகாப்தத்தின் 72 ஆம் ஆண்டில் பொறிக்கப்பட்டது. அதாவது, கி.பி.இரண்டாம் நூற்றாண்டின் மத்திய காலத்தைச் சேர்ந்தது அது. அசோகரின் காலத்திலிருந்து இந்த நிலையை அடைவதற்கு நான்கு நூற்றாண்டுகள் ஆகியுள்ளன. இறுதிக் காலகட்டம் அறிவுச் செருக்குடன் மாற்றியமைக்கப்படவில்லை; எனினும், பிரதேச மொழியில் எழுத்துகள் தொடர்ந்து எழுதப்பட்டு வந்தன. ஐந்தாம் நூற்றாண்டிலிருந்து வழக்கத்திலிருந்து மறைந்து போனதாகக் கருதப்பட்ட மொழி ஆதிக்கம் செலுத்தியது.

நாணயங்களின் விஷயங்களைப் பொறுத்தவரை சாத்தியமான அளவுக்கு அவை அதிகம் தகவல் அளிப்பவையாக இருக்கின்றன. சம்ஸ்கிருதத்தில் எழுத்துகள் பொறிக்கப்பட்டுள்ள மிகப் பழமையான நாணயம், மேற்கு க்ஷத்ரபா வம்சத்தின் சத்யதாமனின் தனித்துவமான நாணயமே. அதன் தோராயமான காலகட்டம் கி.பி.200. இந்த நாணயத்தில் பொறிக்கப்பட்டுள்ள ஏழு சொற்களும் சம்ஸ்கிருதச் சொற்களே. அதில் ஒன்று மட்டுமே, சம்ஸ்கிருதத்தில் கடைப்பிடிக்கப்படும் சந்தி விதிகளுக்குப் புறம்பாக அமைந்துள்ளது. இதற்கு முந்தியவை எனக் கூறப்படும் அனைத்து நாணயங்களிலும் பாலி அல்லது பிரதேச மொழி எழுத்துகளே உள்ளன.

விநோதமாக, இதற்குப் பின் கிடைத்துள்ள, அடுத்து சுமார் இரண்டு நூற்றாண்டுகளைச் சேர்ந்த நாணயங்கள் அனைத்தும் இவ்வாறே

தோன்றுகின்றன. மேற்கொள்ளப்பட்ட ஆய்வு முயற்சிகள் தோல்வியில் முடிந்ததால், மீண்டும் முயற்சி செய்யப்படவில்லை. எழுத்துகள் மத்தியில் சிதறலாக சம்ஸ்கிருதத் தனிச்சொற்களை ஆங்காங்கே பார்க்க முடிகிறது; அப்படி இல்லாதவை, பிரதேச மொழியில் தான் உள்ளன. நாணயம் அச்சடிக்கும் அதிகாரிகளும் அல்லது நாணய அலுவலர்களும் தாம் படித்தவர்கள் என்று தெரியப் படுத்த விருப்பம் கொண்டிருந்தனர் என்பதை வெளிப்படுத்தும் சான்றுகள் இவை. ஆனால், மக்கள் புதிய சம்ஸ்கிருத எழுத்துகளைக் கண்டுபிடிப்பதில் விருப்பமற்றிருந்தனர் என்பதுடன் மக்கள் மத்தியில் பிரபலமில்லாத நாணயங்களை வெளியிடுவதிலும் அதிகாரிகள் அக்கறை காட்டவில்லை.

நம் நாட்டிலும் (இங்கிலாந்திலும்) பத்தொன்பதாம் நூற்றாண்டின் பிற்பகுதி வரையிலும் ஒரு செல்வந்தர் அல்லது வெற்றிகரமான ஆளுமை குறித்த முக்கியமான நினைவு-ஆவணம் எதுவும் ஏறத்தாழ எப்போதும் லத்தீன் மொழியில்தான் எழுதப்பட்டது. நாணயங்கள் பெரும்பான்மையாக இன்னமும் லத்தீன் மொழி எழுத்துகளைத்தான் கொண்டுள்ளன. ஐரோப்பா முழுவதும், சிறிது காலம் முன்பு வரையிலும் பல்வேறு வகையான பாடப் புத்தகங்களும் லத்தீன் மொழியில்தான் எழுதப்பட்டன; கல்வியும் பெரும்பாலும் அந்த மொழியில் கற்பிக்கப்பட்டது. 1855-ல், ஐரோப்பாவில் முதன் முதலில் 'எடிட்' செய்யப்பட்ட பாலி படைப்புகள், லத்தீன் மொழி அறிமுகத்துடன், லத்தீன் குறிப்புகளுடன், லத்தீன் மொழி பெயர்ப்புடன் தான் திருத்தப்பட்டு வெளியிடப்பட்டன.

கி.பி.ஐந்தாம் நூற்றாண்டில் இந்தியா அடைந்த அந்த நிலையை ஆங்கிலேயர்களாகிய நாம் ஒருபோதும் எட்டவில்லை; அதாவது புழக்கத்தில் இல்லாத ஒரு மொழியைப் பிரத்தியேகமாகப் பயன் படுத்திய நிலை. நாம் அதிலிருந்து வெகு தொலைவில் இல்லை. இந்த விஷயத்தைப் பொறுத்தவரை, இரண்டு கண்டங்களிலும் கூறப்படுவதைக் காட்டிலும் பெரும்பாலும் ஒரே மாதிரியாகத்தான் நிலைமை இருந்தது. இந்தியா ஒரு தேசம் என்பதைக் காட்டிலும் ஒரு கண்டம் என்றுதான் கூறமுடியும். யாகப்பலி போன்ற சமய நிகழ்வுகள் ஒவ்வொன்றிலும் புழக்கத்தில் இல்லாத மொழியே பயன்பட்டுள்ளது. அந்த மொழிக்குப் பெருமளவுக்குக் கொடுக்கப்பட்ட முக்கியத்துவம் சமயம் சார்ந்த தன்மை கொண்டது. ஆனால், பல்வேறு மொழிகளைத் தங்கள் மொழியாக மக்கள் பேசிய நாடுகளின் ஊடாகப் பரவலாகப் புரிந்து கொள்ளப்பட்ட ஒருவகை இணைப்பு மொழியாகவும் அது இருந்தது.

உலகின் பெரும்பகுதிகளில் ஒரு காலத்தில் கல்வி கற்பதைக் கவனித்துக் கொள்ளும் பாதுகாவலர்களாக மதகுருமார்கள் இருந்தனர். ஆகவே, வட்டார மொழிகளின் மூலமாக மக்களுக்குச் செய்திகளை சொல்வதைக் காட்டிலும் பெரும்பான்மை படித்தவர்களைக் கவருவதற்கு வசதியான மொழியாக திருச்சபையின் மொழி இருந்தது. நாம் பார்த்தவரையில் எந்தச் சந்தர்ப்பத்திலும் சீர்திருத்தங்கள் என்று அவர்கள் கருதியதை ஆதரித்த, அவற்றை மக்களிடம் வேண்டுகோளாக வைக்க விரும்பிய மனிதர்கள் பிரதேச மொழியைத்தான் முதலில் பயன் படுத்தியுள்ளனர்.

நிச்சயமாக, இந்த இரண்டு நேர்வுகளிலும் வேறுபாடுகள் உள்ளன. இதில் முக்கியமானது, காலகட்டத்தின் அடிப்படையில் பார்த்தால் இந்தியாவில் பிரதேச மொழிதான் முதலில் பயன்பாட்டுக்கு வந்தது என்பது. இதனால் ஒரு முக்கியமான விளைவு ஏற்பட்டது; வட்டார மொழிக்கும் புழக்கத்தில் இல்லாத மொழிக்கும் இடைப்பட்ட நிலையில் ஆர்வமூட்டும் பிரதேச மொழி ஒன்று உருவானது; இதைக் கலவையான சம்ஸ்கிருதம் அல்லது கலவையான பிரதேச மொழி என்று சமமாக அழைக்கலாம். ஏனென்றால், இரண்டும் ஏறக்குறைய, தோராயமாக, ஒன்று மற்றொன்றைப் போலவே இருந்தது. மற்றொரு விளைவையும் இதில் பார்க்கலாம். பிரதேச மொழி முதலில் வந்தது என்பதால், இலக்கணச் சொற்கள் இன்னமும் அதில் பயன்படுத்தப்பட்டன. ஏறக்குறைய புழக்கத்திலிருந்து மறைந்துவிட்ட மொழியில் பயன்பாட்டில் இருந்ததைப் போன்ற வடிவத்திலேயே அவை பயன்படுத்தப் பட்டன. டாக்டர் ஜான்சன் ஆங்கில மொழிக்கு ஏராளமான லத்தீன் சொற்களை மேல்பூச்சாக அளிக்க முயன்றார். ஒருவிதக் கலப்பின பிரதேச மொழியின் உருவாக்கம் என்ற அளவில் அந்தச் செயல்முறை நின்றுபோனது.

கிறித்தவ சகாப்தத்திற்கு முன்னும் பின்னும் இந்திய எழுத்தாளர்கள் இதே விதமான செயலைச் செய்தனர். அவர்களும் சம்ஸ்கிருத இலக்கணச் சொற்களை உள்வாங்கத் தொடங்கினர்; விளைவு, தவிர்க்க முடியாதது. பிரதேச மொழியிலிருந்து பெறப்பட்ட சில அசல் வடிவங்களும் சொற்களும் இணைந்த கலவையான ஒன்றை அவர்கள் பயன்படுத்தத் தொடங்கினர். அவற்றில் சில சொற்கள் மிகவும் தேர்ந்தவை என்று தோன்றும் வகையில் சற்றே மாற்றப்பட்டன; சில வடிவங்கள் முற்றிலும் இயல்பற்றவையாக மக்களின் பேச்சில் இல்லாதவையாக மாற்றப்பட்டன. ஏற்பட்ட

சாத்தியமான விளைவு இதுதான். முதலில் குறிப்பிட்ட திருத்தம் கீழ்மையானது என்றும், இரண்டாவது மடத்தனமான தவறு என்றும் கூறப்பட்டது, மூன்றாவது மட்டுமே சரியானது என்று அறிவிக்கப்பட்டது.

இவ்வாறு அவர்கள் பயன்படுத்திய கலப்பு மொழி மிக அதிக அளவு சம்ஸ்கிருதம் போன்றே இருந்தது. அதற்குப் போட்டி மொழியாகவும் இருந்தது. அதன்பின் நான்காம் நூற்றாண்டின் இறுதியில் இருந்து பிந்தைய மொழி மட்டுமே பயன்பாட்டில் இருந்தது. அந்த நேரத்தில், மொழியியல் ரீதியாக புழக்கத்தில் இல்லாத மொழி உயர்நிலைப்ப் பெற்று ஆட்சி செய்தது. செயற்கையான மாற்று மொழி, பயன்பாட்டில் இருந்த வாழும் மொழியை முற்றிலும் மறைத்துவிட்டது. மாற்று மொழியாக வந்தது, முறையான வாரிசின் இடத்தைப் பிடித்துக்கொண்டது. அந்த ஒட்டுண்ணி, பெரிதாக வளர்ந்தது; உயிருள்ள மரத்தை வளராமல் தடுத்தது; அதனிடமிருந்து வாழ்வாதாரத்தை, தனது தோற்றுவாயை பெற்றது.

அறிவுசார் வெளியில் ஏற்பட்ட முன்னேற்றத்தின் பார்வையில் இழப்பு மிகவும் பெரியதாக இருந்திருக்க வேண்டும். இதுபோன்ற கட்டுத்தளையிலிருந்து ஐரோப்பா தப்பித்தது ஒரு நல்வாய்ப்பே என்பதை யார் இல்லையென்று கூறமுடியும்? ஆனால், மயிரிழையில்தான் அது தப்பித்தது! செவ்வியல் சம்ஸ்கிருதம், அதற்கு முன்னர் வளர்த்தெடுக்கப்பட்ட வட்டார மொழியிலிருந்து அது ஸ்வீகரித்துக் கொண்ட செழிப்பான வளங்களின் விளைவாக, பல்வேறு உணர்ச்சி வெளிப்பாடுகளைக் கொண்டிருக்கிறது. அக்காலத்தில் ஆங்கிலப் பேச்சு குறித்த ஹியூமின் (Hume) கட்டுரை நீக்கப்பட்டதுபோல் வெகு காலத்திற்கு வட்டார வழக்கிலிருந்து பாலி மொழி நீக்கப்படவில்லை.

ஆனால், நீண்ட, கலவையான சொற்றொடர்களாக அது எழுதப் படுவதும், அதில் தொடரியல் இல்லாத நிலையும், மத்திய கால லத்தீன் மொழியுடன் ஒப்பிடும்போது சிரமமானதாக, எளிதில் கையாள முடியாததாக இருந்தது. பயன்பாட்டில் இருந்த மொழி எதனுடனும் ஒப்பிட்டாலும், அதிகம் சிரமம் மிக்கதாக இருந்தது. ஒரு மொழியில் பேசும், சிந்திக்கும் வழக்கமில்லாத ஒருவன் அந்த மொழியில் எழுதுவது பின்னடைவான ஒன்றுதான். அந்த மொழியில் இப்போதுள்ள படைப்புகளில், சமயம், தத்துவம், வாழ்க்கை குறித்தச் சமூகப் பார்வைகளில் பழமைவாத (பிற்போக்கு

என்று சொல்ல முடியாத) உணர்வுகள் நிறைந்து இருந்தால் அந்தப் பின்னடைவு மேலும் நீடிக்கத்தான் செய்யும்.

ஆகவே, இந்தியாவில் பாலி மொழியில் எழுதப்பட்ட புத்தகங்கள், அல்லது பாலி மொழியுடன் தொடர்புடைய பிரதேச மொழியில் எழுதப்பட்ட புத்தகங்கள் அல்லது அத்தகைய பிரதேச மொழியும் தூய்மையான சம்ஸ்கிருதத்திலிருந்து எடுக்கப்பட்ட வடிவங்களும் சேர்ந்த கலவையான மொழியில் எழுதப்பட்ட புத்தகங்கள் அனைத்தும், செவ்வியல் சம்ஸ்கிருதத்தில் எழுதப்பட்ட புத்தகங்களைக் காட்டிலும் பழமையானவை என்பதன் காரணம் இப்போது தெளிவாகும்.

ஒரு நாணயம், ஒரு புத்தகம் அல்லது ஒரு கல்வெட்டில் உள்ள எழுத்துகளின் மொழி தோராயமாக வழக்கமான சம்ஸ்கிருதத்துக்கு நெருக்கமாக இருந்தால் அது பிந்தைய காலத்துதான், முந்தையது அல்ல என்பதும் தெளிவாகும். வட்டார மொழிதான் முதலில் பயன்படுத்தப்பட்டது. அதன் பின்னர், புரோகிதர்களின் பள்ளிகளில் பயன்பட்ட வழக்கத்தில் இல்லாத மொழியிலிருந்து எடுக்கப்பட்ட, இவை அறிவார்ந்த வடிவங்கள் என்று அதிகம் கருதப்பட்டவை படிப்படியாகப் பெருமளவில் பயன்பாட்டில் வந்தன. வழக்கமான சம்ஸ்கிருதம், ஒரு பிரத்தியேகமான மொழியாகப் பயன்படத் தொடங்கிய காலம் வரையிலும் இது நிகழ்ந்தது.

அத்தியாயம் 9

மொழியும் இலக்கியமும் – பொதுப் பார்வை

தொடக்கத்தில் பல்வேறு சிந்தனைப் பள்ளிகள் இருந்ததாக அறிய முடிகிறது. அவற்றைப் பின்பற்றியவர்கள் மத்தியில் தனித் தன்மையுடன் பாதுகாக்கப்பட்ட சுதந்திரமான பல இலக்கிய முறைமைகள் இருந்திருக்க வேண்டும். அவர்கள் மனனம் செய்வதன் மூலமே கற்றுக் கொண்டவர்கள். ஆகவே, இந்தப் பள்ளிகள் எதுவும் மற்றவர்களது இலக்கியம் எதையும் பாதுகாத்து வைத்திருக்கவில்லை. ஆனால், ஒவ்வொருவரும் மற்றவர் பற்றி அறிந்திருக்கிறார்கள்; மற்றவர்கள் கொண்டிருந்த கருத்துகள் குறித்து விவாதித்தனர்; தங்களது சுத்தங்களில் காணப்படுபவை சார்ந்து, எதிர்தரப்பினரின் சுத்தங்களில் என்ன சொல்லப்பட்டிருக்கின்றன என்று ஆராய்ந்தனர். ஒரு பள்ளியில் நீண்ட காலம் கல்வி கற்ற மனிதர்கள் மற்றொரு பள்ளிக்கு மாறிச்சென்றனர்; இப்படிப்பட்ட நிகழ்வுகள் கணிசமான எண்ணிக்கையில் இருந்தன; அதற்கு நன்கு உறுதிப்படுத்தப்பட்ட சான்றுகள் இருக்கின்றன. இந்த மனிதர்கள் குறைந்தபட்சம் இரண்டு இலக்கியங்களுடன் பரிச்சயம் பெற முடிந்தது.

கிராமக் குடியிருப்புகளை ஒட்டியிருந்த காடுகளில்தான் பல்வேறு பள்ளிகளின் சீடர்கள் துறவு வாழ்க்கை வாழ்ந்தனர். அவர்களது பள்ளிகளின் நடைமுறைகளுக்கு ஏற்ப வாழ்ந்தனர்; தியானத்தில் அல்லது யாகப்பலி சடங்குகளில் அல்லது தவமியற்றுதல் போன்ற

சுய-ஒறுத்தல்களில் ஈடுபட்டனர். பாடங்களை, தமக்குத் தாமே திரும்பத் திரும்பச் சொல்லி மனனம் செய்தனர். அவர்களது பள்ளியின் சித்தாந்தங்கள் அடங்கிய சூத்திரங்களை மாணவர்களுக்கு கற்பித்தனர்.

உணவுக்காகப் பழங்களையும் கிழங்குகளையும் சேகரிப்பதில் அதிக நேரத்தைச் செலவிட்டனர். அல்லது பிட்சை வாங்குவதற்காக அருகிலிருந்த கிராமத்துக்குச் சென்றனர். புத்தகங்களைக் கற்றுக்கொள்வதில் ஒப்பீட்டளவிலான முக்கியத்துவம் குறித்து கருத்திலும் நடைமுறையிலும் வேறுபாடு நிலவியது. ஆனால், இவ்வாறு புத்தகங்களைக் கற்றல் அல்லது மனனம் செய்தல் வழக்கத்தில் இல்லாத பர்ணசாலைகளும் விதிவிலக்குகளாக இருந்தன.

துறவிகள் தவிர்த்து, குழுக்களாக இயங்கிய மனிதர்கள் சிலரும் இருந்தனர்; நாடு முழுவதும் மிகவும் மதிக்கப்படும் மனிதர்களாக அவர்கள் இருந்தனர்; முற்றிலும் இந்தியாவில் மட்டுமே காண முடிந்த தனித்த வகை மனிதர்கள்; பௌத்தத்தின் எழுச்சிக்கு முன்பு அவர்கள் இந்தியாவில் இருந்தார்களா என்பது தெரியவில்லை; அவர்களை பரிப்பாஜகர்கள் என்று அழைத்தனர். உபதேசம் செய்பவர்கள் (ஆசிரியர்கள்). கிரேக்கத்தின் சோஃபிஸ்டுகள் போன்றவர்கள் அவர்கள். ஒவ்வொரு ஆண்டும், எட்டு அல்லது ஒன்பது மாதங்கள் பல்வேறு இடங்களில் தேச சஞ்சாரம் செய்வார்கள். நெறிமுறைகள் மற்றும் தத்துவம், இயற்கைக் கோட்பாடுகள் மற்றும் மாயை சார்ந்த விஷயங்கள் குறித்து பலரோடும் உரையாடல் நடத்தவும் விவாதங்களில் ஈடுபடவும் அவர்கள் அவ்வாறு சென்றனர். பெருமளவுக்கு மாறுபட்ட சிந்தனையுடன் புத்திசாலித்தனத்திலும், ஆர்வத்திலும், நேர்மையிலும் கிரேக்கத்தின் சோஃபிஸ்ட்கள் போன்றவர்கள் இவர்கள்.

இவர்கள் 'மீனைப்போல் நழுவுபவர்கள்' (அமராவிக்கேபிக்கா) என்றும் 'அதி நுட்பமாக வாதம் செய்வோர்' என்று விவரிக்கப் பட்டனர். அதற்குக் காரணம் இல்லாமல் இல்லை. அவர்களது எதிர்தரப்பினர், இவர்களது ஆழமான படைப்புகளை பாதுகாத்து வைத்திருப்பதிலிருந்து இதை நேர்மையாக நாம் மதிப்பிட முடியும். மிகவும் வேறுபட்ட பண்புகள் கொண்டவர்களாக இருந்துள்ளனர். ஒரு குழு என்ற அளவிலும் அவர்களுக்கு நற்பெயரும் மதிப்பும் இருந்தன; அவர்கள் தங்கிச் செல்வதற்கும், கொண்டிருந்த

நம்பிக்கை சார்ந்த முறைமைகளைப் பற்றி விவாதம் செய்வதற்கும் கூடங்கள் (அரங்குகள்) அமைக்கப்பட்டன என்று கேள்விப் படுகிறோம்.

சிராவஸ்தியில் உள்ள ராணி மல்லிகா பூங்காவின் கூடமும் அவர்களது தலைநகரம் வைசாலியை ஒட்டியிருந்த பெரும் வனத்தில் லிச்சாவி குலத்தவர்கள் அமைத்த 'முக்கோண வடிவ' கூடமும் இந்த அடிப்படையில் அமைக்கப்பட்டவை. அத்துடன், மேற்குறிப்பிட்டதுபோல் தேச சஞ்சாரம் செய்பவர்கள் தங்கி ஓய்வெடுக்கும் இடமாகவும் இயங்கின என்று புத்தகங்கள் குறிப்பிடுகின்றன. கிராமத்தின் குடியிருப்பை ஒட்டி இருந்த மரங்களடர்ந்த தோப்புகளில் அவர்களுக்குத் தனித்த சிறப்பான இடம் ஒதுக்கப்பட்டது. சம்பா நகரில் ராணி கக்காரா உருவாக்கிய ஏரியின் கரையில் அமைந்த நறுமணம் வீசும் செண்பகத் தோட்டமும், ராஜகிருஹம் நகரில் மயில்கள் உணவளிக்கப்பட்டு வளர்க்கப்பட்ட இடமான மயூர-நிவாபாவும் மற்றும் சிலவும் இவ்வாறு அமைந்திருந்தன.

தேச சஞ்சாரம் செய்பவர்கள் பெரும்பாலும் இதுபோன்ற இடங்களில் ஒருவரையொருவர் சந்தித்துக் கொள்வார்கள். அல்லது சத்திரங்களில் தங்கும்போது சந்திப்பார்கள். வழிசெல்லும் பயணிகளின் பொதுப் பயன்பாட்டுக்காக கிராம மக்கள் சாலையோரங்களில் இத்தகையச் சத்திரங்களை அமைப்பது பொதுவான வழக்கமாக இருந்தது. பயணங்களின்போது அவர்கள் தம்மையொத்த சஞ்சாரிகளையும் சந்திப்பார்கள்; தங்கும் இடங்களின் அருகில் வசிக்கும் கற்றறிந்த பிராமணர்களையோ துறவிகளையோ சந்தித்து உரையாடுவார்கள்.

இவ்வாறுதான் தீகநாகர் புத்தரைச் சந்திக்கிறார்; புத்தர் சகுலுதாயியை சென்று சந்திக்கிறார்; வேகநாஸா புத்தரைச் சந்தித்து உரையாடுகிறார். கேனியாவும் அவ்வாறே உரையாடுகிறார், போட்டாலிபுத்தா என்பவர் சமிதிக்கு சென்று உரையாடுகிறார். அவர்களது கிராமத்தில் சஞ்சாரிகள் தங்கியிருக்கையில் கிராமத்தினர் மரியாதை நிமித்தமோ அவர்களது உரையைக் கேட்பதற்கோ பார்க்கச் செல்வார்கள். அடிக்கடி இவ்வாறு கருத்துப் பரிமாற்றங்கள் நடந்தன.

சஞ்சாரிகளில் சிலர் பெண்கள்; அவர்கள் மணம் செய்து கொள்ளாதவர்கள்; ஆனால், துறவிகள் அல்ல. தவம் போன்ற நடைமுறைகள் எப்பொழுதும் துறவிகளால் காடுகளில்தான்

மேற்கொள்ளப்பட்டன என்று குறிப்பிடப்படுகிறது. புத்தர், போதி மரத்தின் அடியில் ஞானம் பெறுவதற்கு முன்பு, நிரஞ்சனா நதிக்கரையின் (லைலஜா நதி, பீஹார்) காடுகளில் தவச் செயலில் ஈடுபட்டிருந்தார். அது தொடங்கி அவரும் ஒரு தேச சஞ்சாரியாக மாறினார்.

ஒரு வாழ்க்கை முறையிலிருந்து மற்றொன்றுக்கு மாறுவது எளிதாக இருந்தது. ஆனால், அவர்கள் முற்றிலும் தனித்தன்மை கொண்டவர்களாக இருந்தனர்; அவர்கள் வெவ்வேறு பெயர்களால் பேசப்பட்டனர். புரோகிதர்களின் புத்தகங்களில் இவ்வாறான துறவிகளுக்கும், தேச சஞ்சாரிகளுக்கும் முற்றிலும் மாறுபட்ட கட்டுப்பாடுகள் விதிக்கப்பட்டிருப்பதைப் பார்க்க முடிகிறது.

இந்த இரண்டு வகை மனிதர்களின் பெயர்கள் கணிசமான எண்ணிக்கையில் நமக்குக் கிடைத்துள்ளன. அவை அவர்களது தனிப்பட்ட பெயர்கள் மட்டுமல்ல. அந்தச் சந்தர்ப்பங்களில் பல மனிதர்கள் ஓர் ஆசிரியரின் தலைமையை ஏற்றுக் கொண்டிருந்தனர்; அல்லது ஒரே மாதிரியான கருத்துகளை (அது ஓர் ஆசிரியர் கூறியதாக இருந்தாலும் இல்லாவிட்டாலும்) ஏற்றுப் பின்பற்றுபவர்களாக இருந்தனர்; எனவே அவர்கள் அந்த ஆசிரியர் அல்லது அந்த அமைப்பின் பெயரால் அழைக்கப்பட்டனர்.

இவ்வாறுதான் பௌத்தச் சமயம் என்று நாம் அழைக்கும் அந்த அமைப்பின் உறுப்பினர்கள் சாக்கிய புத்தர்கள் என்று அழைக்கப்பட்டனர். ஒவ்வொரு அமைப்பும் சங்கம் என்று அழைக்கப்பட்டது. ஜைன சமயம் என்று நாம் அழைக்கும் சங்கத்தின் உறுப்பினர்கள் நிகந்தர்கள்; அவர்கள் 'தளைகளற்றவர்கள்' என்று கூறப்பட்டனர். ஆசீவகத்தின் உறுப்பினர்கள் 'வாழ்வாதாரத்தைத் தேடும் மனிதர்கள்' என்று அழைக்கப்பட்டனர். இந்த இரண்டு அமைப்புகளும் பௌத்தத்தைக் காட்டிலும் பழமையானவை.

இந்திய வரலாற்றின் ஊடாக நாம் பார்க்கையில் பௌத்தத்தின் எழுச்சிக்கு முன்பிருந்தே இன்று வரையிலும் ஜைனர்கள் மிகவும் ஒருங்கிணைக்கப்பட்ட சமூகமாக இருந்து வருவது தெளிவு. ஆசீவகர்களும் அசோகரின் பேரன் தசரதன் காலம் தொட்டு இன்று வரை ஓர் ஒருங்கிணைக்கப்பட்ட சமூகமாகவே இருந்துள்ளனர். நமக்குக் கிடைத்த கல்வெட்டு எழுத்துகளில் இருந்து, தசரதன் அவர்களுக்குக் குகைகளில் பர்ணசாலைகளை அமைத்துக் கொடுத்துள்ளார் என்று தெரிய வருகிறது. ஆனால், அவை நீண்ட காலத்துக்கு முன்பே மறைந்துபோய் விட்டன.

அந்த அமைப்பு மறைந்துபோனதும், அவர்களது கருத்துக்கள் பொதிந்து வைக்கப்பட்டிருந்த சூத்திரங்களும் மறைந்துவிட்டன; நீண்ட காலத்துக்கு அவை, அந்த அமைப்பின் உறுப்பினர்களது நினைவுகளில் மட்டுமே இருந்தன; பாதுகாக்கும் நோக்கில் அந்த இலக்கியப் படைப்புகள் எழுதிவைக்கப்பட்டன; எனினும் அந்த அமைப்பின் உறுப்பினர்கள் அல்லது அந்தப் பள்ளியின் கருத்துகளைப் பின்பற்றுபவர்கள் மட்டுமே அவற்றைப் பிரதி எடுத்தனர். இந்த அமைப்பு குறித்தும் அவர்கள் கூறிய கருத்துக்கள் பற்றியும் ஜைன மற்றும் பௌத்தப் புத்தகங்களில் பல குறிப்புகள் காணப்படுகின்றன. இவை அனைத்தும் முழுமையாக ஒப்பீடு செய்யப்பட்டுத் தொகுக்கப்பட்டால்தான், அவர்களது கோட்பாடுகள் பற்றி ஏறத்தாழ முழுமையான மற்றும் துல்லியமான பார்வையைப் பெறுவது சாத்தியமாகும்.

அவற்றின் பெயர்கள் தவிர்த்து, நமக்கு வேறு எதுவும் தெரிந்திராத வேறு சில அமைப்புகளின் பெயர்கள் அங்குத்தர நிகாயத்தில் பதிவு செய்யப்பட்டுள்ளன. ஆங்காங்கே காணப்படும் குறிப்புகளிலிருந்து குறைந்த பட்சம் இரண்டு அல்லது மூன்று அமைப்புகளாவது இருந்துள்ளன என்பதை ஊகிக்க முடிகிறது. கி.பி.மூன்றாம் நூற்றாண்டைச் சேர்ந்த வைகானச சூத்திரம் இன்னமும் இருக்கிறது. வைகானச முனிவர் உருவாக்கிய அமைப்பின் விதிகள் அதில் காணப்படுகின்றன. (வைகானச பிராமணர்கள்/வைகானசர்கள் என்போர் அப்போது தென்னிந்தியாவில் பரவலாக வசிக்கும் சுமார் 4000 குடும்பங்கள் கொண்ட சிறிய வைணவ பிராமணப் பிரிவினர்). சற்று முன்புதான் வைகானசா என்று பெயர் கொண்ட ஓர் சஞ்சாரி, புத்தரைச் சந்தித்து உரையாடியதாகக் குறிப்பிட்டோம். இவர் அந்த அமைப்பைச் சேர்ந்தவர் என்பதற்குச் சாத்தியமிருக்கிறது. பாணினி பற்றிய குறிப்பு ஒன்றில் இரண்டு பிராமண அமைப்புகள் குறிப்பிடப்பட்டுள்ளன: அவர்கள் கர்மேந்திரியர்கள் மற்றும் பாராசாரினர்கள்.

இப்போது மஜ்ஜிமா நிகாயாவில் (3.298) பாராசாரியா என்று குறிப்பிடப்படும் புரோகிதரின் கருத்துகள் புத்தரால் விவாதிக்கப் படுகின்றன. குறிப்பிடப்படும் இந்தப் பள்ளிகளில் இரண்டாவதை அவர் நிறுவியிருக்கலாம்; அல்லது அந்தச் சிந்தனையைப் பின்பற்றுபவராக இருந்திருக்கலாம். எப்படியிருப்பினும் பாணினியில் அந்தக் குறிப்பு எழுதப்பட்ட நேரத்தில் அந்த அமைப்பு இருந்துள்ளது; அத்துடன் கன்னிங்ஹாம் கூறும் கல்வெட்டு எழுத்துகளிலும் ஒருவேளை குறிப்பிடப்பட்டிருக்கலாம். தேச

சஞ்சாரிகள் அல்லது துறவிகளின் வேறு சில சிந்தனைப் பள்ளிகள் அல்லது அமைப்புகளின் பெயர்கள் மட்டுமே அறியப்படுகின்றன. அவற்றுக்கு இருக்கும் பெயர்களே அவற்றின் இயக்கங்கள் மீது வெளிச்சம் பாய்ச்சுகின்றன. ஆகவே, அவை இங்கு குறிப்பிடப் படுகின்றன.

1. முண்டா – சாவகா. 'தலை மழித்த குருமார்களின் சீடர்கள்.'

2. ஜதிலகா. 'தலைமுடியை ஜடையாகப் பின்னியிருப்பவர்கள்.' பிராமணத் துறவிகள் இவ்வாறு முடியை வைத்துக்கொள்ள வேண்டும் என்பது விதியாக இருந்தது; ஒருவேளை மற்ற துறவிகளும் அவ்வாறே இருந்திருக்கலாம். இந்த நிலையில் அவர்கள் ஓர் அமைப்பை உருவாக்கியிருக்க முடியாது.

3. மகாந்திகா. ஒருவேளை, இந்த அமைப்பை நிறுவியவரின் பெயராக இது இருக்கலாம். ஆனால், அவர்கள் குறித்தப் பதிவுகள் அனைத்தும் அழிந்துவிட்டன; நமக்கு வேறு எதுவும் தெரியவில்லை.

4. தேதாந்திகா. 'முக்கோல் ஏந்தியிருப்பவர்கள்'. இது அநேகமாக, பௌத்தச் சமூகத்தில் பிராமண தேச சஞ்சாரிகளுக்கு (துறவிகள் அல்ல) வழங்கப்பட்ட பெயராக இருக்கலாம். விதிகளின்படி தலைமுடியை ஜடையாகப் போட்டுக்கொள்ள இவர்கள் அனுமதிக்கப்படவில்லை; அவர்கள் தலையை முழுவதுமாக மழித்துக் கொள்ள வேண்டும். அல்லது முன் தலையில் குடுமி போல் ஓரளவு முடியை விட்டுவிட்டு மீதியை மழித்துக்கொள்ள வேண்டும்.

5. அவிருத்தகா. 'நண்பர்கள்.' இவர்களைப் பற்றி நமக்கு வேறு எதுவும் தெரியவில்லை.

6. கோதமகா. 'கௌதமரைப் பின்பற்றுபவர்கள்.' அநேகமாக இவர்கள் நிச்சயம் தேவதத்தரைப் பின்பற்றியவர்கள்; அவர் புத்தரின் உறவினர். பௌத்த அமைப்புக்கு எதிராக இவர் ஓர் அமைப்பை நிறுவினார்; புத்தர் உணவு விஷயத்தில் கட்டுப்பாடுகளை மிகவும் எளிதாக எடுத்துக்கொண்டார் மற்றும் துறவறத்தை ஆதரிக்கவில்லை என்ற காரணத்தால் அவர் இதைச் செய்தார்.

7. தேவதாமிகா. 'கடவுளர்களின் மதத்தைப் பின்பற்றுபவர்கள்'. இந்தப் பெயருக்கான சரியான பொருளை, பெயரிலிருந்து நம்மால் பெறமுடியவில்லை.

ஆர்வமூட்டும் இந்தப் பட்டியலில் பல பெயர்களைப் பார்க்கிறோம். குறிப்பிட்ட அமைப்பின் அல்லது மடாலய அமைப்பின் பெயராக நுட்பமாக இவை பயன்பட்டுள்ளன. ஆனால், பொதுவாக மற்ற பெரும்பாலான அமைப்புகளுக்கும் பொருந்துவதாகவே உள்ளன. வாழ்வாதாரம் தேடுவதில் (ஆசீவகர்களைப் போல) தூய்மையானவர்கள், (நிகந்தர்களைப் போல்) தளைகளற்றவர்கள், (அவிருத்தகர்களைப் போல்) நண்பர்கள் என்று தம்மை இவர்கள் கூறிக் கொண்டனர்; ஜதிலகர்கள் தவிர்த்து மற்ற அனைவரும் தேச சஞ்சாரிகள்; அனைவரும் பிட்சை (இவர்கள் பிட்சுக்கள்) பெற்று வாழ்ந்தனர். ஒரு பிரிவு அல்லது அமைப்பின் உறுப்பினருக்கு, இந்தப் பெயர்கள் படிப்படியாகத்தான் சிறப்புப் பொருளைக் கொண்டதாக மாறியிருக்க முடியும்.

இங்கிலாந்தில் இன்று வழக்கத்திலிருக்கும் கிறிஸ்தவப் பிரிவுகளிலும் இதே போல் கணிசமான காலம் கடந்த பின்னரே, அமைப்பின் பெயர்கள் இவ்வாறு சிறப்பானதாக மாறியிருக்க வேண்டும்.

இவை அனைத்தும், ஒன்றுக்கு மேற்பட்ட கோணங்களில் மிகக்குறிப்பாகச் சிலவற்றைத் தெரிவிக்கின்றன. மொழி மற்றும் இலக்கியம் பற்றிய கேள்விகளைச் சரியாகப் புரிந்துகொள்வதற்கு இந்தக் கருத்துகளில் சில முதன்மை முக்கியத்துவம் வாய்ந்தவை; ஆகவே, அவற்றில் ஒன்றிரண்டைப் பற்றி சிறிது விரிவுபடுத்திக் கூற விரும்புகிறேன்.

முதலில், மற்றவர்களுடன் உரையாடிக் கலப்பதற்கு மொழியின் பன்முகத்தன்மை எந்தவிதத்திலும் தடையாக இருக்கவில்லை; சாதாரணமான அன்றாட வாழ்க்கைத் தேவைகளைப் பற்றிய சாதாரண உரையாடலுக்கு மட்டும் அல்ல. நுட்பமான மற்றும் உண்மையான ஆர்வத்துடன் கூடிய தத்துவம் சார்ந்த, மதம் சார்ந்த விவாதங்களாக இருந்தாலும் தடையாக இருக்கவில்லை என்பது தெளிவு. மேற்கில் குரு வம்சத்தினரின் நிலத்திலிருந்து கிழக்கில் மகதம் வரையிலும், வடக்கே நேபாளத்து மலை அடிவாரத்தின் சிராவஸ்தி மற்றும் குசினாரா தொடங்கி, தெற்கு திசையில் உஜ்ஜைனி வரையிலும் இவ்வாறு பரவலாகப் புரிந்துகொள்ளப் பட்டு மக்கள் பயன்படுத்திய பொதுவான மொழி, சம்ஸ்கிருதமாக இருந்திருக்க முடியாது.

செவ்வியல் மொழியான சம்ஸ்கிருதம் இன்னமும் வழக்கத்துக்கு வரவில்லை; அத்துடன் பிராமணங்களில் பயன்படுத்தப்பட்ட

மொழியும், பரவலாகச் சிதறிக் கிடந்த பிராமணச் சிந்தனைப் பள்ளிகளுக்கு வெளியில் போதுமான அளவு அறியப்பட்ட மொழியாகவும் இல்லை. அத்துடன் விவாதங்களுக்கு எளிதாகப் பயன்படும் இயல்புடனும் இல்லை. அம்மொழியைப் பற்றி ஒருவர், அது ஓர் உரையாடல் மொழியாக இருந்தது என்பறு கூறுவதை இறுதிச் சொல் எனலாம். அதுமட்டுமின்றி, ஒவ்வொருவரும் அவரவர் வசித்த பகுதிகளில் விவசாயிகள் பேசிய மொழியிலும் உரையாடியிருக்கவும் வாய்ப்பில்லை. உரையாடல்களில் விவரிக்கப்படும் கருத்துகளை விவாதிப்பதற்கான மொழியாகப் பயன்படுத்தவும் சாத்தியமற்ற மொழியாக இருந்திருக்கும்.

நாகரிகம் அடைந்த சாதாரண மக்களின் (அதிகாரிகள், பிரபுக்கள், வணிகர்கள் மற்றும் பிறர்) மத்தியில் பொதுவாகப் புழங்கிய மொழியில் சஞ்சாரிகள் பேசினார்கள் என்பது மட்டுமே நேர்மையான, சாத்தியமான விளக்கமாக இருக்க முடியும். அதிக அளவுக்கு ஷேக்ஸ்பியரின் காலத்தில் லண்டனில் ஆங்கிலேயர்கள் பேசிய பிரதேச மொழியைப் போல், சாமர்செட்ஷயர், யார்க்ஷயர், சசக்ஸில் பேசப்பட்ட பல்வகையான பிரதேசப் பேச்சு வழக்குகள் போல் இவையும் பேசப்பட்டன.

இத்தகைய நிலை இருந்ததால்தான், மொழி அத்தகைய வளர்ச்சியைப் பெறுவது சாத்தியமாகியிருந்தது. கோசல பேரரசின் வளர்ச்சி மொழியின் வளர்ச்சியையும் பெரிதும் ஊக்குவித்தது. உண்மையில் இன்னொரு வகையில் சொல்லலாம் என்றால், அந்தப் பேரரசினுடைய வளர்ச்சியின் உடனடி விளைவாக மொழி வளர்ச்சி இருந்தது எனலாம். பௌத்தத்தின் எழுச்சிக்குச் சற்று முன்பாக நிலைப்பெற்றிருந்த இந்தப் பேரரசில் தற்போதைய ஐக்கிய மாகாணங்களின் அனைத்துப் பிரதேசங்களும் அடங்கும். அத்துடன் அந்தப் பரந்த பிரதேசத்தின் ஒரு முனையிலிருந்து மறுமுனை வரையிலும் வணிக ரீதியாகவும் அதிகாரப்பூர்வ மொழி என்ற வகையிலும் அமைதியான முறையில் உரையாடி, கலந்து பேசுவதற்கான சந்தர்ப்பத்தையும் பாதுகாப்பையும் கோசலப் பேரரசு அளித்தது. இந்த அரசியல் நிலைமைகள் சஞ்சாரிகளின் அமைப்புகளின், அவர்களது பழக்கவழக்கங்களின் வேகமான வளர்ச்சிக்கும் சாதகமாக இருந்தன.

கோசலர்கள் தமது அதிகார மையத்தை ஸ்தாபிப்பதற்கு முன்பாகவே சஞ்சாரிகள் இருந்தனர் என்று சொல்வதற்கு ஆதாரம் ஏதும் நம்மிடம் இல்லை. அத்துடன் சாதாரண மக்களின் பொதுவான மொழியின்

அறிவு சார்ந்த பக்கத்தை வளர்ப்பதில் சந்தேகத்துக்கு இடமின்றி இந்த வம்சத்தினர் பெரும் பங்களிப்பை வழங்கினர். கோசல அரசு அளித்த அமைதியான பாதுகாப்பு சூழல் பொது மக்களின் மொழி வளர்வதற்கு உதவியது.

சம்ஸ்கிருத நாடகங்களிலிருந்து பெறப்பட்ட உணர்வு ரீதியான தாக்கங்கள் அடிப்படையில் எழும் கேள்வி மிகவும் சிக்கலானது; அத்துடன் அதிகம் தெளிவற்றது; ஐரோப்பியர்களுக்கு இந்திய இலக்கியம் பரிச்சயமான வரலாற்றின் ஆரம்பத்திலேயே நமக்கு இது தெரிய வந்தது. அந்நாடகங்களில் எப்போதாவது பெண்களிடம் அவர்கள் உரையாடும் நேரம் தவிர்த்து, சமூகத்தின் எந்த நிலையில் இருந்தாலும், ஆண்கள் சம்ஸ்கிருதம் பேசவில்லை. உயர் அந்தஸ்தில் இருந்த பெண்களும், எப்போதாவது தான், அதுவும் அவர்கள் அந்த மொழியில் பேச வேண்டிய கட்டாயம் வரும்போதுதான் சம்ஸ்கிருதம் பேசினர் என்பதை புரிந்துகொள்ள முடிகிறது. மற்றபடி நாடகங்களின் பாத்திரங்கள் பிரதேச மொழியில் பேசவில்லை. மாறாக, அவர்கள் இலக்கியப் பூர்வமான பிராகிருதத்தில் பேசினர்.

உண்மையைச் சொல்லவேண்டுமானால், நாடகங்கள் எழுதப்பட்ட காலத்தில்கூட, தமது அன்றாட வாழ்வில் சம்ஸ்கிருதத்தையோ பிராகிருதத்தையோ எவரும் பேசவில்லை; மாறாக எளிமையான பிரதேச மொழிகளைத் தாம் பேசினர் என்பதற்குச் சாத்தியமுள்ளது. சம்ஸ்கிருதம் முதன்மையான இலக்கிய மொழியாக மாறியிருந்த காலத்தில்தான், நாகரிகமடைந்த மக்கள் பார்வையாளர்களாக இருக்கும்போதுதான், நாடகங்களின் உரையாடல்களை சம்ஸ்கிருதத்துக்கும், அதற்கு இணையான கற்பனை நிறைந்த இலக்கியப் பிராகிருதத்துக்கும் இடையில் பிரித்து அமைப்பது சரியாக இருக்கும் என்று நாடக ஆசிரியர்கள் கருதினர். இது எப்படியும் இருக்கட்டும்; சாதாரண மக்கள் அவர்களது தினசரி வாழ்வில் உரையாடல் மொழியாக சம்ஸ்கிருதத்தைப் பயன்படுத்தி இருந்தால் மிகவும் உன்னதமான விஷயமாக அது எனக்குத் தோன்றுகிறது. எனினும், பன்னிரண்டு நூற்றாண்டுகளுக்கு முன்னர் அதிகம் எளிமையான, இயற்கையோடு இயைந்த சமூகத்தில் நிலவிய விஷயங்களைக் கணக்கில் கொள்ளும்போது இதற்கு முக்கியத்துவம் ஏதும் இல்லை எனலாம்.

குறிப்பிட வேண்டிய மற்றொரு விஷயம் உள்ளது; ஆரம்ப காலங்களில் நடந்த சமயம் சார்ந்த மற்றும் தத்துவ உரையாடல்களில்

பிராமணர்கள் பங்கேற்றனர்; அவர்களைப் பற்றிய விவரிப்புகளில், எப்போதும் அவர்கள் மரியாதையுடன் குறிப்பிடப்படுகிறார்கள்; அத்துடன், மற்றவர்களுக்கு எப்போதும் அவர்கள் அளிக்கும் அதேயளவு மரியாதையுடன் அவர்களும் நடத்தப்பட்டார்கள்; (ஒன்றிரண்டு விளக்க வேண்டிய விதிவிலக்குகள் இருக்கலாம்). ஆனால், இவற்றிற்கு அப்பால், அவர்கள் எந்த முக்கிய பதவியிலும் இருந்திருக்கவில்லை. பெரும்பான்மை தேச சஞ்சாரிகளும், அவர்களில் மிகவும் செல்வாக்குப் பெற்றவர்களும் பிராமணர்கள் அல்ல. புத்தகங்களில் காணப்படும் பொதுவான கருத்து இதுதான்: பிராமணர்களைப்போல் அரசர்கள், பிரபுக்கள், அதிகாரிகள், வணிகர்கள், கைவினைஞர்கள், விவசாயிகள் போன்ற அனைத்து மக்களாலும் இவர்கள் மதிக்கப்படாவிட்டாலும் தேச சஞ்சாரிகளும் புரோகிதர்கள் அல்லாத குருமார்களும் பெருமளவில் இருந்தனர்.

'இது இயல்பான போக்குதான்' என்பது வெளிப்படையான ஆட்சேபணையாக இருக்கும். 'நீங்கள் எடுத்துக்காட்டும் புத்தகங்கள், அவர்களது கடுமையான எதிரிகளால் படைக்கப்படவில்லை என்றாலும், குறைந்தபட்சம் சத்திரியர்களின் ஆதரவில் இயற்றப் பட்டிருக்கலாம். அவை பிராமணர்களுக்கு எதிரான பாரபட்சமான நிலைப்பாடு கொண்டவை. நியதிகளையும் பேசும் புத்தகங்களும் இதிகாசங்களும் பிராமணர்களை மையமாக வைத்துத்தான் இந்தியாவில் அனைத்தும் சுழல்வதாகக் கூறுகின்றன. அதற்கு, அந்த மனிதர்களின் புனிதத்தன்மை மட்டும் காரணமல்ல; ஏனையவர் களைக் காட்டிலும் அவர்கள் பெற்றிருந்த குறிப்பிட்டுச் சொல்லும்படியான மேலான அறிவே. இந்திய இலக்கியம் பற்றியும் சமயம் குறித்தும் பேசும் ஐரோப்பிய புத்தகங்களை எடுத்துக் கொள்ளுங்களேன். அவை இந்த விவாதப்பொருளை, பிராமண புத்தகங்கள் எடுத்துரைக்கும் இலக்கியம் மற்றும் சமயம் சார்ந்த கருத்துகளுடன் நடைமுறையில் ஒத்துப்போவது போலத்தான் கையாளுகின்றன. எனில், நீங்கள் ஆய்வுக்கு எடுத்துக் கொண்டிருக்கும் காலகட்டத்தின் அறிவு சார்ந்த வெளியில் நிச்சயம் பிராமணர்கள்தான் ஆதிக்கம் செலுத்தியவர்கள்'.

'இவை இரண்டும் சுதந்திரமான சான்றுகள் அல்ல' என்று ஒருவர் பதிலளிக்கலாம். 'ஐரோப்பிய எழுத்தாளர்களுக்கு மற்ற புத்தகங்கள் கிடைத்திருந்தால், அவற்றையும் கருத்தில் கொள்ளத் தயாராக இருந்திருப்பார்கள். அவர்களுக்குக் கிடைத்த புத்தகங்களை அவர்கள் மிகச் சரியாகப் பயன்படுத்தியிருக்கிறார்கள். அத்துடன் புத்தகங்களைச் சரிபார்த்துத் திருத்திக்கொள்ளும் செயலுக்கு

அவர்களுக்கு உடனடியாக முதலில் கிடைத்த புத்தகங்களையே இயல்பாகத் தேர்ந்தெடுத்தனர். அப்படி இருந்தாலும் நடைமுறையில் மதிப்பிடல்களுக்கு புரோகிதர்களின் புத்தகங்களே அவர்களுக்குக் கிடைத்தன. எனினும், ஆரம்பகாலத்தில் பிரத்தியேகமாக மேலாதிக்கம் செலுத்துபவர்களாகப் பிராமணர்கள் இருந்தனர் என்று சொல்வதற்கு அந்தப் புத்தகங்களின் கருத்துக்களை ஏற்பதில் அவர்களிடம் ஒருமித்தக் கருத்தும் நிலவவில்லை.'

எடுத்துக்காட்டாக, பேராசிரியர் பண்டார்கரின் கருத்தைப் பார்க்கலாம்; அவர் ஓர் உயர்சாதி பிராமணர்; இந்திய அறிஞர்களில் மிகவும் பிரபலமானவர்; அத்துடன், வரலாற்று அடிப்படையிலான விமர்சன முறைகளில் தேர்ச்சிப் பெற்றவர். அவர் கூறும் கருத்துக்குச் சிறப்பான செல்வாக்கு உண்டு. குறிப்பிடும்படியான, முக்கியமான கட்டுரை ஒன்றில் கல்வெட்டு எழுத்துகளின் சான்றுகள் குறித்து அவர் குறிப்பிடுகிறார். கி.பி.இரண்டாம் நூற்றாண்டிலிருந்து, பிராமணர்களுக்கு நிலம் தானமாக வழங்கப்படுவது பதிவு செய்வது தொடங்கியுள்ளது. மூன்றாம் நூற்றாண்டிலும் அவ்வாறான சில நிகழ்வுகளின் பதிவுகள் உள்ளன. நான்காம் நூற்றாண்டு தொடங்கி, பிராமணர்களின் செல்வாக்கு குறிப்பிடத்தக்க அளவில் உயர்ந்திருப்பதைக் காட்டும் ஏராளமான கல்வெட்டுச் சான்றுகள் உள்ளன.

அந்தக் காலகட்டத்தில் குப்த மன்னர்கள், அசுவ மேத யாகம் போன்ற மிகவும் சிக்கலான யாகங்களை, ஏராளமான பொருட்செலவில் செய்துள்ளனர். இரண்டு கல்வெட்டுகளில் ஒன்று யூபஸ்தம்பம் (பலிகொடுக்கப் போகிற விலங்குகள் கட்டுவதற்கான ஸ்தம்பம்) நிறுவப்பட்டதைப் பதிவு செய்கிறது, மற்றொன்று, சூரியனுக்கான கோயில் ஒன்றில் விளக்குகள் ஏற்றுவதற்கு அளிக்கப்பட்ட நிவந்தம் பற்றிக் கூறுகிறது. இதைப்போல் யாகச் சடங்குகளை நடத்த கிராமங்கள் மானியங்கள் அளித்துள்ளன; பிராமணர்களுக்கும், அவர்களது பொறுப்பிலிருந்த கோவில்களுக்கும் ஏராளமான நிலங்கள் மானியங்களாக வழங்கப்பட்டுள்ளன.

ஆனால், இதற்கு முந்தைய நான்கு நூற்றாண்டுகளில் (அதாவது கி.மு. 300 முதல் கி.பி. 100 வரை) பிராமணர் எவரைப் பற்றியும் அல்லது பிராமணர்களின் கோயில், பிராமணர்களின் கடவுள், யாகப்பலி அல்லது சடங்கு சம்பிரதாயம் குறித்து ஒரேயொரு குறிப்பும் காணப்படவில்லை. அரசர்கள், இளவரசர்கள் மற்றும் குலத்தலைவர்கள், வணிகர்கள், பொற்கொல்லர்கள், கைவினைஞர்கள் மற்றும் சாதாரண குடும்பத் தலைவர்கள்

வழங்கியவை என்று மிகப் பெருமளவிலான தானங்கள்/கொடைகள் குறித்துப் பதிவுகள் உள்ளன. ஆனால், பிராமணர்களுக்கு ஆதரவு அளிப்பது அல்லது தெய்விகம் சார்ந்த ஒன்றுடன் அல்லது அவர்களது நடைமுறையுடன் தொடர்புடையது என்ற அடிப்படையில் ஒன்றும் வழங்கப்படவில்லை.

பிராமணர்ளுக்கும் அவர்களது சிறப்பு யாகங்களுக்கும் சாதகமானவையாகக் காணப்படும் பிற்கால கல்வெட்டு எழுத்துகள் சம்ஸ்கிருதத்தில்தான் இருக்கின்றன. ஆனால், இவர்களைப் பற்றிக் குறிப்பிடாத முந்தைய காலத்துக் கல்வெட்டுகள் ஒருவிதமான பாலி எழுத்துகளில் உள்ளன. அந்தக் கல்வெட்டுகள் கண்டெடுக்கப்பட்ட பிரதேசத்தில் புழக்கத்தில் இருந்திருக்கக் கூடிய அந்தப் பிரதேசத்தின் மொழி என்றும் அதைக் கூறமுடியாது. ஆனால், பல அடிப்படை அம்சங்களில், பிரதேச மொழியை அடிப்படையாகக் கொண்டு மக்கள் தமக்குள் பேசிக்கொள்வதற்கு பயன்பட்ட பேச்சுவழக்கு மொழியின் எழுத்துகள் அவை எனலாம். பௌத்தம் எழுச்சியுற்ற நேரத்தில் தமக்குள் விவாதம் செய்வதற்கு தேச சஞ்சாரிகள் இந்த மொழியைப் பயன்படுத்தியிருக்கலாம் என்று கருதுகிறேன்.

இது இரண்டு காலகட்டங்களையும் சார்ந்த கல்வெட்டு எழுத்துகளில் குறிப்பிடத்தக்க வேறுபாட்டைப் பார்க்க முடிகிறது: பதிவு செய்யப்பட்டிருக்கும் தானங்கள் எந்த நோக்கத்துக்காக வழங்கப்பட்டன, பதிவுகள் எழுதப்பட்டிருக்கும் மொழி என்ற இந்த இரண்டையும் வைத்து பேராசிரியர் பண்டார்கர் பின்வரும் முடிவுக்கு வருகிறார்:

‘நாம் விவாதத்துக்கு எடுத்துக் கொண்டிருக்கும் காலகட்டம், அதாவது கி.மு. இரண்டாம் நூற்றாண்டின் தொடக்கத்திலிருந்து கி.பி.நான்காம் நூற்றாண்டின் இறுதிவரையிலும். இக்கால கட்டத்தில் பிராமணச் சமயத்தின் பயன்பாட்டுக்கு என்று பிரத்தியேகமாக அர்ப்பணிக்கப்பட்டதாக ஒரு கட்டிடம் அல்லது சிற்பத்தின் தடயம் எதையும் பார்க்கமுடியவில்லை. ஆனால், நிச்சயம் பிராமணியம் இருந்தது; அநேகமாக, எந்த ஒரு வடிவத்தைப் பிற்காலத்தில் பிராமணியம் ஏற்றுக்கொண்டதோ அந்த வடிவம் நோக்கி இந்தக் காலகட்டத்தில் அது வளர்ந்துகொண்டு இருந்திருக்கலாம். ஆனால், அந்தச் சமயம் நிச்சயமாக ஒரு முக்கியமான இடத்தைப் பெற்றிருக்கவில்லை. ஆனால், பௌத்தத்தை, அரசர்கள் முதல் எளிமையான சாதாரணத் தொழிலாளி வரையிலும் பெரும் திரளான மக்கள் பின்பற்றினர்.’

அத்துடன், முந்தைய நூற்றாண்டுகளின் கல்வெட்டு மொழி, ‘பிராமணிய வழியில் கல்வி கற்றவர்களைக் காட்டிலும், இந்த மொழியைப் பயன்படுத்திய மக்களுக்கு அதிகம் மரியாதை கிடைத்தது என்பதைச் சுட்டிக்காட்டுகிறது’ என்கிறார் அவர்.

இந்தக் கருத்து அந்தக் காலகட்டத்துக்கு (கி.மு.200-கி.பி.400) துல்லியமாகப் பொருந்தும் ஒன்றாக ஏற்கலாம் என்றால், அப்போது, நான்கு நூற்றாண்டுகளுக்கு முந்தைய காலகட்டத்துக்கும் பெருமளவில் ஏற்றுக்கொள்ளக்கூடிய, நிச்சயம் மறுக்கமுடியாத வலிமையான வாதமாகவும் இது தோன்றலாம். பேராசிரியர் ஹாப்கின்ஸ், ‘பிராமணியம், கடல் நடுவில் ஒரு தீவாகத்தான் எப்போதும் இருந்திருக்கிறது. பிராமணியக் காலகட்டத்திலும் ஒப்பீட்டளவில் சிறிய குழுக்களாக இருந்தவர்களின் தனிப்பட்ட, தொடர்பற்ற நம்பிக்கையாகத்தான் அது இருந்தது; இதற்கான ஆதாரங்கள் உள்ளன. ஆரிய மக்கள் அனைவரும் அதன் கட்டுப்பாட்டில் இல்லை’ என்கிறார்.

கல்வெட்டு எழுத்துகளைப் பொறுத்தமட்டில், இந்த விஷயதை முழுமையாக, விரிவாக ஆய்வு செய்த பின்னர் எம்.செனார்ட் உறுதியாக ஒன்றைச் சொல்கிறார். இந்தச் சொற்கள், அவை எழுத்துகளோ சொற்களோ எந்த நேரத்திலும் அவை இந்தப் பிரதேச மொழியைச் சேர்ந்தது என்று நம்பக்கூடிய வகையில் சித்திரிக்கப்படவில்லை. சம்ஸ்கிருதத்துடன் எந்த அளவுக்கு அவை நெருக்கமாக இணைந்து போகின்றன என்பதை அவதானிப்பது ஆர்வத்தையும் சுவாரஸ்யத்தையும் தரக்கூடியது. அரசியல், சமயம், இலக்கியத்தில் வரவிருக்கின்ற மாற்றத்தின் அணுகுமுறை எப்படி இருக்கும் என்பதை அளவிடக்கூடிய கருவியாக இதைக் கொள்ளலாம்.

அவற்றின் வடிவத்தில் படிப்படியாக மாற்றம் ஏற்பட்டது என்றாலும், அந்த வடிவ மாற்றம் அந்தப் பிரதேசம் சார்ந்த உண்மையான மொழி எது என்பதை வெளிப்படுத்தக் கூடியதாக இல்லை. ஆனால், இந்தியாவின் மொழியியல் வரலாற்றை நிறுவுவதற்கு விலைமதிப்பற்ற உதவியாக அது இருக்கிறது. இந்த விவாதப் பொருளை முழுமையாக ஆய்வதற்கு, அடிப்படை அளவில் என்றாலும், குறைந்தபட்சம் ஒரு தொகுதியாவது எழுத வேண்டும். ஆனால், அதன் முக்கிய அம்சங்கள் சிலவற்றைப் பின்வருமாறு சுருக்கமாகக் கூறலாம். காலவரிசை அடிப்படையில் இது கொடுக்கப்பட்டுள்ளது.

1. இந்தியாவின் ஆரியப் படையெடுப்பாளர்களும், திராவிடர்களும் மற்றும் கோலாரிய மக்களும் பேசிய பேச்சுவழக்கு மொழிகள்.

2. பண்டைய உயர்நிலை இந்திய, வேத காலத்து மொழி.

3. பெரும்பாலும் திராவிடர்களுடன் திருமணம் மற்றும் அரசியல் கூட்டணியால்/ கலப்பால் இணைந்து காஷ்மீர் முதல் நேபாளம் வரையிலான இமயமலைத் தொடரின் அடிவாரங்களில், அல்லது சிந்து சமவெளிப் பகுதியில் அதற்கு அப்பால் அவந்தி பிரதேசத்தின் ஊடாக அத்துடன் யமுனை மற்றும் கங்கை சமவெளிப் பிரதேசங்களில் குடியேறி வசித்துவரும். ஆரியர்கள் பேசிய பேச்சுவழக்கு மொழி.

4. இரண்டாம் நிலை, இந்திய மொழி; பிராமணர்களுடையது; பிராமணங்கள் மற்றும் உபநிடதங்களின் இலக்கிய மொழி.

5. பௌத்தத்தின் எழுச்சியின்போது காந்தாரம் முதல் மகதம் வரையில் பேசப்பட்ட பிரதேச மொழிகள்; ஏறக்குறைய பரஸ்பரம் புரிந்துகொள்ள முடியாத அளவு அவை வேறுபட்டிருக்கவில்லை.

6. கோசலத்தின் தலைநகரான சிராவஸ்தியின் வட்டார பேச்சுவழக்கை அடிப்படையாகக் கொண்ட உரையாடல் மொழி; மேலும் கோசலத் தேசத்தின் அதிகாரிகள், வணிகர்கள் மற்றும் மிகவும் நாகரிகமடைந்த வகுப்பினரிடையே பொதுவாகப் பயன்பாட்டில் இருந்த மொழி. கோசல இனத்தவர் ஆதிக்கத்திலிருந்த பிரதேசம் மட்டுமின்றி கிழக்கிலிருந்து மேற்கில் டெல்லி முதல் பாட்னா வரையிலும், வடக்கிலிருந்து தெற்கே சிராவஸ்தியிலிருந்து அவந்தி வரையிலும் பேசப்பட்ட மொழி.

7. மத்திய நிலை இந்திய மொழி; பாலி மொழி, எண் 6-ல் கூறப்படுவதுபோல் அவந்தி பிரதேசத்தில் பேசப்பட்ட வடிவிலான இலக்கிய மொழி.

8. அசோகர் காலத்துப் பேச்சுவழக்கு. எண். 6-ல் காண்பதுபோல், குறிப்பாக பாட்னாவில் பேசப்பட்டது. ஆனால் எண்.7 மற்றும் 11-ல் குறிப்பிடப்படும் மொழிகளால் தோராயமாகத் தாக்கம் பெற்றது.

9. அர்த்த-மகதி, சமண ஆகமங்களின் பேச்சுவழக்கு.

10. இரண்டாம் நூற்றாண்டு தொடங்கி புழக்கத்திலிருந்த குகைக் கல்வெட்டு எழுத்துகளின் பேச்சுவழக்கான 'லேனா'. எண்.8ஐ அடிப்படையாகக் கொண்டது. ஆனால், அடுத்ததாக எண்.ஐஐ ல் குறிப்பிடப்படுவதுடன் தோராயமாக மிகவும் நெருக்கமாக, முற்றிலும் அதனுடன் ஒன்றிணையும் வரை இருந்தது. (லேனா என்ற பெயரைப் பேராசிரியர் பிஷெல் Grammatik der Prakritsprachen என்ற தனது நூலில் பரிந்துரைத்திருந்தார்).

11. தரநிலை அடைந்த உயர்நிலை இந்திய மொழி; இது வடிவத்திலும் மற்றும் சொல் திரட்சியிலும் எண்.4-லிருந்து விரிவடைந்த சம்ஸ்கிருதம். எண்.5 முதல் 7 வரையிலான பேச்சு வழக்கிலிருந்து எடுத்துக் கொள்ளப்பட்ட சொற்களால் முதலில் இது பெரிதும் வளம் பெற்றது; அதன் பின்னர் வடிவத்தில், மீண்டும் எண். 4-ல் குறிப்பிடப்படும் மொழியுடன் இணக்கமாக அமைந்திருந்தது. நீண்ட காலம் இது புரோகிதர்களின் பள்ளிகளில் மட்டும் இலக்கிய மொழியாக இருந்தது, கி.பி.இரண்டாம் நூற்றாண்டு தொடங்கி, முதலில் கல்வெட்டுகளிலும் நாணயங்களிலும் இது பயன்பட்டது. அத்துடன் நான்காம் மற்றும் ஐந்தாம் நூற்றாண்டுகளில் இருந்து அகில இந்திய அளவில் இலக்கியத் தொடர்பு மொழியாக மாறியது.

12. கி.பி.ஐந்தாம் நூற்றாண்டு மற்றும் அதற்கு பின்னரான இந்தியாவின் பிரதேச மொழிகள்.

13. பிராகிருதம். இந்தப் பிரதேச மொழிகளின், குறிப்பாக மகாராஷ்டிரத்தின் இலக்கிய வடிவம். மொழி. இது எண் 11 இலிருந்து (சம்ஸ்கிருதம்) பெறப்பட்டதல்ல. மாறாக எண். 12ல் இருந்து, அதாவது எண் 6-ன் பிற்கால வடிவங்களான, அதன் சகோதரப் பேச்சுவழக்குகளில் இருந்து பெறப்பட்டது.

எண் 11 மற்றும் 13-ல் எடுத்துக்காட்டியபடி, சம்ஸ்கிருதம் மற்றும் பிராகிருதம் என்ற கலைச் சொற்கள் இந்தியாவில் நெகிழ்வின்றிப் பயன்படுத்தப்படுகின்றன. எண். 2-க்கோ அல்லது எண். 4-க்கோ சம்ஸ்கிருதம் எப்போதும் பயன்படுத்தப்படவில்லை. அதுபோல் எண்.7-க்கோ அல்லது எண்.8-க்கோ பிராகிருதம் பயன்படுத்தப்பட வில்லை. சம்ஸ்கிருதம், இந்தியாவில் பல்வேறு எழுத்து வடிவங்களில் எழுதப்பட்டது, எழுதப்படுகிறது.

வடக்கில் ஓர் எழுத்தாளர் அவர் வசிக்கும் மாவட்டத்தில் வழக்கத்திலிருக்கும் தற்போதைய பிராமி எழுத்துகளின் வடிவத்தைப் பயன்படுத்துகிறார். தெற்கில் ஓர் எழுத்தாளர் திராவிட எழுத்துகளுடன் தொடர்புடைய வடிவத்தைப் பயன்படுத்தி எழுதுகிறார். இவ்வாறான பலவகை எழுத்துகளில், ஐரோப்பாவில் பொதுவாகப் பயன்படுத்துவதற்குத் தேர்ந்தெடுக்கப்பட்ட குறிப்பிட்ட ஓர் எழுத்து முறை, கி.பி.ஒன்பதாம் நூற்றாண்டில் மேற்கு இந்தியாவிலிருந்து பெறப்பட்ட எழுத்து. எனவே, அது பெரும்பாலும் சம்ஸ்கிருத எழுத்து என்றே அழைக்கப்படுகிறது.

இந்தியாவில், மொழியியல் ஆதிக்கத்தின் மையம் அரசியல் அதிகாரத்துடன் இணைந்தே இருந்தது; அரசியல் மையம் மாறும்போது இயல்பாகவே இந்த மையமும் மாறிவிடுகிறது. முதலில் அந்த மையம், பஞ்சாபிலிருந்தது; பிறகு, கோசலத்திலும், பிறகு மகதத்திலும் இருந்தது. இறுதியில் சம்ஸ்கிருதம் இலக்கியத் தொடர்பு மொழியாக மாறிய காலகட்டத்தில், மிக முக்கியமான பிரதேச மொழிகள் பயன்பாட்டில் இருந்ததாக அறியப்பட்ட பிரதேசமான மேற்கு இந்தியாவில் இருந்தது.

ஒரு பிரதேச மொழியின் தொடர்ச்சியான வளர்ச்சியைப் பின்பற்றி ஆய்வதற்குப் போதுமான ஆவணங்கள் நமக்கு சிலோனில் மட்டுமே கிடைத்துள்ளன. சிந்தனைப் பள்ளிகளில் பயன்படுத்தப்பட்ட வழக்கொழிந்த மொழியின் மனச்சோர்வைத் தந்த செல்வாக்குக்கு எதிராகத் தனித்து நிற்கக்கூடியதாகத் தனது செல்வாக்கை அந்த மொழி தக்க வைத்திருந்தது.

சிலோனில் புழங்கிய பிரதேச மொழிக்கும், கல்வெட்டு எழுத்து களின் மொழிக்கும், பாடல்களில் பயன்படுத்தப்பட்ட எலு மொழிக்கும் (சிலோனின் பிராகிருதம்) மற்றும் பள்ளிகளின் பயன் பாட்டிலும், வழக்கத்திலும் இருந்து மறைந்துபோன மொழியான பாலி மொழிக்கும் இடையிலிருந்த தொடர்பு மிகத் தெளிவாக இந்தியாவின் மொழி வரலாற்றிற்கு இணையாக இருந்தது. (கல்வெட்டு மொழிகள் பிரதேச மொழியை அடிப்படையாகக் கொண்டு எழுதப்பட்டன; எனினும் அதைக்காட்டிலும் சற்று 'உயர்வான' மொழிகளில் அவர்களுக்கு இருந்த அறிவைக் காட்டுவதற்கான விருப்பத்தின் தாக்கம் அவற்றில் எப்போதும் இருந்தது. அதோடு அந்த எண்ணம் அதிகரித்தும் வந்தது).

ஆரிய மொழியின் வரலாறு முழுவதிலும், திராவிட மொழிகள் பேசப்பட்ட தகவல் பதிவாகியுள்ளது தெரிகிறது; அதுவும்

வடக்கில், பொதுவாகக் கூறப்படுவதைக் காட்டிலும் மிகவும் பிந்தைய காலகட்டத்தில் மிகப் பெரிய அளவில் அவை பேசப்பட்டன என்று கருதுகிறேன். முன்னர் குறிப்பிட்ட பட்டியலில் இரண்டாவதாகக் குறிப்பிடப்படும் 'வேதக்காலத்து மொழி', ஒலிப்பு மற்றும் சொற்கள் என்ற இரண்டிலும் பெருமளவுக்குத் திராவிட மொழியின் செல்வாக்குக்குப் பெரிதும் ஆட்பட்டதாக இருந்தது.

இந்தியாவின் பெரும்பான்மை மக்களின் வம்சாவளியும் இரத்த உறவுகளும் ஆரியம்-அல்லாத கூறுகளைப் பெற்றிருந்தன; அது போலவே, ஆரியர்களின் பிரதேச மொழிகளிலும், பேச்சுவழக்குக்குப் பயன்பட்ட அனைத்து இலக்கிய வடிவங்களான பாலி, சம்ஸ்கிருதம், பிராகிருதம் ஆகியவற்றிலும் அந்தக் கூறுகள் காணப்படுகின்றன. அது பல விஷயங்களைச் சொல்கிறது.

ஆனால், கோதாவரியின் தெற்கில், இதற்கு நேர் எதிரான நிலையைக் காண்கிறோம். அங்கு ஆரியக் கூறுகளைக் கொண்டதாகவே திராவிடப் பேச்சு மொழி இருந்தது. ஆரியக் குடியேற்றங்கள் அப்பகுதியில் தாமதமாகவே நடைபெற்றுள்ளன; அத்துடன், அவற்றின் எண்ணிக்கையும் அவ்வளவு முக்கியத்துவம் வாய்ந்ததாக இல்லை. பிராமணர்களின் குடியேற்றங்கள் ஆங்காங்கே ஓரளவு நியாயமான எண்ணிக்கையில்தான் இருந்தன. எனினும், இப்போது மிகவும் உச்சத்திலிருக்கும் பிராமண செல்வாக்கு, அந்தப் பிரதேசங்களில் அந்த மேலாதிக்கத்தை எட்டுவதற்கு நீண்ட காலம் ஆனது.

தென்னிந்தியாவில் பௌத்தர்களும் ஜைனர்களும்தாம் மிகவும் செல்வந்தர்களாகவும் அதிக நாகரீகம் அடைந்தவர்களாகவும் இருந்தவர்கள்; பின்னர் அவர்கள் ஹிந்து நம்பிக்கைக்கு மாறிவிட்டனர். ஐந்தாம் மற்றும் ஆறாம் நூற்றாண்டுகளின் பிற்பகுதியில் காஞ்சிபுரத்திலும் தஞ்சாவூரிலும் எழுதப்பட்டவை என்று கூறப்படும் பாலி புத்தகங்கள் நமக்குக் கிடைத்துள்ளன. அத்துடன் பௌத்தம் வீழ்ச்சியடைந்த பின் சமணம் ஆதிக்கம் செலுத்தத் தொடங்கியது.

நான்காம் மற்றும் ஐந்தாம் நூற்றாண்டுகளில் வட இந்தியாவில் பிராமணியச் செல்வாக்கு உயர்ந்தது; அந்தப் பிரதேசத்தில் நன்கு நிலைப்பெற்றது; அதன் பிறகுதான், தெற்கிலும் முக்கிய அம்சமாக அது மாறியது. ஆனால், அத்தகைய நிலையை அடைந்தவுடன், வடக்கில் பெரும் தாக்கங்களை ஏற்படுத்தும் அளவுக்கு மிக வலுவாக வளர்ச்சியுற்றது. அதற்கு இறுதி வெற்றி, குமரில பட்டர்

காலம் தொடங்கி சங்கரர் வரையிலான (கி.பி.700 முதல் 830 வரை) காலத்தில் கிடைத்தது. இருவரும் தென்னிந்தியாவில் பிறந்தவர்கள்; அவர்களில் ஒருவர் வெளிப்படையாக, பாதி- திராவிடர்.

வெற்றி பெற்றாகிவிட்டது. ஆனால், எந்த அளவுக்கு இது வெற்றி? சட்டம் மற்றும் சமூக நிறுவனங்களில் பிராமணர்கள் மட்டுமே நீதிபதிகள்/ நடுவர்கள் ஆகிவிட்டனர். சாதிகள் பற்றி அவர்கள் கூறிய கோட்பாடு ஏற்றுக்கொள்ளப்பட்டது. அத்துடன் அவர்களது சாதியினருக்குக் கேள்வி கேட்க முடியாத அளவுக்கு உயர்நிலை அளிக்கப்பட்டது. கற்பிப்பதற்கான பிரத்தியேக உரிமை வேண்டும் என்ற அவர்களது கோரிக்கைக்கு நடைமுறை அங்கீகாரம் கிடைத்தது.

ஆனால், சத்திரியர்கள் இவர்களது அதிகாரத்தை மறுத்தனர்; பௌத்தர்களும் ஜைனர்களும் அற்பமான சிறுபான்மையினராகப் படிநிலையில் கீழிறக்கப்பட்டனர். மீதமுள்ள அனைவரும் பெரும்பாலும் அவர்களுக்குப் பணிந்து போயினர். அவர்களது இறையியல் தத்துவம் தவிர்த்து, ஏனைய தத்துவங்கள் அனைத்தும் நடைமுறை வெளியிலிருந்து வெளியேற்றப்பட்டன.

ஆனால், வேதம் கூறிய உரிமைகள், வேதம் கூறிய தெய்விக விஷயங்கள், வேத மொழி மற்றும் வேதம் கூறிய இறையியல் ஆகியன போராட்டத்தில் ஒதுங்கிப் போயின. மக்களின் தெய்வங்கள் இப்போது மக்களால் அஞ்சலி செலுத்தப் பெறும் நிலைக்குத் தள்ளப்பட்டன. குருதி சிந்தும் யாகப்பலி பூஜைகள் இப்போதும் எப்போதாவது நடத்தப்படுகின்றன; ஆனால் புதிய தெய்வங்களுக்கு.

பிராமணர்கள் இனிமேலும் சடங்குகளைத் தலைமையேற்று நடத்துவதில்லை என்ற நிலையை எடுத்தனர். வேதக் கடவுள்களைப் போற்றி வழிபடாத மக்களின் ஆதரவைப் பெறவும், புதிய வழிபாடுகளுக்கு ஏற்றவாறும் அவர்களது இலக்கியங்கள் மறுஉருவாக்கம் செய்யப்பட வேண்டியிருந்தது. அவர்களது உரிமைகோரல்களுக்கு ஒத்துப்போகும் வகையில் கடந்த காலத்து நிகழ்வுகளை மாற்றிப்பேச வேண்டிய தேவை எழுந்ததால் வரலாற்று உணர்வுகள் முற்றிலும் காணாமல் போயின.

அதிகச் செலவில்லாமல் வழிபட முடிகிற பிரதேசம் சார்ந்த கடவுள்களையே சாதாரண மக்கள் விரும்பினர். மக்கள் அதிகம் விரும்பாத / பங்கேற்காத யாகப்பலிகளை நடத்தும் உரிமையை

வலியுறுத்தாமல் புரோகிதர்கள் அவற்றைக் கைவிட்டனர். தங்கள் நோக்கத்தில் வெற்றி பெற்ற அவர்கள், பிரசித்திப் பெற்ற கடவுளர்களின் பெருமையைப் பரப்புபவர்களாக, அவை குறித்த இலக்கியங்களின் பாதுகாவலர்களாக, அந்தக் கடவுள்களைப் பாடும் கவிஞர்களாக ஆனார்கள்.

அவர்களில் பெரும்பான்மையோர், எதை அதிகம் விரும்பினார்களோ அதைப் பெற்றிருக்கக்கூடும். அவர்களது முன்னோர்கள் கொண்டிருந்த நம்பிக்கையை விட்டுவிட்டுப் பிற நம்பிக்கையைக் கடைப்பிடிப்பதன் மூலம், எந்த வகையிலும் அவர்கள் வேறொரு நம்பிக்கைக்கு நிச்சயம் மாறவில்லை; அத்துடன் இப்போதும், தாம் வைத்திருக்க விரும்பும் எதையும் அவர்கள் கைவிடவும் இல்லை.

அவர்களில் மிகவும் திறன் மிக்கவர்கள், வேதகாலத்தவை என்று சொல்லப்படும் தெய்விக விஷயங்கள் குறித்து அக்கறை கொள்வதைத் தத்துவரீதியாக நிறுத்திவிட்டார்கள். அத்துடன் மக்கள் எந்தக் கடவுளர்களை வழிபடுகிறார்கள் என்பது குறித்து அவர்கள் ஆர்வம் கொள்ளவும் இல்லை. வேதம் சார்ந்த கற்றல் என்ற அணையவிருந்த சுடரை, சிறிய மற்றும் குறைந்து வரும் சிறிய குழுக்களே தொடர்ந்து உயிர்ப்புடன் வைத்திருந்தன; அவர்களை பின்னாளில் இந்திய மக்கள் சிறப்பு நன்றியுடனும் மரியாதையுடனும் திரும்பிப் பார்த்தனர்.

இந்தியாவில் மொழி மற்றும் இலக்கியத்தின் பொதுவான வரலாறு குறித்த ஒரு விரைவான சித்திரம் இது. ஐரோப்பாவைப் போலவே, இந்த வரலாற்றிலும் உலகியல் சார்ந்த விஷயங்களுக்கும் ஆன்மிகச் சக்திகளுக்கும் இடையிலான போட்டி ஒரு முக்கிய காரணியாக இருந்தது; அதை எடுத்துக்காட்ட இந்தச் சித்திரம் போதுமானது: ஐரோப்பாவின் குயெல்ப் மற்றும் கிபெலின், புரோகிதர்கள் மற்றும் பிரபுக்கள், சத்திரியர்கள் மற்றும் பிராமணர்கள் ஆகியோர்தான் போட்டி போடும் சக்திகளாக இருந்தனர்.

இந்தியாவில் இதுவரையிலும் நமக்குக் கிடைத்திருப்பவை புரோகிதர்களின் சமூகம் பாதுகாத்து வைத்திருந்தவையே. அவை அவர்களது பார்வையில் எழுதப்பட்ட, ஒரு நீண்ட யுத்தத்தின் காரணங்கள் மற்றும் விளைவுகள் குறித்த வடிவம் மட்டுமே. அந்தக் காலகட்டம் முழுவதும், அவர்களே முன்னணிப் பாத்திரம் வகித்ததாக அவர்கள் கூறுகிறார்கள். ஒருவேளை அப்படியும் இருக்கலாம்.

ஆனால், மறுபக்கத்தையும் கருத்தில் கொள்வது நல்லது; புரோகிதர்களின் புத்தகங்களை நம்பி பிராமணர்கள் பெற்றிருந்ததாக கருதப்படும் ஆதிக்க வெற்றியை ஆயிரம் ஆண்டுகளுக்கு முன்னால் கொண்டுசென்றால், நாம் செய்யும் அந்தத் தவறு மிகவும் தீவிரமானது என்பதை மறந்துவிடக்கூடாது; வேறுவிதத்தில் சொல்லலாம் என்றால், விஷயங்களின் நிலை, போராட்டத்தின் தொடக்கத்தில் எப்படி இருந்ததோ அப்படித்தான் இறுதியிலும் இருந்தது என்று கருதலாம்.

தவறாகப் புரிந்துகொள்ளப்படுவதைத் தவிர்ப்பது கடினம். புரோகிதர்கள் அப்போதும் இருந்தார்கள். அவர்கள் எப்போதும் போர்க்குணம் மிக்கவர்களாகவும் எப்பொழுதும் அதிகாரம் பெற்றவர்களாகவும் இருந்தார்கள் என்று திரும்பவும் கூறுவேன். அவர்களில் பலரும் கற்றவர்கள். கற்றவர்களில் ஒரு சிலரே அரிதாகக் செல்வந்தர்களாக இருந்தனர். கற்றவர்களாகவோ செல்வந்தர்களாகவோ இல்லாவிட்டாலும், அனைவரும் தனித்தக் கௌரவத்துடன் இருந்தனர்.

சிறிய குழுவினராக, அவர்களை தனித்து வேறுபடுத்திப் பார்க்க வேண்டிய தேவை ஒருபோதும் அவர்களுக்கு ஏற்பட்டதில்லை. முனைப்பு, அறிவாற்றல் அல்லது இரண்டின் அடிப்படையிலும் தனித்திறன் படைத்தவர்களாக வேறுபடுத்தும் தேவையும் எழுந்ததில்லை. தத்துவத்திலும் அறநெறிகளிலும் தாக்கம் ஏற்படுத்தியதுடன், அத்துறைகளின் முன்னேற்றத்திற்கு இந்தச் சிறுபான்மையினர் பெரிதும் பங்களித்தனர். அவர்களில் சிலர் இந்தத் துறைகளில், பிராமணச் சிந்தனைப் பள்ளிகளில் மட்டுமல்ல, தேச சஞ்சாரிகள் மத்தியிலும் தலைவர்களாக புகழ்பெற்றனர். ஜைனர்களிலும் பௌத்தர்களிலும் மிகவும் செல்வாக்கு பெற்றிருந்தவர்களில் சிறிய அளவில் பிராமணர்களும் இருந்தனர். ஆனால், அது எந்த அளவு என்பதே கேள்வி.

பிற்காலத்தில் அவர்கள் எழுதிய புத்தகங்கள் விஷயங்களை விடாப்பிடியாக மிகைப்படுத்தியும், தவறாகவும் சித்திரிக்கின்றன. அனைத்துக்கும் மேலாக ('suggestio falsi' என்ற மிகவும் வெற்றிகரமான முறையில்) எதிர்த்தரப்பைத் தவிர்த்துவிடுகின்றன. இதன் மூலம் இந்தியச் சமூகம் குறித்தும், பிரதேசங்கள் குறித்தும், அதில் புரோகிதர்கள் குறித்தும் முற்றிலும் திரிக்கப்பட்ட பார்வையை அவை கொடுக்கின்றன. அவர்கள் மட்டுமே கற்றவர்களோ, அறிவார்ந்தவர்களோ, அனைத்திற்கும் மேல் செல்வந்தர்களோ அல்ல.

அவர்களது புத்தகங்களில் பதிவு செய்யப்பட்டிருக்கும் சமயமும் பழக்கவழக்கங்களும், எந்தக் காலகட்டத்திலும், இந்தியாவின் பலவிதமான மக்களும் பின்பற்றிய ஒரே மதமாகவோ ஒரே பழக்கவழக்கமாகவோ இருக்கவில்லை. பௌத்தத்தின் எழுச்சிக்கு முந்தி இருந்த அறிவு சார்ந்த இயக்கம் பெருமளவில் சாதாரண மக்களின் பாமர இயக்கமாக இருந்தது; புரோகிதர்களின் இயக்கமாக அல்ல.

அடுத்தடுத்த நூற்றாண்டுகளில், கிறித்துவச் சகாப்தம் வரையிலும், அதற்கு அப்பாலும், தேசியம் சார்ந்த நோக்கங்களும் நம்பிக்கைகளும் நிறைந்த சக்தி மிக்க நீரோட்டத்தில் புரோகிதர்கள் அலைக்கழிக்கப்பட்டனர். அதற்குப் பிறகும், சீன யாத்ரீகர்கள் தீட்டிய சித்திரங்களின் விவரிப்பிலிருந்து, புரோகிதக் கலைஞர்களின் சித்தரிப்புகள் மிகுந்த அளவுக்கு வேறுபட்டே இருந்தன.

இப்போது நமது ஆய்வுக்குக் கிடைத்திருக்கும் மற்ற கருத்துகளை நியாயமாகவும் போதுமான விகிதாசாரத்திலும் பயன்படுத்துவதன் மூலம் புரோகிதர்களின் கருத்துகள் சரிபார்க்கப்பட வேண்டும். இட்டு நிரப்பப்பட வேண்டும்; இல்லாவிடில், இந்திய வரலாறு குறித்து, மங்கலான மற்றும் குழப்பமான கருத்தாக்கமே தொடர்ந்து கிடைத்துக் கொண்டிருக்கும்.

அத்தியாயம் 10

இலக்கியம் – பாலி மொழி புத்தகங்கள்

இந்தியாவில் கி.மு.ஆறாம் நூற்றாண்டில் சிறப்பு வகையானவை என்று சொல்லமுடிகிற இலக்கியங்கள் கணிசமான அளவு இருந்தன என்று பார்த்தோம். கையால் எழுதப்பட்ட புத்தகங்கள் இல்லை என்ற விஷயமும் அவற்றைச் சூழ்ந்திருந்தது. செய்யுட்களோ பாடங்களோ அவற்றை, தொடர்ச்சியாகத் திரும்பத் திரும்பச் சொல்லி மனனம் செய்ய வேண்டிய அவசியம் இருந்தது. ஆகவே, பரவியிருந்த இலக்கியத்தின் எல்லை அன்றைய இந்திய மக்களின் அறிவுநிலைக்கும் ஆர்வத்துக்கும் பெருமளவு சான்றாக இருந்தன. ஆனால், அந்த இலக்கியங்களில் பெரும்பகுதி முற்றிலும் அழிந்து விட்டன. ஆனால் வேறுபட்ட மூன்று சிந்தனைப் பள்ளிகளின் இலக்கியச் செயல்பாடுகளால் விளைந்த கணிசமான பகுதி நமக்குக் கிடைத்துள்ளது. ஒவ்வொன்றும் விஷயங்களை வெவ்வேறு கோணத்தில் பார்க்கின்றன. அந்த மூன்று ஆவணங்களின் தொகுதிகளை ஒப்பீடு செய்து பார்ப்பதன் மூலம் அந்தக் காலகட்டத்தின் வரலாற்றை மறுகட்டமைப்பு செய்ய முடியும்.

நமக்கு இப்போது கிடைத்திருக்கும் புத்தகங்கள் (என்றுமே எழுத்துவடிவத்தில் இல்லாத இவற்றைப் புத்தகங்கள் என்று அழைக்கலாம் என்றால்) யாகப்பலி மூலம் வாழ்வாதாரம் தேடிக்கொண்ட பிராமணர்கள் எழுதியவை; அவர்கள் பயன் படுத்தியவை. கிடைத்திருக்கும் அவற்றின் பெரும்பகுதியும்

திருத்தப்பட்டவை, மொழிபெயர்க்கப்பட்டவை. அவற்றிலிருந்து பெறப்பட்ட கணிசமான வரலாற்று பகுதிகள் இப்போது தொகுக்கப்பட்டு, விளக்கவுரைகள் எழுதப்பட்டுள்ளன. ஆனால், எழுதப்பட வேண்டியவை இன்னும் அதிகமுள்ளன. மற்ற இரண்டு சிந்தனைப் பள்ளிகளின் ஆவணங்களும் பிராமணியப் புத்தகங்களில் காணப்படும், தவறாகப் புரிந்துகொள்ளப்பட்ட பத்திகளின் மீது புதிய வெளிச்சத்தைப் பாய்ச்சக்கூடியன என்று எதிர்பார்க்கலாம்.

பிரதேசம் குறித்த அறிவு கொண்ட, ஆனால், வரலாற்று ரீதியான விமர்சனப் பார்வையின்றி, நன்கு கற்றறிந்த, ஆனால், கணிசமான அளவுக்கு முற்சாய்வு கொண்ட நவீன காலத்து விளக்கவுரை யாளர்கள் அவற்றை உணர்வு சார்ந்து பார்க்கிறார்கள்; அதைப் பின்பற்றி அந்தத் தொன்மையான பதிவேடுகளை அப்படியே எடுத்துக் கொள்ளும் வருத்தம் தரும் வழிமுறையை ஐரோப்பிய அறிஞர்கள் மிகவும் இயல்பாக ஏற்றுக்கொண்டனர்; பின்பற்றினர். ஆனால், அந்த அறிஞர்கள் அதிகம் கற்றுக் கொள்ள வேண்டியிருந்தது.

அந்த விளக்கவுரைகளின் உதவியை நாடுவதே, மிகவும் யதார்த்தமான, உண்மையில் அந்த நேரத்திற்கு சாத்தியமான வழியாக ஒருவருக்கு இருந்தது. அல்லது தமது அறிவு வெளிச்சத்துக்கு இந்த புத்தகங்களைத் முற்றிலும் நம்பி வாழும் பண்டிதர்களின் உதவியை நாடுவது மற்றொரு வழி. வேதப் பாடல்களுக்கு விளக்கவுரை தருவதற்குப் பயன்பட்ட இந்த முறை இப்போது இறுதியாகக் கைவிடப்பட்டது. வில்சன் தனது மொழிபெயர்ப்பில் இதைப் பின்பற்றியிருந்தார். ஆனால், பௌத்தம் எழுச்சி பெற்ற காலத்தை முடிவு செய்ய அந்த ஆண்டுகளுக்கு நெருக்கமாக இருக்கும் ஆவணங்களை விளக்கும் இடங்களில் இந்த வழிமுறை இன்னமும் உயிர்ப்புடன் இருக்கிறது.

எடுத்துக்காட்டாக, பல நூற்றாண்டுகளின் தத்துவம் சார்ந்த அல்லது இறையியல் சார்ந்த விவாதங்களில் வெளிப்பட்ட கருத்துகள், மிகவும் பிரபலமான உபநிடதங்களின் பதிப்புகளில் இப்போதும் நிறைந்திருப்பதை நாம் பார்க்க முடியும். கி.மு.ஏழு அல்லது எட்டாம் நூற்றாண்டைச் சேர்ந்த இந்தத் தொன்மையான புத்தகங்களில், கி.பி.ஒன்பதாம் நூற்றாண்டில் சங்கரர் எழுதிய புத்தகங்களின் பக்கங்களிலிருந்து இடப்பெயர்ப்புச் செய்யப்பட்ட கருத்துகள் காணப்படுகின்றன.

இந்த வகையில் விளக்கவுரை அளிக்கும் வழிமுறை இரண்டு வழிகளில் தாக்கம் ஏற்படுத்துகிறது. ஒன்று, அந்தப் பழைய சிந்தனையாளர்கள் (அல்லது பாடல்களை எழுதிய ஆசிரியர்கள் என்று சொல்லலாம்) மேலோட்டமாக எளிய முறையில் எழுதிய ஒரு பத்திக்குள் பிற்காலத்து கருத்துகளை வைப்பதால், சந்தேகத்துக்கு இடமின்றி, அந்தப் பகுதி அதிகம் சரியானதாகவும் துல்லியமாகவும் அமைகிறது. தெளிவான பொருளும் தருகிறது. மற்றொன்று, ஒற்றைச் சொற்களை, குறிப்பாக இறக்குமதி செய்யப்பட்ட தத்துவம் அல்லது அறநெறி சார்ந்த சொற்களை மொழிபெயர்க்கையில், அந்தச் சொல்லின் உட்பொருளை உண்மையில் பல நூற்றாண்டு களுக்குப் பின்னர்தான் அவர்கள் அறிந்துகொண்டதாக இருந்தாலும், முந்தைய அந்தக் காலகட்டத்துக்குப் பொருந்தக் கூடியதாகவே ஆக்குவது.

இந்த இரண்டு நிகழ்வுகளிலும், பொதுவான பார்வையில் ஒரு மேலான விளக்கம் நமக்குக் கிடைக்கக்கூடும். உபநிடதங்களின் காலத்துக்கு நெருக்கமான ஆவணங்களில் பாதுகாக்கப்படும் தத்துவம் சார்ந்த சொற்களின் மிகச் சரியான பொருளிலிருந்து, அடிப்படைக் கருத்துகள் அதற்கு எதிரான நிலையில் இருந்தாலும், ஒரு நல்ல விளக்கத்தைப் பெற முடியும்.

பேராசிரியர் ஜேகோபி இவ்வாறு சொல்கிறார்: 'புத்தர் காலத்திலும் மகாவீரரின் காலத்திலும் நிலவிய தத்துவம் சார்ந்த கருத்துகள் குறித்த பௌத்தர்கள் மற்றும் ஜைனர்களின் பதிவேடுகள் மிகக் குறைவாகவே உள்ளன. (அவர்கள் ஏற்றுக்கொள்ளாத கருத்துகளை ஒட்டி, உடன் நிகழ்வாக எழுந்த குறிப்புகள் பற்றி ஜேகோபி பேசுகிறார்-ஆசிரியர்). எனினும், அவை அந்தச் சகாப்தம் குறித்து ஆய்வு செய்யும் வரலாற்றாசிரியனுக்கு மிகவும் முக்கியத்துவம் வாய்ந்தவை.'

இந்த ஆவணங்களில், பாலி மொழியில் எழுதப்பட்ட புத்தகங்கள் ஏறத்தாழ அனைத்தும் இப்போது கிடைத்துள்ளன. அதற்குப் பெருமளவுக்குக் காரணமாக அமைந்த Pali Text Societyயின் கடந்த இருபது ஆண்டு காலத்து, தொடர்ச்சியான முயற்சிகளுக்கு நன்றி சொல்லவேண்டும். கிடைத்திருக்கும் பதிவுகளில் இருந்து, அவர்கள் என்ன செய்தார்கள் என்பதை மட்டுமின்றி என்ன செய்யவில்லை (பெரும்பாலும் இது அதிக முக்கியத்துவம் வாய்ந்தது) என்பதையும் கூறவேண்டும். கெடுவாய்ப்பாக, சமணர்களின் பதிவுகள் இப்போதும் சிறு சிறு பகுதிகளாகத்தான் கிடைத்துள்ளன. அவை

முழுமையாகக் கிடைக்கும்படி செய்யவேண்டும்; அந்தக் காலகட்டத்தின் வரலாற்றை அறிவதற்கு மிகவும் அவசியமானதாக இது அமையும்.

அவற்றில் காணப்படும் தத்துவம் சார்ந்த, சமயம் சார்ந்த ஊகச் சிந்தனைகள், வேதாந்தம் அல்லது பௌத்தத்தின் அசல் தன்மையை அல்லது அகமதிப்பைப் பிரதிபலிக்கவில்லை. எனினும், அவற்றின் வரலாற்று முக்கியத்துவம், குறைவானதல்ல; ஏனெனில், மக்கள் அதிக அளவு நாகரிகம் அடைந்திராத காலத்தின், இயற்கையின் மீதும் அதன் தாக்கத்தின் மீதும் மக்கள் அதிகம் ஆர்வம் கொண்டிருந்த காலகட்டத்திற்கான சான்றுகளை இவை வழங்குகின்றன. அதாவது தொடக்கக்காலம் குறித்துப் பேசுகின்றன. ஆவணங்களில் சில பகுதிகளை ஆய்வு செய்கையில், ஏற்கெனவே அவை வெளிப்படுத்தி இருப்பதுபோல், பண்டைய புவியியல் அடிப்படையிலான, அரசியல் ரீதியான பிரிவுகளைச் சந்தேகத்துக்கு இடமின்றி விளக்குகின்றன. இதுவரையிலும் மிகவும் முழுமையற்ற முறையில் புரிந்துகொண்டிருக்கும் காலகட்டத்தில், இந்தியாவின் சமூக மற்றும் பொருளாதார நிலைமைகள் எப்படி இருந்தன என்பன குறித்த முக்கியக் குறிப்புகள் அவற்றில் இருப்பதைப் பார்க்க முடியும்.

இந்த ஆவணங்களின் நம்பகத்தன்மை குறித்தும் அதிகாரப்பூர்வத் தன்மை குறித்தும் எழும் ஆட்சேபனைகளை ஏற்பது கடினம். பேராசிரியர் ஜேக்கோபி 1884-ல் முன்வைத்த வாதங்கள் மிகவும் மறுக்க முடியாதவை; அத்துடன் உண்மையில் அவை தீவிரமாக மறுக்கப்படவும் இல்லை. கி.மு.நான்காம் நூற்றாண்டில் பத்ரபாஹு அந்த சமூகத்தின் தலைவராக இருந்தபோது கணிசமான எண்ணிக்கையிலான புத்தகங்கள் ஒன்றாகச் சேர்த்து தொகுக்கப்பட்டன என்று கூறப்படுகிறது.

சமணர்களின் அனைத்துப் பிரிவினரும் அல்லது சிந்தனைப் பள்ளிகளைச் சேர்ந்தவர்களும் மிகவும் பழைய புத்தகங்கள் (பூர்வ புத்தகங்கள் அல்லது முந்தைய புத்தகங்கள்) இருந்தன; ஆனால், இப்போது அவை தொலைந்து போய்விட்டன என்பதை ஒப்புக்கொள்கிறார்கள். அவர்கள் ஏதோ கதை சொல்கிறார்கள் என்று நாம் எண்ணலாம். ஆனால், இப்படி அவர்கள் சொல்லியிருக்க வாய்ப்பில்லை; இப்போது இருக்கும் புத்தகங்கள்தாம் அவர்களது அமைப்பின் அசல் இலக்கியங்கள் என்று கூறி இருப்பார்கள். இதுவரையிலும் கிடைத்துள்ள மொழியியல் மற்றும் கல்வெட்டு எழுத்தியல் சான்றுகள், சமணர்கள் மத்தியில் அப்போது நிலவிய மரபுகளின் பொதுவான நம்பகத்தன்மையை உறுதி செய்கின்றன;

மற்றும் இந்தக் குறிப்பிட்ட விவரத்தின் துல்லியத்தையும் பலவிதங்களில் உறுதிப்படுத்துகின்றன.

நிச்சயமாக, இந்த மரபில் பழைய புத்தகங்களுக்கு வழங்கப்பட்டுள்ள பெயர்கள் அசல் பெயராக இருக்க வாய்ப்பில்லை. இன்றளவும் பாதுகாக்கப்படும் பதினொரு ஆகமங்களுடன் ஒப்பிடுகையில் அவை 'முந்தியவை'. அத்துடன் தற்போதிருக்கும் புத்தகங்கள் நான்காம் நூற்றாண்டைச் சேர்ந்தவை என்றால், ஆறாம் நூற்றாண்டைச் சேர்ந்த அமைப்புகள் அல்லது நிகழ்வுகளுக்கான சான்றுகளாக மட்டுமே, விமர்சனம் சார்ந்த அக்கறையுடன் அவற்றைப் பயன்படுத்த முடியும். இந்த நிலையிலும், இந்திய வரலாற்றைக் கூறும் முக்கியமான தரவுகள் நம்மிடம் உள்ளன; ஆனால், அவை தற்சமயம் மிகவும் முழுமையற்ற வகையில் பயன்படுத்தப்படுகின்றன.

தற்போது கிடைத்திருக்கும் இப்போது பௌத்தர்கள் என்று நாம் அழைக்கும் மற்றொரு சிந்தனை பள்ளியின் ஆவணங்களுக்கும் இது மிகவும் பொருந்தக் கூடியதே. சிறப்பாகவும், முந்தியதைக் காட்டிலும் முழுமையாக அறியப்பட்டவையாகவும் இவை இருக்கின்றன. எனினும், இன்னும் முழுமையாகப் பயன்படுத்தப் படாமல் உள்ளன. பௌத்தர்கள் என்று அவர்கள் அழைக்கப் படுவதும், இவர்கள் ஒரு தனித்த வர்க்கம் என்று எண்ணம் நிலவுவதும் சந்தேகமின்றி அதற்குப் பகுதியளவு காரணம்; அந்தக் காலகட்டத்தில் மற்ற இந்தியர்களிடமிருந்து இவர்கள் முற்றிலும் வேறுபட்டவர்களாக பார்க்கப்பட்டனர் என்பதும் காரணம்.

பௌத்தர்கள், பண்புரீதியாகவும், குறிப்பிட்டுச் சொல்ல வேண்டிய அளவிலும் உண்மையில் இந்தியர்கள்தாம். அநேகமாக கி.மு.நான்காம் மற்றும் மூன்றாம் நூற்றாண்டுகளில், பெரும் பான்மையான மக்கள் குறைந்தபட்சம் பௌத்தர்களாக இருந்தனர். அந்தப் பௌத்தப் பள்ளிகள் புறக்கணிக்க முடியாத எண்ணிக்கையில் இருந்தன. ஆனால், புரோகிதர்களின் புத்தகங்கள் சுட்டிக்காட்டுவது போல் அவை தோன்றுவதற்கு அடிப்படையாக ஒரு சிந்தனை இயக்கம் இருந்தது. கி.மு.ஆறாம், ஐந்தாம், மற்றும் நான்காம் நூற்றாண்டுகள் குறித்து ஆய்வு செய்யும் வரலாற்றாசிரியர்கள் கருத்தில் கொள்ள வேண்டிய, மிகுந்த தாக்கம் ஏற்படுத்தும் முக்கியக் காரணிகளில் ஒன்று இது.

பௌத்தர்களின் நியதிகளைப் பேசும் புத்தகங்களின் காலத்தை முடிவு செய்வதற்கான சிறந்த சான்றுகளாக அந்த புத்தகங்களின்

உள்ளடக்கங்கள் – அதாவது அவற்றில் பயன்படுத்தப்பட்ட சொற்களின் வகை, அவை எழுதப்பட்டிருக்கும் பாணி, வெளிப்படுத்தும் கருத்துகள்- ஆகியன இருக்கின்றன. இதுபோன்ற அகச்சான்றுகளைப் பயன்படுத்தக்கூடாது என்று இதற்கு எதிராகச் சமீபத்தில் ஆட்சேபனை எழுப்பப்பட்டது உண்மைதான். ஆனால், அத்தகைய ஆதாரங்களைப் பயன்படுத்தும் பொதுக் கொள்கையை எதிர்க்கக்கூடாது. அவற்றைத் தவறாகப் பயன்படுத்துவதற்கு எதிரான ஆட்சேபனை செல்லுபடியாகக்கூடும்.

எடுத்துக்காட்டாக, வட இந்தியா முழுவதும், எல்லா இடங்களிலும் எப்போதும் வழக்கமாக நடைபெறும் ஒன்று என்பதுபோல லிங்க வழிபாடு மகாபாரதத்தில் அடிக்கடிக் குறிப்பிடப்படுகிறது. அறிவீனமான அல்லது மூடநம்பிக்கை அடிப்படையிலான வழிபாட்டுமுறைகள் என்று பௌத்தர்கள் கருதும் அனைத்து வகை வழிபாட்டு முறைகளும் நிகாயாக்களில் குறிப்பிடப்பட்டுள்ளன. ஆனால், இந்த லிங்க வடிவ சிவ வழிபாடு குறித்து ஓரிடத்திலும் குறிப்பிடப்படவில்லை.

மகாபாரதம் அதர்வண வேதம் பற்றிக் குறிப்பிடுகிறது. நடைமுறையில் இருக்கும் ஒரு வேதமாக, நான்காவது வேதமாக அதைப் பேசுகிறது. நிகாயாக்கள், மற்ற மூன்று வேதங்களையும் தொடர்ச்சியாகக் குறிப்பிடுகின்றன. ஆனால் அதர்வண வேதம் பற்றிப் பேசவில்லை .இந்த இரண்டு எடுத்துக்காட்டுகளுமே சுவாரஸ்யமானவை. ஆகவே, நமக்கு கிடைத்திருக்கும் நிகாயாக்கள், நம்மிடம் இருக்கும் மகாபாரதத்தின் வடிவத்தைக் காட்டிலும் மிகவும் பழமையானவை என்ற முடிவு எடுக்கலாமா? அதற்குமுன், மேலே குறிப்பிட்டதுபோல் ஒரே திசைவழிச் செல்லும் அதிக எண்ணிக்கையிலான நடப்புகளை ஆய்வு செய்யவேண்டும். அதுபோலவே, இதற்கு எதிரான போக்கு கொண்ட, வேறுவிதமாக விளக்கமுடியாத நிகழ்வுகள் இல்லை என்பதையும் உறுதிப்படுத்திக் கொள்ளவேண்டும்.

இதை வேறுவகையில் கூறலாம். சில கையெழுத்துப் பிரதிகள் நமக்குக் கிடைக்கின்றன. (எடுத்துக்காட்டாக பேக்கனின் கட்டுரைகள் மற்றும் ஹியூமின் கட்டுரை போன்று). அவை ஒரே கையெழுத்தில் இருக்கின்றன; ஆனால், அவை எப்போது அல்லது யாரால் எழுதப்பட்டன என்பதை அறிந்துகொள்ள, அவற்றில் எதுவுமில்லை. அவற்றின் உள்ளடக்கம் தவிர்த்து, நமக்கு வேறு எதுவும் தெரியாது. எனினும், நாம் தெரிந்துகொள்ள வேண்டியது ஒன்றுள்ளது. ஒப்பீட்டளவில் இரண்டில் எது மிகவும் பழையது

என்பதை முற்றுறுதியுடன் அறியவேண்டும். அத்துடன் மிகக் குறுகிய காலத்துக்குள், இரண்டு படைப்புகளும் எழுதப்பட்ட நிஜமான காலகட்டத்தையும் தீர்மானிக்க முடியவேண்டும். ஆதாரம் மறுக்க முடியாததாக இருக்கவேண்டும். ஏனெனில், அப்பிரதி களுக்குள் மொழி சார்ந்த – எழுத்துப் பாணி போன்ற- நுட்பமான கருத்துகள் அதிக எண்ணிக்கையில் இருக்கக்கூடும்; அனைத்துக்கும் மேலாக, கூறப்பட்டிருக்கும் கருத்துகள் ஒரே திசையில் நகர்வனவாக இருக்கலாம்.

முன்னர் குறிப்பிட்டவாறு பாலி மொழி புத்தகங்களின் அகச் சான்றுகள் சில நமக்குக் கிடைத்துள்ளன. பாலி மொழி புத்தகங்களை வழக்கமாக வாசிக்கும் எவருக்கும், தம்மசங்கனியைக் காட்டிலும் நிகாயங்கள் பழமையானவை என்பது உடனடியாகப் புரியும்; இவை இரண்டும் (தம்ம சங்கினியும் நிகாயமும்) கதாவத்துவுக்கு முந்தியவை; இவை மூன்றும் (தம்ம சங்கினி, நிகாயம், கதாவத்து) மிலிந்தாவைக் காட்டிலும் முந்தியவை என்பதையும் அறிந்துகொள்ள முடியும். மதிப்பீடு செய்வதில் மிகத் திறன் மிக்க பாலி மொழி அறிஞர்கள், இந்தக் கருத்திலும், இந்திய இலக்கிய வரலாற்றில் பாலி மொழி இலக்கியத்தின் பொதுவான நிலை குறித்தும் இசைவான கருத்தைக் கொண்டுள்ளனர்.

ஆய்வுகள் மூலம் நமக்குக் கிடைத்திருக்கும் கி.மு.மூன்றாம் நூற்றாண்டு நினைவுச் சின்னங்களில் நன்கொடை அளித்தவர்களின் பெயர்கள் இருப்பதைப் பார்க்க முடிகிறது. கட்டடத்தின் வெவ்வேறு பகுதிகளை (தூண்கள், உத்திரங்கள், புடைப்பு சிற்பங்கள் போன்றவை) அமைக்க உதவியவர்களின் பெயர்கள் அந்தந்த இடங்களில் பொறிக்கப்பட்டுள்ளன. பொதுவான பெயராக இருந்தால், நன்கொடை அளித்தவர்களை வேறுபடுத்திக் காட்ட சில அடைமொழிகள் சேர்க்கப்படுகின்றன. அத்தகைய அடை மொழிகள் அந்த நன்கொடையாளரின் ஊரை (நாம் வின்செஸ்டரைச் சேர்ந்த ஜான் என்று சொல்வது போல்) அல்லது ஒரு தொழிலைக் குறிப்பிடுவதாக (நாம், கார்பென்டர் ஜான் அல்லது எழுத்தர் ஜான் என்று சொல்வது போல்) இருக்கின்றன. அல்லது வேறு தனித்தன்மையுடன் சுட்டப்படுகின்றன. கண்டறிந்த சில அடைமொழிகள் அடுத்துக் கொடுக்கப்படுகின்றன.

1. தம்ம-கதிகா – ‘அமைப்பு பற்றி போதிப்பவர்’. அமைப்பைக் குறிக்கும் ‘தம்மம்’ என்ற சொல் பௌத்தப் பள்ளிகளின் துறைசார்ந்த சொல்; நியதிகள் பேசும் விநய பிடகத்திலிருந்து

முற்றிலும் வேறுபட்ட தத்துவத்தை, அறநெறிக் கோட்பாட்டை 'தம்மம்' குறிப்பிடுகிறது.

2. பெட்டாகின் – 'பிடகங்களை மனப்பாடம் செய்து அறிந்து வைத்திருப்பவன்'. பிடகம் என்பது சுத்தப் பிடகத்தில் காணப்படும் பௌத்தக் கோட்பாடு குறித்த மரபு வழியிலான விளக்கங்கள் ஆகும். பிடகம் என்ற சொல்லுக்குக் கூடை என்று பொருள். பௌத்த இலக்கியத்தின் ஒரு பகுதியைக் குறிப்பிடுவதற்கு பயன்படும் துறைசார்ந்த சொல்லாக, பௌத்தர்களால் பிரத்தியேகமாக இது பயன்படுத்தப்படுகிறது.

3. சுத்தந்திகா – 'சுத்தங்களை மனப்பாடம் செய்திருக்கும் மனிதன்.'

4. சுத்தந்தாகினி – 'சுத்தங்களை மனப்பாடம் செய்து வைத்திருக்கும் பெண்'. சுத்தந்தா என்பதும் ஒரு துறைசார்ந்த சொல். பௌத்த நியதி புத்தகங்களின் சில பகுதிகளை, குறிப்பாக உரையாடல்களைக் குறிப்பிட பிரத்தியேகமாகப் பயன் படுத்தப்படும் சொல். நேரடியான பொருளில் 'சுத்தங்களின் இறுதி' என்பதாகும். அந்த அமைப்பை சார்ந்து இலக்கு, நோக்கம், விளைவு என்ற பொருள் கொண்டது. அத்துடன் அதிகம் முழுமையான மற்றும் விரிவான வடிவத்தில் பார்த்தால், இவற்றுக்கு அடிப்படையாக இருக்கும் மிகவும் குறுகிய சுத்தங்களின் பொதுவான விளைவுகளை வெளிப்படுத்தும் உரையாடல்களைக் குறிக்கப் பயன்படுத்தப்படுகிறது.

   பௌத்தத்துக்குப் பிந்தைய எழுத்துகளில், வேதாந்தம் என்ற ஒத்திசைவான சொல்லைப் பிராமணர்கள் பயன்படுத்தி வந்தனர். முதலில் ஸ்வேதாஸ்வதரா மற்றும் முண்டக உபநிடதங்களிலும் அதன் பின்னர் உபநிடதங்களிலும் அடிக்கடிப் பயன்படுத்தினர். வேதாந்தம் என்பது வேதங்களின் ஆக உயர்ந்த விளைவு என்பதாகக் கூறினர். இதற்கு முன், இந்தச் சொல் அதன் நேரடியான பொருளில் 'வேதத்தின் இறுதி' என்று மட்டுமே அறியப்பட்டது. ஆகவே, அதனுடைய இரண்டாம் நிலை பொருள், அநேகமாக அதனுடன் தொடர்புடைய (மற்றும் முந்தைய) பௌத்தச் சொல்லிலிருந்து எடுத்துக் கொள்ளப்பட்டிருக்கலாம்.

5. பஞ்ச-நிகாயிகா – 'ஐந்து நிகாயங்களையும் மனப்பாடமாக அறிந்து வைத்திருப்பவர். ஐந்து நிகாயங்கள் அல்லது 'தொகுப்புகள்' இலக்கியப் படைப்புகளைக் குறிக்கப் பயன்படுத்தப்படும் துறைசார்ந்த சொல்; நியதிகளைக் குறிக்கும்

பௌத்த புத்தகங்களுக்கு, அவற்றிற்கு மட்டுமே இவை பொருந்தக்கூடியன. இந்த ஐந்து நிகாயங்களில், முதல் இரண்டும் சுத்தந்தங்கள்; அடுத்த இரண்டும் வேறுபட்ட வகையில் அமைக்கப்பட்ட சுத்தங்கள். ஐந்தாவது நிகாயம் ஒரு துணைத் தொகுப்பாகும்; பெரும்பாலும் இவை பிற்காலப் படைப்புகள்.

நிகாயம் என்பதற்கு பள்ளி அல்லது தனிக்குழு என்ற பொருளும் உண்டு. ஒருவிதத்தில் இது பலவிதமான பொருள் கொண்டது, தெளிவற்றது. பிற்கால சம்ஸ்கிருத இலக்கியங்களில் தொடர்ந்து பயன்படுத்தப்பட்ட ஆகமம் என்ற சொல் அதை பின்னாட்களில் இடப்பெயர்ப்பு செய்தது. இதே போன்ற குறிப்பு, சுத்தந்தா என்ற துறைசார்ந்த சொல்லுக்கும் பொருந்தும். அதுவும் படிப்படியாக, குறுகிய மற்றும் எளிதான சுத்தம் என்ற சொல்லால் இடப்பெயர்ப்பு செய்யப்பட்டது.

இங்கு விளக்கப்பட்டுள்ள சொற்கள் பௌத்த நினைவுச் சின்னங்களில் பயன்படுத்தப்பட்டுள்ளன; அவை பௌத்தப் புத்தகங்களைக் குறிக்கின்றன. இந்தக் கல்வெட்டு எழுத்துகளின் காலகட்டத்துக்குச் சில காலத்துக்கு முன்பு (அதாவது, தோராயமாகச் சொன்னால் அசோகரின் காலத்திற்கு முன்பு), வட இந்தியாவில் பௌத்த இலக்கியம் இருந்துள்ளது. அதாவது அந்தக் கல்வெட்டுகள் கண்டெடுக்கப்பட்டிருக்கும் பிரதேசத்தில் இருந்துள்ளது. அதுமட்டுமின்றி அந்த இலக்கியம் பிடகம், நிகாயம், சுத்தந்தம் என்ற துறைசார்ந்த பெயர்களால் அறியப்பட்ட பிரிவுகளுடன் இருந்தது என்பதற்கும், ஐந்து நிகாயங்கள் இருந்தன என்பதற்கும் இவை உறுதியான சான்றுகள்.

ஆனால் இது அத்துடன் முடிவு பெறவில்லை. அசோகர் தனது பாப்ரா பாறைச் சாசனத்தில் பௌத்த அமைப்புக்கு (சங்கம்) வேண்டுகோள் விடுக்கிறார்: அமைப்பின் சகோதரர்களையும் சகோதரிகளையும் மற்றும் இரண்டு பாலினத்தையும் சேர்ந்த சாதாரண சீடர்களையும் கேட்டுக் கொள்கிறார். நிகாயங்களில் இருந்து தேர்ந்தெடுக்கப்பட்ட சில பத்திகளை அடிக்கடி படிக்கச் சொல்கிறார். மனத்தில் பதியவைத்துக் கற்றுக்கொள்ளும் முறையில். அவற்றைத் தியானம் செய்யச் சொல்கிறார். அவர் குறிப்பிடும் அந்தப் பத்திகளின் பெயர்கள் நல்வாய்ப்பாகக் கிடைத்துள்ளன. அவை பின்வருமாறு:

அ) ஆரிய-வசானி (தீக நிகாயத்தில் சங்கிதி சுத்தாந்தம் என்ற பகுதியில் இப்போது காணப்படுகிறது).

ஆ) அநாகதா-பயானி (இப்போது அங்குத்தர நிகாயத்தில் காணப்படுகிறது, தொகுதி. 3. பக். 105-108).

இ) முனி காதா (இப்போது சுத்த நிபாதாவில் காணப்படுகிறது. செய்யுட்கள் 206-220).

ஈ) மொனிய்ய சுத்தம் (இப்போது இதி-உத்தகாவிலும் ப.67, மற்றும் அங்குத்தர நிகாயத்திலும், தொகுதி. 1. ப. 272, காணப்படுகிறது).

உ) உபதிஸ்ஸா பசினா. 'உபதிஸ்ஸா முன்வைத்த கேள்வி' (மிகவும் பொதுவாக சாரிபுத்தா என்று இவர் அறியப்படுகிறார்). புத்தகங்களில் இது போன்ற பல கேள்விகள் உள்ளன. அவற்றில் அநேகமாக எது குறிப்பிடப்படுகிறது என்பதில் வேறுபட்ட கருத்துகள் நிலவுகின்றன.

இந்தப் பட்டியலின் தொடக்கத்தில் ஒரு சொல் இருக்கிறது. முழுப் பட்டியலுக்கும் பயன்படுத்தப்படும் ஒரு பெயரடையாக அது இருக்கலாம் அல்லது மற்றொரு பத்தியின் பெயராகவும் அது இருக்கலாம். அசோகரின் இந்தச் சாசனம் அவரது காலத்தில், அந்தப் புத்தகங்களில் சேர்க்கப்பட்ட சில பத்திகளின் உண்மையான தலைப்புகளை வழங்குகிறது, எனினும் அவை, இப்போது குறிப்பிடப்பட்ட கல்வெட்டுகளில் கூறப்படும் பெரிய பிரிவு களாகவும் இருக்கலாம்.

பெரிய பிரிவுகளாகப் பிரிக்கப்பட்டு நமக்கு இப்போது கிடைத்திருக்கும் இலக்கியங்கள் குறுகிய பத்திகள் கொண்டதாகவே இருக்கின்றன. அவர்கள் முற்றிலும் எதுவும் அறிந்திராத இந்தப் பழைய கல்வெட்டு எழுத்துகளில் பயன் படுத்தப்பட்ட ஒரே மாதிரியான துறைசார்ந்த சொற்களை அசாதாரணமாக கிடைத்த தொடர் வாய்ப்புகளால், சிலோன் எழுத்தாளர்கள் பயன்படுத்திக் கொண்டனர் என்ற அடிப்படையில் தான் இவை சிலோனில் தொகுக்கப்பட்டவை என்று கருத முடிகிறது. அந்தச் சொற்களை, அவர்கள் உருவாக்கிய இலக்கியங்களின் பெரும் பிரிவுகளுக்குப் பெயர்களாக அளித்தனர். ஆனால் அவற்றில் இரண்டு அப்போதே கிட்டத்தட்ட பயன்பாட்டில் இல்லாமல் போய்விட்டன.

அத்துடன் அவர்களுக்குக் கிடைத்த மற்றொரு அசாதாரணமான தொடர் வாய்ப்புகள் மூலம், அவர்கள் அந்தப் பிரிவுகளில் பல குறுகிய பகுதிகளையும் சேர்த்தனர் என்று கருதலாம். அவை ஒவ்வொன்றும் அவர்களின் காலத்துக்கு முன்பே அதாவது

அசோகரின் சாசனங்களில் பெயருடன் குறிப்பிடப்பட்டிருக்கும் புத்தகங்களுடன் மிகச் சரியாகப் பொருந்துகின்றன. அதைப் பற்றியும் அவர்களுக்கு எதுவும் தெரியாது. கிடைத்த தகவல்கள் குறித்து மிகச் சாத்தியமான விளக்கமாக அத்தகைய கோட்பாடு ஒன்றை ஏற்றுக்கொள்வது நிச்சயம் அபத்தமானதுதான்.

அப்படியானால், உடனடியான கேள்வி என்னவாக இருக்கும்? பௌத்தம் அல்லது இந்திய வரலாறு குறித்த தற்போது கிடைத்திருக்கும் புத்தகங்கள், அனைத்திலும் இல்லாவிடினும் ஏறத்தாழ பெரும்பான்மை புத்தகங்களில் இந்தக் கோட்பாடு எவ்வாறு சாதாரணமாக எடுத்துக் கொள்ளப்படுகிறது? நியதிகள் குறித்த பாலி இலக்கியம் எப்போதுமே 'திருத்தப்பட்ட தென் திசை பதிப்பு' அல்லது 'சிங்களத்து நியதி புத்தகம்' என்றுதான் அழைக்கப்படுகிறதா?

விளக்கம் தெளிவற்றதாக இருக்கிறது; அத்துடன் தவறாக வழிநடத்த ஏற்றதாகவும் உள்ளது. இந்தப் புத்தகங்கள் சிலோனில் தொகுக்கப்பட்டவை என்று சந்தேகத்துக்கு இடமின்றிக் கருதும் வகையில் சில நேரங்களில் அவை பயன்படுத்தப்பட்டன; எனினும் அதன் உண்மையான பொருள் இது அல்ல. கவனம் மிக்க எழுத்தாளர்கள் இவ்வாறு ஒருபோதும் பயன்படுத்தவில்லை. பௌத்தம் குறித்து முதன் முதலில் படித்த ஐரோப்பிய அறிஞர்கள் அறிந்திருந்த படைப்புகளின் கையெழுத்துப் பிரதிகளில் சில சிலோனில் இருந்து வந்தவை; மற்ற படைப்புகளிலிருந்து இவற்றை வேறுபடுத்திப் பார்க்கும் நோக்கில் தெற்கிலிருந்து வந்தவை என்று இந்தப் படைப்புகள் அழைக்கப்பட்டன. அதுபோல் நேபாளத்திலிருந்து வந்த கையெழுத்துப் பிரதிகள் வடக்கிலிருந்து வந்தவை; வடக்கைச் சேர்ந்தவை என்று அழைக்கப்பட்டன.

இத்தகைய பேச்சுகள் பிரபலமானதற்கு பர்னூஃப் முக்கியக் காரணமாக இருந்தார்; நியதி சார்ந்த படைப்புகள் உண்மையில் இலங்கையில் எழுதப்பட்டவை என்ற கருத்தின் பக்கம் அவர் முதலில் சாய்ந்திருந்தார். அவர் தனது முதல் படைப்பில் இந்த புத்தகங்கள் குறித்து 'இந்தியாவின் பாலி புத்தகங்கள்' என்று எழுதவில்லை; 'இலங்கையின் பாலி புத்தகங்கள்' என்றுதான் எப்போதும் எழுதினார். ஆனால், அந்தச் சொற்றொடரும் தெளிவற்றதுதான். மிகக் குறைவாக சில படைப்புகளை ஆய்வு செய்திருந்தார் என்ற உணர்வு அவருக்கு, அதுவும் தாமதமாகத்தான் ஏற்பட்டது.

அதோடு, முதலில், கவனமாகச் செயல்படும் அறிஞராக தெளிவான கருத்தைத் தெரிவித்தார். இருப்பினும், நீண்ட உழைப்பின் முடிவில், முற்றிலும் மாறுபட்ட கருத்துக்கு மாறினார். அவரது 'லோடஸ்' என்ற அற்புதமான படைப்பின் இறுதிப்பகுதியில், (பக்கம் 862) இந்தக் கருத்தைக் கூறுகிறார். பாலி மொழிப் படைப்புகள் 'தாழ்த்தப்பட்ட சாதியினர் மத்தியிலும், மகதம் மற்றும் அவுத் பிரதேசத்தின் பெரும்பான்மை மக்கள் மத்தியிலும் பிரபலமாக இருந்திருக்கலாம்; அதேநேரத்தில் பௌத்த சம்ஸ்கிருதப் படைப்புகள் பிராமணர்களின் பயன்பாட்டில் இருந்திருக்கலாம்' என்று கூறுகிறார். ஆகவே, அவர் அவற்றை வட இந்தியப் படைப்புகளாகக் கருதினார். கல்வெட்டு எழுத்துகள் பற்றி அவர் எதுவும் அறிந்திருக்கவில்லை. புத்தகங்களின் அகச்சான்றுகளை மட்டுமே அவர் வழிகாட்டியாக எடுத்துக் கொண்டார். இவற்றைக் கருத்தில் கொண்டு பார்க்கையில் அவரது இந்தக் கருத்து மிகச் சரியானது என்று கூறமுடியாவிட்டாலும், அவர் இலக்கியம் சார்ந்த அவரது முடிவின் மீதான அங்கீகாரத்தைப் பிரதிபலிக்கிறது.

இந்தப் பார்வையுடன் அவர் தொடங்கியிருந்தால், இந்தப் படைப்புகள் இலங்கையில் எழுதப்பட்டிருக்கலாம் என்று பரிந்துரைக்கும் தெளிவற்ற சொற்றொடர்களைப் பயன்படுத்துவதிலிருந்து நாம் காப்பாற்றப்பட்டிருப்போம். பௌத்த ஆய்வுகளில் பெரிய முன்னோடியாக இருந்தவர், இறுதியில் அவரே ஏற்றுக் கொண்ட பார்வையிலிருந்து பின்வாங்கும் அளவிற்கு பெரும் தாக்கத்தை ஏற்படுத்திய கருத்து இது.

இந்தப் பொருள் குறித்து எழுதப்பட்ட, புலமை மிக்கவை என்று கூறிக்கொள்ளும் எந்தப் படைப்பிலிருந்தும் இத்தகைய சொற்றொடர்கள் நீக்கப்படவேண்டும்; அதுமட்டுமின்றி, 'வடக்கு' மற்றும் 'தெற்கு' என்ற சொற்களும் தவிர்க்கப்பட வேண்டும். ஏனென்றால், விளக்குவதற்குத் தோதாக இந்தச் சொற்கள் இருக்கின்றன என்று கருதுவது பரிதாபமானது. ஆனால், தோதாக இருக்கும் அச்சொற்கள் தவறான எண்ணத்தை வெளிப்படுத்தினால் பொய்த்தோற்றம் ஏற்படும்.

நாம் பின்பற்ற இரண்டு வேறுபட்ட 'பௌத்தங்கள்' இங்கே இருக்கின்றன என்று பெரும்பாலான மக்கள் நினைக்கிறார்கள் என்று துணிவுடன் கூறுவேன். ஒன்று நேபாளத்தில் தோன்றியது என்றும், மற்றொன்று சிலோனில் தோன்றியது என்றும் கருதுகிறார்கள். இந்தக் கருத்து தவறு என்பதை அனைவரும் இப்போது

ஒப்புக்கொள்கிறார்கள். நாம் பெற்றிருப்பது இரண்டு சமயங்கள் மட்டுமல்ல; பல்வேறு வகை பௌத்தங்கள். அநேகமாக ஒவ்வொரு புத்தகமும் வேறுபட்ட ஒரு (பௌத்த) கோட்பாட்டைப் பேசுகிறது.

மிகவும் நம்பத் தகுந்த தகவல்கள் நிறைந்த, பாலி மொழியில் அல்லது பௌத்த சம்ஸ்கிருதத்தில் எழுதப்பட்ட பழமையான புத்தகங்கள் எவையும் வடக்கு அல்லது தெற்கு சார்ந்தவை அல்ல. இவற்றின் நவீன காலத்துப் பிரதிகள் இந்த இடங்களில் கிடைத்தன என்ற அபத்தமான, முக்கியமற்ற விவரங்களைக் கருத்தில் கொள்ளாமல் பார்த்தால், அவை அனைத்தும் விதிவிலக்குகள் ஏதுமின்றி தேசத்தின் மத்தியப் பகுதியைச் சேர்ந்தவை எனலாம். உண்மையில் அவை அந்தப் பிரதேசத்துக்குச் சொந்தமானவையே. அப்பகுதியை இந்தியர்கள் கங்கைச் சமவெளி என்று அழைக்கிறார்கள்.

இவை ஒவ்வொன்றும் அடுத்தப் புத்தகம் கூறும் கோட்பாடுகளில், எழுதப்பட்ட தேதியைக் குறிப்பிடுவதில் சிறிய அளவில் வேறுபடு கின்றன. நிகாயங்களுக்கு உள்ளாகவே இத்தகைய வேறுபாடுகள் காணப்படுகின்றன. பல சம்ஸ்கிருதப் புத்தகங்கள் பிற்காலத்தில் வெளிப்பட்ட சில கருத்துகளின் விவரங்களைக் கொண்டிருக்கின்றன. அவை பழமையான பாலி மொழி புத்தகங்களிலிருந்து வேறுபடுகின்றன. இருந்தபோதிலும், அவற்றை மற்ற சம்ஸ்கிருதப் படைப்புகளுடன் வகைப்படுத்தாமல் ஒட்டுமொத்தமாக பாலி படைப்புகளுடன் தாம் வகைப்படுத்த வேண்டும்.

எடுத்துக்காட்டாக, மகா வஸ்து (உயர்ந்த வாழ்வியல் கதை) சம்ஸ்கிருதத்தில் எழுதப்பட்ட பௌத்த புத்தகம்; அந்தப் படைப்பு 'நல் நியதிகளின் தாமரை' (Lotus of the Good Law) போன்ற சம்ஸ்கிருத புத்தகங்களைக் காட்டிலும் பாலி மொழியில் எழுதப்பட்ட 'காரியா பிடகம்' (நடத்தை மரபுகள்) புத்தகத்திற்கு மிகவும் நெருக்கமாக உள்ளது. மூன்றும், மற்றொன்றைப் போலவே மத்திய நாட்டில் தோன்றியவை. இவை மூன்றில் எந்த ஒரு நூலும் அந்தப் பிரதேசத்தில் சரியாக எங்குத் தோன்றின என்று நம்மால் தீர்மானிக்க முடியவில்லை.

இரண்டு பழமையான படைப்புகளை மட்டுமே வடக்கில் தோன்றியவை என்று தெளிவாகக் குறிப்பிட முடியும். அவை மிலிந்தாவும் கோசிங்கா சிறப்புத் தொகுப்பும். இவை இரண்டும் சம்ஸ்கிருதத்தில் எழுதப்பட்டவை அல்ல. அத்துடன் தென்னாட்டுப்

பௌத்தம் என்று அழைக்கப்படும் கோட்பாட்டுடன் ஒத்திருப்பவை. வடக்கில் தோன்றியவை என்று நமக்கு நிச்சயமாகத் தெரிந்த இரண்டு புத்தகங்களுக்கு அவை தெற்கில் தோன்றியவை என்ற அடையாளச் சீட்டைச் செருகுவது அபத்தமான செயல் அல்லவா?

வடக்கு சார்ந்தவை என்று அழைக்கப்படும் புத்தகங்களிலும் அல்லது தெற்கு பௌத்தம் என்று கூறப்படுவதிலும் கருத்திலோ மொழியிலோ ஒற்றுமை என்பது இல்லை; எப்போதும் இருந்தது இல்லை. உண்மையில் அத்தகைய ஒற்றுமை இருந்திராதபோது, அப்படி ஒன்று இருந்ததாகத் தொடர்ந்து பரிந்துரைப்பதில் ஒரு பெரிய குறைபாடு இருக்கிறது. ஒரு வார்த்தையில் சொல்லப் போனால், பௌத்த இலக்கியங்களை வடக்கு என்றும் தெற்கு என்றும் பிரிப்பது அறிவியல் பார்வையற்றது; அத்துடன் முற்றிலும் தவறானதும். குறைந்தபட்சம் இரண்டு முக்கியமான விஷயங்களில் இது தவறான கருத்துகளைக் கூறுகிறது: அறிவியல் அடிப்படை கொண்ட ஒரு பிரிவை இது தாண்டிச் செல்ல முயல்கிறது. அதாவது நவீன காலத்து பௌத்தப் பிரதிகளை எங்கிருந்து பெற்றோம் என்பதைக் காட்டிலும், எழுதப்பட்ட காலத்தைப் பொறுத்தும், தோன்றிய ஆண்டின் அடிப்படையிலும் அவற்றை வகைப்படுத்துவதே அந்தப் பிரிவு. பிறகு ஏன் நாம் ஒரு தெளிவற்ற சொற்றொடரைப் பின்பற்றிச் செல்ல வேண்டும்? அது தவறாகப் புரிந்து கொள்ளப்படலாம் என்பதை அனுபவத்தின் மூலம் நாம் அறிந்து கொள்ளலாம்.

முடிவில்லாத குழப்பத்தைத் தவிர்க்கும் ஒரே வழி, அதைப் பயன்படுத்துவதை முற்றிலுமாகக் கைவிடுவதுதான். நானும் இவ்வளவு காலம் அதைப் பயன்படுத்திய தவறை ஒப்புக் கொள்வதற்கு இந்த வாய்ப்பைப் பயன்படுத்திக் கொள்கிறேன். எனது 'பௌத்தம்' நூலில், பதினைந்தாவது பதிப்பிலிருந்து அந்தத் தவறு திருத்தப்பட்டது. அது மிகவும் சிறிதான மாற்றம் என்பதால் அதை யாரும் கவனித்திருக்க வாய்ப்பில்லை. 'வடக்கு' என்ற சொல், 'திபெத்திய', 'ஜப்பானிய', 'மகாயானிகள்' போன்ற சொற்களால் மாற்றப்பட்டுள்ளது. கட்டுரைகளின் தெளிவில், அல்லது சுருக்கமாக விளம்புவதில் எந்த இழப்பும் ஏற்படவில்லை; மாறாக, துல்லியமாகச் சொல்வதால் அதிகப் பலன் கிடைத்தது.

ஆகவே பாலி மொழியின் நியதி குறித்த புத்தகங்களை வட இந்தியாவைச் சேர்ந்தவை என்று எடுத்துக்கொள்ள வேண்டும். அவை சிங்களத்தில் தோன்றியவை அல்ல; தெற்கில் மலைகளில் பனை மரத் தோப்புகளில் அமைந்திருந்த விகாரங்களின் சில காலம்

அவை பாதுகாக்கப்பட்டிருந்தன; அந்த நேரம் அவற்றில் மாற்றங்கள் செய்யப்பட்டனவா என்பதை, அவை தற்போதிருக்கும் நிலையில் ஒரு விமர்சனப்பூர்வமான ஆய்வுக்கு உட்படுத்தித் தீர்மானிக்க வேண்டும். அத்தகைய ஆய்வில் என்ன செய்ய வேண்டும் என்பதற்கு ஏற்கெனவே சில குறிப்புகள் கூறப்பட்டுள்ளன.

இந்தப் புத்தகங்களில் அசோகரைப் பற்றி எந்தக் குறிப்புகளும் இல்லை. பௌத்த எழுத்தாளர்கள் அவர் குறித்து – சரியாகவோ தவறாகவோ – மிகுந்த பெருமித உணர்வு கொண்டிருந்தனர்; மாபெரும் பௌத்தப் பேரரசரின் ஆட்சிக்கு பிறகு அவற்றில் ஏதேனும் தீவிரமான திருத்தங்கள் செய்யப்பட்டிருக்கலாம். அதனால் அவர் அப்படி முற்றிலும் புறக்கணிக்கப்பட்டிருக்க வாய்ப்பு ஏற்பட்டிருக்குமோ?

சிலோனைச் சார்ந்த, ஏன் தென்னிந்தியாவைச் சேர்ந்த எந்தவொரு நபரையும் அல்லது இடத்தையும் புத்தகங்கள் குறிப்பிடவில்லை; கணிசமான எண்ணிக்கையிலான நிகழ்வுகளை அவை நமக்குக் கூறுகின்றன; பொதுவான அறிமுகங்களாக அல்லது ஓர் அறநெறிக் கருத்திற்கான விளக்கமாக அவை இருக்கின்றன. பிராமணர் புத்தகோசர் அவரது புத்தகமான 'அத்த சாலினி'யில் (Attha Salini) அவ்வப்போது குறிப்பிடுவதைப் போல், சிலோனில் குறிப்பிட வேண்டிய தகுதியானவை குறித்து போகிறபோக்கில் சில குறிப்புகளைக் கூறுவது எளிதுதான். இந்த நூலும் பின்னாளில் சிலோனில் திருத்தி எழுதப்பட்டதுதான். பிடகப் புத்தகங்களில் மாற்றங்கள் செய்யப்பட்டிருந்தால், இந்த இயல்பான தூண்டுதலுக்கு அடிபணியக்கூடிய வாய்ப்பு அந்த நேரத்திலும் ஏற்பட்டிருக்கலாம் அல்லவா?

மேம்படுத்தப்பட்ட அல்லது மாற்றம் செய்யப்பட்ட கோட்பாடுதான் இப்போது பெருமளவில் நடைமுறையில் இருக்கிறது என்பதை அறிவோம். புதிய துறைசார்ந்த சொற்கள் கண்டுபிடிக்கப்பட்டுள்ளன; பழைய சொற்றொடர்களுக்குப் புதிய அர்த்தங்கள் கொடுக்கப்பட்டுள்ளன. அத்தகைய ஒரு பிற்காலச் சிந்தனையோ, பிற்காலத்திய மொழி வடிவமோ, பிற்கால துறைசார்ந்த சொல்லோ, நியதி குறித்த புத்தகங்கள் எதிலும் இதுவரை கண்டுபிடிக்கப்படவில்லை.

பண்டைய பௌத்தத்தின் தத்துவக் கருத்துகளும், அவற்றிற்கு அடிப்படையாக இருந்த உளவியல் கருத்துகளும் பெரும்பாலும்

சுருக்கமாகவும், எளிமையாகவும், தெளிவின்றியும் கூறப் பட்டுள்ளன. இந்தப் புத்தகங்களை சிலோனில் இருந்தவர்கள் படித்திருக்கிறார்கள்; உழைத்திருக்கிறார்கள். அவை மெருகூட்டப் பட்டன, தெளிவுபடுத்தப்பட்டன, முறைப்படுத்தப்பட்டன. இப்போது நமக்குக் கிடைத்திருக்கும் பல படைப்புகளில், பழைய கருத்துகளின் தொனியும், சொல்லப்படும் விதமும் காணப்படுவதை நன்கு அறிவோம்; சிலோன் அறிஞர்கள் நிச்சயம் இவற்றைத் தெளிவாகவும் முழுமையாகவும் அறிந்திருப்பார்கள். ஆனால், நியதி புத்தகங்களில் இந்தப் பிற்காலத் தொனியும் சொல்லப்படும் விதமும் நுழைந்திருப்பதைச் சுட்டும் எந்த ஒரு நிகழ்வும் இதுவரை கண்டுபிடிக்கப்படவில்லை.

ஆகவே, வட இந்திய (பௌத்த) புத்தகங்கள் சிலோனுக்குக் கொண்டுவரப்பட்ட பின்னர் அவற்றில் செய்யப்பட்ட மாற்றம் எதுவும் அற்பமானதாக இருந்திருக்க வேண்டும் என்று தோன்றுகிறது. செய்யப்பட்ட அத்தகைய மாற்றங்களில் ஒன்றிரண்டு விஷயங்களை நம்மால் கண்டுபிடிக்க முடிந்தால் நிச்சயம் அது பெரும் பயனை அளிக்கக்கூடும். எந்தத் திருத்தத்தை, அதை எந்த அளவு செய்தால் சரியாக இருக்கும் என்று சிலோன் அறிஞர்கள் கருதினார்கள் என்பதைக் கூற முடியும். ஆனால், அவர்கள் நியதிப் புத்தகம் மூடப்பட்ட ஒன்றாகக் கருதினார்கள் என்பது தெளிவு.

மறுபுறத்தில், இந்தப் புத்தகங்கள் வட இந்தியாவில் இருந்தபோது, நியதிப் புத்தகம் மூடப்பட்ட ஒன்றாகக் கருதப்படவில்லை; மிகவும் மாறுபட்ட தொனிக்கான சான்று கிடைத்திருக்கிறது. முழுமையான புத்தகமான 'கதா வத்து' (Katha Vatthu) பிற்காலத்தில், அசோகரின் காலத்தில் சேர்க்கப்பட்டது; மேலும் வெறுமனே பல்வேறு சோதனைக் கேள்விகளின் சரமாக அமைந்த 'பரிவாரா' (Parivara) மிகப் பழமையானது இல்லை. பெட்டா வத்துவின் ஒரு கதை அரசன் பிங்கலகனைப் பற்றியது; அதில் கூறப்படும் விளக்கத்தில், புத்தரின் காலத்திற்கு இருநூறு ஆண்டுகளுக்குப் பின்னர் அவன் சூரத்தில் ஆட்சி செய்ததாகக் கூறப்படுகிறது. மற்றொன்று, புத்தர் இறந்த பின்னர் ஐம்பத்தாறு ஆண்டுகளுக்குப் பின் நடந்த நிகழ்வைக் குறிக்கிறது. இந்தப் பழங்கதைகளின் தொகுப்பில், இரண்டாவதாகக் குறிப்பிடப்படும் செய்தி நிச்சயம் சரியான இடத்தில் சேர்க்கப்பட்டுள்ளது.

முதலாவது குறிப்பிடப்படுவது அசோகரது கவுன்சிலின் (விளக்கவுரையாளர் நினைப்பது போல்) பரிந்துரையால்

சேர்க்கப்பட்டிருக்கலாம். அப்படி நடந்திருக்கலாம் என்றால், இந்தப் பழைய விஷயத்தை நூலில் சேர்ப்பதில் எந்தத் தீங்கும் இல்லை என்று அவர்கள் நினைத்திருக்கக் கூடும்.. அத்துடன் வசனங்கள் நிறைந்த இந்தச் சிறிய புத்தகம் முழுவதையும், அதை 'விமான வத்து'வுடன் (Vimana Vatthu) சேர்த்து (உண்மையில் இது ஒரே வேலையின் மற்றொரு பாதி மட்டுமே) நிகாயாக்களுடன் ஒப்பிடுகையில், கிடைக்கும் தொனி நிச்சயமாக மிகவும் பிற்காலத்திற்கு உரியதே.

இரண்டு சிறிய கதைப் பாடல்களின் தொகுப்புகள் குறித்தும் நாம் இவ்வாறே சொல்லமுடியும். அவற்றில் ஒன்று புத்த வம்சம். இருபத்தைந்து புத்தர்களில், ஒவ்வொருவரைப் பற்றியும் தனித்தனிப் பாடல்களில் பேசுவது. ஒரு புத்தரைத் தொடர்ந்து மற்றொருவர் என்பதாக இது உள்ளது. மற்றொன்று காரியப் பிடகம்; வசன நடையில் கூறப்படும் முப்பத்து நான்கு குட்டி ஜாதகக் கதைகள். இவை இரண்டுமே பிந்தைய காலத்தைச் சேர்ந்ததாக இருக்கவேண்டும். ஏனெனில், நிகாயாக்களில் ஏழு புத்தர்கள் மட்டுமே குறிப்பிடப்படுகிறார்கள்; மேலும், கிடைத்திருக்கும் தகவல்களின் அடிப்படையில் பார்த்தால் ஜாதகக் கதைகள் குறித்து அவை பேசவேயில்லை. குறிப்பிட்ட ஜாதகக் கதைகளின் இந்தத் தொகுப்பு, பழைய புத்தகங்களில் எந்தப் பங்களிப்பும் செய்யாத கோட்பாடான பாராமித்தாக்களின் அடிப்படையில் அமைக்கப் பட்டது.

போதிசத்துவராகப் பிறந்து, தொடர்ச்சியான எண்ணற்ற முந்தைய பிறப்புகளில் புத்தர் பெற்றிருந்திருக்கக் கூடிய குணங்களாக இந்தப் பத்துப் பரிபூரண நிலைகள் (Ten Perfections) - பாராமித்தாக்கள்- கூறப்படுகின்றன. ஆனால், இது பிந்தையக் காலத்துக் கருத்து; நிகாயாக்களில் இது காணப்படவில்லை. போதிசத்துவம் என்ற சிந்தனை இந்தியர்களின் மனத்தை அதிகம் கவரத் தொடங்கியதன் பின்னர், இது படிப்படியாக வளர்ந்தது. பிற்காலத்தில் மகாயானம் என்ற கோட்பாடாக உருவான ஒன்றின் விதைகள் சமீப காலத்து நியதி சார்ந்த புத்தகங்களில் ஏற்கெனவே ஊன்றப்பட்டிருப்பதைப் பார்க்கமுடிவது சுவாரஸ்யமானது. பேராசிரியர் பண்டார்கரின் கருத்துப்படி, புத்தமதத்தின் வீழ்ச்சிக்குக் காரணமாக இறுதியில் இந்தக் கோட்பாடுதான் அமைந்தது.

ஜாதகக் கதைகளின் வரலாறு குறித்த இந்தக் கேள்விக்கான விளக்கங்களை அடுத்த அத்தியாயத்தில் விரிவாகப் பார்க்கலாம். நியதி புத்தகங்களின் சில பகுதிகள் மற்றவற்றைக் காட்டிலும்

பிந்தையக் காலத்தவை என்பதை விளக்க இங்குக் கூறப்பட்டவை பெருமளவு போதுமானவை. சந்தேகமின்றி, இதேபோன்ற பிற சான்றுகளும் இனிமேல் கண்டுபிடிக்கப்படலாம். ஒப்பீட்டு அளவில் அவற்றின் காலத்தை முடிவு செய்ய நம்மிடம் உள்ள புத்தகங்களில் சான்றுகள் கிடைக்கின்றன. அவற்றைக் கொண்டு நியாயமான முடிவுகள் எடுக்கமுடியும். ஆனால், இத்தகைய முடிவுகளை நாம் எடுக்க முடிகிற வகையில் நான்கு புத்தகங்களில் – 'பெட்டா வத்து' மற்றும் 'விமான வத்து', 'புத்த வம்சம்', 'காரியப் பிடகம்' –அவை தெளிவாக இல்லை.

எடுத்துக்காட்டாக, சுத்த நிபாதம் புத்தகத்தை எடுத்துக் கொள்வோம். இதுவும் பாடல்களின் ஒரு சிறிய தொகுப்பு. இதில் ஐம்பத்து நான்கு பாடல்கள் இருக்கின்றன; அவை ஒவ்வொன்றும் மிகச் சிறியவை; அவை நான்கு காண்டங்களாகப் பிரிக்கப்பட்டுள்ளன; பின்னர் வேறு சில பதினாறு பாடல்கள் ஐந்தாவது காண்டமாக அமைந்துள்ளன; ஒரு கதை போன்ற கட்டமைப்பில் இவை சரம் போல் கோக்கப்பட்டுள்ளன. பாராயணம் என்று விளக்கவுரை எழுதியிருப்பவர்களால் அழைக்கப்படும் இறுதி காண்டம் ஒரு காலத்தில் தனிப் பாடலாக இருந்தது. அவர்கள் அதை சுத்தந்தம் என்று அழைக்கிறார்கள்; உண்மையில் உரைநடையில் கூறப்படும் ஒரு கதையின் கட்டமைப்பிற்குள் சரங்களாகத் தொகுக்கப்பட்ட வசனங்களை இது கொண்டுள்ளது; இது தீக நிகாயாவில் உள்ள சுத்தந்தங்களில் ஒன்று. இது ஒரு தனிப் பாடலாக நிகாயாவில் ஆறுமுறை மேற்கோள் காட்டப்பட்டுள்ளது; பெயராலும் குறிப்பிடப்படுகிறது.

இதற்கு முந்தையக் காண்டம், அதாவது நான்காவது காண்டம், 'எட்டுத் தொகுதிகள்' (The Eights) என்று அழைக்கப்படுகிறது. அதில் உள்ள பெரும்பாலான பாடல்கள் ஒவ்வொன்றிலும் எட்டு சரணங்கள் உள்ளன. நியதி நூலின் மற்ற பகுதிகளில் இந்தக் காண்டம் இதே பெயரில் ஒரு தனிப்படைப்பாகக் குறிப்பிடப்படுகிறது. அத்துடன் தொடக்ககாலச் சிந்தனை அடிப்படையில் ஐந்தாவது காண்டத்துடன் இது நெருக்கமாக இருந்திருக்க வேண்டும். ஏனெனில், ஆர்வமூட்டும் பழைய விளக்கவுரை ஒன்றின் பொருளாக, இவை இரண்டும் இருந்துள்ளன. மட்டுமின்றி, நிகாயாக்களில் சேர்க்கப்பட்ட இந்த வகையிலான ஒரே படைப்பு இது. நித்தேசா என்ற அந்த விளக்கவுரை மற்ற மூன்று காண்டங்களையும் கருத்தில் எடுத்துக்கொள்ளவில்லை; இந்தத் தொகுதி இயற்றப்பட்டபோது, அது வரையிலும் இந்த ஐந்து

காண்டங்களும் ஒரே புத்தகமாக ஒன்று சேர்க்கப்படவில்லை என்பதை இதிலிருந்து அறிய முடிகிறது.

முந்தைய மூன்று காண்டங்களிலும் காணப்படும் முப்பத்தெட்டுப் பாடல்களில் ஆறு பாடல்களுக்குக் குறையாமல் நியதி நூலின் பிற பகுதிகளில் காணப்படுகின்றன. இப்போது நாம் பார்க்க முடிகிற பல்வேறு தொகுப்புகளில் அவை சேர்க்கப்படும் முன்பாக, இன்றைக்குச் சமூகத்தில் பிரபலமாக இருக்கும் இவை, தனிப்பட்டக் கீதங்களாக இருந்திருக்கலாம். இந்த முப்பத்தெட்டுப் பாடல்கள் தவிர்த்து, தனியாக எண்ணற்றப் பாடல்களை நாம் பார்க்க முடிகிறது. அவை பழங்கால ஆவணங்களில் சில இடங்களில் குறிப்பிடப் படுகின்றன. இதற்கு மிகவும் சாத்தியமான விளக்கம் ஒன்றுள்ளது. இப்போது வேறுபட்ட பாடல்களில் காணப்படுகிற அவை, தனிப்பட்ட முறையில் ஒன்று சேர்க்கப்படுவதற்கு முன்பாக, பழமொழிகளாக அல்லது பிடித்தமான சொற்றொடர்களாக – அந்தச் சமூகத்திலோ அல்லது பெரும்பான்மை மக்கள் மத்தியிலோ புழக்கத்தில் இருந்திருக்கலாம்.

எனில், இந்தப் படைப்பு தற்போதைய வடிவம் எடுப்பதற்கு முன்பாகவே, தனி வசனங்களும், தனிப் பாடல்களும், தனிக் காண்டங்களும் என்பதாக இருந்தன என்பதை அறிகிறோம். இந்தப் புத்தகம் உருவான விதத்தை மட்டுமின்றி, அந்தக் காலகட்டத்தின் அனைத்து இந்திய இலக்கியங்களும் வளர்ச்சியடைந்த விதத்தைச் சுட்டிக்காட்டுவதாக இது இருக்கிறது. சிந்தனைப் பள்ளிகளில் அது உருவானது; தனிப்பட்ட முயற்சி என்பதைக் காட்டிலும் ஒரு கம்யூனின் முயற்சியின் வெளிப்பாடு ஒரு தொகுதியின் ஆசிரியர் தான்தான் என்று எவரும் கனவு காணவில்லை.

பௌத்தச் சமய நியதி சார்ந்த படைப்புகள் முழுவதையும் பார்க்கையில் ஒன்றிற்கு மட்டுமே தனி மனிதர் ஒருவரின் பெயர் இணைக்கப்பட்டுள்ளது. அது மிக சமீபத்திய காலத்தைச் சேர்ந்தது. அவர், அசோகரின் காலத்தில் வாழ்ந்ததாகக் கூறப்படும் பௌத்த அமைப்பின் முன்னணி உறுப்பினர். அதற்கு முந்தைய மூன்று நூற்றாண்டுகளில் கட்டுரைகளுக்கோ அல்லது பாடல்களுக்கோ ஆக்கியவரின் பெயர் கூறப்படவில்லை. மாறாக வசனங்களுக்கு மட்டுமே ஆசிரியர் யார் என்று கூறப்பட்டுள்ளது. அத்துடன் பாதுகாக்கப்பட்டுள்ள வசனங்களது தொகுப்புகளில் பலவற்றில் இரண்டிற்கு மட்டுமே பெயர் கூறப்பட்டுள்ளது. நியதித் தொகுதியில் இருக்கும் இருபத்தி ஒன்பது புத்தகங்களில், இருபத்தாறு

புத்தகங்களுக்குக் குறையாமல் ஆசிரியர் எவரும் இல்லை. எந்த சமூகத்தவரால் படைக்கப்பட்டது என்ற தகவல் மட்டுமே கிடைத்துள்ளது.

இந்த விஷயத்தில் பெரும்பாலானவர்களின் உணர்வு தீர்க்கமானது. அத்துடன் புரோகிதர்களின் சிந்தனைப் பள்ளிகளிலும் நடைமுறையில் இருந்த வழக்கங்களில் பெரிய வித்தியாசம் ஏதுமில்லை. படைப்புகளும் தனிநபர்களால் உருவாக்கப்பட்டவை அல்ல; புரோகிதர்களின் பல்வேறு பள்ளிகள் அவற்றை உருவாக்கின. அசோகரின் காலத்திற்கு முந்தைய புரோகிதர்களின் படைப்புகள் எதையும் தனி மனிதர் உருவாக்கியது என்று சொல்லமுடியாது.

தவறாக நினைக்கப்படாவிட்டால் ஒன்று கூறமுடியும்; இந்திய இலக்கிய வரலாற்றிற்குக் குறிப்பிடத்தக்க முக்கியத்துவம் அளிக்கத்தக்க மற்றொரு கருத்து இருக்கிறது. அது சுத்த நிபாதத்துடன் தொடர்புடையது. ஐந்தாவது காண்டம், ஒற்றைப் பாடலாகத்தான் கருதப்படுகிறது; மட்டுமின்றி மற்றப் பாடல்கள் அனைத்திலும், மூன்றில் ஒரு பங்கு கதைப்பாடல்களாகத் தான் இருக்கின்றன. சிறிய சம்பவங்களை அவை விவரிக்கின்றன; உரையாடல்கள் பெரும்பாலும் வசனங்களாக உள்ளன; ஆனால் கதை, பொதுவாக உரைநடையில் இருக்கிறது (சில இடங்களில் இவையும் வசனமாக உள்ளன). இந்த வகையில் இவை, நியதி புத்தகங்களின் பிற பகுதிகளில் காணப்படும் பெருமளவிலான சுத்தந்தங்களை ஒத்துள்ளன.

எடுத்துக்காட்டாக, 'சக்காவின் புதிர்கள்' (Riddles of Sakka) போன்ற சில சுத்தந்தங்களும் இவ்வகையான உருவாக்கத்தின் பண்புகளைக் கொண்டவை. நிச்சயமாக இது நமது பழமையான ஆவணங்களில் ஒன்று; சம்யுத்தாவில் இதன் பெயர் குறிப்பிடப்பட்டு மேற்கோள் காட்டப்பட்டுள்ளது. உண்மையில், உரைநடையாக இருக்கும் சுட்டாவிற்கு அடுத்து இது காணப்படுகிறது. இந்தக் காலகட்டத்தின் இலக்கிய முயற்சிக்கான மிகவும் பிரபலமான பாணி இதுவாக இருந்தது.

ஒருவர் தமது கருத்துக்களை அப்போது எப்படி வெளிப்படுத்தினார் என்பது முற்றிலும் தெரியவில்லை. ஆனால், உலகம் முழுவதும் ஒரு காவியத்தின் முன்னோடியாக அது அறியப்பட்டுள்ளது. பேராசிரியர் உள்ளுணர்வின்பாற்பட்டு உருவான பழங்கதைகளை அடிப்படையாகக் கொண்ட இந்தக் கதைப் பாடல்களை வின்டிஷ்ச்

(Windisch) அவருடைய தலைசிறந்த தனிவரைவான 'Mara and Buddha'வில் முழுமையான ஆய்வுக்குரிய பொருளாக எடுத்துக் கொண்டார்.

இது சார்ந்து சுத்த நிபாதத்தில் வரும் இரு கதைப்பாடல்கள் பற்றி பேராசிரியர் வின்டிஷ்ச் இவ்வாறு சொல்கிறார்:

> 'பண்டைய புத்த காவியம் ஒன்றின் தடயங்கள் ஏதாவது ஒருவழியில் நமக்குக் கிடைத்திருந்தால், இந்த இரண்டு சுத்தங்களும் ஒரு காவியத்தின் பகுதியாகக் கருதப்பட்டிருக்கக் கூடும். ஆனால், அப்படி நினைக்கச் சாத்தியமில்லை. மாறாக, இந்தச் சுத்தங்கள் ஆரம்பக்காலத்தின் தொடக்க நிலைகளாகக் கருதப்பட வேண்டியவை. சில சந்தர்ப்பங்களில் அவற்றிலிருந்து புத்தர் காவியம் ஒன்று காலப்போக்கில் உருவாகியிருக்கக் கூடும்.
>
> 'இலக்கியத்தின் ஒரு குறிப்பிட்ட வடிவமாக காவியம் ஒன்று எவ்வாறு தோன்றுகிறது என்பதையும் எந்தச் செயல்முறையின் விளைவாக அந்தக் காவியம் நிறைவு பெறுகிறது என்பதையும் அசாதாரண எளிமையுடன் கூறமுடியும். சில ஆண்டுகளுக்கு முன்பு, மொழியியல் அறிஞர்களின் மாநாடு ஒன்று ஜெராவில் நடந்தது; அம்மாநாட்டில் ஐரிஷ் புனைவுகள் குறித்தும் அயர்லாந்து நாயகன் ஓஸியன் (Ossian) குறித்தும் கிடைத்திருக்கும் வரலாற்றுக் குறிப்புகள் மீது கவனம் செலுத்தவேண்டும் என்று பேசினேன். இப்போது கவனத்தில் கொள்ளவேண்டியவை அவை. அந்த நேரத்தில் பழைய-ஐரிஷ் புராணக்கதைகளுக்கு நான் முதன்மை அழுத்தம் கொடுத்தேன். ஆனால், அதேநேரத்தில் பண்டைய இந்தியாவின் புராணக் கதைகளையும் ஒப்பிட்டுப் பேசினேன்.
>
> 'இரண்டாவதாக நான் குறிப்பிடும் விஷயம் குறித்து பேராசிரியர் ஆல்டென்பெர்க், 'ஆக்யானா' (Akhyana) கீர்த்தனைகள் குறித்த அவரது பிரபலமான கட்டுரைகளில், ஒரு காவியத்துக்கு முந்தைய இலக்கிய வடிவங்களுடன் இருக்கும் தொடர்பை மிக விரிவாக விளக்கியுள்ளார். அதன் பின்னர் பேராசிரியர் கெல்ட்னர் (Professor Geldner) இதே விஷயத்தை ஓரளவு புதிய கருத்துகளின் அடிப்படையிலான பார்வையில் ஆராய்ந்தார். கெல்ட்னர், (ஸோராஸ்ட்ரிய சமயத்தின் அடிப்படைக் கருத்துகளின் தொகுப்பான) 'அவெஸ்டா' (Avesta) குறித்த 'Vedische Studien' என்ற தனது கட்டுரையில் இதே அளவிலான ஆய்வு ஒன்றைச் செய்தார். ஆல்டன்பெர்க் முதன்முதலாகச்

சுட்டிக்காட்டியதுபோல, பௌத்த இலக்கியத்திலும் காவிய பாணியிலான விவரிப்புகளும் வசனங்களும் கலந்திருப்பதை இப்போது நாம் பார்க்கிறோம். இயங்கும் மனிதர்கள், அவர்கள் இயங்கும் இடம் மற்றும் அவர்களது இயக்கம் ஆகியன அந்த விவரிப்பின் கூறுகளாக அமைகின்றன. ஆனால், அந்த இயங்கும் நபர்கள் உரையாடுபவர்களாகவும் கூறப்படும்போது மட்டுமே பின் குறிப்பிடப்படும் இயக்கம் உயிர் பெற்று எழுகிறது. அந்த உரையாடல்கள் பெரும்பாலும் குறைந்த அளவுக்காவது வரலாற்று ரீதியாகத் துல்லியமாக இருக்க வேண்டும்; ஆகவே, அந்த இடத்தில் விவரிப்பவரின் கற்பனையும் புனைவும், பாடலாசிரியரின் கலைத் தன்மையும் பெருமளவுக்குப் பங்கு வகிக்கின்றன.

'விவரிப்பின் முதல் பகுதியான உரையாடல் (பேசுவதும் அதற்கு மறுமொழி கூறுவதும்) வசனமாகத் தரப்படுகிறது. குறிப்பாக கதையின் முக்கியமான இடங்களில் இந்த உரையாடல் இடம்பெறுகிறது. இங்கே, காவியத்தின் தொடக்கமும் நாடகமும் நெருக்கமாக அமைகின்றன. உலகின் எல்லா நாடுகளிலும் காணப்படும் மிகப் பழமையான இதிகாசங்களில் பேச்சு - எதிர்ப்பேச்சு வடிவில் உரையாடல்கள் பல காணப்படுகின்றன; இதை நாம் 'இலியட்' காவியத்தில் பார்க்கமுடியும். பிற்காலத்து இதிகாச வடிவங்களில்தான் இந்த நாடகக் கூறு பின்புலத்தில் அமைக்கப்படுகிறது. இந்த வகையில் பார்த்தோமானால், பழைய-கிரேக்க நாடகங்களில் தூதர்களின் உரைகளில் காவியத்தின் கூறு இருப்பதைக் காணமுடியும். ஆனால், வசனமாக இருக்கும் உரையாடல்களுடன் யாப்பு வடிவத்தில் கதையின் கட்டமைப்பும் சேர்க்கப்படும்போது மட்டுமே ஒரு பாடல் முழுக்க முழுக்கக் காவியமாகிறது. இறுதி கட்டம் இப்படி அமைகிறது; உரையாடல்கள் சுருக்கமடைகின்றன; அல்லது இல்லாமல் போகின்றன; நிகழ்வுகள் மட்டுமே வசனத்தில் கொடுக்கப்படுகின்றன.'

இந்தப் பரவலான பொதுமைப்படுத்தலில் காணப்படும் பொதுவான துல்லியத்தையும், பெரும் முக்கியத்துவத்தையும் அனைவரும் ஏற்றுக்கொள்வார்கள். இங்கு குறிப்பிடப்படும் பரிணாம வளர்ச்சியின் அனைத்து வகையான தொடக்க வடிவங்களும் இப்போது நமக்கு நிகாயாக்களில் கிடைத்துள்ளன. எடுத்துக் காட்டாக தேரா கதை - தேரி கதை. இவற்றில் காணப்படுவதுபோல், நியதிப் புத்தகங்களிலும் வசன வடிவில் உரையாடல்களைப்

பார்க்கிறோம். உரைநடை வடிவமும். இவை இல்லாவிடில் அவற்றைப் புரிந்துகொள்வதும் கடினம். மரபு வழியில் விளக்கவுரையாக இது அளிக்கப்படுகிறது.

தீக நிகாயாவின் இரண்டாவது தொகுதியில் உள்ள சுத்தந்தங்களைப் போலவே, நியதிப் புத்தகங்களிலும் உரையாடல்கள் வசன நடையிலும் உரைநடையிலும் இருப்பதைப் பார்க்கிறோம். அத்துடன் (பேராசிரியர் விண்டிஷ்ச் விவாதித்த இரண்டு சுத்தந்தங்களைப் போன்ற) கதைப்பாடல்களிலும் உரையாடல்களும் கட்டமைப்பும் வசன வடிவில் இருப்பதைக் காண்கிறோம். ஆனால், நீண்ட காலத்துக்குப் பிறகுதான், அதாவது கனிஷ்கரின் காலத்தில் தான் முழுமையாக உருவான புத்தக் காவியம் நமக்குக் கிடைக்கிறது.

அப்படியானால், உலகெங்கிலும் இருந்த ஏனைய ஆரிய குலத்தினரிடமிருந்து (அனைத்திற்கும் மேலாக, ஒருவிதத்தில் அவர்கள் உறவினர்கள் தாமே!) முற்றிலும் வேறுபட்ட மன அமைப்பை இந்தியர்கள் பெற்றிருந்தனர் என்று நாம் கருதலாமா? அல்லது பௌத்தச் சமூகம் பிற மக்களிடமிருந்து முற்றிலும் துண்டித்துக் கொண்ட பிரிவாகத் தன்னை உருவாக்கிக்கொண்டது என்று கருதலாமா? அவர்களைச் சுற்றி அருகிலிருந்த மக்கள் மத்தியில் பிரபலமாக இருந்த பெரும் இந்திய இதிகாசங்களின் இருப்பால் தாக்கமுறாமல் இருந்தனரா? இராமாயணம், கோசல நாட்டில், அந்தப் பிரதேசத்தில் வசித்த பாணர்கள் நாடு முழுவதும் சஞ்சரித்து பாடிப் பிரபலமாக்கிய கதைப் பாடல்களின் அடிப்படையில் இயற்றப்பட்டது என்று பேராசிரியர் ஜேக்கோபி கூறுகிறார். ஆனால், மறுபுறத்தில், பௌத்தர்களின் இலக்கியச் செயல்பாட்டு மையமாக, மிகத் துல்லியமாகக் கோசலம் தான் இருந்தது.

ஒரு காவியத்தின் தனிச்சிறப்புகளைக் கொண்டதாக, மிகப் பூரணமான காவியமாக இராமாயணத்தை அங்கு எல்லோராலும் அறிந்துகொண்ட பிறகு, புதிய கோட்பாட்டைத் தழுவிக்கொண்ட கோசலத்தின் மக்கள் அதன் பின்னர் இதிகாசம் ஆக்கும் தொன்மையான முறையைத் தொடர்ந்து பின்பற்றினார்களா, இல்லையா? இணையாக நடந்திருக்க முற்றிலும் வாய்ப்பில்லை. ஆனால், இந்த அனுமானத்துக்கும் (சாத்தியமான ஒன்றல்ல) மாற்று முன்மொழிவுக்கும் இடையில்தான் நமது தேர்வு இருக்க முடியும்; அதாவது, நிகாயாக்களில் பார்க்க முடிகிற உரைநடையும் வசனங்களும் கலந்த கதைப்பாடல்-இலக்கியம் எந்தக் காலகட்டத்தைச் சேர்ந்தது என்று நம்மால் கூறமுடிந்தாலும்,

பௌத்த இந்தியா ✦ 171

இதிகாசங்களான மகாபாரதமும், இராமாயணமும் அதற்குப் பின்னர்தான் இயற்றப்பட்டிருக்க வேண்டும். இந்தப் பௌத்த இலக்கியம் இயற்றப்பட்ட காலத்தில் இதிகாசங்கள் ஏற்கனவே இருந்திருந்தால், நிச்சயம் அவை அவற்றில் குறிப்பிடப்பட்டிருக்கும் என்பதை உறுதியாக நம்பலாம். ஆனால், அவ்வாறு இல்லை.

மறுபுறத்தில், பாணர்கள் பாடிய, உரைநடையும் வசனங்களும் கலந்து தொகுக்கப்பட்ட கதைப்பாடல்கள் (இந்த நிலையிலிருந்துதான் காவியங்கள் தோன்றின). மிகப் பழமையான ஆவணங்கள் ஒன்றில் ஆக்ஹானக்கள் (சம்ஸ்கிருதத்தில் ஆக்யானாக்கள்) என்ற அவற்றின் துறைசார்ந்த பெயரில் குறிப்பிடப்படுகின்றன. பல்வேறு வகையான அசாதாரணப் பொதுநிகழ்வுகள் குறித்தும் அதில் குறிப்பிடப்பட்டுள்ளது. அவற்றில் ஒன்றாக அந்த ஆக்யானங்களைப் பாராயணம் செய்வதும் இருக்கிறது. அத்துடன் கி.பி.ஐந்தாம் நூற்றாண்டின் முற்பகுதியில், இந்தப் பாராயணங்கள், மகாபாரதம், இராமாயணம் போன்றவற்றைப் பாராயணம் செய்வதுதான் என்று விளக்கவுரையாளர் கூறுகையில், அந்த விளக்கம் மிகச் சரியானதே. பூரணமான காவியங்கள் அவர் வசித்த காலத்தில்தான் இருந்தன என்பதற்கும், அவர் விளக்கவுரை எழுதுகிற அந்தப் பழைய புத்தகத்தின் காலத்தில் இருந்திருக்கவில்லை என்பதற்கும் அவரது குறிப்பு ஆதாரமாக இருக்கிறது.

இது திசையிலிருந்து விலகிச்செல்லும் போக்காகத் தோன்றக்கூடும் என்று அஞ்சுகிறேன். ஆனால், இந்தக் காலகட்டத்தின் இந்திய இலக்கியத்தைப் பற்றி விவாதிப்பதும், பரவலாகக் காணப்பட்ட வசன வடிவங்களை உருவாக்கும் ஆசிரியர்களின் முக்கியத்துவத்தை வெளிக்கொணர்வதும், அந்த இலக்கியம் எவ்வகை நிலையை அடைந்தது, எவ்வகை பாணியில் அது பெரும்பாலும் தொகுக்கப்பட்டது என்பதை விவாதிப்பதும் உண்மையில் நாம் கொண்டிருக்கும் நோக்கத்துக்கு மிகவும் தேவையானது.

நான்கு வகைப் பாடலாசிரியர்களைப் பற்றி கேள்விப்படுகிறோம்: கற்பனையாக எழுதும் பாடலாசிரியர் (அசலான வசனப் பாடல் வரிகளை எழுதுபவர்): மரபு வழி ஆசிரியர் (தற்போதைய வசனங்களைத் திரும்பவும் எழுதுபவர்); யதார்த்த வாழ்வைப் பாடுபவர் (சமயம் சார்ந்த தலைப்புகளிலிருந்து மிகவும் வேறுபட்ட உலகியல் சார்ந்த விஷயங்களைப் பாடுபவர்); மற்றும் தன்னியல்பாகப் பாடுபவர். இத்தகைய தன்னியல்பான வசனங்கள் பலவற்றை அந்தப் புத்தகத்தில் நம்மால் பார்க்க முடிகிறது.

விவரிக்கப்படுகிற அளவுக்கு அவை தன்னியல்பானவை என்று சொல்ல முடியாது; என்றாலும், கலையுணர்வு ஒரு திறன் வடிவமாக அப்போது அங்கீகரிக்கப்பட்டது என்பதை சந்தேகிக்க வேண்டியதில்லை. 'கவிதையின் போதையில் மூழ்கிவிட்டான்' என்று ஒரு மனிதனைக் கூறும்போது, உத்வேகம் நிறைந்த தருணத்தில் அந்தப் பாடலாசிரியனின் மனமொருமித்த, தொலை நோக்குப்பார்வை அனைவருக்கும் பரிச்சயமான ஒன்றுதான்.

இந்தக் காலகட்டத்தில் எதிர்கால காவியம் ஒன்றின் உருவாக்கத்துக்கு முதல் அடி எடுத்துவைக்கப்பட்டது; அதுபோலவே, எதிர்கால நாடகப் படைப்புக்கான முதல் அடியும் எடுத்து வைக்கப்பட்டது என்பதற்கும் சான்றுகள் நம்மிடம் உள்ளன என்பதை அறிவது ஆர்வமூட்டுவது. பழங்குடியின மக்கள் கூடுகின்ற குறிப்பிட்ட விழா நாட்களில் மேடையில் இயற்கைக் காட்சித் திரைகளுடன், இசை மற்றும் நடனத்துடன் இவை நடத்தப்பட்டன. இத்தகைய சமஜ்ஜாக்கள் (நாடக நிகழ்வுகள்) இருந்ததற்கான ஏராளமான சான்றுகள் பௌத்த மற்றும் சமணப் பதிவுகளிலும், அசோகரது கல்வெட்டுகளிலும் காணப்படுகின்றன. சமஜ்ஜாக்கள் ஒரு வழக்கமான அமைப்புகளாக இருந்துள்ளன.

இவை பற்றிய குறிப்புகள் புரோகிதர்களின் புத்தகங்களில் இல்லை என்பது சந்தேகத்தை ஏற்படுத்தவில்லை. அவர்களுக்குப் பிடிக்காததை விடாப்பிடியாகப் புறக்கணிக்கும் புரோகிதர்களின் பழக்கத்தைச் சுட்டும் மற்றொரு எடுத்துக்காட்டு இது எனலாம். இத்தகையக் கூட்டங்களில் உரைநடையும் வசனமும் கலந்த (அக்கானா) பாராயணங்களும் அல்லது கதைகள் சொல்வதும் நிகழ்ந்ததாக சிகலோவாத சுத்தந்தாவில் பார்க்க முடிகிறது.

ஆனால், தற்போது நமக்குக் கிடைக்கக்கூடிய ஆதாரங்களை வைத்துப் பார்க்கும்போது, இது தனித்துவமான ஒன்றாக இருந்திருக்கும் எனத் தோன்றுகிறது; அத்துடன் நான் பயன்படுத்திய 'இயற்கைக்காட்சிகள்' என்ற சொல்லுக்கான விளக்கமும் சந்தேகத்துக்குரியதே. ஆகவே, நாடகம் என்பது பற்றி இப்போது நாம் பேச முடியாது. இந்தக் கூடுகைகள், மலைகளின் மேல் புனிதமான இடங்களில் நடந்தன: உயர் பொறுப்பில் இருந்தோர் அழைக்கப்பட்டனர்; அவர்களுக்கு சிறப்பு இருக்கைகள் ஏற்பாடு செய்யப்பட்டன; இவற்றைப் படிக்கையில் நாமும் அங்கிருப்பது போல் உணர்கிறோம்; அவை தனிப்பட்ட நபர் எவரோ செய்த நிகழ்வாகத் தோன்றவில்லை. ஆனால், இத்தகையது போன்ற சமயம் சார்ந்த, சமூகம் சார்ந்த சடங்குகளில் நடக்கும் நாடக நிகழ்வு வேறு

இடங்களிலும் பதிவாகியிருப்பதை நம்மால் பின்னோக்கித் தடங்காண முடிகிறது. ஆனால், இங்கு நாம் பேசுகிற சமயம், பிராமணர்களின் சமயம் இல்லை என்பது உண்மை. ஒரு பிராமணன் இத்தகைய நடனம் அல்லது இசையைப் பார்க்கவோ கேட்கவோ கூடாது என்ற பொதுவான விலக்கு அத்தகைய நிகழ்வுகளில் உள்ளடங்கி இருந்திருக்க வேண்டும். எப்படியிருந்தாலும் இந்த விஷயத்தில் நாட்டு மக்களிடம் காணப்பட்ட மிக முக்கியமான மற்றும் பரவலான நம்பிக்கையின் பகுதியாக அந்த நேரத்தில் இது இருந்தது.

பெயரிட்டு குறிப்பிடப்படும் பழமையான நாடகங்கள் (கி.மு. இரண்டாம் நூற்றாண்டு) கிருஷ்ணனின் வாழ்வில் நடந்த நிகழ்வுகளை அடிப்படையாகக் கொண்ட புதிரான நாடகங்கள். இந்தக் காலகட்டத்தின் நடிகர்கள் பற்றி அடிக்கடி குறிப்பிடப்படுகிறது. ஆனால், தொடக்கக்கால நாடகங்கள் எதுவும் கிடைக்கவில்லை; தொலைந்துவிட்டன. கிடைத்திருக்கும் மிகப் பழமையானவை அனைத்தும் கி.பி.ஆறாம் அல்லது ஏழாம் நூற்றாண்டைச் சேர்ந்தவை.

இந்த அத்தியாயத்தில் இலக்கியத்தின் வெளிப்புற வடிவம் மற்றும் பாணியை மட்டுமே ஆராய்ந்துள்ளேன். அதன் உள்ளடக்கத்தை அல்ல; பிறிதொரு இடத்தில் அவற்றை விவரித்துள்ளேன். வெளிப்படுத்தப்பட வேண்டிய கருத்துகளின் தகுதிக்கும் மற்றும் அவற்றை நன்றாக வெளிப்படுத்த முடியாத குழந்தைத்தனமான இயலாமைக்கும் இடையிலான ஆர்வமூட்டும் வேறுபாட்டை அது காட்டுகிறது. பின்பற்றிய பாணியைப் பொறுத்த அளவில் இந்திய மனத்தின் அனுபவமற்ற இளம் பருவத்தை மட்டுமே எடுத்துக்கொண்டோம். ஆனால், அதற்குத்தான் எத்தகு வீரியம்! எழுதும் பொருட்கள் இல்லாத நிலைமை, உரைநடைப் பாணியைக் காட்டிலும் இயல்பாகச் சிறிய பாடல்களைக் குறைவாகப் பாதித்திருப்பது தெரிகிறது. அத்துடன், கதைப்பாடல்களிலும் சொற்களிலும் மிகவும் கரடுமுரடான, ஒரு முரட்டுத்தனமான அழகு காணப்படுகிறது.

இப்போது நாம் பார்க்கும் பாணியும், பெருமளவு சிந்தனையும் பௌத்தம் சார்ந்தது அல்ல; அது இந்தியாவினுடையது. ஒருவிதத்தில், அக்காலத்து இந்திய மக்களின் இலக்கியத் திறனை அறிந்துகொள்வதற்கு நம்மிடம் இருக்கும் ஒரே சான்று. அவற்றிலிருந்து பின்னாட்களில் காவியங்கள் உருவாகியிருக்கலாம் என்று கருதப்படும் சில கதைப் பாடல்கள் நம்மிடம்

இப்போதிருந்தால், அவை இதுபோன்ற வரம்புகளைக் வெளிப்படுத்தியிருக்கவே கூடும்; அத்துடன் இணையான ஆற்றலையும் வெளிப்படுத்தியிருக்கும் என்று நம்புகிறேன். பிற்காலத்தில், கலைகள், சொல்லாற்றல் மற்றும் பாடல் முறைகள் குறித்து நடந்த மேலும் வெற்றிகரமான ஆய்வுகளுக்கான சான்றுகள் நம்மிடம் உள்ளன. ஆனால், ஒரு புறத்தில், உள்ளார்ந்த தீவிரமான ஆர்வத்துடன் ஆற்றலையும், ஆர்வமூட்டும் நகைச்சுவையும், முரண்நகையும், இயற்கையின் மீதான காதலும் கலந்த கலவையை நம்மால் காணமுடியவில்லை. மறுபுறத்தில் வாழ்க்கையின் மிக ஆழமான பிரச்சனைகளை வியக்கும் வகையில் வல்லமையுடன் உள்வாங்கிக் கொள்வதையும் ஒருபோதும் காண முடியவில்லை. தத்துவம் சார்ந்த விஷயங்களில் தற்போது நாம் பார்க்க முடிவது போல, இந்த காலகட்டத்தில் இலக்கிய வெளியிலும், இந்தியா பொற்காலம் ஒன்றை நெருங்கிக் கொண்டிருந்தது என்பது உண்மை. பிற்காலத்தின் அறிவார்ந்த, அலங்காரமான பாடல்கள் இந்தக் காலகட்டத்தின் இலக்கியத்துக்கு அமைந்ததுபோல், ஆரம்பக்கால உபநிடதங்களுக்கும் நான்கு நிகாயாக்களின் துணிச்சலான ஊகங்களுக்கும் தெளிவான வாழ்க்கை முறைக்கும் புத்தகோசரும் சங்கரரும் அளித்த அமைப்புமுறைகளும் அறிவார்ந்த விளக்கங்களும் இருந்தன.

பிற்சேர்க்கை

காலவரிசைப்படி பௌத்த இலக்கியப் பட்டியல் – புத்தர் காலம் தொடங்கி அசோகர் காலம் வரை

1. அனைத்து புத்தகங்களிலும் இப்போது நாம் காணமுடிகிற பௌத்தக் கோட்பாடு குறித்து ஒரே மாதிரியான சொற்களாலான பத்திகளாகவும் வசனங்களாகவும் இருக்கும் எளிய அறிக்கைகள்.

2. இப்போது கிடைத்திருக்கும் இரண்டு அல்லது அதற்கு மேற்பட்ட புத்தகங்களில் காணப்படும் ஒரே மாதிரியான சொற்களாலான அத்தியாயங்கள்.

3. சிலாக்கள், பாராயணங்கள், எட்டுத்தொகுதிகள், பாதிமோக்கம்.

4. தீக நிகாயா, மஜ்ஜிமா, அங்குத்தரா மற்றும் சம்யுத்த நிகாயாக்கள்.
5. சுத்த நிபாதம், தேரா கதை மற்றும் தேரி கதை, உடானாக்கள் மற்றும் குத்தக பாதம்.
6. சுத்த விபங்கா மற்றும் காண்டகங்கள்.
7. ஜாதகங்கள் (கதைகள்) மற்றும் தம்மபதங்கள்.
8. நித்தேசம், இதிவுத்தகங்கள், பதிசம்பிதா.
9. பேடா வத்து மற்றும் விமான வத்து, அபாதனங்கள், காரிய பிடகம் மற்றும் புத்த வம்சம்.
10. அபிதம்மா புத்தகங்கள்; இவற்றில் மிகவும் ஆரம்பக் காலத்தது புகல பண்ணட்டி, மற்றும் இறுதியானது கதா வத்து.

இந்த காலகட்டத்தின் பரவலாகக் கிடைத்திருக்கும் பௌத்த ஆவணங்கள் இயற்றப்பட்டிருக்கக் கூடிய சாத்தியமான வரிசையை மேலே உள்ள பட்டியல் எடுத்துரைக்கிறது. அவை எழுதப்படா நிலையிலேயே இருந்தன. அத்துடன் பெருமளவு தொலைந்து போய்விட்டன என்பதில் சந்தேகமில்லை.

அத்தியாயம் 11

ஜாதகக் கதை புத்தகங்கள்

ஜாதகக் கதைகளின் தொகுப்பு புத்தகமாக நமக்கு முழுமையாகக் கிடைத்திருக்கிறது. பேராசிரியர் ஃபாஸ்போல் (Fausboll) தொகுத்த, பாராட்டுதலுக்குரிய பாலி மொழி பதிப்பு அந்தப் புத்தகம்; இப்போது பேராசிரியர் கோவல் (Cowell) மேற்பார்வையில் கேம்பிரிட்ஜில் வெளியிடப்பட இருக்கும் ஆங்கில மொழி பெயர்ப்பும் நிறைவடையும் நிலையில் உள்ளது. இந்திய மக்களின் அன்றாட நடைமுறைகள், பழக்கவழக்கங்கள் மற்றும் நம்பிக்கைகள் சார்ந்த தகவல்கள் ஆகியவற்றை முழுமையாகக்கொண்டதாக அந்தப் புத்தகம் இருக்கிறது. இந்தியர்களின் பொருளாதார மற்றும் சமூக நிலைமைகள் குறித்து எழும் பல்வேறு வகையான கேள்விகளுக்கான விடைகளால் அது நிரம்பியுள்ளது. இந்நூலில் காணப்படும் சான்றுகள் பொருந்தக்கூடிய காலகட்டம் குறித்துத் தீர்மானிக்க மிகவும் முக்கியத்துவம் வாய்ந்தவை இவை. பிரச்சனை சற்று சிக்கலானதுதான். ஆனால், வேறுபாடுகள் சரியாக வரையறுக்கப்பட்டால் மட்டுமே, பிரச்சனைகளுக்கான தீர்வு கணிசமான அளவில் உறுதியாகவும், முற்றிலும் மிக எளிமை யானதாகவும் கிடைக்கும் என்று தோன்றுகிறது.

ஒரே புத்தகத்தில் வெவ்வேறு பகுதிகளுக்கு இடையில் நாம் வேறுபடுத்திப் பார்க்கவேண்டும் என்பதில் வியப்பில்லை. ஆரம்பகால உபநிடதங்களைப் பற்றி பேராசிரியர் டியூசென்

(Deussen) கூறியதுபோல், மகாபாரதம் பற்றி பேராசிரியர் வின்டர்னிட்ஸ் (Winternitz) கூறியதுபோல், நிகாயாக்கள் மற்றும் வினயப் பிடகம் குறித்து (அத்துடன் அபிதம்மத்தின் சில பகுதிகள் குறித்தும்) கூறலாம். 'ஒவ்வொரு தனித்தனித் தகவலையும் தனியாகவே நாம் மதிப்பிடவேண்டும்'. உண்மையில் இது மேலே சுட்டிக்காட்டியவையின் மிக இயல்பான மற்றும் அடிப்படை விளைவு மட்டுமே. அதாவது புத்தகங்கள் படிப்படியாக அளவில் பெரிதாகின. ஆனால், நவீனக் காலத்தில் கூறும் பொருளில் அவற்றைப் புத்தகங்கள் என்று கூறமுடியாது; அத்துடன் அவற்றுக்கு ஓர் ஆசிரியர் மட்டும் இருக்கவில்லை.

நாம் எப்படி வேறுபடுத்திப் பார்க்க முயலலாம் என்பதை ஓர் எடுத்துக்காட்டின் மூலம் விளக்கலாம். ஒரு வழக்கமான ஜாதகக் கதை ஒன்றின் சுருக்கம் அடுத்துக் கொடுக்கப்படுகிறது.

'ஆலமர' மான் பிறந்த கதை (நிக்ரோதமிக ஜாதகம்)

'அதற்குப் பதிலாக 'ஆலமர' மானைத் தொடருங்கள்'. ஜேதவனத்தில் இருந்தபோது குமார காஸப்பனின் தாயைப் பற்றியும் மேலும் பல விஷயங்களையும் பேசியபோது ஆசான் கூறியது இது.

அந்தப் பெண்ணின் கதை தொடர்ந்து சொல்லப்படுகிறது. ஒழுக்கக்கேடான நடத்தை கொண்டவள் என்று தவறாகக் கூறப்பட்ட அந்தப் பெண், புத்தரின் தலையீட்டுக்குப் பின் நிரபராதி என்று அறிவிக்கப்படுகிறாள். பின்னர் ஒரு மாலைப் பொழுதில் சங்கத்தில் சகோதரர்கள் இதைப் பற்றிப் பேசிக் கொண்டிருக் கிறார்கள்; அப்போது புத்தர் அங்கு வருகிறார்; அவர்கள் பேசிக்கொண்டிருந்த விஷயத்தை அறிந்துகொள்கிறார். 'அந்த இருவருக்கும் (அந்தப் பெண் மற்றும் அவரது மகன்) ஆதரவையும் பாதுகாப்பையும் ததாகதர் இப்போது மட்டும் (இந்தப் பிறவியில்) அளிக்கவில்லை; இதற்கு முன்பும் அவர் அப்படித்தான் இருந்தார்.' என்று கூறுகிறார். பின்னர், அவர்கள் வேண்டிக் கொண்டதால் பிறப்பால் மறைக்கப்பட்ட முற்பிறவியில் நடந்த கதையை கூறுகிறார்:

ஒரு காலத்தில், பிரம்மதத்தன் பனாரஸை ஆட்சி செய்து கொண்டிருந்தான். போதிசத்துவர் ஒரு மானாக, மான்களின் அரசனாக, 'ஆலமர' மான் என்ற பெயரில் பிறந்தார்'. இவ்வாறு கதை தொடர்ந்து கூறப்படுகிறது. முறையான ஜாதகக் கதையாக. அரசனுடைய பூங்காவில் இரண்டு மான் கூட்டம் எப்படி அடைக்கப்பட்டது என்பதைச் சொல்கிறது.

நிக்ரோத மிக ஜாதகம்
மூன்று காட்சிகள் ஒரே புடைப்புச் சிற்பத்தில், பார்ஹூத்

அரசனோ அல்லது அவனது சமையல்காரனோ தினமும் மான் இறைச்சிக்காக வேட்டைக்குச் சென்றனர். ஒரு மான் கொல்லப் பட்டால், பல மான்கள் காயம்பட்டன; வேட்டைக்காரர்கள் துரத்துவதால் மேலும் பல துன்புறுத்தப்பட்டன. எனவே, ஒரு கூட்டத்தின் அரசனான தங்க நிறத்திலிருந்த 'ஆலமர' மான், மற்றொரு கூட்டத்தின் அரசனான 'கிளை' மானிடம் சென்று பேசியது. மான்களைக் காப்பாற்ற ஓர் உடன்படிக்கைக்கு ஒப்புக் கொள்ள வைத்தது; தினந்தோறும், ஒவ்வொரு கூட்டத்திலிருந்து மான் ஒன்று சமையல்காரன் வெட்டுமிடத்துக்குச் சென்று வெட்டுப்பாறையில் தலையைக் கொடுக்கவேண்டும் என்று கூறியது. அவ்வாறே நடைபெற்றது. தினசரி ஒரு மானின் மரணத்தின் மூலம் ஏனைய மான்கள் சித்ரவதையிலிருந்தும் துன்புறுத்தலி லிருந்தும் காப்பாற்றப்பட்டன.

ஒரு நாள் அப்படிச் செல்லவேண்டிய பொறுப்பு 'கிளை' மான் கூட்டத்தில் கருவுற்றிருந்த ஒரு மான் மீது விழுந்தது. அந்தக் கூட்டத்தின் அரசனிடம் சென்ற அந்தப் பெண் மான், 'ஒரே நேரத்தில் இருவர் மரணிக்கும்படி இருக்கக்கூடாது' என்று கட்டளையிட வேண்டியது. ஆனால், கூட்டத்துக்குத் திரும்பிச் செல்லும்படி அரசன் மான் கடுமையாகக் கூறியது. பின்னர் அந்தப் பெண் மான் 'ஆலமர' மான் கூட்டத்தின் அரசனிடம் சென்று தனது பரிதாபக்

கதையைச் சொன்னது. சரி நான் அதைப் பார்த்துக் கொள்கிறேன் என்று சொல்லிய அரசன், தானே சென்று வெட்டும் பாறையில் தலை வைத்துப் படுத்துக் கொண்டது.

பனாரஸ் ராஜா அந்த இரு மந்தைகளின் அரசன்களுக்கும் விலக்கு அளித்திருந்தான். ஆகவே 'ஆலமர' மான் கூட்டத்தின் அரசன் வெட்டுப் பாறையில் தலை வைத்து படுத்திருப்பதைப் பார்த்த சமையல்காரன், விரைந்து சென்று ராஜாவிடம் (மனிதர்களின் ராஜா) விஷயத்தைச் சொன்னான். உடனே அவர் தேரில் ஏறி, பெரும் பரிவாரங்களுடன் அந்த இடத்துக்கு விரைந்தார். தலையை வெட்டும் பாறையில் வைத்திருந்த மானை நோக்கி அவர் கேட்டார்.

'மான்களின் அரசனே! என் நண்பா, நான் உனக்கு விலக்கு அளித்திருந்தேனே! பின் ஏன் இங்கு வந்து தலையைக் கொடுத்திருக்கிறாய்?' அந்த மான் ராஜாவிடம் அனைத்தையும் கூறியது. ராஜா மிகவும் நெகிழ்ந்து போனார். 'எழுந்திரு! உனக்கும் அந்தப் பெண் மானுக்கும் உயிர்ப் பிச்சை வழங்குகிறேன்!'

அப்போதுதான் அந்த எதிர்க்கேள்வி மானிடமிருந்து வந்தது. 'சரி, நாங்கள் இருவரும் பாதுகாப்பாக இருக்கிறோம். கூட்டத்தில் மீதமிருக்கும் மான்களின் கதி என்னவாகும் மனிதர்களின் ராஜாவே?'

எனவே அந்த மான்களும் பாதுகாப்பைப் பெற்றன. 'ஆலமர' மான் இதேபோல் அந்த இடத்தில் வாழும் அனைத்து வகை உயிரினங் களுக்கும் பாதுகாப்பைப் பெற்றது. மனித ராஜா நீதிநெறியுடனும் கருணையுடனும் நடந்துகொள்ளும்படி உபதேசம் செய்தது. 'புத்தரின் கருணையுடன்' அவருக்கு உண்மையைப் போதித்தது.

அந்தப் பெண் மான் அழகிய ஆண் குட்டியைப் பெற்றெடுத்தது. பூவின் மொட்டுப் போல அழகாக இருந்த அந்தக் குட்டி கிளை மான் கூட்டத்தின் மான்களுடன் விளையாடியது. தாய் மான், குட்டிக்கு உபதேசம் ஒன்றை வசனப் பாடலாகக் கூறியது.

'அன்பே, ஆலமர மானைப் பின்பற்றிச் செல்;
கிளை மான் கூட்டத்தை ஊக்குவிக்காதே!
கிளை மான் கூட்டத்தில் நீண்ட ஆயுளுடன்
இருப்பதைக் காட்டிலும்
ஆலமரக் கூட்டத்தில் இருந்து
மரணிப்பது சிறப்பாக இருக்கும்.'

அத்துடன் ஆலமர மான் மனிதர்களுடன் ஓர் ஒப்பந்தமும் செய்து கொண்டது; ஒரு வயலைச் சுற்றி இலைகள் கட்டப்பட்டிருந்தால்

மான்கள் அங்கு அத்துமீறி நுழையக் கூடாது. மான்கள் அனைத்தும் இந்த வாக்குறுதியைக் காப்பாற்ற வேண்டும் என்றும் கூறியது. அன்று தொடங்கி வயல்களின் இலைகள் கட்டப்பட்டிருக்கும் அடையாளங்கள் தென்படத் தொடங்கியதாகச் சொல்கிறார்கள்.

'கடந்த காலத்தின் கதை' என்ற இந்த ஜாதகக் கதை இவ்வாறு முடிவுறுகிறது. பின்னர் புத்தப் பகவான் கதையின் கதாபாத்திரங்கள் யாரென்று கூறினார். முந்தைய பிறப்பில் அவரும், அவரது சமகாலத்தவர்களும் யார் யாராக இருந்ததாக அடையாளம் காட்டினார். 'அப்போது கிளை மானாக இருந்தவர் இப்போது தேவதத்தர். அப்போது அவரது தலைமையின் கீழிருந்த மான் கூட்டம், கருத்து வேறுபாட்டால் பிரிந்து சென்றிருக்கும் அவரைப் பின்பற்றுபவர்கள் என்றார். இப்போது குமார காசப்பனின் தாயாக இருப்பவள் முற்பிறவியில் அந்தப் பெண் மான். அதற்குப் பிறந்த குட்டி மான் இப்போது குமார காசப்பா. ஆனந்தன், அப்போது மனிதர்கள் ராஜா. ஆலமர மான்களின் அரசன், நானே' என்றார்.

ஆலமர மான் பிறந்த கதை என்ற ஜாதகக் கதையின் பல்வேறு காட்சிகள், பாரஹுத் பௌத்த நினைவிடத்தில் ஒரே சிற்பத்தில் காட்சிப்படுத்தப்பட்டுள்ளதை பார்க்க முடிகிறது. இந்தக் கதையில் முதலில், நமக்குப் பொதுவான ஒரு வெளி வடிவம் கிடைக்கிறது. அதை அறிமுக அத்தியாயமும் இறுதியில் கூறப்படும் அடையாளங்களும் நமக்கு அளிக்கின்றன. இதில் முழுமையான ஜாதகக்கதை பொதிந்துள்ளது. பாலி மொழியில் கூறப்படுவதுபோல் இது 'கடந்த காலத்தின் கதை'. அத்துடன் இக்கதையில், தற்போது கிடைத்திருக்கும் நியதி சார்ந்த ஜாதகப் புத்தகத்தில் பார்க்க முடிவதுபோல் அனைத்துக்கும் கருவாக, பாடல் ஒன்றைப் பார்க்க முடிகிறது. கதைகள் ஒவ்வொன்றுக்கும் தனி வரலாறு இருக்கிறது.

இயல்பாக, ஜாதகக் கதையை நாம் மிகப் பழமையான வடிவத்தில் எதிர்பார்க்கிறோம். அதற்குள் எளிமையான ஒரு கதையோ உவமையோ இருக்கும். வெளி வடிவம் இல்லாமல் பாடலும் இல்லாமல் இருக்கும். இவ்வாறு நிகாயாக்கள் ஒன்றில், மனத்தை நிலையாக வைத்திருப்பதற்கு உபதேசம் ஒன்றும் இருக்கும். மனித சக்திக்கு அப்பாற்பட்ட 'சரியான வெளி' ஒன்றை அவன் தேடி அடைய வேண்டும். வேறு விதமாக அவன் முயன்றால், உலக விஷயங்கள் மனத்தை கிளர்ச்சியடைய அனுமதித்தால், வழக்கமான தேடல்களையும், மூதாதையரை நினைவில் கொள்வதையும் இழந்துவிட்டால், தானிய வயல்களில் பறக்கும் பறவைகள் பருந்தின் வலிமையால் வீழ்த்தப்படுவதுபோல் வீழ்ந்துவிடுவான்.

கூறப்படும் அறிவுரைக்கு, ஓர் அறிமுகமாகத்தான் புனைகதை சொல்லப்படுகிறது. இதுவரையிலும் அதற்கு வெளிவடிவம் எதுவும் கிடையாது. அத்துடன் அதில் பாடல் எதுவும் இல்லை. ஆகவே, இக்கதை இன்னும் ஜாதகக் கதையின் வடிவம் பெறவில்லை எனலாம்.

ஆனால், ஜாதகக் கதைகளின் தொகுப்பு ஒன்றில் இந்தக் கதை மிகத் துல்லியமாக, பெரும்பகுதி இதே சொற்களிலேயே கூறப்படுகிறது. இப்போது நாம் பார்த்த எடுத்துக்காட்டில் உள்ளதைப் போலவே, இதுவும் அறிமுகக் கதையின் சட்டகத்துடனும் இறுதியில் கூறப் படும் அடையாளங்களுடனும் அலங்காரமாகக் கூறப்பட்டுள்ளது. அதனுடன் இரண்டு பாடல்கள் சேர்க்கப்பட்டுள்ளன; ஒன்று அந்தக் கதைக்குள்ளாக மற்றொன்று சட்டகத்துக்குள்ளாக. இதில் பழைய ஆவணம் எது என்பது குறித்த கேள்வி எழ வாய்ப்பில்லை; ஜாதகம் தனது மூலத்தைச் சுட்டிக்காட்டுகிறது. சம்யுத்தத்தின் எந்தப் பத்தியில் அந்தக் கதை முதலில் கூறப்பட்டிருந்தது என்பதைப் பெயருடனும் அத்தியாயத்துடனும் கூறுகிறது.

இது ஒரு தனித்த நிகழ்வாகக் கூறமுடியாது. தற்போது கிடைத் திருக்கும் ஜாதகக் கதைகளின் தொகுப்பில் காணப்படும் கதைகளை கொஞ்சம் பழமையான நியதி புத்தகங்களிலும் கண்டுபிடித்தேன். அவற்றை கீழே கொடுத்துள்ளேன். இதுபோல ஏனைய கதை களையும் தடம் காண முடியும் என்பதில் சந்தேகமில்லை.

- ஜாதகா எண் 1 அப்பன்னகா, திக நிகயா 2.342 அடிப்படையாகக் கொண்டது
- ஜாதகா எண் 9 மகாதேவா, மஜ்ஹிம்ஹா 2.75 அடிப்படையாகக் கொண்டது
- ஜாதகா எண் 10 சுக விஹாரி, விநயா 2.183 அடிப்படையாகக் கொண்டது
- ஜாதகா எண் 37 தீத்திரா, விநயா 2.161 அடிப்படையாகக் கொண்டது
- ஜாதகா எண் 91 லித்தா, திக நிகயா 2.348 அடிப்படையாகக் கொண்டது
- ஜாதகா எண் 95 மகா சுதஸனா, திக நிகயா 2.169 அடிப்படையாகக் கொண்டது
- ஜாதகா எண் 203 காந்த வட்டா, விநயா 3.1095 அடிப்படையாகக் கொண்டது
- ஜாதகா எண் 253 மணி கந்தா, விநயா 3.145 அடிப்படையாகக் கொண்டது
- ஜாதகா எண் 405 பாக பிரம்மா, மஜ்ஹிம்ஹா 1.328 மற்றும் சம்யுத்தா 1.142 அடிப்படையாகக் கொண்டது

இந்தக் கதைகள் இரண்டில் வரும் நாயகர்கள், மகா தேவாவும் மஹா-சுதாஸனாவும். இந்தப் பழைய ஆவணங்களில் இருக்கும்

கதைகளின் முடிவில் புத்தரின் முந்தைய பிறவியில் அவருடன் அடையாளம் காணப்படுகின்றனர். மஹா-சுதாஸனா, லித்தா, மற்றும் பாக பிரம்மா கதையின் இரண்டு பழைய வடிவங்களில் இரண்டாவதில் பாடல்கள் கொடுக்கப்பட்டுள்ளன. மற்ற கதைகள் அனைத்திலும் அடையாளமும் மற்றும் பாடல்களும் கண்டறியப் பட வேண்டியுள்ளன.

தலைகீழான நிகழ்வுகள் அடிக்கடி வருகின்றன; அதாவது, பழைய ஆவணங்களிலும் இந்தக் கதைகள் சொல்லப்படுகின்றன; முந்தையப் பிறவியின் நாயகன் புத்தருடன் வெளிப்படையாக அடையாளம் காணப்படுகிறான்; இருந்தும் அத்தகையக் கதைகள், இப்போது கிடைத்திருக்கும் ஜாதகத் தொகுப்பில் சேர்க்கப் பட்டிருக்கவில்லை. ஜாதகப் புத்தகம் என்ற ஒன்று உருவாவதற்கு முன்பிருந்தே இவை ஜாதகக் கதைகள் என்றே அழைக்கப்பட்டன. பௌத்த இலக்கியங்கள் ஒன்பது வகைகளாக பிரிக்கப்பட்டிருந்தது குறித்து நிகாயாக்களில் ஏற்கெனவே கண்டுபிடிக்கப்பட்டுள்ளது. இவை மிகப் பழமையான பிரிவுகள். அவற்றில் ஒன்று 'ஜாதகம்', அதாவது ஜாதகங்கள். முன்னதாக இருந்த புத்தகங்களில் காணப்படும் அத்தியாயங்களை இவை குறிக்கின்றன எனக் கொள்ளலாம். நியதிப் புத்தகத்தில் இப்போது சேர்க்கப்பட்டுள்ள ஜாதக புத்தகத்தை இது குறிப்பிடுகிறது எனக் கூறமுடியாது, ஏனெனில் அது அப்போது புழக்கத்துக்கு இன்னும் வரவில்லை.

ஜாதகங்கள் என்று அழைக்கப்படும் இந்த ஆரம்பக்காலத் தொகுப்புகளில் இருக்கும் கதைகள் எதிலும் புத்தர் அவரது முந்தைய பிறவியில் ஒரு விலங்குடன் அடையாளம் காணப்படவில்லை என்பதைக் கவனிக்க வேண்டியது அவசியம். பழங்காலத்தில் புகழ் பெற்றிருந்த முனிவர்களுடன், உபதேசம் செய்பவர்களுடன் மட்டுமே அவர் அடையாளம் காணப்படுகிறார். ஜாதகம் என்ற சொல்லுடன் இணைக்கப்படும் முதல் சிந்தனை இதுதான். நியதிப் புத்தகத்தில் நாம் காண்பது பிற்காலத்தில் ஏற்பட்ட வளர்ச்சியே.

பௌத்த இலக்கியங்களில் பார்க்க முடிகிற ஜாதகங்களின் பழமையான வடிவங்கள் இவை. அவற்றிலிருந்து நாம் இரண்டு தகவல்களை அறிகிறோம்; இரண்டுமே முக்கியத்துவம் வாய்ந்தவை. முதலாவதாக, இந்தப் பழமையான வடிவங்களில் பெரும்பாலும் வடிவமைப்பு எதுவும் இல்லை; பாடல்களும் இடம் பெற்றிருக்கவில்லை. அவை அனைத்தும் (விதிவிலக்காக இரண்டு உள்ளன) முற்றிலும் உரைநடையில் இருக்கும் கதைகள், உவமைகள், புனைவுகள். இரண்டாவதாக, தற்போது நம்மிடம்

இருக்கும் ஜாதகப் புத்தகம் பாதி பதிவுகளை மட்டுமே கொண்டிருக்கிறது என்று கூறலாம். பௌத்தச் சமூகத்தினரின் அவர்களது ஆரம்ப கால இலக்கியங்களின் அனைத்துக் கதைகளும் அதில் இடம்பெறவில்லை.

இந்த அளவில் இந்தத் தகவல்கள் உறுதியானவை. ஆனால், நான் மேலும் சிறிது முன்னே சென்று பார்க்க முயல்கிறேன்; ஆரம்ப காலத்தைச் சேர்ந்த இந்தப் பத்து ஜாதகக் கதைகளின் பண்புகளை, ஜாதகமாக அவை உருவாவதற்கு முந்தைய வடிவத்தில் பார்க்கையில், அவற்றின் வரலாற்றுத் தடங்கள் முற்றிலும் பௌத்த இலக்கியங்கள் தோன்றிய காலத்துக்கு முன்னால் நம்மை அழைத்துச் செல்கின்றன என்று கூறுவேன். குறிப்பாக, அந்த இலக்கியங்கள் எதுவும் பௌத்தம் சார்ந்தவை அல்ல; ஒருவேளை, அவை ஏறக்குறைய பௌத்த நெறிமுறைகளுக்கு ஏற்றவாறு மாற்றியமைக்கப்பட்டிருக்கலாம். ஆனால், பெருமளவுக்கு அந்தப் பாணியில் இருக்கும் மஹா-சுதாஸனா, மிக முக்கியமாக, சூரிய வழிபாடு குறித்த பண்டைய இந்தியப் புராணக் கதையாக இருக்கிறது. மற்றவை அனைத்தும் பௌத்தத்துக்கு முந்தைய இந்திய நாட்டுப்புறக் கதைகள். விநோதமாக அவற்றில் பௌத்தம் குறித்து எதுவும் இல்லை. அவை புகுத்தும் நெறிமுறைகளும் இந்தியத் தன்மை கொண்டவையே. பழமையான வடிவத்தில், இவை அப்படிப்பட்டவை என்று தேர்ந்தெடுக்கப்பட்டது தவிர்த்து அவற்றில் பௌத்த அடையாளம் என்று சொல்வதற்கு வேறு எதுவும் இல்லை.

நிச்சயமாக, மூடநம்பிக்கைகளுடன் பிணைக்கப்பட்டிருக்கும் வேறு பல நாட்டுப்புறக் கதைகளும் அவற்றில் இருந்தன. அவை விடுபட்டுள்ளன. அத்துடன், அவை பேசும் நெறிமுறைகளும் நிச்சயமாக மிக எளிமையானவை. குழந்தைகளுக்கு பால் புகட்டுவது போன்றவை. புகழ்பெற்ற பெரும் அரசன் மஹா-சுதாஸனாவின் கதையில் இது தெளிவாக வெளிப்படுகிறது. பிற்கால ஜாதக வடிவத்தில் உள்ள அந்தக் கதை, உலக மாயை என்ற பழைய பாடத்தைச் சொல்லுகிறது. பூமியிலிருக்கும் அனைத்து விஷயங்களும் நிலையற்றவை என்று அழுத்தமாகக் கூறுகிறது. அதன் பழைய வடிவத்தில், ஒரு சுத்தந்தா போல், மெய்மறந்த நிலைக்கும் (ஜானா- தியான நிலை), மேலான நிலைக்கும் (பிரம்மா விஹாரம்- தெய்விக மனநிலை) அழுத்தம் தருகிறது. தனித்துச் சொல்லும்படியாக நிச்சயமாக இது பௌத்தத்துக்கு முந்தியது. எனினும், இதேபோன்ற ஒரு கருத்து பின்னாளில் யோக சூத்திரத்தில்

காண முடிகிறது என்பது முக்கியமானது. இவை அதிகம் ஆழமான, அதிகம் கடினமான விஷயங்கள்.

நாம் கண்டறிந்த ஜாதகக் கதைகளின் ஆரம்ப வடிவங்கள் குறித்துப் பார்த்தோம். காலகட்டம் குறித்து அறிந்து கொள்வதற்கான அடுத்த சான்றுகளாக பாராஹுத் பௌத்த நினைவிடங்களும் சாஞ்சி ஸ்தூபியும் இருக்கின்றன. இவற்றில் காணமுடிகிற பழங்கால இந்தியாவின் தொல்லியல் குறித்த விலைமதிக்க முடியாத பதிவுகள், இந்தத் தொகுதியில் அதிகம் பயன்படுத்தப்பட்டுள்ளன. இந்த ஸ்தூபியைச் சுற்றி கைப்பிடியாக அமைந்திருக்கும் அமைப்புகளில் காணப்படும் செதுக்கு வேலைப்பாடுகளில் பல காட்சிகளைக் காணமுடிகிறது.

இந்தக் காட்சிகள் ஒவ்வொன்றும் கி.மு.மூன்றாம் நூற்றாண்டைச் சேர்ந்த ஜாதகக் கதைகளில் வரும் கதாபாத்திரங்களில் ஒன்றைத் தலைப்பாகக் கொண்டுள்ளன. தலைப்பு இன்றி வேறு காட்சிகளும் காணப்படுகின்றன. ஆனால், அனைத்தும் ஒரே மாதிரியான தன்மை கொண்டதாக இருக்கின்றன. தற்போது இருக்கும் முதலாம் ஜாதகப் புத்தகத்தில் குறிப்பிடப்பட்டிருக்கும் பத்திகளாக இருபத்தி ஏழு காட்சிகள் அதில் அடையாளம் காணப்பட்டுள்ளன. இன்னமும் அடையாளம் காணப்படாதவையாக மேலும் இருபத்து மூன்று இருக்கின்றன. அத்துடன் பிற்காலத்தைச் சேர்ந்த இவற்றில் சில, சமூகத்தில் புழக்கத்திலிருந்த ஜாதகக் கதைகளைச் சந்தேகத்துக்கு இடமின்றி விளக்குகின்றன. ஆனால் நியதி நூலில் அவை சேர்க்கப்படவில்லை.

புடைப்பு சிற்பத்தையும் கொடுக்கப்பட்டிருக்கும் ஜாதகக் கதையையும் ஒப்பிட்டுப் பார்க்கலாம். ஒரு காட்சியில் பின்னணியில் மூன்று மான்கள் வீழ்த்தப்பட்டுக் கிடக்கின்றன; இரண்டு மான்கள் ஓடிக்கொண்டிருக்கின்றன; ஒரு மான் பயத்துடன் திரும்பிப் பார்க்கிறது; ஒன்று விழுந்துவிட்டது; முன்னணியில், இடதுபுறத்தில், மான் ஒன்று வெட்டுப் பாறையில் தலைவைத்துப் படுத்திருக்கிறது. மையத்தில், அதன் கொம்புகளால் தனித்து அடையாளம் காணமுடிகிற மான்களின் அரசன், அந்த வெட்டுப் பாறையை ஒட்டிக் குனிந்தபடி நிற்கிறது. அதற்கு அருகில் ஒரு மனிதன், அநேகமாக அந்தச் சமையல்காரன், நிற்கிறான். மையத்தில் மான்களின் அரசன், மனிதர்களின் ராஜாவுக்கு உபதேசம் செய்கிறது.

இதைக் கடந்து செல்லும்போது ஒரே கதையின் பல காட்சிகளை ஒரே (கற்)பலகையில் தீட்டும் அசாதாரண இந்த உத்தி இந்தியக்

கலைக்கு மட்டுமே உரித்தானதல்ல என்பதைக் கவனிக்கமுடியும். கிரேக்கர்களும் இவ்வாறு செய்திருக்கிறார்கள். இருண்ட காலத்துக்குப் பின்னரான கலைகளின் மறுமலர்ச்சி காலத்தின்போது ஐரோப்பாவில் இந்த படைப்பு உத்தி பரவலாக இருந்தது.

கதையின் பல விஷயங்களை ஒரே பலகையில் செதுக்குவதில் இந்தியக் கலைஞர் தயக்கம் காட்டவில்லை. ஆனால், கதையின் பாடல் சார்ந்த குறிப்புகளையும் அல்லது அந்த வசனப் பாடல் வரும் அத்தியாயத்தையும் தவிர்த்து விடுகிறார். எனினும், புடைப்பு சிற்பம் ஒரு முக்கியமான அம்சத்தில் அந்தப் பாடலுடன் ஒத்துப்போகிறது. உரைநடையாக எழுதப்பட்டிருக்கும் அந்தக் கதையுடன் ஒருவருக்குப் பரிச்சயம் இருந்தாலொழிய எவருக்கும் முற்றிலும் இது புரியாது. புடைப்பு சிற்பங்கள் அனைத்துமே இதுபோலத்தான் இருக்கின்றன. கீழே விளக்கப்பட்டுள்ளது தவிர்த்து எந்தச் சிற்பமும் வசனப் பாடலையோ கதையின் வெளிவடிவத்தையோ விளக்க வில்லை. உரைநடை, அதாவது கதை நமக்குத் தெரியவில்லை என்றால், ஒன்றும் விளங்காது.

இங்கு விதிவிலக்காகக் குறிப்பிடப்படுவது பாராஹுத் ஸ்தூபியில் காணப்படும் உருவம்; ஆனால், கெடுவாய்ப்பாக அது உடைந்து போயிருக்கிறது; ஆனால், அதில் பொறிக்கப்பட்டிருக்கும் 'யம் பாமனோ அவயேசி ஜாதகா' என்ற எழுத்துகள் தெளிவாகக் காணப்படுகின்றன. அச்சிடப்பட்ட ஜாதகத் தொகுதியில் இருக்கும் அந்தபூத ஜாதகம் என்று சொல்லப்படும் கதையில் உள்ள வசனப் பாடலின் தொடக்கச் சொற்கள் அவை. மிகச் சரியாக, நாம் முன்னர் பார்த்த மான் கதையான 'ஆலமர மானைப் பின்தொடருங்கள்' என்று சொல்லப்பட்ட ஜாதகக் கதை போன்றதே இது.

உண்மை என்னவென்றால், நான் ஏற்கனவே 1880-ல் சுட்டிக் காட்டியபடி, இந்தக் கதைகளின் தலைப்புகளில் மிகப் பெரிய நிரந்தமற்ற தன்மை நிலவுகிறது. அதே கதைகள் தற்போது இருக்கும் தொகுப்பில் பெரும்பாலும் வெவ்வேறு பெயர்களால் அழைக்கப் படுகின்றன. மிகவும் பழமையான இந்தச் புடைப்பு சிற்பங்கள் ஒன்றில், இரண்டு தனித்துவமான பெயர்கள் முழுமையாகப் பொறிக்கப்பட்டுள்ளன. அந்தச் சிற்பம் ஒரு பூனை மற்றும் சேவல் பற்றிய கதையை விளக்குகிறது. அத்துடன் பாலி மொழியில் 'பூனை ஜாதகம்' என்றும் 'சேவல் ஜாதகம்' என்று இரண்டு பெயர்களாலும் அது குறிப்பிடப்பட்டுள்ளது.

நான் முன்னரே கூறியதுபோல், 'இதற்கான காரணம் மிகவும் தெளிவானது. எடுத்துக்காட்டாகச் சிங்கமும் குள்ளநரியும் பற்றிய

கதை ஒன்று சொல்லப்படுகிறது. நல்ல பண்பினால் நன்மை கிடைக்கும் என்று கதை கூறுகிறது. அப்போது சிறிய தலைப்பு ஒன்றை அதற்குத் தேர்ந்தெடுக்க வேண்டியிருந்தது. ஆகவே அக்கதை 'சிங்க ஜாதகம்' அல்லது 'குள்ளநரி ஜாதகம்' அல்லது 'நல்ல பண்பைக் குறிப்பிடும் ஜாதகம்' என்றும் அழைக்கப்பட்டது.

மற்றொன்று, ஆமையைப் பற்றிய ஒரு கதை. அக்கதையில் வரும் ஆமை, இடைவிடாமல் பேசுவதால், தொடர்ந்து ஏற்படும் தீய விளைவுகளைச் சுட்டிக்காட்ட அந்தக் கதையை 'ஆமை ஜாதகம்' என்றோ 'வாயாடி ஜாதகம்' என்றோ அழைக்கலாம்; ஆகவே, இந்த அடிப்படையில் அக்கதை இரண்டு பெயர்களாலும் குறிப்பிடப் படுகிறது.

சாத்தியமானதுதான் என்றாலும், ஒரு குறுகிய தலைப்பை அளித்து, அந்தக் கதை கூறவேண்டிய பாடத்தை வகைப்படுத்த முயல்வதும், கதையில் வரும் ஆளுமைகளில் யாரோ ஒருவருடைய செயல்கள் மூலமாக அதைச் சொல்லவேண்டும் என்பதும் எப்போதுமே சிரமமானதுதான். இவ்வாறுதான் வேறுபட்ட பெயர்கள் உருவாகின்றன; அத்துடன் ஒன்றுக்கொன்று மாற்றிக் கொள்ளக் கூடியதாகவும் அமைகின்றன. ஆகவே, ஒரு சந்தர்ப்பத்தில் வசனப் பாடலில் இருக்கும் முக்கியச் சொற்கள் ஒரு தலைப்பாகப் பயன்பட்டிருப்பது கண்டு நாம் வியப்படைய வேண்டியதில்லை. அத்துடன் இந்தத் தனித்த ஒற்றை நிகழ்வில் பார்க்க முடிகிற சொற்கள் கி.மு.மூன்றாம் நூற்றாண்டைச் சேர்ந்த கல்வெட்டு ஒன்றில் காணப்படும் சொற்களாகவும் இருப்பதும் மிகவும் நல்வாய்ப்பான விஷயம்தான்.

அடுத்ததாக நாம் பரிசீலிக்கவேண்டிய சான்று, ஜாதகப் புத்தகமே. வசனப் பாடல்கள் மட்டுமே கொண்ட (எனவே, அதை விளக்கவுரை இல்லாமல் புரிந்துகொள்வது முற்றிலும் இயலாதது) நியதி புத்தகப் படைப்பு கையெழுத்துப் பிரதிகளில் மிகவும் அரிதானது; அத்துடன் அது இன்னமும் முறையாக விளக்கி எழுதப்படவில்லை. தலைப்புகள் குறித்து, அவை என்ன சொல்கின்றன என்பதை ஆராய்வதும், வசனப்பாடல்கள் குறித்து அவை பல்வேறு வாசிப்புகளைத் தருகின்றனவா என்பதும் மிகவும் சுவாரஸ்யமாக இருக்கும்.

பேராசிரியர் ஃபாஸ்போல் வெளியிட்டிருக்கும் பிரபலமான பதிப்பின் வழியாக நமக்கு விளக்கவுரை ஒன்று கிடைத்துள்ளது. ஆனால், அதன் காலகட்டம் நமக்குத் தெரியாது. ஆனால், இதைப்

பௌத்த இந்தியா ♦ 187

போன்ற விளக்கவுரைகள் எதுவும் கி.பி.ஐந்தாம் நூற்றாண்டுக்கு முன் எழுதப்படவில்லை என்பதை அறிவோம். அந்தக் காலகட்டம் வரையிலும் அந்த உரைகள் வாய்மொழியாகவே அளிக்கப்பட்டன; ஆகவே, இதுவும் ஏறக்குறைய இதே காலத்தைச் சேர்ந்ததாக இருக்கக்கூடும்.

கதையின் ஆரம்பத்தில் வரும் வசனப் பாடல்களில் தன்னைப் பற்றிய சிறிய விவரம் ஒன்றை அதன் ஆசிரியர் தருகிறார்; ஆனால், தனது பெயரை அவர் தரவில்லை. இந்தப் பணியை மேற்கொள்ளத் தன்னைத் தூண்டிய மூன்று அறிஞர்களின் பெயரைக் குறிப்பிடுகிறார். அத்துடன் சிலோனில் இருக்கும் அனுராதபுரத்தில் உள்ள பெரும் மடாலயத்துக்கு அக்காலத்தில் அளிக்கப்பட்ட மரபு ஒன்றின் அடிப்படையில் இவை எழுதப்பட்டவை என்கிறார்.

ஏழு தொகுதிகளாக அமைந்திருக்கும் இந்தப் பெரிய படைப்பில் இரண்டு இடங்களில் இரண்டாம் நூற்றாண்டின் சிலோன் அறிஞர்களைப் பற்றி அவர் குறிப்பாகத் தெரிவிக்கிறார். அடிக்குறிப்புகளில் தான் அவர் அவ்வாறு சொல்கிறார் என்றாலும், அந்த புத்தகத்தை அவர் சிலோனில் எழுதியிருக்கக்கூடும் என்று ஒரு நியாயமான முடிவுக்கு நாம் வரலாம். பிரபலமான புத்தகோசருடன் இவரை அடையாளம் காண முடிகிறது என்று பேராசிரியர் சில்டர்ஸ் கருதுகிறார். வேறு சில சிறந்த விளக்கவுரைகளின் ஆசிரியர் என்று புத்தகோசர் புகழ்பெற்றவர். ஆனால், புத்தகத்தின் வேறொரு இடத்தில் கொடுக்கப்பட்டிருக்கும் காரணங்களால் இது சாத்தியமற்றது என்று நினைக்கிறேன்.

சரி, அப்படியானால், அறியப்படாத நமது எழுத்தாளர் அவரிடம் அளிக்கப்பட்ட மரபிலிருந்து எவ்வளவு தூரம் வேறுபட்டு நின்றார்? அந்த மரபு பரிந்துரைத்த வரலாற்று அனுமானங்களைப் பொறுத்து, அந்த வசனப் பாடல்கள் தமக்கு தாமே ஒதுக்கிக்கொண்ட மிகப் பழமையான அந்தக் காலகட்டத்தின் தொனியையும் பண்பையும் குறைந்தபட்சம் எவ்வளவு அளவுக்குப் பாதுகாக்க முடிந்தது? இது ஒரு கடினமான கேள்வி. அத்துடன் இந்தத் தொகுதிகள் முழுவதையும் கவனமாகவும் விரிவாகவும் ஆய்வுசெய்ய வேண்டும்; இறுதியாக ஒரு தீர்வை எட்ட முடியும்; ஒவ்வொரு நேர்வின் மூலமும், சாத்தியமான காலகட்டத்தையும் கணிக்க முடியும்; ஒவ்வொரு நிகழ்வையும் கண்டறிந்து, அவற்றிலிருந்து கிடைக்கும் பொதுவான முடிவின் அடிப்படையில் அவற்றை மதிப்பிட முடியும்.

முனைவர் லூடர்ஸ், 'இஸிசிங்கா லெஜண்ட்' பற்றிய பாராட்டுத்தக்க கட்டுரைகள் இரண்டை எழுதியுள்ளார்; அவற்றில் இரண்டு அல்லது மூன்று நிகழ்வுகளைச் சுட்டிக்காட்டுகிறார். விளக்கவுரையில் காணமுடிகிற உரைநடை, கதையின் வடிவத்தை நமக்கு எவ்வாறு அளிக்கிறது என்பதையும், அதன் பின்னர், வேறு சில அம்சங்களில் பாடல்கள் மூலமாக ஊகிக்க முடிகிற ஒன்றைக் காட்டிலும் வேறு ஒரு கதையை அது அளிப்பதையும் கூறுகிறார். மிகச் சரியாக இது நாம் பரிசீலித்துக் கொண்டிருக்கும் கருத்து இல்லை. ஆனால் இது அக்கருத்துடன் நெருக்கமான தொடர்புடையது.

ஜாதகப் புத்தகத்தில் உள்ள குறிப்புகள் அனைத்தையும் வடகிழக்கு இந்தியாவில் நிலவிய சமூக நிலைமைகளுடன் தொடர்புபடுத்தி ஒரு விரிவான மற்றும் கவனமான ஆய்வை டாக்டர் ஃபிக் செய்துள்ளார். கதைகளின் பாடல்களும் உரைநடைப் பகுதிகளும், வெளிவடிவத்தில் இருந்து வேறுபட்டுள்ளன என்ற முடிவுக்கு வருகிறார். ஆரம்பத்தில் அவை இருந்த நிலையிலிருந்து, ஒருவர் மற்றொருவருக்கு வாய்மொழியாக இக்கதைகளைக் கூறியபோது அரிதாக மாற்றப் பட்டிருக்கலாம். பௌத்த சமயத்தின் ஆரம்பகாலத்தில் இது நிகழ்ந் திருக்கலாம். சந்தேகத்துக்கு இடமின்றி அவை அக்காலத்துச் சமூக நிலைமைகள் அனைத்துடனும் தொடர்புடையவையாக – புத்தரின் காலம் வரை ஒப்பிடக் கூடியவையாக இருக்கலாம் என்கிறார்.

இந்திய வரலாறு குறித்துப் பேசுவதற்கு பியூலர் ஆக உயர்ந்த அதிகாரம் பெற்றவர்; அவர் பாதி பௌத்தர் என்று எவராலும் குற்றஞ்சாட்ட முடியாத ஓர் அறிஞர்: அவர் இவ்வாறு கூறுகிறார்: 'பௌத்தத் துறவிகள் மற்றவர்களுக்கு அக்கதைகளைக் கொடுக்கும் போது அதிக மாற்றங்கள் செய்துள்ளனர்; குறிப்பாக, வாழ்க்கை நிலைமைகள் குறித்து ஜாதகங்களில் கூறப்படும் விளக்கங்கள் இந்தியாவில் பௌத்தம் முக்கிய சக்தியாக மாறிய காலத்துடன் ஒத்துப்போகின்றன என்றால், கவனம் கொள்ள வேண்டிய முக்கிய விஷயம் அது. குறிப்பாக, அந்தக் கதைகளில் பௌத்தத்தின் சில தடயங்கள் மட்டுமே உள்ளன என்பதுதான் இதற்கான பதிலாக இருக்கமுடியும். அதுமட்டுமின்றி அக்கதைகள் கி.மு.மூன்றாம் அல்லது நான்காம் நூற்றாண்டின் இந்தியாவின் நிலையை விவரிக்கவில்லை. அதற்கும் முந்தைய இந்தியாவைப் பற்றி கூறுகின்றன.'

மேலும், அவர் அதற்கான தனது காரணங்களையும் கூறுகிறார்: 'மக்களின் அரசியல், சமயம் மற்றும் சமூகம் சார்ந்த நிலைமைகள் பற்றி கதைகளில் காணப்படும் விளக்கங்கள், கீழ்த்திசையின் பெரும்

அரச வம்சங்களான நந்தர்களும் மௌரியர்களும் எழுச்சி பெறுவதற்கு முந்தைய பழங்காலத்தைத் தெளிவாகக் குறிப்பிடுகின்றன; அப்போது பாடலிபுத்திரம் இந்தியாவின் தலைநகராக மாறியிருந்தது. ஆனால், ஜாதகங்கள் இந்த இரண்டு ராஜ்ஜியங்களில் எதையும் குறிப்பிடவில்லை; இந்தியா முழுமையுமோ அல்லது பெரும் பகுதியையோ உள்ளடக்கிய பெரும் பேரரசுகளைப் பற்றியும் அவற்றுக்குத் தெரிந்திருக்கவில்லை.

'கதைகளில் பாத்திரங்களாக வரும் அரசர்கள் ஆட்சி செய்யும் ராஜ்ஜியங்களின் எண்ணிக்கை மிகவும் கணிசமானது. மத்ரம், இரண்டு பஞ்சாலங்கள், கோசலம், விதேகம், காசி, விதர்ப்பம் போன்ற பெரும்பான்மை ராஜ்ஜியங்களின் பெயர்கள் வேத இலக்கியங்களில் குறிப்பிடப்படும் அரசுகளுடன் ஒத்துப் போகின்றன; கலிங்கம் மற்றும் அஸ்ஸகா (அல்லது அஸ்மகா) போன்ற ராஜ்ஜியங்களும் பிராமண இலக்கியங்களில் – முதலில் இதிகாசங்களிலும், பாணினியின் சூத்திரங்களிலும் – காணப்படுகின்றன. சிறப்பியல்பு கொண்ட பெயர்களான ஆந்திரர்கள், பாண்டியர்கள் மற்றும் கேரளர்கள் பற்றிக் குறிப்பிடப்படவில்லை.

'ஓர் அரசியல் மையம் தேவையாக இருந்தது; அல்லது இருந்திருக்கலாம்; ஆனால், பிராமண இளைஞர்களுக்கும் அரச வம்சத்தினருக்கும் கல்வியளித்தல் தொடர்பாக அடிக்கடி கூறப்படும் செய்திகள் அறிவுசார் மையம் ஒன்று இருந்ததை வெளிப்படுத்துகின்றன; அந்த மையம், தொலைதூரத்து ராஜ்ஜியமான காந்தாரத்தின் தலைநகர் தட்சசீலத்தில் இருந்தது. அத்துடன் பாணினியின் பூர்விக நாடான காந்தாரம், கி.மு.நான்காம், ஐந்தாம் நூற்றாண்டுகளில் – ஒருவேளை இன்னும் முந்தைய காலம் தொடங்கி – பிராமணியக் கல்விப் பெறுவதற்கான வலுவான மையமாக இருந்தது என்பது மிகவும் நம்பத்தக்க தகவல்.

'இந்தியாவின் சமய நிலைமைகள் குறித்து கூறப்படும் கருத்துகள், ஒப்பீட்டளவில் இதற்கு இணையான முந்தையக் காலத்தைச் சுட்டுகின்றன. உயர் கல்விக்கான அடிப்படையாக மூன்று வேதங்கள் இருந்தன; அதுபோல, பரவியிருந்த சமயம் சடங்குகளுடனும் யாகபலிகளுடனும் கர்ம யோகத்திற்கான வழிகாட்டியாக இருந்தது. வாஜபேயம் மற்றும் ராஜசூயம் போன்ற பல யாகங்கள் சிறப்பாகவும், திரும்பத் திரும்பக் குறிப்பிடப்படுகின்றன. இவற்றுக்கு இணையாகப் பிரபலமான பண்டிகைகள் நடக்கின்றன. குறிப்பிட்ட நட்சத்திரம் வந்துவிட்டது என்று அறிவிக்கப்பட்டு அந்த

நாளில் கொண்டாட்டங்கள் நடந்தன. பொதுவான உற்சாக நிகழ்வுகள், இறைவனுக்கு சுரா பானம் படையலும், ஏராளமாக விநியோகத்துடனும் அருந்துதலுடனும் நடந்தது. அதேபோல் துர்த் தேவதைகளையும் மரங்களையும் வணங்குதல் போன்ற வழக்கங்கள் அனைத்தும் பழங்காலத்துக்குத் திரும்பவும் அழைத்துச் செல்கின்றன.

'காடுகளில் வசித்த துறவிகளையும், தேச சஞ்சாரம் செய்யும் துறவிகளையும் அனைவரும் அறிந்திருந்தனர். ஜாதகங்களில் விவரிக்கப்பட்டுள்ள நாகரிக நிலை பல்வேறு அம்சங்களில் பழமையானதாக இருந்தது; மிகவும் குறிப்பாக அப்போது நிலவிய மர வேலைப்பாட்டுத் திறன் குறிப்பிடத்தக்கதாக இருந்தது; ஆரம்பக்கால சிற்பங்களைச் சான்றுகளாக வைத்துப் பார்க்கையில், இத்திறன் கி.மு.மூன்றாம் நூற்றாண்டில் கிட்டத்தட்ட மறைந்தே விட்டது. அரசர்களின் அரண்மனைகள் பொதுவாக மரத்தால் கட்டப்பட்டிருந்தன என்றே ஜாதகங்கள் விவரிக்கின்றன. மேலும் பல விவரங்கள் இத்துடன் சேர்க்கப்படலாம்; எனினும், கொடுக்கப்பட்டிருக்கும் இந்தத் தகவல்களே நமது நோக்கத்துக்குப் போதுமானவை.'

ஜாதக புத்தகத்தைத் தொகுத்தவரான பேராசிரியர் ஃபாஸ்போல், இறுதித் தொகுதியின் முன்னுரையில் இதே போன்ற ஒரு கருத்தை வெளிப்படுத்துகிறார். இந்தக் குறிப்பிட்ட விஷயம் குறித்து எழுதிய இந்தப் புகழ் வாய்ந்த அறிஞர்கள் மத்தியில் ஒருமித்த கருத்து நிலவுவது, குறைந்தபட்சம், சான்று தேடவேண்டிய சுமையைக் குறைக்கும் அளவுக்கு போதுமானது. அவற்றை முற்றிலும் புறக்கணிப்பதற்கு பதிலாக, இந்திய வரலாறு பற்றி ஜாதகக் கதைகள் சொல்வதை – அந்தக் கதைகளில் கூறப்படும் உரையாடல்கள் மூலமாக (வெளிவடிவத்திலிருந்து அல்ல) அக்கால வரலாறு குறித்து நாம் அனுமானிக்க முடியும்.

குறிப்பாக, பௌத்தப் பாரம்பரியம் குறித்த தொகுப்பில் அக்கதைகளைச் சேர்த்ததன் மூலம் அந்தக் காலகட்டத்தை அனுமானிப்பதற்கான ஆதாரமாக அவற்றை எடுத்துக் கொள்வதற்கு நமக்காக அவை பாதுகாக்கப்பட்டன எனலாம். நல்வாய்ப்பாக இது நமக்குக் கிடைத்துள்ளது. பாரம்பரியம், அரசியல், சமூகம் சார்ந்த விஷயங்களில் போதுமான அளவு முந்தையப் பார்வையை அவை பாதுகாத்திருக்கின்றன. அவை சில நூற்றாண்டுகள் பழமை யானவை என்று மொழியின் வழியாக அறிந்துகொள்ள, மிகவும் நம்பகமானவையாக நிச்சயமாகச் செய்யுள்கள் உள்ளன. ஆனால்

உரைநடை, கதை முழுவதும் தொடர்ந்து வருவதாக இருந்திருக்க வேண்டும்; பண்டைய புடைப்பு சிற்பங்களிலும் இது கவனத்தில் கொள்ளப்படவில்லை. இதுபோன்ற நிலைமைகளில் அவற்றுக்குப் போதுமான மதிப்பு அளிக்கப்பட்டிருக்க வேண்டும்.

ஜாதகக் கதைகளில், ஒரு கதையை மற்றொன்றுடன் ஒப்பிடுகையில், ஒப்பீட்டளவில் அவற்றின் காலத்தில் சில விஷயங்களை ஏற்கனவே கவனித்தோம். குறிப்பாக மரபு உருவாக்கத்தில் இருந்த இரண்டு நிலைகளில் பார்த்தோம். ஆறாவது பதிப்பில் தொகுக்கப் பட்டிருக்கும் கதைகள் அனைத்தும் நீளமானவை; அவற்றில் சில நவீனக் காலத்து நாவல்கள் அளவுக்கு நீளமானவை; முந்தையத் தொகுதிகளில் பார்க்க முடிவதைக் காட்டிலும் மொழியிலும், இந்தியாவில் சமூக நிலைமைகள் பற்றிய அவற்றின் பார்வையிலும் இவை பிற்காலத்தைச் சேர்ந்தவை. இருப்பினும் தொகுப்பில் இருக்கும் சமீபத்திய கதைகள் சில, புடைப்பு சிற்பங்களில், கி.மு.மூன்றாம் நூற்றாண்டில் ஏற்கனவே இருந்ததாகக் காட்சிப்படுத்தப்பட்டுள்ளன. இந்த விஷயம் செய்யுள்களுக்கு மட்டுமல்ல, உரைநடைக்கும் நன்கு பொருந்தும்; சிற்பங்கள் கதைகளின் உரைநடைப் பகுதிகளையே குறிப்பிடுகின்றன.

அத்துடன் ஆரம்பக் காலகட்டத்தில் (அதாவது, நிச்சயமாக, கி.மு.மூன்றாம் நூற்றாண்டின் தொடக்கத்தில்), பௌத்த மரபுக்குள் முதலில் ஏற்றுக்கொள்ளப்பட்ட சில கதைகள், பழங்காலத்தைச் சேர்ந்தவையென முடிவு செய்வதற்குச் சாத்தியமுண்டு. ஜாதகக் காலத்துக்கு முந்திய புத்தக வடிவத்தைச் சேர்ந்தவை இவை என்று நாம் தடம் காணக்கூடிய பெரும்பான்மை கதைகளில், அதாவது 60 முதல் 70 சதவீதம் வரையிலும் செய்யுள்கள் இல்லை என்பதை இதற்குமுன்னர் பார்த்தோம்.

இப்போது நமக்குக் கிடைத்திருக்கும் தற்காலத்துத் தொகுப்பிலும் கணிசமான எண்ணிக்கையிலான கதைகளில் செய்யுள்கள் இல்லை. (இந்தக் கதைகளை ஜாதகக் கதைகளாக மாற்றும் நோக்கத்துடன் சேர்க்கப்பட்ட) செய்யுள்கள் புறவடிவங்களில் மட்டுமே காணப் படுகின்றன. கதைகளில் செய்யுள்களே இல்லாத வேறு கதைகளும் உள்ளன. அவை கற்பனை உருவம் அதாவது ஒரு தேவதை கூறுவதுபோல் அமைக்கப்படுகின்றன. உண்மையில் கதையுடன் அந்த உருவத்துக்கு வேறு எந்தத் தொடர்பும் இல்லை.

இந்தக் கதைகள் செய்யுள்கள் இல்லாதவையாக ஏற்கனவே இருந்திருக்க வேண்டும்; பௌத்த மரபின் வழியிலான ஜாதகக்

கதைகளாக அவை சேர்க்கப்படுவதற்கு முன் அவற்றில் செய்யுள்கள் சேர்க்கப்பட்டிருக்க வேண்டும் என்று நினைக்கிறேன்; ஆகவே, அவை அநேகமாக, பௌத்தக் காலத்துக்கு முந்தயவை என்பதுடன், மிகவும் பழமையானவை. மறுபுறம், இதற்கு முந்தைய அத்தியாயத்தில் பார்த்தது போல், கதைகள் அல்லது புராணக் கதைகளை உரைநடையாக வழங்குவதும், உரையாடலைச் செய்யுளாக கொடுப்பதும் என்கிற இந்த அடிப்படை வழக்கம் சார்ந்து ஜாதகக் கதைகள் கூறப்படுவது பௌத்தத்துக்கு முந்தைய கால நடைமுறை; இதிகாசக் காலத்துக்கு முந்தைய இலக்கிய வடிவத்துக்கான மிகவும் விரிவான மற்றொரு ஒரே எடுத்துக்காட்டு ஜாதகப் புத்தகம்; ஆரம்பக்கால நியதி புத்தகங்களில் இவை போன்ற குறுகிய வடிவிலான மாதிரிகள் பல நமக்காகப் பாதுகாக்கப் பட்டுள்ளன.

சிலவற்றை நாம் சுருக்கமாகக் கூறலாம்:

1. ஜாதகக் கதைகள் காணப்படும் நியதிப் புத்தகத்தில் செய்யுள்கள் மட்டுமே உள்ளன. இது 'மத்திய ராஜ்ஜியம்' என்று அழைக்கப் படும் வட இந்தியாவில், அசோகரின் காலத்துக்கு முன் இயற்றப்பட்டது. அது இன்னும் வெளியிடப்படவில்லை.
2. செய்யுள்கள் கலந்து கதைகளை வாய்மொழியாகக் கூறும் வழக்கம் முதலில் இருந்தே இருந்திருக்க வேண்டும் என்பது முற்றிலும் உறுதியான ஒன்று; ஏனெனில், கதைகள் இல்லாத செய்யுள்களைப் புரிந்துகொள்ள முடியாது.
3. கி.மு.மூன்றாம் நூற்றாண்டின் புடைப்பு சிற்பங்கள் இதைப்போன்ற உரைநடைக் கதைகள் பலவற்றைக் கூறுவது கண்டறியப்பட்டுள்ளது. அந்தச் சிற்பங்கள் ஒன்றில் ஒரு செய்யுளின் பாதியைக் காண முடிகிறது.
4. அந்த நியதிப் புத்தகங்களில் ஜாதகப் புத்தகத்தின் காலத்தைக் காட்டிலும் பழமையான ஜாதகக் கதைகள் காணப்படுகின்றன.
5. இந்தப் பழமையான ஜாதகங்களில் கூறப்படும் நிகழ்வுகள், உருவகங்கள், உவமைகள் அல்லது புராணக்கதைகளாக இருக்கின்றன; அவை பொதுவாக வெளிவடிவத்தையோ செய்யுள்களையோ தருவதில்லை. அவற்றில் புத்தர், அவரது முந்தைய பிறவியில் விலங்குடனோ அல்லது சாதாரண மனிதருடனோ அடையாளப்படுத்திக் கூறப்படவில்லை. பழங்காலத்தின் பிரபலமாக இருந்த சில முனிவர்களுடன் மட்டுமே அவர் அடையாளம் காணப்படுகிறார்.

6. தற்போது கிடைத்திருக்கும் பதிப்பு உரைநடையைக் கொண்ட பதிப்பு அல்ல; இது விளக்கவுரைக்கான பதிப்பு. சிலோனில் கி.பி.ஐந்தாம் நூற்றாண்டில் வசித்த பெயர் தெரியாத ஓர் ஆசிரியரால் இது எழுதப்பட்டிருக்கலாம்.

7. இந்த விளக்கவுரையில், அவை இருக்கும் செய்யுள்கள் அனைத்தையும் உள்ளடக்கிய உரைநடையாகக் கூறப்படும் கதைகள் இருக்கின்றன. அத்தகையக் கதை ஒவ்வொன்றும், அறிமுக அத்தியாயத்தின் வெளிவடிவம் ஒன்றையும் தருகிறது; அதாவது, எப்போது, எங்கே, எந்தச் சூழலில் புத்தர் இந்தக் கதையைக் கூறினார் என்ற விவரம். அத்துடன் ஒவ்வொரு கதையிலும் இறுதியாக, முந்தைய பிறப்பில் புத்தரும் அவரது சமகாலத்தவர்களும் ஏற்றிருந்த கதாபாத்திரங்களும் அடையாளத்துடன் கூறப்படுகின்றன.

8. சிலோனில் வழங்கப்பட்ட விளக்கவுரை வடிவம் பாலி மொழியில் மொழிபெயர்க்கப்பட்ட ஒன்று. இப்போது தொலைந்து போய்விட்டதாகக் கூறப்படும் அந்த ஆரம்பக்கால விளக்கவுரை, முழுவதும் சிங்கள மொழியில் இருந்தது; அதில் செய்யுள்கள் மட்டும் பாலி மொழியில் எழுதப்பட்டிருந்தன.

9. நமக்கு இப்போது கிடைத்திருக்கும் பாலி விளக்கவுரையில் இருக்கும் கதைகளில், பெரும்பாலும் கி.மு.மூன்றாம் நூற்றாண்டிலிருந்து புழங்கிவரும் மரபுகள் பாதுகாக்கப்படுகின்றன. ஆனால் ஒன்று அல்லது இரண்டு கதைகளில் வேறுபாடுகள் இருப்பது ஏற்கெனவே கண்டுபிடிக்கப்பட்டுள்ளன.

10. அரசியல் மற்றும் சமூக நிலைமைகள் பற்றிய சந்தேகத்திற்குரிய குறிப்புகளைப் பொறுத்தவரை, அவை பெரும்பாலும், புத்தர் காலத்திலும் அதற்கு முன்பும் வட இந்தியாவில் நிலவிய சூழலைப் பிரதிபலிக்கின்றன.

11. பெரும்பாலான அசல் ஜாதகக் கதைகள் படிப்படியாக உருவாகியவை. அவற்றின் உள்கட்டமைப்பு அல்லது உள்ளமைப்பு அப்போது வட இந்தியாவில் புழங்கிய நாட்டுப்புறக் கதைகளிலிருந்து எடுக்கப்பட்டது.

12. கதைகள் உருவான ஒப்பீட்டளவிலான காலகட்டத்தை நிர்ணயிப்பதில் ஏற்கனவே சில முன்னேற்றங்கள் ஏற்பட்டுள்ளன. ஆறாவது மற்றும் கடைசி தொகுதிகளில் உள்ளவை நீளமான கதைகள் என்பதுடன் அவை சமீபத்திய

மகாகபி ஜாதகம், பார்ஹூத்   மூ(க்)க பக்க ஜாதகம், பார்ஹூத்

காலத்தவை. இவற்றில் சில ஏற்கனவே கி.மு. மூன்றாம் நூற்றாண்டின் புடைப்பு சிற்பங்களில் விளக்குவதற்குத் தேர்ந்தெடுக்கப்பட்டுள்ளன.

13. அனைத்து ஜாதகங்களிலும் செய்யுள்கள் இணைக்கப் பட்டுள்ளன. குறிப்பிட்ட சில நிகழ்வுகளில் இந்தச் செய்யுள்கள் வெளிவடிவத்திலேயே உள்ளன; கதைகளில் இல்லை. அத்தகைய கதைகள், செய்யுள்கள் இல்லாமல், இந்திய நாட்டுப்புறக் கதைகளின் அசல் வடிவத்தில் கூறப் பட்டிருக்கலாம்.

14. ஒரு சில கதைகளில், செய்யுள்கள் கதைகளிலேயே காணப் பட்டாலும், அவை ஒரு வகை 'கூட்டு வடிவமாக' வெளிப்படுகின்றன. அத்துடன் கதையின் ஒரு பகுதியாக அமையவில்லை. வேறு சில நிகழ்வுகளிலும், இதே போன்ற முடிவை நாம் எடுக்கலாம்.

15. ஜாதகக் கதைகளின் முழுத் தொகுப்பும், உலகின் எந்த இலக்கியத்திலும் இப்போது நாம் காண முடிவது போன்று, மிகவும் பழமையான நாட்டுப்புறக் கதைகளின் மிகவும் நம்பகமான, மிக முழுமையான தொகுப்பாக உள்ளன.

அத்தியாயம் 12

சமயம் – தொல் இறைக் கோட்பாடு

கி.மு. ஆறாம் மற்றும் ஏழாம் நூற்றாண்டு இந்திய மக்களின் சமய நம்பிக்கைகள் பற்றிய சான்றுகள் பிராமணர்களின் இலக்கியங்களில் உள்ளன என்பது ஏற்றுக்கொள்ளப்பட்ட நம்பிக்கை. ஆனால், இது எனக்கு நம்ப முடியாத ஒன்றாகத் தோன்றுகிறது. எந்த மாதிரியான கருத்துகளை மக்கள் வைத்திருக்க வேண்டும் என்று புரோகிதர்கள் விரும்பினார்களோ அவற்றைத்தான் அவர்கள் நமக்காகப் பாதுகாத்து வைத்திருக்கிறார்கள்; உண்மையில் மக்கள் கொண்டிருந்த பெரும்பான்மைக் கருத்துகளை அல்ல.

வேதப் புத்தகங்களைப் பாதுகாத்து வைத்ததற்கும் அவற்றை மற்றவர்களிடம் ஒப்படைப்பதற்கும் தேவையான அவர்களது மகத்தான உழைப்பைக் கருத்தில் கொள்ளவேண்டும்; நாம் முன்னம் பார்த்ததுபோல், புத்தகங்கள் முழுவதையும் மனப்பாடம் செய்வதன் மூலம்தான் இதைச் செய்ய முடியும். மானுடச் சிந்தனை வரலாற்றுக்கு மிகவும் மதிப்பு மிக்கதான இந்த இலக்கியத்தை நமக்காகப் பாதுகாத்து வைப்பதில் பங்களித்த, மன உறுதியும் அர்ப்பணிப்பும் மிக்க சீடர்களைப் போற்றுகிறோம்.

ஒரு கற்றறிந்த பிராமணர், இந்த விஷயத்தில் மட்டுமின்றி, இந்தியா நியாயமாகப் பெருமைப்பட்டுக் கொள்ளவேண்டிய ஒரு நபர். கிறிஸ்தவப் பாதிரியார்கள் பழமைவாதம் நிறைந்தவை என்று

தமது படைப்புகளில் அவர்களாகவே சிலவற்றை விலக்கி வைத்தனர்; அவை தவிர்த்து அவர்களது கண்ணோட்டங்களில் விவரித்திருப்பவை, மிகவும் தெளிவற்றவையாக, துல்லிய மற்றவையாக இருக்கின்றன; அவற்றை ஒப்பிடும்போது, எதிர்கொண்ட சிரமங்கள் மிகவும் அதிகமாக இருந்த அந்தச் சூழலில் பிராமணர்கள் இன்னும் அதிகமாகச் செய்திருக்கலாம் என்று எதிர்பார்ப்பது எந்த அளவு அறிவுக்கு ஒவ்வாதது என்பதை நாம் பார்க்க முடியும். அதுமட்டுமின்றி, இதுவரையிலும் செய்து முடித்திருப்பதை அவர்கள் மிகத் துல்லியமாகவும் சிறப்பாகவும் செய்துள்ளனர். ஆனால், அவர்கள் நமக்காகப் பாதுகாத்து வைத்திருக்கும் பதிவேடுகள், மொத்தப் படைப்புகளில் ஒரு பகுதியே.

சமய நம்பிக்கை குறித்து நடந்திருப்பவை, மொழி விஷயத்தில் நடந்ததற்கு இணையானவைதாம். தட்சசீலம் தொடங்கி கீழே இருக்கும் சம்பா வரையிலும் எவரும் சம்ஸ்கிருதம் பேசவில்லை. உயிர்ப்புடன் இருந்த மொழியாக, எல்லா இடங்களிலும் ஒருவிதமான பாலி மொழியே இருந்தது. பல பழமையான வேதச் சொற்கள் மிகவும் எளிதாக உச்சரிக்கக்கூடிய வடிவங்களில் தக்கவைக்கப்பட்டிருந்தன. நீடித்திருக்கும் வேர்களில் இருந்து, ஒத்ததன்மை அடிப்படையில் பல புதிய சொற்கள் உருவாக்கப் பட்டன. வேறு பல புதிய சொற்கள் ஆரியர்-அல்லாதவரின் பேச்சு வடிவங்களில் இருந்து ஏற்றுக்கொள்ளப்பட்டன. வேத புத்தகங்களில் இடம் பெறாத பல ஆரிய சொற்கள், பொது மக்களின் பயன்பாட்டில் தொடர்ந்து இருந்தன. இதற்கிடையில், புரோகிதர்களின் பள்ளிகளில், குறிப்பாக அங்கு மட்டுமே, (பெரும்பான்மையாக நாம் சம்ஸ்கிருதம் என்று அழைக்கும்) வேத மொழி சார்ந்த அறிவு பராமரிக்கப்பட்டது.

ஆனால், இந்தப் பள்ளிகளில் சம்ஸ்கிருதம் முன்னேற்றம் அடைந்தது என சிலர் சொல்கின்றனர்; சிலரோ வேத காலத்தின் தரத்திலிருந்து அது சீரழிந்துவிட்டது என்கின்றனர். பள்ளிகளில் நடைமுறைப் பயன்பாட்டிலிருந்த சம்ஸ்கிருதம் வேத காலப் பேச்சுவழக்குக்கு – அதாவது பௌத்தத்துக்குப் பிந்தைய கவிதைகள் மற்றும் நாடகங்களில் புழங்கிய செவ்வியல் சம்ஸ்கிருதம் என்று அழைக்கப்பட்ட ஒன்றிலிருந்து மிகவும் தள்ளி இருந்தது.

சமயத்திலும் இதுவேதான் நடந்தது. புரோகிதர்களின் பள்ளிகளுக்கு வெளியில் காணப்பட்டதாக ரிக் வேதத்தில் பதிவாகியிருக்கும்

ஆர்வமூட்டும் சுவாரஸ்யமான நம்பிக்கைகள் நடைமுறையில் குறைவான தாக்கத்தையே கொண்டிருந்தன. நாம் அறிந்ததுபோல், வேதத்தில் காணப்படும் மந்திர தந்திரங்களும் மாயாஜாலங்களும் இறையியலும் உண்மையில் பரவலான மக்களின் நம்பிக்கையாக இருக்கவில்லை. அதனுடைய இறையியல் கருதுகோள்களும் நடைமுறை மாந்திரிக வேலைகளும் (சடங்குகளின் போது பிரயோகிக்கப்படுபவை), ஏற்கெனவே அவர்கள் முன்வைக்கும் எளிமையான நம்பிக்கைக்கு புறம்பாக, மிகவும் முன்னேற்றம் அடைந்திருந்த ஒரு காலகட்டத்தைக் காட்டுகின்றன.

பழைய சமூக அமைப்புகளில் பொதுவாகப் பார்க்க முடிந்த கடவுளர்களான – அச்சுறுத்தும் பூமாதா, வன தேவதைகள், நாகங்கள், நாய்-நட்சத்திரமான சிரியஸ், ஏன் சந்திரனும் சூரியனும், புதிய சிந்தனைகளால் (புதிய கடவுளர்களால்) அக்னி, உற்சாக பானம் (சோம பானம்), இடி, மழைக் கடவுள் (இந்திரன், வருணன்) ஆகியோரால் ஓரங்கட்டப்பட்டனர். அதுமட்டுமின்றி, யாகப்பலி சடங்குகளின் புதிரான, மந்திர உச்சாடனங்கள், சிக்கல்கள் நிறைந்த அவற்றின் செயல்முறைகள், ஆகும் செலவுகள் அவற்றில் இருந்து பெரும்பாலும் பாமர மக்கள் விலகியிருந்தனர்.

வேதயிசம் (வைதீகம்) பற்றிய இந்தக் கருத்துகள், பொதுவானவை என்று சொல்ல முடியாத, ஆனால், மிகவும் பரவலாக நிலவிய கருத்துகளுடன் முரண்படுகின்றன. ரிக் வேதத்தில் பதிவு செய்யப்பட்டிருக்கும் நம்பிக்கைகள் ஆதிகாலத்தவை என்று பேராசிரியர் மாக்ஸ் முல்லர் இறுதி வரை வலியுறுத்தினார். அந்த நம்பிக்கைகள் நமக்கு மிகவும் வினோதமானவையாக அபத்தமானவையாகத் தோன்றுகின்றன. உண்மையில் அவை அப்படித்தான் உள்ளன. ஒரு மேம்பட்ட சிந்தனை நிலையை வெளிப்படுத்துவதாக அவை இருக்கின்றன என்ற கருத்தை ஏற்பது கடினம். இந்தியாவில், சீர்திருத்தம் நோக்கிய வழியில் ஒரு பெரும் தடையாக இன்று புரோகித மரபு இருப்பதைப் பார்க்கமுடிகிறது. இப்படியான நிலையில் கடந்த காலத்தில் ஒரு வர்க்கமாக, பிராமணர்கள் எப்போதாவது, புதிய கருத்துகளை முன்னெடுத்துச் சென்றிருப்பார்கள் என்று நம்புவது கடினம்.

ஆனால், உலகின் வேறு பகுதிகளில் நிலவிய சமய நம்பிக்கைகளில் ஏற்பட்ட பரிணாம வளர்ச்சியின் பொதுவான போக்கை ஒப்பிட்டுப் பார்க்கையில், ரிக் வேதத்தில் பதிவு செய்யப்பட்டிருக்கும் நம்பிக்கைகள் மிகப் பழமையானவை அல்ல என்பது

வெளிப்படுகிறது. வேறு எங்கும் காணப்படாத அந்த நம்பிக்கைகளின் இயல்பைக் கருத்தில் கொண்டால், அவற்றை உருவாக்கிய மனிதர்கள், இதற்கு முந்தைய கருத்துகளின் மீது செய்யப்பட்ட ஒருவித முன்னேற்றமாக அல்லது சீர்திருத்தம் என்பதாக இதைப் பார்த்திருக்கிறார்கள் என்று தோன்றுகிறது.

அதுமட்டுமின்றி, நாம் இப்போது பரிசீலிக்கிற இந்தக் கருத்தைப் பொறுத்தவரையில், நமக்குக் கிடைத்திருக்கும் ஆதாரங்களில், குறைந்தபட்சம் மூன்று வரிகள் ஒரு விஷயத்தை வெளிப்படுத்து கின்றன: அதாவது ரிக் வேதம் எழுதி முடிக்கப்பட்ட அந்த இறுதிநேரத்தில், இந்தியாவிலிருந்த ஆரியர்கள் மத்தியில் பொதுவாகப் பல நம்பிக்கைகள் நிலவின. ஆனால் அவை ரிக் வேதத்தில் குறிப்பிடப்படவில்லை. (மக்களிடையே பிரபலமாக இருந்த சில சமய கருத்துகள், வேதத்தில் போகிற போக்கில் மட்டுமே குறிப்பிடப்பட்டுள்ளன; புரோகித அமைப்பில் நிலவிய நம்பிக்கையின் ஒரு பகுதியாக ஏற்றுக்கொள்ளப்படவில்லை.

அந்த மூன்று வரிகளில் முதல் வரி, அதர்வண வேதத்தின் வரலாறு. பௌத்தம் தோன்றுவதற்கு நீண்ட காலத்துக்கு முன்பே மாந்திரிகப் பயன்பாட்டுக்குரிய மதிப்புமிக்க மந்திரங்களின் பழைய சேகரிப்புகள் நடைமுறையில் ஒன்றாகத் தொகுக்கப்பட்டிருந்தன. ஆனால், அதற்குச் சற்று முன்புதான், யாகப்பலி நடத்தும் புரோகிதர்கள் தங்களது பழமையான மற்ற மூன்று படைப்புகளைக் காட்டிலும் இந்த வேதம் தாழ்ந்தது, எனினும் அதுவும் ஒரு வேதம்தான் என்றனர்.

பௌத்த நியதி புத்தகங்களில் அதர்வணம் ஒரு வேதமாக ஏன் குறிப்பிடப்படவில்லை என்பதை இது விளக்குகிறது. மூன்று வேதங்களையும் அவற்றோடு தொடர்புடைய உலகைப் பற்றியும் மட்டுமே அவை குறிப்பிடுகின்றன. மாந்திரீகத்திலும் பில்லி சூனியத்திலும் பயன்படும் புரியாத உச்சரிப்புகள் தொடர்ந்து கேலி செய்யப்படுகின்றன. அத்துடன் இதற்கோ யாகத்துக்கான மந்திரச் சொற்களுக்கோ திறமை வேண்டும் என்பதை மறுக்கிறார்கள். ஆனால் இந்தப் புத்தகங்கள் எழுதப்பட்ட பிரதேசங்களில் வாழ்ந்த மக்களின் பார்வையில் அதர்வணத் தொகுப்பு இன்னும் வேதமாக மாறவில்லை.

ஆயினும், அதர்வண வேதத்தில் கூறப்படும் நம்பிக்கைகளும் நடைமுறைகளும், மற்ற மூன்று வேதங்களில் குறிப்பிடுவதைக் காட்டிலும் மிகவும் பழமையானவை என்று சொல்ல

முடியாவிட்டாலும், பழமையானவை என்பது மிகவும் உறுதி. அவை இந்திய ஆரியர்களால் பொதுவாக ஏற்றுக்கொள்ளப்பட்டுப் பின்பற்றப்பட்டவை. ரிக் வேதத்தில் பதிவாகியிருக்கிற விஷயங்கள் அதர்வண வேதத்தில் உள்ளவை போன்றே நமக்கு அபத்தமாகத் தோன்றலாம். ஆனால், ஒரு கருத்தை நாம் புறக்கணிக்க முடியாது. அதாவது கொஞ்சம் பழமையான தொகுப்பை உருவாக்கியவர்கள், தெரிந்தே, உணர்வுப்பூர்வமாக ஒரு தெரிவை செய்திருக்கிறார்கள். அப்போது வழக்கத்தில் இருந்த நம்பிக்கை குறித்த சில சொற்றொடர்களை வேண்டுமென்றே தவிர்த்திருக்கிறார்கள்; அவை அவர்களுக்கு ஈர்ப்பை அளிக்கவில்லை; அல்லது அவர்களது நோக்கத்துக்கு பொருத்தமாக இல்லை. அல்லது அவர்களது தெய்வங்களின் தகுதிக்கு ஏற்புடையதாக இல்லை. அவர்கள் ஒதுக்கியவை, அல்லது ஏறத்தாழ ஒதுக்கியவை அதிகமும் நாகரிகம் அடையாதவர்களின் மூடநம்பிக்கைகள், மந்திரச் சடங்குகள் என்பதைக் கருத்தில் கொள்ளும்போது, அவ்வாறு செய்ததில் அவற்றுக்கு உரிய மதிப்பை அளிக்காமல் இருப்பது எளிதான விஷயமல்ல.

இரண்டாவது விஷயமாக, மக்கள் கொண்டிருந்த சமய நம்பிக்கைகள் குறித்த பொதுவான பார்வையைச் சொல்லலாம்; இவை, இதிகாசங்கள் மூலமாக, குறிப்பாக மகாபாரதம் மூலமாக நமக்குக் கொடுக்கப்பட்டுள்ளது. வேத இலக்கியத்தின் பொதுவான பார்வையிலிருந்து, பல விஷயங்களில், இது முற்றிலும் வேறுபட்டது. மகாபாரதத்தில் பார்க்க முடிகிற கருத்தாக்கங்களில் கி.மு.ஏழாம் நூற்றாண்டைக் குறித்து அறிந்து கொள்வதற்கான சான்றாக எந்த ஒன்றை எடுத்துக்கொள்ள முடியும் என்பது நமக்கு இன்னும் சரியாகத் தெரியவில்லை. அந்தக் காவியம், நிச்சயமாகப் பிற்காலத்து புரோகிதர்களின் கைகளில் மாற்றங்களுக்கு உட்பட்டிருக்க வேண்டும்; ஒன்று, இரண்டு, ஏன் மூன்று முறைகூட மாற்றப்பட்டிருக்கலாம்.

புரோகிதர்கள் மாற்றங்களைச் செய்தனர் என்றாலும், அவர்களது சிந்தனைப் பள்ளிகளில் நடைமுறையில் இல்லாத சில கருத்துகள் மக்கள் மத்தியில் அதிகம் செல்வாக்கு பெற்றிருப்பதைக் கண்டறிந்ததால், இனியும் அவற்றைப் புறக்கணிக்க முடியாது என்று உணர்ந்தனர். இரண்டு முக்கிய நோக்கங்களுடன் அந்தக் காவியத்துக்கு மறுவடிவம் கொடுத்திருக்கவேண்டும்; முதலாவது, பிராமணர்களின் மேலாதிக்கத்தை வலியுறுத்திப் பேசுவது; ஏனெனில், அப்போது புரோகிதர்களுக்கு எதிரான பௌத்தர்கள்

மற்றும் பிறரின் கருத்துகள் மக்கள் மத்தியில் மிகவும் பிரபலமாக இருந்தன; அதனால், அவர்களது ஆதிக்கம் பெரும் ஆபத்தில் இருந்தது. இரண்டாவது, மக்களால் பெரிதும் மதிக்கப்பட்ட சில பிரபலமான வழிபாட்டு முறைகளையும் நம்பிக்கைகளையும் பிராமணர்கள் எப்போதும் பரிவுடன்தான் அணுகினர்; மேலும் அவற்றை முறைப்படி ஏற்றுக்கொண்டதாக காட்டிக்கொள்ளவும் முனைந்தனர்.

எப்படியிருந்தாலும், வேத இலக்கியத்தில் இல்லாத, காவியத்தில் பார்க்க முடிகிற இந்த வழிபாட்டு முறைகளும் நம்பிக்கைகளும் அனைத்து மக்களின் வாழ்க்கையிலும் அதிகார நிலைகளிலும் இருந்தன. நமக்கு கிடைத்திருக்கும் ஆதாரம், தனித்ததாக இருந்திருந்தால், நிச்சயம் அதிகம் மதிப்பற்றதாக, பலவீனமானதாக இருந்திருக்கும்; என்றாலும் வேத இலக்கியத்தில் சேர்க்கப்படாத நம்பிக்கைகளுக்கு சில ஆதாரங்கள், இங்கும் உள்ளன என்பதை ஒரு விளக்கம் என்ற அளவில் எடுத்துக்கொள்ளலாம். குறைந்தபட்சம், ஓரளவுக்காவது. அவை இந்தியாவில் ஆரியர்கள் மற்றும் ஆரியக் கலப்பு உள்ளவர்களின் மத்தியில் இன்னமும் வழக்கத்தில் உள்ளன; அதுமட்டுமின்றி அழுத்தமான தாக்கத்தையும் ஏற்படுத்துகின்றன.

'வரலாற்றின்' அந்த மூன்றாவது விஷயம், சமய நம்பிக்கைகள் பற்றிய குறிப்புகளை அடிப்படையாகக் கொண்டது; அவை பௌத்தர்களின் நம்பிக்கை சார்ந்தவை அல்ல. பௌத்த நியதி புத்தகத்தில் பதிவு செய்யப்பட்டிருக்கும் மக்களின் நம்பிக்கை சார்ந்தவை. ஆனால், இவை குறித்த விவரங்கள் இதுவரையிலும் சேகரிக்கப்படவில்லை என்பதுடன் ஆய்வுக்கும் உட்படுத்தப்படவில்லை. அவை பலவிதங்களில் சுவாரஸ்யமாகவும், சிலவற்றை குறிப்பாகத் தெரிவிப்பதாகவும் உள்ளன; ஆகவே, அவற்றில் மிக முக்கியமான சிலவற்றைச் சுருக்கமாக இங்குச் சுட்டிக்காட்டுவது பயனுள்ளதாக இருக்கும்.

இந்தப் பிரச்சனையில் தொடர்புடைய வழக்கமான பத்திகள் மூன்று; ஒன்று உரைநடையில் உள்ளது; மற்ற இரண்டும் செய்யுள் வடிவில் உள்ளன. இவை அனைத்தும் மிகப் பழமையான ஆவணங்களில் காணப்படுகின்றன. முதலாவது 'சீலங்கள்' என்ற தொகுப்பில் இருக்கிறது. அந்தப் பத்தி இவ்வாறு தொடங்குகிறது: 'சில சந்நியாசிகளும் பிராமணர்களும் தர்ம சிந்தனை கொண்டவர்கள் அளிக்கும் உணவை உண்டு வாழ்கிறார்கள்; அவர்கள் தந்திரக்காரர்கள், புனிதமான சொற்களைச் சொல்லி, ஊதியத்துக்காக தெய்வசக்தி பெற்றவர்கள் எனச் சொல்லிக் கொள்பவர்கள்;

துர்த்தேவதைகளை விரட்டும் சோம்பேறிகள்; ஆதாயத்தை மேலும் மேலும் சேகரிப்பதற்காக எப்போதும் ஏங்குபவர்கள். ஆனால், கௌதம சந்நியாசி, இத்தகைய ஏமாற்றுக்காரர்களிடமிருந்தும் ஆரவாரப் பேச்சாளர்களிடமிருந்தும் விலகி நிற்பவர்.'

அதன்பின் வரலாற்றாளர்களுக்கு மிகவும் மதிப்புமிக்க, நீண்ட விவரக் குறிப்புகள் அவற்றைத் தொடர்கின்றன; ஆறாம் நூற்றாண்டில் கங்கைச் சமவெளியில் வசித்த மக்களது நம்பிக்கைகளின் ஒரு பகுதியாக இருந்த அனைத்து வகையான ஆன்ம வாதம் சார்ந்த மந்திரச் சொற்கள் அவை; இல்லையென்றால் இத்தகைய 'தரக்குறைவான கலைகள்' பிராமணர்களுக்கும், அவற்றைப் பிரயோகித்த மற்றவர்களுக்கும் ஆதாயத்தின் ஆதாரமாக எப்படி இருந்திருக்க முடியும்? கைரேகை சாஸ்திரம், பல வகையான எதிர்கால கணிப்புகள், வானத்தின் நிகழ்வுகளிலிருந்து சகுனங்களும் குறிகளும் கணித்துச் சொல்லுதல், கனவுகளை விளக்கி வருவதுரைத்தல், எலிகள் கடித்த துணியில் காணப்படும் குறிகளைக் கொண்டு சகுனம் சொல்லுதல், அக்னிக்கு ஆகுதியளிக்கும் யாகங்கள் போன்றவை குறித்து நமக்கு இங்கே சொல்லப்படுகிறது.

இவற்றுடன் வேறு சிலவும் இணையாகச் சொல்லப்படுவது மிகவும் தனித்தன்மையானது, பல்வேறு வகையான பொருட்களை கடவுளர் களுக்கு அர்ப்பணித்தல், அதிர்ஷ்டம் மிக்க இடங்கள் இவை என்று நிர்ணயித்தல், வசீகர மந்திரங்களின் உச்சாடனம், பில்லி சூனியம் வைத்தல், பாம்புகளை வசீகரம் செய்தல் மற்றும் அந்தக் கலையை வேறு விலங்குகள், பறவைகள் மீது பிரயோகித்தல், ஆரூடம் பார்த்தல், குறி சொல்லுதல், மந்திரித்தல், தெய்வ வாக்கு கூறுதல், கூடவே வைத்திருக்கும் சிறுமி அல்லது கண்ணாடி மூலம் கடவுளிடம் ஆலோசித்தல், மாபெரும் இறைவனை வழிபடுதல், 'ஸ்ரீ'–யை எழுந்தருளச் செய்தல் (அதிர்ஷ்ட தெய்வம்), சங்கல்பத்தின் மூலமாக தெய்வங்களைக் கட்டுப்படுத்துதல், ஆண்மை அளிக்க அல்லது ஆண்மைக்குறைவை ஏற்படுத்த வசீகர மந்திரங்களை உச்சாடனம் செய்தல், வீடு அல்லது இடங்களை புனிதப்படுத்துதல் இவை போன்ற இன்னும் பல கூறப்படுகின்றன.

ஒரு விநோதமான பட்டியல் இது; குறிப்பாக வேதத்தில் பார்க்க முடிகிற பல்வேறு வகையான ஆன்மவாத அடிப்படையிலான மூடநம்பிக்கைகளையும், அவற்றுக்கு அப்போது பரந்த அளவில் மக்கள் மத்தியில் எவ்வளவு முக்கியத்துவம் இருந்தது என்பதையும் மிக அழகாக இது சுட்டிக்காட்டுகிறது. பதிவுகளின் ஆய்வின்போது, வேதத்தில் குறிப்பிடப்படாத, மிக ஆரம்ப காலகட்டத்தைச் சேர்ந்த

செல்வத்தையும் வெற்றியையும் கொடுக்கும் 'ஸ்ரீ' என்ற அதிர்ஷ்ட தெய்வம் பற்றிய குறிப்புகளை நாம் காணமுடியும். அவற்றில் ஒன்று 'ஸ்ரீமா தேவதை' என்ற எளிய எழுத்துக்களில் குறிக்கப்பட்டுள்ளது. அதுமட்டுமின்றி, 'எபேசியர்களின் டயானா'வைப் (Diana of the Ephesians) போலவே, இந்தத் தேவதையும் தனது உற்பத்தித்திறனின் உறுப்பை மார்பகத்தில் கொண்டிருக்கிறாள்.

மற்றொன்றில், அந்தப் பெண் கடவுள் அமர்ந்திருக்கிறது; இருபக்கங்களிலும் நிற்கும் இரு யானைகள் அதன் மீது நீரூற்றுகின்றன. அந்தப் பிரபலமான பெண் தெய்வம் குறித்த மிகவும் பொதுவான பதிவின் மிகப் பழமையான எடுத்துக்காட்டு இது. இந்தத் தெய்வத்தின் உருவத்தை மிகச் சரியாக இதே வடிவத்தில், இன்றும் வட இந்தியாவின் கடைத் தெருக்களில் வாங்க முடியும். சமீபத்தில் தென்னிந்தியாவில் கண்டெடுக்கப்பட்ட இந்தப் பிரபலமான தெய்வத்தின் புகைப்படத்தை இந்த நூலில் பயன்படுத்திக்கொள்ள திருமதி க்ரேவன் எனக்கு பரிவுடன் அனுமதி தந்தார்; அநேகமாக இது பதினோராம் நூற்றாண்டைச் சேர்ந்ததாக இருக்கலாம். வேத காலத்தைச் சேர்ந்திராத இந்தப் பெண் தெய்வ வழிபாடு, மிகப் பழமையான சிற்பங்களின் காலத்துக்கும் நமது காலத்துக்கும் இடையில் இருந்திருக் கிறது என்பதற்கு உறுதியான சான்று இது.

புத்தரின் காலத்தில் 'ஸ்ரீ' ஏற்கெனவே ஒரு பிரபலமான தெய்வம்.

ஸ்ரீமா தேவதை

புரோகிதர்கள் இந்தத் தெய்வத்தை ஏற்றுக்கொள்ள நிர்பந்திக்கப் பட்டனர், அவ்வாறு அவர்கள் செய்ததற்கு ஒரு பழங்கதையையும் அவர்கள் கண்டுபிடித்தனர். சந்திரன், சூரியன் மற்றும் அன்னை பூமி போன்ற அச்சம் தரும் தெய்வங்களுடன் அவளையும் இணைத்து குறிப்பிடத் தொடங்கின்றனர். வேதத்தில் குறிப்பிடப்படும் இந்திரன், அக்னி, சோமன் மற்றும் வருணன் போன்றவர்களும் ஒப்பீட்டளவில் மிகவும் பின்னணியில் வைக்கப்படுகின்றனர்; ஆனால், வேதங்களில் அவை அரிதாகவே குறிப்பிடப்படுகின்றன என்றாலும் இந்திய மக்களின் மனத்தை உண்மையில் அவை மிகப் பெருமளவில் ஆக்கிரமித்திருக்கின்றன. நவீன புராணங்களில் 'ஸ்ரீ' விஷ்ணுவின் மனைவியாகக் கருதப்படுகிறார்.

மற்ற இரண்டு பத்திகள், செய்யுள் வடிவத்தில் உள்ளன. மகா சமய சுத்தந்தா என்ற சுத்தந்தம் முழுமையும் இவைதாம். பாலி டெக்ஸ்ட் புக் சொசைட்டிக்காக எடிட் செய்யப்பட்டு தீக நிகாயாவில் பத்தி எண்.20 ஆக உள்ளது. எனது 'புத்தருடன் உரையாடல்கள்' என்ற நூலில் இது மொழிபெயர்க்கப்பட்டுள்ளது. மற்றது, அதனாத்ய சுத்தந்தாவில் பத்தி எண்.32 ஆக அதே தொகுப்பில் சேர்க்கப் பட்டுள்ளது. இந்த இரண்டு கவிதைகளில் முதலாவதில், எவரென்று, அறிய முடியாத ஆரம்பகால பௌத்தப் பாடலாசிரியர் ஒருவர் ஒன்றைப் பதிவு செய்கிறார்; மக்கள் வழிபடும் கடவுளர்கள் அனைவரும் கபிலவாஸ்துவில் இருந்த அந்தப் புதிய ஆசானையும், அவரது அமைப்பிலிருந்த மற்ற சந்நியாசிகளையும் நாடி வந்து மரியாதை செலுத்திய முறையை விவரிக்கிறார்.

இரண்டாவது கவிதையிலும் முன்னர் போல் அறியப்படாத மற்றொரு பாடலாசிரியர் ஒரு நிகழ்வை விவரிக்கிறார்; சில கடவுளர்கள் அவரைப் பார்க்க வருகிறார்கள்; புதிய கோட் பாட்டுடன் விரோதம் பாராட்டும் மற்ற தெய்வங்களின் இதயங்களை மாற்றும் வகையில் புதிய சொற்களைப் பயன்படுத்துமாறு கூறுகிறார்கள். அதை அத்தெய்வங்கள் கைவிட்டு, வணங்கு பவர்களை அமைதியாக இருக்க அனுமதிக்கும் படி செய்யுமாரு வேண்டுகிறார்கள். அவ்வாறு சாந்தப்படுத்த வேண்டியது தேவையான கடவுளர்களின் பெயர்களும் கூறப்படுகின்றன.

இந்த இரண்டு கவிதைகளும், பிராமணர்கள் பிரபலமான நம்பிக்கைகளை ஒன்றன் பின் ஒன்றாக ஏற்றுக்கொண்டதை சுட்டிக்காட்டுவதற்கு இணையானவை. அவர்களது கருத்துகளுக்கு எதிரான சமயத் தலைவர்களிடம் தாக்கம் ஏற்படுத்த கொண்டிருந்த நோக்கங்கள் ஒரே மாதிரியானவை என்பதை இது காட்டுகிறது.

இரண்டு நிகழ்வுகளிலும் முயற்சி ஒரே மாதிரியான விளைவைத் தந்திருக்கிறது. வெவ்வேறு கருத்துகளுடன் மக்கள் சமரசமாக இருக்கச் செய்வதே இதன் நோக்கம். இதன் உண்மையான தாக்கம் என்னவென்றால், மக்களின் கருத்துகள் இவ்வாறு பின்வாசல் வழியாக அனுமதிக்கப்பட்டன என்பதும், அவை அந்த வளாகம் முழுவதையும் நிரப்பின என்பதும்தான். மக்கள் ஏற்றுக் கொள்வார்கள் என்று நம்பிய கருத்துகள் பாலைவனத்தில் கொட்டியவையாக மாறின; இறுதியில் முற்றிலும் மறைந்து போயின. நமது வீட்டுக்கு அருகிலும் இதே போன்ற நிகழ்வுகளை நாம் நினைவுகூர முடியும்.

மக்கள் பலரும் உவகையுடன் பின்பற்றும், மதிக்கும் பல்வேறு நம்பிக்கைகள் அனைத்தையும் தங்கள் பட்டியலில் சேர்க்க நமது இரு கவிஞர்களும் இயல்பாகவே ஆர்வமாக உள்ளனர். ‘மகா சமயா’ என்ற பெரும் சங்கமம் எழுதிய கவிஞர் முதலில் இந்தப் பூமியின் தேவதைகளையும் அதன்பின்னர் பெரும் மலைகளின் தேவதைகளையும் விவரித்து எழுதுகிறார். அதன் பின்னர் கிழக்கு, தெற்கு, மேற்கு, வடக்கு நான்கு என்ற திசைகளின் காவலர்களான நான்கு பெரும் அரசர்களை விவரிக்கிறார். இரண்டாவது பாடலில் குறிப்பிடப்படும் நால்வரில் ஒருவரான வைஸரவன குபேரன் (Vessavana Kuvera) ஏனைய அனைவருக்கும் பிரதிநிதியாக, செய்தித் தொடர்பாளர்போல் இருக்கும் கடவுள்.

அதன் பிறகு வானுலகத்தின் இசைக் கலைஞர்களான கந்தர்வர்கள் பேசப்படுகிறார்கள். கர்ப்பகாலம் மற்றும் குழந்தை பிறப்பு ஆகியவற்றை மேற்பார்வை செய்பவர்களாகவும், பல வழிகளில் மனிதர்களுக்கு உதவியாகவும் இருப்பவர்கள் இவர்கள். அதற்கு அடுத்துப் பேசப்படுபவர்கள் நாகர்களும் நாக கன்னிகைகளும்; நாட்டுப்புறக் கதைகள், மூடநம்பிக்கைகள். பண்டைய காலங்களிலிருந்து இன்றுவரை இந்தியாவில் உலவும் நாட்டுப்புறப் பாடல்களில் இவர்களது வழிபாட்டு முறை முக்கிய அம்சமாகக் குறிப்பிடப்படுகிறது. அவற்றின் இயல்பான வடிவில், கடற்கன்னிகளும், கடற்கன்னிகள் போன்ற நாகப்பாம்புகளும் நீருக்கு அடியில் வசித்தன. மிகுந்த ஆடம்பரமாகவும், செல்வச் செழிப்புடனும் வசித்த அவற்றிடம் ஏராளமான ரத்தினங்கள் இருந்தன.

அத்துடன், வன தேவதைகள் என்ற பெயர் சில இடங்களில் மட்டுமே பயன்படுத்தப்படுகிறது என்பதை நாம் பார்க்க முடிகிறது. இணையாக இவையும் நல்ல செல்வத்துடனும் சக்தியுடனும்

இருந்தன. விரும்பும்போது, அடிக்கடி மனித உருவத்தை அவற்றால் எளிதில் பெறமுடியும். கோபத்தின்போது அவை பயங்கரத் தோற்றம் பெறும். இயல்பில் கனிவான மென்மையான தோற்றம் கொண்டவை. வேதத்திலோ பௌத்தத்துக்கு முந்தைய உபநிடதங்களிலோ இவை பற்றிய குறிப்புகள் ஏதுமில்லை; முற்றிலும் ஏற்கக்கூடிதாக இல்லை என்றாலும் விநோதமான வரங்களை/ திறமைகளைப் பெற்றிருந்த நிஜமான மனிதர்கள் குறித்த நம்பிக்கைகளால் உருவான கட்டுக்கதைகளாக இவை தோன்றுகின்றன.

மரங்களை வழிபடுதல், பாம்புகளை வழிபடுதல், நதிகளை வழிபடுதல் போன்ற முன்னர் இருந்ததாகக் கருதப்படும் கோட்பாடுகளிலிருந்து பெறப்பட்ட கருத்துகளுடன் இவை இணைந்து போகின்றன. ஆனால், அந்தச் சிந்தனை குறித்த வரலாறு இன்னமும் எழுதப்படாமலே இருக்கிறது. பழங்காலத்துச் புடைப்பு சிற்பங்களில் ஆண்களாகவோ பெண்களாகவோ இந்த நாக வடிவங்கள் காணப்படுகின்றன; அந்த உருவங்களின் தலைக்குப் பின்னால் நாகத்தின் தலை காணப்படுகிறது. அல்லது இடுப்புக்குக் கீழே பாம்பு உடலுடன் அவை காணப்படுகின்றன.

அடுத்ததாக கருளா அல்லது கருடன் பேசப்படுகிறது; மேற்கத்திய புராணங்களின் ஹார்பி மற்றும் கிரிஃபின் என்ற உயிரினங்களுக்கு இணையாக இந்திய இலக்கியங்களில் காணப்படுபவை; பாதி மனிதனாகவும், பாதி பறவையாகவும் உருவங்கள் கொண்டவை; இவை நாகங்களின் பரம்பரை எதிரிகள்; நாகங்களை இவை உணவாகக் கொள்கின்றன. ஒருவேளை இவையும் முதலில் நிஜமான பழங்குடி மனிதர்களாக இருந்திருக்கலாம்; கழுகு அல்லது பருந்தை அவர்களது கொடியின் சின்னமாக வைத்துக் கொண்டிருக்கலாம்.

அதன் பின்னர் ‘டைட்டன்கள்’ என்ற பேருருக் கொண்ட உருவங்கள் பற்றியும் அத்துடன் அறுபது வகைக் கடவுளர்கள் குறித்தும் பேசப்படுகிறது. இவர்களில் அறுவர் மட்டுமே வேத காலத்திலும் குறிப்பிடப்படுபவர்களாக இருக்கிறார்கள்; மற்ற பெயர்கள் புதிராகத்தான் இருக்கின்றன. எதிர்கால ஆய்வாளர்களின் முடிவுக்கு இவை காத்திருக்கின்றன.

முதலில் நாம் பார்ப்பது இரக்க குணமும் நல்ல பண்புகளும் கொண்ட கடவுளர்கள்; அடுத்து, ஆன்மாக்கள் அல்லது ஆவிகள்; இவை உருவம் பெற்று சந்திரன் மற்றும் சூரியனில், காற்று, மேகம்,

நாக ராஜன், அஜந்தா சிற்பம்

போதி மரம், பார்ஹூத் சிற்பம்

கோடை வெப்பம் ஆகியவற்றில் வசிப்பதாகக் கருதப்படுபவை, (சந்திரன்தான் எப்போதும் முதலில் குறிப்பிடப்படுகிறது). அதன்பின் ஒளியின் /வெளிச்சத்தின் தெய்வங்கள் வருகின்றனர். அதன் பின்னர் ஆர்வமூட்டும் கடவுளர்களின் பட்டியல் ஒன்று தரப்படுகிறது.

மனித மனத்தின் பல்வேறு பண்புகளை ஏற்றிச் சொல்லப்பட்ட வடிவங்கள் அவை; அப்புறம் இடி மற்றும் மழைக்கான தேவதைகள்; இறுதியாக ஆக உயர்நிலையான சொர்க்கத்தில்/ வானுலகத்தில் (இது மிக உயர்ந்த ஓர் ஊகத்தின் வெளிப்பாடு) வசிக்கும் மாபெரும் கடவுளர்களின் பட்டியல்: பிரம்மா, பரமத்தன் (பரமாத்மா அல்லது பரமேஸ்வரன்) மற்றும் சனம் குமாரா.

போதுமான அளவு அனைத்தையும் உள்ளடக்கியதாகப் பட்டியல் தோன்றுகிறது. ஆனால், ஏன் வன தேவதைகள் (மரங்கள் வழிபாடு) பற்றி குறிப்பிடவில்லை? திருமதி.பில்பாட் (Mrs.Philpot) எழுதிய The Sacred Tree என்ற மிகச் சிறந்த சிறிய புத்தகம் நாம் வழிகாட்டியாக எடுத்துக்கொள்ள வேண்டிய ஒன்று. உலகம் முழுவதும் நிலவும் மர-வழிபாடு பற்றிய மிக முக்கியமான தகவல்கள் சேகரிக்கப்பட்டு அந்த நூலில் வகைப்படுத்தப் பட்டுள்ளன. மர வழிபாடு குறித்து கற்பனையான பல விஷயங்கள் அதில் காணப்படுகின்றன; அதிகம் நாகரிகம் பெறாத ஆன்மக்

கோட்பாடுகளின் மிக எளிமையான விளைவுகள் தொடங்கி மேம்பட்ட தத்துவங்கள் வரையிலும் பேசப்படுகின்றன; நடைமுறையில் மக்களிடம் பரவலாகக் காணப்படும், இந்தியாவிலும் நம்மால் தடம் காண முடிகிற அனைத்து வகை நம்பிக்கைகளையும் அதில் பார்க்க முடிகிறது.

இப்போது, என் நினைவிலிருந்து ஒன்றைக் கூற முடியும்; இந்தக் கற்பனைகள் எதுவும் (அடுத்துப் பார்க்க முடிகிற சுவாரஸ்யமான விதிவிலக்கு ஒன்றும் அதில் உண்டு) பௌத்தக் கோட்பாடுகளை விளக்கும் முக்கியமான தொடக்கக்காலப் புத்தகங்களான நான்கு நிகாயாக்களில், குறிப்பாக சுத்த நிபாதாவில் குறிப்பிடப்படவில்லை. ஆனால், சற்று பழமையான மற்றும் பிற்கால ஆவணங்களில் இந்த நம்பிக்கைகளில் பலவற்றைக் காணமுடியும். முடிவு வெளிப்படையானது.

பௌத்தத்துக்கு முந்தைய இலக்கியங்களில் குறிப்பிடப்படும் மர வழிபாடு பற்றிய நம்பிக்கைகள், பௌத்தம் எழுச்சியுற்றபோது, மக்கள் பின்பற்றிய சமயத்தின் ஒரு பகுதியாக இருந்தது. ஆரம்பக்கால பௌத்தர்கள் அவற்றை நிராகரித்துவிட்டனர். ஆனால், புதிய போதனைகள் செல்வாக்கு செலுத்த முடியாத ,அந்த மக்கள் பின்பற்றிய சமயத்தின் ஒரு பகுதியாக அவை தொடர்ந்து இருந்தன. அவர்களில் ஓரிருவர் பௌத்தத்தின் பிற்காலப் பள்ளிகளில் ஏதோவொன்றில் தங்களுக்கான பாதையைக் கண்டறிந்தனர்.

ஏற்கெனவே மரங்களை தெய்வமாகக் குறிப்பிடும் பல பகுதிகள் வேதங்களில் காணப்படுகின்றன. இவை இந்தியாவில் ஆரம்பக் காலத்து ஆரியர்களின் மனநிலையைத் தெளிவாக வெளிப்படுத்துகின்றன. ஏனென்றால், நிச்சயமாக, மரங்கள் என்பதற்காக அவை வணங்கப்படவில்லை; மாறாக, அந்த மரங்களுக்குள் வாழ்வதாகக் கருதப்படும், மரங்களைச் சுற்றிவரும் ஆன்மாக்கள் அல்லது ஆவிகள் கடவுளாகக் கருதப்பட்டு வணங்கப்பட்டன.

இந்தக் கருத்து பௌத்தத்தின் எழுச்சி வரையிலும் நீடித்தது என்பது உபநிடதங்களில் சுட்டிக்காட்டப்படுகிறது. ஆன்மா மரத்தை விட்டு வெளியேறினால், மரம் வாடிவிடும்; ஆனால், அந்த ஆன்மா இறந்து போகாது. இந்த ஆன்மாக்கள் மனித உடல்களில் வசித்திருக்கக் கூடும்; மீண்டும் அந்த உடலில் அவை வசிக்கக்கூடும். புத்த மதத்தின் எழுச்சிக்குப் பின், நீண்ட காலத்துக்கு பின்னர் இந்த நம்பிக்கையுடன் தொடர்புடைய பல கருத்துகள் அடிக்கடிக் குறிப்பிடப்படுகின்றன.

மரத்தில் வசிக்கும் இந்த ஆவிகளுக்குப் படையல்கள் காணிக்கைகள் அளிக்கப்பட்டன. ஏன், சில நேரங்களில் நரபலியும் கொடுக்கப் பட்டது. அவை வரம் அருள்பவையாகக் கருதப்பட்டன; குழந்தைகளும் செல்வமும் தருபவை என்று எதிர்பார்க்கப்பட்டன. ஆவிகள் வசிக்கும் மரங்களைக் காயப்படுத்துபவர்களை அவை காயப்படுத்தும் என்று கருதப்பட்டது. மரக்கிளைகளில் மாலைகள் தொங்கவிடப்பட்டால் அவை மகிழ்ச்சியடைந்தன.

மரத்தைச் சுற்றி விளக்குகள் ஏற்றி, 'பாலி' காணிக்கை (சமைத்த உணவு படைத்தல்) மரத்தின் அடிப்பகுதியில் வைக்கப்படுகிறது. புரோகிதர்கள், புனித விதிகளையும் வழக்கங்களையும் கூறும் அவர்களது புத்தகங்களில் மரத்தின் வசிக்கும் தேவதைகளுக்கு இவ்வாறு பாலி காணிக்கை அளிக்கப்படுவதைக் கூறி இதனுடன் சேர்ந்து கொள்கிறார்கள்.

மேற்கூறியவை அனைத்தும் சுத்தமான மற்றும் எளிமையான மர வழிபாடு அல்லது இன்னும் சரியாகச் சொல்லப்போனால் வன தேவதை வழிபாடு எனலாம். சொர்க்கத்தில் அதன் வேர்களைக் கொண்ட ஒரு மரம், உலகத்தின் ஆன்மாவாக பேசுகிறது எனக் கொள்ளும்போது அது ஒரு கவிதையாகிறது; ஒருவேளை உலகத்தின் வளர்ச்சி என்னும் புதிரை அடிப்படையாகக் கொண்ட ஓர் உருவகமாக அது இருக்கலாம்; எனினும் அது ஓர் உருவகம் மட்டுமே. ஒருவருக்கு அவருக்குத் தேவையான அனைத்தையும், விரும்புவதையும் அளிக்கும் கற்பக விருட்ச மரம் என்ற சிந்தனை நாம் ஆய்வு செய்யும் காலகட்டத்துக்குச் சில நூற்றாண்டுகளுக்கு முன்பாக இருந்திருக்கலாம்; ஆனால், நாம் இன்னமும் அதைத் தடம் காண முடியவில்லை.

பழைய நினைவுச்சின்னங்களில் மர வழிபாடு சார்ந்த விஷயங்கள் காணப்படுகின்றன என்ற ஃபெர்குசனின் விளக்கத்தை முழுமையாக மறுபரிசீலனை செய்யவேண்டும். இந்திய இலக்கியம் பற்றி போதிய அறிவு இல்லாமலேயே இந்தியக் கலைஞர்களின் படைப்புகளை அவர் விளக்க முயல்கிறார். மேதைமை நிறைந்தவராயினும் சாத்தியமற்றதை அவர் முயற்சி செய்கிறார். ஆனால், அந்த அவரது தவறு மிகவும் இயல்பானது. கிடைத்திருக்கும் புடைப்பு சிற்பங்களில் நமது முதல் பார்வையில் மனிதனும் விலங்குகளும் மரம் ஒன்றை. அதில் வசிக்கும் ஆன்மாவை (தேவதையை) வணங்குவதைக் காட்சிப்படுத்துகின்றன என்பது மிகவும் உறுதி. ஆனால், அந்தச் சிற்பத்தை நாம் ஆழ்ந்து பார்க்கையில், சிற்பத்தில் காணப்படும் மரத்தில் 'மிகவும் உயர்ந்தவரான காசப்பனின் போதி

மரம்; ஞானம் தந்த மரம்' என்ற சொற்கள் எழுதப்பட்டிருப்பதைக் காண்கிறோம்.

புத்தர்கள் அனைவரும் ஒரு மரத்தினடியில் ஞானம் பெற்றார்கள் எனக் கருதப்படுகிறது. ஒவ்வொருவருக்கும் குறிப்பிட்ட விவரிப்பைப் பொறுத்து மரம் வேறுபடுகிறது. எடுத்துக்காட்டாக, நமது புத்தரைப் பொறுத்தவரையில், அவர் 'ஞானம் பெற்ற மரம்', அஸ்ஸத்தா அல்லது அரச மரம் என்று அழைக்கப்படுகிறது. கௌதம புத்தர் ஞானம் பெற்றதைக் குறிப்பிடும் அனைத்துப் பழமையான விவரிப்புகளிலும், அந்த நேரத்தில் அவர் எந்த மரத்தின் கீழ் அமர்ந்திருந்தார் என்பது பற்றிய குறிப்பு எதுவும் இல்லை. எனினும் ஏற்கனவே சுத்தந்தா ஒன்றில் இந்த நிகழ்வு அரச மரம் ஒன்றின் கீழ் நடந்ததாகப் போகிறபோக்கில் குறிப்பிடப்படுகிறது. அத்துடன் பிற்காலத்துப் பௌத்த புத்தகங்களிலும் இந்த நிகழ்வு அடிக்கடி குறிப்பிடப்படுகிறது. ஆனால் பழைய புத்தகங்களில் புத்தர் ஒருபோதும் நேரடியாகக் குறிப்பிடப்படவில்லை; எப்போதும் ஓர் அடையாளத்தின் மூலமாகவே சுட்டப்படுகிறார்.

இங்கே நாம் மரத்துக்கு மரியாதை செலுத்துவது குறித்து, விவாதிக்கிறோம்; ஆனால், அது அந்த மரத்துக்காக அல்ல; அதில் வசிப்பதாகக் கருதப்படும் ஆன்மா அல்லது ஆவியை வழிபடுவதற்காகவும் அல்ல; ஆனால், உபதேசம் செய்த அந்தக் குருவின் அடையாளமாக, அல்லது அதைப் போன்ற ஒரு மரத்தின் அடியில்தான் வணக்கத்துக்குரிய அந்தப் பழமையான குரு புத்தராக மாறினார் என்று அவரைப் பின்பற்றுபவர்கள் நம்புவதால் செய்யப்படுகிறது. எந்தவகையிலும் மர வழிபாடு குறித்துப் பேசுவதும் விவரிப்பதும் சிரமம் தரும் பணிதான்; ஒருவிதமான தவறான சித்தரிப்பு அல்லது ஓரளவுக்குத் தவறான புரிதல் எனவும் கூறலாம்.

இந்தப் படைப்புகள் எழுதப்பட்டபோது, இவ்வுலகிலிருந்து மறைந்து போய்விட்ட பிரியத்துக்குரிய அவர்களது குருவின் நினைவாக அரச மரம் புனிதமானதாகக் கருதப்பட்டது; அத்துடன் 'ஞானத்தின் மரம்' என்ற அடைமொழியையும் பெற்றது. ஆனால், அந்த ஞானம் என்பது குருவின் ஞானமே; அந்த மரத்தின் அல்லது மரத்தில் 'வசிக்கும்' கடவுளின் ஞானம் அல்ல; அந்த மரத்தின் பழங்களை உண்பதாலும் அதைப் பெற முடியாது.

இந்தக் கருத்துகள் நிச்சயமாக பௌத்தத்துக்குப் பிந்தையவை. கௌதமர் தனது வாழ்க்கையின் மிக நெருக்கடியான காலகட்டத்தில்

ஓர் அரச மரத்தடியில் அமர்ந்திருந்தார் என்ற மரபு வழியிலான விவரிப்பின் காரணமாக இவ்வாறான கருத்துகள் முற்றிலும் இயல்பாகத் தோன்றியிருக்கலாம். அத்துடன் மிக விரைவில், அந்த மரபும், மிகவும் சரியானதெனக் கருதப்பட்டதற்கும் சாத்திய மிருக்கிறது. நான்கு சுவர்களுக்கு மத்தியில் அமர்ந்து சிந்திப்பதைக் காட்டிலும், அழகிய இயற்கைச் சூழலில், திறந்த வெளியில் அமர்ந்து சிந்தனை செய்வது அடிக்கடி நிகழக்கூடியதுதான் என்பது நமக்குத் தெரியும். இயற்கையின் அழகான விஷயங்களைப் போற்றுவது, பல ஆரம்பக்கால பௌத்தக் கவிதைகளில் மிகவும் தெளிவாகக் காணப்படுகின்றன; ஆனால், இது ஓர் இந்தியப் பண்புதான்; பௌத்தப் பண்பு அல்ல.

அறநெறி தொடர்பான அல்லது தத்துவம் குறித்த ஓர் அழுத்தமான கருத்தை ஒட்டி நடந்த முனைப்பான உரையாடலின் முடிவில், புத்தர் அதை முடிக்க விரும்புகிறார்; ‘இதோ நம்மைச் சுற்றிலும் மரங்கள் உள்ளன; இந்த விஷயத்தைச் சிந்தித்துப் பாருங்கள்!’ என்று வேண்டுகோள் வைக்கிறார். உணர்வுபூர்வமான இந்த நிகழ்வின் செய்தி பௌத்தத்தில் மட்டுமல்ல; பரவலாக இந்தியர்களிடம் காணப்படுவது. ஆகவே, புத்தர் தனது வாழ்க்கையில் உருவாக்கிய புதிய கோட்பாட்டின் முக்கிய அம்சங்களை ஓர் அரச மரத்தின் கீழ் இருந்துதான் பெற்றுக்கொண்டார் என்று கருதுவது எவ்வகையிலும் சாத்தியமற்றது. அப்படித்தான் எனில், அவர் நிர்வாணம் அடைந்த அந்தத் தருணம் புத்தருடைய வாழ்க்கையில் மட்டுமல்ல; உலக வரலாற்றிலும் ஒரு திருப்புமுனையான விஷயம். அத்துடன் இந்த மிக எளிமையான மற்றும் இயல்பான உண்மையை அவருடைய சீடர்களும் நினைத்துப் பார்த்திருக்க முடியும் என்பதும் சிந்திக்க முடிந்ததுதான்.

மற்றொரு கருதுகோளுக்கும் இங்குச் சாத்தியமிருக்கிறது; புத்தரின் சீடர்கள், அனைத்து நல்லெண்ணத்துடனும் குறிப்பிட்ட இந்த மரத்துடன் அவர்களது குருவை இணைத்துப் பேசியதற்குக் காரணம், அந்த மரம் ஏற்கனவே, அவரது காலத்துக்கு முன்பே, மற்ற எல்லா மரங்களைக்காட்டிலும் குறிப்பிட்டுச் சொல்லும்படியாக புனிதமானதாகக் கருதப்பட்டிருக்கலாம். ஆகவே இந்த உணர்வின் விளைவாக அந்த மரபு உருவாகியிருக்கலாம்.

மிகத் தொடக்கக்கால வேத பாடல்களின் காலத்திலேயே இந்த மரத்துக்கு நிச்சயம் உயர்ந்த மதிப்பு இருந்தது. சோமன் வழிபாட்டுக்கு இந்த மரத்திலிருந்துதான் பாத்திரங்கள் செய்யப்

பட்டன. அதுமட்டுமின்றி, அன்றைய மருத்துவர்களின் தாந்திரிகக் கலையில் பயன்படுத்தப்பட்ட மருத்துவ மூலிகைகளை இந்த மரத்தில் செய்யப்பட்ட சிறு பெட்டிகளில் வைத்துக்கொண்டனர். தீக்கடை கோலின், கோல் (அது தீயை உண்டாக்குவது புதிராகவே கருதப்பட்டது) அரச மரத்துண்டால் செய்யப்பட்டது.

ஒரு பத்தியில், விண்ணுலகத்தில் ஆசீர்வதிக்கப்பட்ட ஆன்மாக்கள் ஒரு மரத்திடம் அடைக்கலமாகி இருப்பதாகப் பதிவாகியுள்ளது. அந்த மரம், இந்த அரச மரத்துடன் ஒப்பிடப்படுகிறது. நாம் பேசும் மரபின் உருவாக்கத்துக்கு இது போதுமான காரணமாக இருக்குமா என்பது சந்தேகமே. ஆனால், ஒருவேளை அவ்வாறு உருவாகியிருப்பின், பொதுமக்கள் கற்பனையுடன் இத்தகைய விஷயங்களும் சேர்ந்திருக்க கூடும்.

எப்படி இருப்பினும், கூறப்படும் நாட்டுப்புறக் கதைகள், அவை மேற்கோள் காட்டும் அரச மரத்துக்குத் தெய்விகச் சக்தியை ஒருபோதும் ஏற்றிக் கூறவில்லை. அவை எப்போதும் வேறொரு மரத்தைக் குறிப்பிடுவதாகவேத் தோன்றுகிறது. அத்துடன் இது சாதாரணமான, தற்செயலான ஒன்றே என்று மிகவும் உறுதியாகக் கூற நம்மிடம் ஆதாரம் ஏதுமில்லை. மர-தெய்வங்கள் நாகர்கள் என்றே அழைக்கப்பட்டன; அவை விரும்பினால், நாம் முன்னர் குறிப்பிட்ட நாகங்களைப்போல மனித உருவத்தைப் பெறமுடியும்.

கதை ஒன்றில், வணிகர்களைச் சாம்பலாக்கிய ஆலமரத்தில் வசித்த ஆவியை நாகராஜா என்று அழைக்கின்றனர். மரத்திலிருந்து அது அனுப்பிய வீரர்கள், நாகங்களே; அத்துடன், அந்த மரம் 'நாகங்களின் வசிப்பிடம்' என்றே கூறப்பட்டது. மகா சமயத்தை எழுதிய கவிஞர், புத்தருக்கு மரியாதை செலுத்துவதற்கு வந்ததாகக் கூறும் தெய்வங்களின் பட்டியலில், இந்த மரத் தெய்வங்களை விசேஷ மாகவும் தனியாகவும் ஏன் குறிப்பிடவில்லை என்பதை இது விளக்கக்கூடும். எப்படி இருப்பினும், மரங்களில் வசிப்பதாகக் கருதப்படும் சக்திவாய்ந்த ஆன்மாக்களை வழிபடும் மர வழிபாடு, வேதங்களில் அரிதாகவே குறிப்பிடப்படுகிறது; பௌத்தம் எழுச்சி பெற்ற காலத்தில் வட இந்திய மக்கள் பின்பற்றிய சமயத்தின் முக்கிய பகுதியாக இருந்த நம்பிக்கைகளின் பட்டியலில் இதையும் சேர்க்கலாம்.

இந்த இரண்டு பட்டியல்கள் எதிலும் வேதத்தின் பெரிய கடவுளான இந்திரன் குறிப்பிடப்படவில்லை. இடியையும் மின்னலையும் ஆயுதமாகத் தாங்கி நிற்கும் இந்திரனின் இடத்தை சக்கா (ஸக்ர)

எடுத்துக்கொண்டார். பெருமளவுக்கு இல்லையென்றாலும் பலவிதத்திலும் முற்றிலும் மாறுபட்ட உருவாக்கமாக அவர் இருக்கிறார். இந்தக் கடவுளர்கள் எந்த அளவுக்கு நிஜம் என்பதையும் சிந்திக்க மறந்துவிடக்கூடாது. அவர்கள் மெய்யான இருப்பைக் கொண்டவர்கள் இல்லை. ஆனால், அவர்கள் மனிதர்களின் மனத்தில் இருக்கும் எண்ணங்களைப்போல் போதுமான அளவு நிஜமானவர்கள். எந்தத் தருணத்திலும் ஒரு தேசத்தின்/ சாதாரண மக்களின் தெய்வங்கள் நித்தியமானவைதான், மாறாதவைதான்.

உண்மையில் அவை, தொடர்ந்து மிகச் சிறிய அளவில் மாறிக்கொண்டே இருக்கின்றன. எந்த இரண்டு மனிதர்களும் ஒரே கடவுளை நினைப்பதில்லை; அதே நாளில், ஒரே சுற்றுப்புறச் சூழலில் இருந்தாலும், அவர்கள் மனதுக்குள் அந்தக் கடவுள் ஒரே மாதிரியான உருவத்தைப் பெறுவதில்லை. வேறு கடவுளர்கள் குறித்து அவர்கள் கொண்டிருக்கும் கருத்துருக்களுடன் ஒப்பிடுகையில் (அதாவது, அவர்களது வேறு சிந்தனைகளுடன் ஒப்பிடுகையில்) இந்தக் கடவுளுக்கான விகிதாசார முக்கியத்துவம் அதே அளவில் இருப்பதில்லை.

ஒரு மனிதனின் உடலமைப்பைப் பார்க்க முடிவதைப் போல், எந்தத் தருணத்திலும் எந்த ஒரு மாற்றத்தையும் பார்க்க முடியாது; எனினும், இரண்டு அடுத்தடுத்த தருணங்களில், அந்த உருவம் ஒருபோதும் உண்மையில் ஒரே மாதிரியாக இருக்காது; அத்துடன் அந்த நிரந்தரமான, நுட்பமான மாற்றங்களின் விளைவு, ஒரு காலகட்டத்துக்குப் பின்னரே தெளிவாகிறது. எனவே, ஒரு கடவுளின் பெயரில் ஒன்று திரட்டப்படும் சிந்தனை, படிப்படியான, நுட்பமான மாற்றங்களின் இயல்பான திரட்சியால் மாற்றம் பெறுகிறது. இந்த மாற்றம், ஒரு காலகட்டத்துக்குப் பிறகே (அது பல தலைமுறைகளாக, அல்லது, பல நூற்றாண்டுகளாக இருக்கலாம்) மிகவும் தெளிவாகிறது; ஒரு புதிய பெயர் அதற்கு உண்டாகிறது; படிப்படியாக, மிகவும் படிப்படியாக, அது பழையதை வெளியேற்றுகிறது. அதன்பின், அந்தப் பழைய கடவுள் இறந்து போகிறார். பௌத்தக் கவிஞர்கள் கூறியதுபோல், ‘அவர் அணிந்திருந்த மாலையின் மலர்கள் வாடிவிட்டன; அவரது கம்பீரமான ஆடைகள் பழையதாகி, மங்கிவிட்டன; சமூகத்தின் உயர்ந்த இடத்திலிருந்த அவர் வீழ்ச்சியடைந்தார்; புதிய பிறவி எடுத்து மீண்டும் பிறந்தார்’. அவர் மீண்டும் வாழ்கிறார்; அவரது முந்தைய வாழ்க்கைக்குப் பிறகான வெளிப்பாடாக, புதிய

கடவுளாக, புதிய பெயரில், மனிதர்களின் இதயங்களில் ஆட்சி செய்கிறார் என்று நாம் சொல்லமுடியும்.

இவ்வாறாக ஜூபிட்டர் க்ரோனஸை வெளியேற்றினார்; அத்துடன் இந்திரன் வேதப் பாடல்களிலேயே திரிதாவை ஏறக்குறைய வெளியேற்றிவிட்டார்; இந்திரனும் மற்றவர்களும் ஏறத்தாழ வருணனை வெளியேற்றிவிட்டனர். இப்படியாக நாம் பரிசீலித்துக் கொண்டிருக்கும் அந்தக் காலகட்டத்தில், சக்கா, இந்திரனை ஏறத்தாழ வெளியேற்றிவிட்டார். பிற்காலத்தில் இந்திரனை மீண்டும் அரியணையில் அமர்த்த காவிய கர்த்தாக்கள் தங்களால் இயன்றதைச் செய்தனர். எனினும் அவர்களால் அதில் வெற்றி பெற முடியவில்லை. ஏனெனில் அவரது பெயரும் புகழும் சிறிது சிறிதாக தேய்ந்து போனது. அடிவானத்தில், மங்கிப்போய் மறைந்து போவது போலவே, அவரது தகுதிக்கும் ஆற்றலுக்கும் வாரிசாக அமையக்கூடிய ஒருவரது வடிவத்தைப்போல் தன்னை மாற்றிக் கொள்ளும் அவரை இந்தப் பதிவுகளில் நாம் பார்க்க முடிகிறது.

மற்ற வேதக் கடவுளர்களின் விஷயத்திலும் இதேபோல் தான் நடந்தது. ஆனால், ஒவ்வொரு நேர்விலும் வெவ்வேறு அளவுகளில் நடந்தது. ஒவ்வொரு நேர்வையும் விரிவாகப் பார்ப்பது மிகவும் கடினமான பணி. எதிர்காலத்தின் கடவுளான அஞ்சத்தக்க உருவம் கொண்ட சிவனின் வீரியமும் இளமையும் தாங்கிய வடிவமான ஈசன் ஏற்கனவே சோமன் மற்றும் வருணனுக்கு இணையாக இருக்கிறார். அதுமட்டுமின்றி பிரஜாபதியும் பிரம்மாவும் விரைவில் அனைத்து கடவுளர்களின் மீது ஆதிக்கம் செலுத்துவதில் சக்காவுடன் இணையானவர்களாகக் கருதப்படுவார்கள். அதுபோல் மாந்திரீகம், வருவது உரைத்தல் போன்றவற்றுக்கு இணையாக அக்னி வழிபாடும் கீழிறக்கிச் சொல்லப்படுகிறது. விரைவில் மக்கள் சொல்லும் நாட்டுப்புறக் கதைகளில் இகழ்ந்து பேசி சிரிக்கக்கூடிய விஷயமாக அது மாறிப்போனது. காற்று கடவுளான வாயு ஒருபோதும் முக்கியமானவர் அல்ல. பட்டியலில் சாதாரணமாகவே குறிப்பிடப்படுகிறார். அந்தக் காலகட்டத்து புத்தகங்களில் எந்த இடத்திலும் அவர் குறிப்பிடப்படவில்லை. விரைவில் அவரும் கதைசொல்லிகள் சிரித்து மகிழக்கூடியவராக மாறுகிறார். வருணன் இன்னமும் சக்தி வாய்ந்தவராக உயர்ந்த இடத்தில் வைக்கப்பட்டுள்ளார். மிக உயர்ந்த தரவரிசையில் இருக்கிறார். ஆனால் அவர் விரைவில் மர-கடவுளாக, நாக அரசனாக, கடவுளால் ஆட்கொள்ளப்பட்ட தேவ வாக்கு அருளும் பெண்களின் அதிபதியாக மாறினார்; இப்பெண்கள், மேலை உலகின் பிதியாஸ்

(Pythias) போல் நயமான செய்திகளை அசிரீரியாகச் சொல்பவர்கள். நமது காவியத்தில் விஷ்ணு, வேணு என்ற பெயரில் குறிப்பிடப் படுகிறார். எனினும், அவர் அரிதாகவே வெளியில் தோன்றுகிறார். சுத்தந்தங்களில் இன்னமும் மழைக் கடவுள் பார்ஜன்யா தான். இரண்டு காவியங்களிலும் அவர் குறிப்பிடப்படுகிறார்; அத்துடன் நாட்டுப்புறக் கதைகளிலும் இதே பண்பு உள்ளவராகவே சித்திரிக்கப்படுகிறார்.

இந்த இலக்கியத்தில் வேறு எந்த வேதக் கடவுளர்களும் குறிப்பிடப்படுவதாக எனக்குத் தெரியவில்லை. தியாஸ், மித்ரன், சாவித்திரி, பூஷன், ஆதித்யர்கள், அஸ்வினிகள் மற்றும் மருத், அதிதி மற்றும் திதி, ஊர்வசி என்று மேலும் பலரும் எங்கு போனார்கள் எனத் தெரியவில்லை. வேதம் சார்ந்த பள்ளிகளின் வரம்புக்குள் மட்டுமே அவர்கள் வாழ்கின்றனர். இவர்கள் குறித்து இனி மக்களுக்குத் தெரியப்போவதில்லை.

ரிக்வேத பாடல்கள் தொகுத்து முடிவதற்கும் பௌத்தத்தின் எழுச்சிக்கும் இடையில் நீண்ட கால இடைவெளி இருந்தது என்பதில் இப்போது சந்தேகமில்லை. வேத பாடல்களின் திரட்டு, அதனளவில் சிறியதாக இருக்கிறது; பாடல்கள் தொகுக்கப்பட்ட காலத்தின்போது இந்தியாவில் நிலவிய நம்பிக்கைகளின் முழுமையான விவரங்களை அதனால் கொடுக்க இயலவில்லை. பௌத்தம் எழுச்சியுற்றபோது காணப்பட்ட புரோகிதக் கதைகளுக்கும் மக்கள் பின்பற்றிய சமயத்துக்கும் இடையில் சில வேறுபாடுகள் இருந்தன; அவை பதிவு செய்யப்படாத கடந்த காலத் தாக்கத்தின் காரணமாக ஏற்பட்டதாக இருக்கலாம். ஆனால், இது வேறுபாட்டின் பகுதியளவு மட்டுமே. சொல்லப்போனால் ஒரு சிறிய பகுதியை மட்டுமே அது விளக்கக்கூடும். பழைய கடவுளர்கள், அதாவது பழைய சிந்தனைகள், அவர்களது இருப்பின்போது, மிக அதிகமாக மாறிவிட்டன; அவர்களில் பலர் இல்லாமல் போய்விட்டனர். தீவிரமான வாழ்க்கைச் சூழல்களில் பரவலான செல்வாக்குடன் புதிய கடவுளர்கள் பலர் திடீரெனத் தோன்றியுள்ளனர்.

ஆனால், ஒரு முடிவு தவிர்க்க முடியாதது. இதேபோன்ற உலகத்தின் பல பகுதிகளின் வளர்ச்சி நிலைகளைப் பார்க்கையில் இந்தியர்கள் மற்ற இனத்தவரிடமிருந்து மிகவும் வேறுபட்டவர்கள்; முட்டாள்தனம் என்று சொல்ல முடியாவிட்டாலும், எழுச்சியற்ற அவர்களது பழமைவாத சமயக் கருத்துகள்தான் அவர்களை வேறுபடுத்திக் காட்டுகின்றன; எடுத்துக்காட்டாக, கிரேக்கர்

களையும் ரோமானியர்களையும் காட்டிலும் அவர்கள் மூடநம்பிக்கைக்கு அதிகம் இடம் கொடுத்தனர், அறிவை குறைவாகவே நம்பினார்கள் என்று பொதுவான கருத்து நிலவுகிறது. இப்பார்வை கைவிடப்பட வேண்டும். புரோகிதர்களின் புத்தகங்களை மிகவும் பிரத்தியேகமான ஆய்வுக்கு உட்படுத்தியதில் ஓரளவு விஷயங்கள் கிடைத்துள்ளன. நவீன நிலைமைகள் பற்றிய தவறான பார்வையை, கடந்த காலத்தைத் திரும்பவும் படிப்பதன் மூலமும் அறிந்துகொள்ள முடிந்தது. ஆனால், புரோகிதர்களின் செல்வாக்கு இல்லாமல், சுயாதீனமாக எழுதப்பட்ட அல்லது தொகுக்கப்பட்ட சமண மற்றும் பௌத்த இலக்கியங்களிலிருந்து பெறப்பட்ட புதிய ஆதாரங்களை அவற்றால் எதிர்த்து நிற்க முடியாது. அசலான தகவல்கள், எதிரான கண்ணோட்டத்திற்கு இட்டுச் செல்லக்கூடும். வேத காலத்திலிருந்து ஒரு நிலையான முன்னேற்றம் இருந்ததை அவை சுட்டிக்காட்டுகின்றன. இதற்கான காரணங்கள் என்னவாக இருக்க முடியும் என்பதை அடுத்த அத்தியாயத்தில் பார்க்கலாம். ஆனால், அந்தத் தகவல்கள் எதுவாக இருந்தாலும், அதற்கான காரணங்கள் என்னவாக இருந்தாலும், 'அசைக்கமுடியாத கீழைத் தேசம்' என்று, சுய-திருப்தி மிகுந்த அறியாமையுடன் கிளிப்பிள்ளைபோல் பேசுவோரின் சொற்களை அவ்வளவு எளிதில் புறந்தள்ளிவிட முடியாது.

அத்தியாயம் 13

சமயம் – பிராமணர்களின் நிலை

கி.மு.ஆறாம் நூற்றாண்டில் இந்தியாவில் சமய நம்பிக்கைகள் குறித்துப் பதிவாகியிருக்கும் விவரங்கள், உலகின் வேறு பிரதேசங்களில் காணப்பட்ட நம்பிக்கைகளுடன் பெருமளவுக்கு ஒத்திசைவுடன் இருந்தன; சீனா, பாரசீகம் மற்றும் எகிப்தின் நாகரிக மையங்களிலும் இத்தாலி மற்றும் கிரீஸ் ஆகிய நாடுகளிலும் அதே காலகட்டத்தில் நிலவிய நம்பிக்கைகளும் ஒத்தவையாக இருந்தன. அதுமட்டுமின்றி, நாகரிகமடையாத மக்கள் மத்தியில் காணப்பட்ட நம்பிக்கைகளுடனும் அப்போதும் இப்போதும் அவை ஒத்திருந்தன. ஆனால், இதற்கு மேலும் குறிப்பிடத்தக்க ஒற்றுமை ஒன்று இருக்கிறது.

சர் ஹென்றி மைன் இவ்வாறு கூறுகிறார்: 'முற்போக்கான சமூகங்கள் மிகக் குறைவான எண்ணிக்கையில் இருந்தன என்பது தவிர்த்து குறிப்பிடும்படி எதுவுமில்லை; இந்தச் சமூகங்களுக்கும் இடம் பெயராமல் ஓரிடத்திலேயே வசித்த இனங்களுக்கும் இடையிலான வேறுபாடு, இதுவரையிலும் ஊடுருவிப் பார்த்து ஆய்வு செய்யாத மிகப் பெரிய ரகசியங்களில் ஒன்றாக இருக்கிறது.'

பொருளாதார நிலைமைகளின் செல்வாக்கைத் தாண்டி, அல்லது மேலாக ரகசியம் ஏதுமிருக்க வாய்ப்பில்லை; அந்தக் காலகட்டத்தில் நைல் மற்றும் யூப்ரடீஸ், கங்கை மற்றும் மஞ்சள் நதி போன்ற நான்கு பெரும் நதிப்படுகைகளில் பரந்து விரிந்திருந்த இது போன்ற

நாகரிகங்கள் பல நூற்றாண்டுகள் மட்டுமல்ல, இன்றிலிருந்து ஆயிரக்கணக்கான ஆண்டுகளுக்கு முன்பிருந்து காலப்போக்கில்தான் விரிவடைந்தன என்பதை அறிவோம். அந்த இடங்கள் ஒவ்வொன்றிலும் அசலான மற்றும் முற்போக்கான நாகரிகம் இருந்தது; புழங்கிய சிந்தனைகளும் பழக்கவழக்கங்களும் சந்தேகமின்றித் தொடர்ந்து மாறிக்கொண்டும், வளர்ந்து கொண்டும் இருந்தன; இல்லை என்று முழுமையாகச் சொல்ல முடியாது; உயிர்ப்பற்ற, தத்துவ சிந்தனை என்று அழைக்கக்கூடிய ஒன்று இருந்தது. அவர்களது நாகரிகமடையாத மூதாதையர்கள் மற்றும் சில முற்போக்கு இனங்களும் என்ன பார்த்தனர் அல்லது உணர்ந்தனர் என்று அவ்வனைத்தையும் விளக்குவதற்கு அவர்களது தொல் இறை கருதுகோள்களும், ஆன்மா தொடர்பான கொள்கைகளுமே போதுமெனத் தோன்றுகிறது.

மனிதர்கள் பல்வேறுபட்டவர்களாக இருந்தாலும், ஆன்மா தொடர்பான கொள்கைகளை நிராகரிப்பது குறித்து அவர்கள் சிந்திக்கவே இல்லை. அந்தக் கொள்கைகளின் அடிப்படையில் நெறிமுறைகள் அல்லது தத்துவம் அல்லது சமயம் குறித்துப் பெரிய அளவிலோ அல்லது பொதுவான கண்ணோட்டத்திலோ எதையும் அவர்கள் கட்டமைக்கவில்லை. அதன் பின்னர் திடீரென்று, ஏறக்குறைய ஒரேநேரத்தில், ஏறத்தாழ நிச்சயம் சுயாதீனமாக, கி. மு. ஆறாம் நூற்றாண்டு வாக்கில், பல்வேறு பிரதேசங்களில் பரவலாகப் பிரிந்து கிடந்த நாகரிகத்தின் இந்த மையங்கள் அனைத்திலும் சிந்தனையில் ஒரு பாய்ச்சல் நிகழ்ந்தது; புதிய நெறிமுறைகள் தோன்றின.

பழக்க வழக்கம் மற்றும் மந்திர தந்திரங்கள் என்பன உள்ளடக்கமாக இருந்த பழைய சமயத்தின் இடத்தை எடுத்துக் கொள்ளுமோ என அச்சம் கொள்ளும் வகையில் சமயம் குறித்த சிந்தனை ஒன்று தோன்றியது என்பதற்கான ஆதாரங்கள் உள்ளன. இந்த நாடுகள் ஒவ்வொன்றிலும் ஒரே மாதிரியான நிலைமைகளிலிருந்து, ஒரே மாதிரியான விளைவை எட்டுவதற்கு அதே எண்ணிக்கையிலான நூற்றாண்டுகளை எடுத்துக்கொண்டன எனலாம். அவை, ஒரே மாதிரியான காரணங்களையும், சிந்தனை வளர்ச்சியைக் கட்டுப் படுத்தும் ஒரேவிதமான விதிகளையும் அதற்கு அடிப்படையாய் கொண்டன. ஒட்டுமொத்த மனிதக்குல வரலாற்றிலும் இதைக் காட்டிலும் வேறு அற்புதமான அதிசயம் இருக்கிறதா? அல்லது இதுபோன்று வேறு ஏதேனும் விஷயம், மனிதச்

சிந்தனையை ஆய்வு செய்யும் வரலாற்றாசிரியர்களின் தீர்வுக்காக இன்னமும் காத்திருக்கிறதா?

ஒவ்வொரு நாட்டிலும், விழிப்புணர்வுக்கு இட்டுச் சென்ற சூழ்நிலைகளைப் பற்றிய மேலும் துல்லியமான தகவல்களை / அறிவைப் பெறும் வரையிலும் தீர்வு என்பது சாத்தியமில்லை. இந்தியாவில் இதற்கு முந்தையச் சூழ்நிலைகளில் இதுவரையிலும் முக்கியமான காரணி ஒன்று மிக அதிகம் புறக்கணிக்கப்பட்டு விட்டதாக எனக்கு தோன்றுகிறது. உலக வரலாற்றின் பார்வையில், பழங்கால வரலாற்றையும் நவீனக் காலத்தையும், பழைய அமைப்பையும் புதிய அமைப்பையும் பிரிக்கக்கூடியதாக இடையில் ஒரு சிறந்த கோடு இருக்கக்கூடுமெனில் நிச்சயம் அது கி.மு.ஆறாம் நூற்றாண்டு குறித்த தீவிரமான ஆர்வமும் ஆய்வுமாகவே இருக்கும்; நாம் குறிப்பிட்ட இந்த விஷயம் குறித்து விரிவாக ஆய்வு செய்ய இது போதுமான காரணமாக அமையக்கூடும்.

மக்கள் பின்பற்றிய தொல் இறைக்கோட்பாடு தொடர்பான கருத்துகளை கடந்த அத்தியாயத்தில் பார்த்தோம். மற்ற பிரதேசங்களைப் போலவே, இந்தியாவிலும் சந்தேகத்துக்கு இடமின்றி, முழு வலிமையுடன் அவை நடைமுறையில் இருந்தன. ஆனால் எந்த மனிதரும் அவற்றை முழுமையாக நம்பவில்லை; அல்லது அவை அனைத்தையும் முழுமையாக அறிந்திருக்கவில்லை. புரோகித இலக்கியங்களின் ஒரு பகுதி மட்டுமே நமக்குக் கிடைத்துள்ளன. இந்த நம்பிக்கைகளின் குறிப்பிட்ட சில பகுதிகள் மட்டுமே எடுத்துக்கொள்ளப்பட்டுள்ளன; அவற்றை புரோகிதர்கள் ஆதரித்ததால் அவற்றுக்கு மதிப்பு கிடைத்தது. சமூகத்தில் அவர்களால் அவற்றுக்கு ஒரு தரநிலை கிடைத்தது. மிகவும் அரிதாகவே, சொல்லப்போனால் எப்போதுமே, தொல் இறைக்கோட்பாட்டின் மந்திர மாயம் என்ற கவர்ச்சியான வட்டத்துக்கு வெளியில் அவர்கள் அடியெடுத்து வைத்ததில்லை. ஆனால், மொத்தமாகப் பார்த்தால் அவர்கள் தெரிந்தெடுத்தவை, அவர்கள் விட்டதைக் காட்டிலும் சிறந்தவை எனக் கூறலாம்.

சடங்குகள் குறித்த புரோகிதப் புத்தகங்களின் உள்ளடக்கங்கள், மந்திர மாயம் மற்றும் மூடநம்பிக்கை குறித்த வரலாற்றுக்கு உகந்த மூலப்பொருட்களின் வளமான சுரங்கமாக இருக்கின்றன; எனினும் வெளியில் சொல்லமுடியாத அளவுக்கு அவை சாதாரண மானவையே. இந்த விஷயம் குறித்து மிகவும் அதிகாரப் பூர்வமான படைப்பு ஒன்றை எம்.சில்வையன் லெவி எழுதியுள்ளார்;

யாகப்பலி குறித்த பிராமணக் கோட்பாடு பற்றிய கட்டுரை ஒன்றின் அறிமுகத்தில் அவர் இவ்வாறு கூறுகிறார்: 'பிராமணர்களின் இறையியலைக் காட்டிலும் மிகக் கொடூரமான, லோகாயத விஷயங்கள் நிறைந்த ஒன்றை கற்பனை செய்வது கடினம். இவற்றின் பயன்பாட்டு நோக்கங்கள் பின்னாளில் மெள்ள மெள்ள மெருகேற்றப்பட்டன; அறநெறி என்ற ஆடை அவற்றுக்கு அணிவிக்கப்பட்டது; காட்டுமிராண்டித்தனமான அவற்றின் யதார்த்தம் நம்மைப் பிரமிக்க வைக்கிறது.'

அவர் மீண்டும் கூறுகிறார்: 'இந்த அமைப்பில் அறநெறிக்கு இடமில்லை. தெய்விகத் தன்மைகளுடன் மனிதனுக்கு இருக்கும் தொடர்பை ஒழுங்குபடுத்தும் இந்தப் யாகப்பலி ஓர் எந்திர கதியிலான செயல்; அதனுள் அடங்கி இருக்கும் தன்னிச்சையான ஆற்றலால் அது இயங்குகிறது; இயற்கையின் மடியில் மறைந்திருக்கும் அதைப் புரோகிதரின் மந்திர கலைதான் வெளிக் கொணர்கிறது.'

ஒவ்வொரு யாகப்பலியும் கட்டுப்பாட்டுடன் முறையாக நடத்தப்பட்டிருந்தால் அவை லாபமும் நன்மையும் தரக்கூடிய மூலாதாரமாக அமைந்திருக்கும் என்று இந்த எழுத்தாளர்கள் கூறுகின்றனர். இந்தப் படைப்புகளில் கடவுளர்கள் பொய்யுரைப்ப வர்களாக, மோசடியிலும் முறையற்ற உறவுகளிலும் ஈடுபடுபவர் களாக குறிப்பிடப்படுகின்றனர்; அடிப்படையில் அறநெறியற்ற வர்கள் இல்லை எனினும் ஒழுக்கக்கேடானவர்கள் இல்லை. இதைப்போன்ற யாகப்பலியின் தாக்கங்களுக்கு எதிர்வினை ஆற்ற முற்றிலும் இயலாதவர்களாக அந்தக் கடவுளர்கள் இருக்கின்றனர்.

விண்ணுலகத்தில் அவர்கள் பெற்றிருக்கும் நிலையும், உயர் தன்மையும், அவர்களுக்கு முந்தைய பழைய கடவுளர்களுக்கு இதுபோன்று அவர்கள் செய்த யாகப்பலிகளால் பெற்றவை. அதற்கு அவர்கள் கடன்பட்டிருக்கிறார்கள். இத்தகு வழிமுறைகளைப் பயன்படுத்தித்தான் அவர்கள் அசுரர்களைத் தொடர்ந்து தோற்கடிக் கிறார்கள். அந்த் அசுரர்கள் பேருருவம் கொண்ட ஆளுமைகள், எதிர்க் கடவுளர்கள்; அவர்கள் சொர்க்கத்தின் வாயில்களைத் தாக்கி நுழைய முயல்பவர்கள்.

கோவில்கள் என்று ஏதுமில்லை, அநேகமாக உருவங்கள் ஏதுமில்லை; யாகப்பலி நடத்துபவர்களுக்கு சொந்தமான நிலத்திலோ அல்லது தோட்டத்திலோ, யாகசாலைகள் புதிதாக அமைக்கப்பட்டன. யாகப்பலியிலிருந்து கிடைக்கும் பலன்

நடத்துபவருக்கே சென்றது; அவருக்கு மட்டுமே சென்றது. எனவே, அந்த நிகழ்வில் பலியிடப்பட வேண்டிய விலங்குகளுக்கும் நிகழ்வுக்காக அமர்த்தப்படும் ஏராளமான நபர்களுக்கும், புரோகிதர்களின் தட்சணைகளுக்கும் அவர் நிதியளிக்க வேண்டும்.

'தட்சணைகளைப் பொறுத்தவரை, விதிகள் துல்லியமாக வகுக்கப்பட்டிருந்தன; அவற்றை முன்வைப்பவர்கள் எதற்கும் கூச்சப்படுவதில்லை; புரோகிதர் தட்சணைக்காக மட்டுமே அந்த யாகப்பலியை நடத்துகிறார். விலை மதிப்புள்ள ஆடைகள், பசுக்கள், குதிரைகள் அல்லது தங்கம் ஆகியன தட்சணையில் உண்டு. எப்போது எதைக் கொடுக்க வேண்டும் என்பதும் கவனமாகக் கூறப்பட்டுள்ளது. தங்கம் மிகவும் விரும்பப்படுவது; ஏனெனில், 'அது அழியாத் தன்மை கொண்டது; அக்னியின் விதை'. எனவே பக்தி நிறைந்த புரோகிதர் அசாதாரணமாக இதை ஏற்றுக் கொள்கிறார்'.

இத்தகைய யாகங்களின் சொல்லிமாளாத விவரங்களுக்குச் செல்வது தேவையற்றது. இந்த விஷயம் குறித்து பேராசிரியர் ஹில்பிராண்டு எழுதியிருக்கும் தரமான படைப்புகளில் இவை மிக முழுமை யாகவும் கவனமாகவும் விவரிக்கப்பட்டுள்ளன. மிக விரிவாக நடக்காத சிறிய யாகத்துக்கும் செலவு மிகவும் பெரிதாக இருந்திருக்க வேண்டும். ஆகவே, யாகம் நடத்தாமல் விரும்பியதை அடைய வழிமுறை கண்டுபிடிக்கப்பட்டது என்பதற்கும் இந்தச் செலவினத்துக்கும் ஏதாவது தொடர்பு இருக்கச் சாத்தியமுண்டு.

பௌத்தத்தின் காலத்தை நெருங்க நெருங்க, இரண்டாவது வழிமுறை என்று சொல்லப்படும் 'தபஸ்' என்பதற்கு முக்கியத்துவம் கொடுக்கப்பட்டிருப்பதைப் பார்க்கமுடிகிறது. இந்தத் தபஸ் அல்லது தவம் என்பதற்கு தன்னைத்தானே வருத்திக் கொள்ளுதல், அல்லது இன்னும் துல்லியமாக அதை சுய-சித்திரவதை என்று சொல்லலாம். இந்தச் சொல் அதன் சரியான நடைமுறைப் பொருளில் ரிக் வேதத்தில் சமீபத்தில் சேர்க்கப்பட்டுள்ள பாடல்களில் வருகிறது. இதற்கு நேரிடையான பொருள், 'எரிதல், தீப்பிழம்பு'. வனவாசத்துக்கு அடுத்த நிலையான தனியாக வாழ்தல் என்ற உணர்வை ஏற்கெனவே இது பெற்றுவிட்டது.

அவர்கள் வனத்தில் பின்பற்றும் துறவு நிலையும் உடல் ரீதியாக சுயமாக வருத்திக் கொள்ளுதலும், கழுவாய் தேடுதல் அல்லது தவப்பயன் என்ற எண்ணத்துடன் பின்பற்றப்படுவதல்ல; ஆனால், இதைப்போன்று தன்னையே சித்திரவதை செய்துகொள்ளும்

வாழ்க்கை முறை மந்திரசக்தி நிறைந்த விளைவுகளைத் தரும் என்ற நம்பிக்கையால் செய்கிறார்கள். ஒருவருக்காக யாகப்பலி நடத்தும்போது புரோகிதர் உச்சரிக்கும் ஒருவித மந்திரங்களால் தெய்வங்களை நிர்ப்பந்தித்து விரும்பியதை அடைவதைப்போல், ஒருவிதமான மந்திரம் தவத்திலும் பயன்தருவதாகக் கருதப்பட்டது; மந்திரங்களை உச்சரித்து ஒருவர் செய்யும் தவத்தின் மூலம் மாயம் நிறைந்த, அற்புதமான விருப்பங்களை அடையமுடியும். வேறுபாடு என்னவென்றால், யாகப்பலி மூலம் கால்நடைகளை, குழந்தைகளை, சொர்க்கத்தை, இவை போன்ற லோகாயதப் பலன்களைப் பெறமுடியும். ஆனால், தவத்தின் மூலமே மனிதச் சக்திக்கு அப்பாற்பட்ட புதிர் நிறைந்த அசாதாரணத் திறமைகளைப் பெற முடியும்.

அதன்பின்னர், கடவுளுக்கும் இயல்பான மனிதப் பண்பேற்றம் நடந்தது. கடவுளர்களும் யாகப்பலி அர்ப்பணங்கள் செய்ய வேண்டிய சூழல் இருந்தது என்று கூறப்பட்டது போல், பிற்கால படைப்புகள் அவர்களும் தபஸ், துறவு ஆகியவற்றைப் பின்பற்றினர் என்று கூறுகின்றன. அதை சாதாரணத் தனித்தன்மை எனக்கூற முடியாது. வேறுபாடு இருக்கிறது. சிந்தனையில் ஏற்பட்ட உண்மையான முன்னேற்றம். அசௌகரியத்தையும் வலியையும் சகித்துக் கொண்டு இச்சையை வெல்லும் செயலாக உடல் மீது கொள்ளும் இத்தகைய ஆளுகை, யாகப்பலியைக் காட்டிலும் மேலான நிலையில் வைக்கப்பட்டது. யாகப்பலிகள் மூலம்தான் கடவுளர்கள் உலகைப் படைத்தனர். இப்போது பிரபஞ்சம் குறித்துப் பேசும் பல்வேறு புராணக் கதைகள், இந்தக் கடவுள்தான் அல்லது வேறொரு கடவுள் தான் ‘தபஸ்’ மூலம் உலகத்தை உருவாக்கினார் என்று கூறத் தொடங்கின.

பிராமணர்களின் படைப்பொன்று இவ்வாறு கூறுகிறது: ‘சொர்க்கம் வளிமண்டலத்தில் அமைக்கப்படுகிறது; வளிமண்டலம் பூமியில் இருக்கிறது, அந்தப் பூமி நீரின் மேல் அமைந்துள்ளது, அந்த நீர் சத்தியத்தின் மீதும், அந்தச் சத்தியம் புதிர் நிறைந்த சக்தியின் மீதும் (யாகப்பலியின் விளைவாகப் பெறுவது) அது தபசின் மீதும் அமைகிறது’.

இங்கு தபஸ் என்பது மிக முக்கியமான ஓரிடத்தில், யாகப்பலியைக் காட்டிலும் உயர்ந்த இடத்தில் வைக்கப்படுகிறது. யாகம், சத்தியத்தைக் காட்டிலும் உயர்வாக வைக்கப்பட்டது. இந்தச் சத்தியம் குறிப்பாக உணர்த்தப்படும் ஓர் அமைப்பு. அதைப் பின்னர்

பார்க்கலாம். இந்தக் காலகட்டத்துக்கு உரிய புத்தகங்களில் குறிப்பிட்ட இந்தத் துறவு, தன்னை வருத்திக்கொள்ளுதல் உள்ளிட்ட நடைமுறைகள் பற்றிய விவரங்கள் ஏதும் காணப்படவில்லை.

காலப்போக்கில் இவை போன்ற பல்வேறு வகையான நடைமுறைகள் சந்தேகத்துக்கு இடமின்றி விரித்துரைக்கப்பட்டன. இவை புத்தர் காலத்தில் அடைந்திருந்த நிலை பற்றிய முழுமையான அறிக்கை கிடைத்துள்ளது. நிர்வாணச் சந்நியாசி ஒருவர் கௌதமருடன் நடத்திய உரையாடல் வடிவில் அது முன்வைக்கப் படுகிறது. சுய-சித்ரவதை விஷயங்களில் பேரறிவும் ஞானமும் பெற்றிருந்த அவர், அதற்கென உணவு சார்ந்து இருபத்திரண்டு முறைகளையும், ஆடை சார்ந்து பதின்மூன்று முறைகளையும் பட்டியலிடுகிறார். இவற்றில் தனது விருப்பம் போல் துறவி எதையும் தெரிந்தெடுத்து கொள்ளலாம். அத்துடன் அவர் தனது உடலை / தோற்றத்தை வேறு விதமாகவும் வைத்துக் கொள்ளலாம்:

'தலைமுடியையும் தாடியையும் பிடுங்கி எறிந்தவராக (உடல் தோற்றத்தின் சாதாரண அழகில் பெருமை கொள்ளும் வாய்ப்பை, வலிமிகுந்த செயலின் மூலம் அழித்துவிடுகிறார்) இருக்கலாம். அல்லது அமராமல் நின்று கொண்டே இருக்கலாம் (இருக்கையைப் பயன்படுத்துவதை நிராகரித்தவர்). அல்லது உடலைக் குறுக்கி-குதிகாலில் அமர்ந்து நகரலாம் (வலியுடன் தாவித் தாவி நகர்தல்). அல்லது முள் படுக்கை மனிதராக (முட்களின் மேல் அல்லது ஆணிகளின் மேல் படுத்துத் தூங்குதல்) இருக்கலாம். அல்லது வெறும் பலகையில், அல்லது வெறும் தரையில், அல்லது எப்போதும் ஒரு பக்கமாகவே படுத்துத் தூங்குபவராக இருக்கலாம்; அல்லது புழுதியை ஆடையாக அணிபவராக இருக்கலாம் (உடலில் எண்ணெயைப் பூசிக்கொண்டு, காற்றில் புழுதி அதிகமாகப் பறக்கும் இடத்தில் நிற்கையில் உடலில் தூசியும் அழுக்கும் ஒட்டி உடலை ஆடைபோல் மூடும்).'

பிற்காலத்தில், எடுத்துக்காட்டாக காவியங்களில், இந்தப் பட்டியல் இன்னும் நீளமானதாக கூறப்பட்டது; தவம் கடினமானதாகவும்; சுய-சித்திரவதை வெறுப்பூட்டுவதாகவும் சித்தரிக்கப்பட்டது. ஆனால், இந்தக் காலகட்டம் தொடங்கி, இப்போது இந்த மிக நவீன காலம் வரையிலும், தபசும், தன்னை வருத்திக்கொள்ளலும் இந்திய சமய வாழ்க்கையில் நிரந்தர சிந்தனையாகவும் நடைமுறையாகவும் மாறிவிட்டது. எனினும், இந்தியாவுக்கு மட்டும் உரித்தானதாக இது நின்றுவிடவில்லை என்பது அனைவரும் அறிந்ததே.

செயிண்ட் சிமியோன் ஸ்டைலிட்ஸ் குறித்த குறுநாடகத்தில், மேலையுலகின் மூடநம்பிக்கை வேரில் கிடத்தப்பட்டிருக்கும் இதைப்போன்ற உணர்வுகள் பற்றிய ஆழ்ந்த பகுப்பாய்வு ஒன்றை டென்னிசன் நமக்கு அளித்துள்ளார். ஆனால், ஒரு கிறிஸ்தவத் துறவியின் கருத்து வெளிப்பாட்டுக்கு ஒருவித இறையியல் தொனியைக் கொடுக்கும் கருத்துகளும், இந்தியாவில் நாம் காணும் கருத்துகளும் மிகவும் வேறுபட்டவை. கருத்துருவாக்கத்தை முழுமையாகப் பார்க்கும் இந்திய முறை, டயோஜெனெஸ் உடமைகளைத் துறந்து மிகப் பெரிய களிமண் ஜாடியில் நாய்போல் ஒடுங்கி வசித்து சிந்தித்த விதத்துடன் மிகவும் ஒத்துப்போகிறது. உண்மையில் மாறுபட்டுச் சிந்திக்கும் மெய்யியல்வாதியும் நிர்வாண துறவியுமான சேனியாவை (மிகவும் மரியாதையுடன்) குறிப்பிடப் பயன்படுத்தப்பட்ட ‘சினிக்’ (cynic) என்ற கிரேக்கச் சொல், இந்தியாவில் ‘நாய் போல் வாழ்பவன்’ (kukkura vatiko) என்று சொல்லப்படுவதுடன் மிகச் சரியாக ஒத்திருக்கிறது.

பாவத்திலிருந்து மீள்வதற்கே இந்தத் தவம் அல்லது தெய்வ குற்றத்திலிருந்து மீள்வதற்கு முறையிடுவது என்பதுபோல் இங்கு எந்த விஷயமும் எழவில்லை. மனவலிமையின் மூலம் தனது மேன்மைத்தன்மையைக் காட்டி, பெருமை பேசிக்கொள்வது தவிர்த்து வேறில்லை. வசதியான வாழ்வை மறுப்பது மட்டுமின்றி வலியை விரும்பி வரவேற்று, தனது விருப்பப்படி உடலை வைத்துக் கொள்வது. நிச்சயமாக கிறித்துவர் எவரும் இதுபோன்ற ஒன்றைச் செய்யவில்லை என்பதை சுட்டிக்காட்டும் நோக்கம் இதில் இல்லை. அவர்களும் செய்தனர். ஆனால், அந்த விஷயத்தில், அவர்களது செய்கை அப்போது இந்தியாவில் நடைமுறையில் இருந்திராத வேறு சில சிந்தனைகளால் மறைக்கப்பட்டதாக இருந்தது.

கிழக்கிலும் மேற்கிலும் இவ்விதமான செயல்களும் சாதனைகளும் பெரும்பாலும் ஏற்றுக்கொள்ளப்பட்டன. இத்தகைய மனிதர்களுக்கு இந்தியாவில் நல்ல மரியாதை அளிக்கப்பட்டது. பௌத்தப் பாடலாசிரியர் ஒருவரின் வரிகளை மேற்கோள் காட்டலாம்:

> தன்னை எரித்துக்கொண்டு, குளிரில் உறைந்து,
> அச்சுறுத்தும் காடுகளில் தனிமையில்,
> நிர்வாணமாக, நெருப்பின்றி, தனக்குள் நெருப்புடன்,
> பயங்கர மௌனச் சூழலில் இலக்கை அடையப் போராடுபவர்.

மக்களது பாராட்டுகளாலும் போற்றுதல்களாலும் கிடைத்த வலிமையால், சிமியோன் இறப்பதற்கு முன்பு புனிதரானார்.

டியோஜெனெஸ் மற்றும் இந்தியாவில் அவருக்கு இணையானவராகக் கருதப்படும் மகா வீரர் ஆகிய இருவரும் முக்கியமான சிந்தனைப் பள்ளிகளை நிறுவினர். அதன்மூலம் வரலாற்றில் அவர்களது முத்திரையைப் பதித்தனர். இங்கு ஒரு கேள்வி எழுகிறது. இந்த உலகத்தில் கிடைக்கும் சுகங்களை மறுத்து, தம்மைச் சித்திரவதைக்கு உட்படுத்திக் கொள்பவர்களை ஒருவித பயம் நிறைந்த பிரமிப்புடன் பார்க்கவேண்டுமா? மற்ற மனிதர்களைக் காட்டிலும் சிறந்தவர்களாக, மிகவும் புனிதமானவர் களாகப் பார்த்து வியக்க வேண்டுமா?

இந்தக் கண்ணோட்டத்துக்கு ஓரளவு நியாயம் இருக்கிறது. அனுபவம் பிரச்சனையின் மறுபக்கத்தையும் அதனுடன் சேர்ந்துவரும் தீமைகளையும் காட்டும் வரையிலும், இத்தகைய முயற்சிகள் லோகாயத நோக்கங்களுக்குப் பயன்படுகையில் மனவலிமையால் கிடைக்கும் முடிவுகள் போதுமானவையாக இல்லாதிருப்பதும், அத்தகைய நடைமுறைச் செயல்பாடுகளில் நன்கு வெளிப்படும் சுய-கட்டுப்பாடும் பொதுமக்களின் மனத்தில் வலுவான தாக்கத்தை ஏற்படுத்துவது தவிர்க்க முடியாதது.

இவ்வாறு இந்த மற்றொரு பக்கம் இந்தியாவில் இரண்டு திசைகளிலிருந்து முன்வைக்கப்படுவதைக் காண்கிறோம்; ஒன்று, முக்கியமாக தத்துவம் சார்ந்ததாகவும் மற்றொன்று நெறிமுறை சார்ந்ததாகவும் இருக்கிறது. உலக வரலாற்றில், இவை தொடர்பான காலக்கட்டத்தில் இந்தியாவில் இந்த இரண்டு இயக்கங்களும் வெளிப்பட்டவிதம் முற்றிலும் இயல்பானது. அப்போது நிலவிய, ஏற்கனவே விநோதமானது என்று குறிப்பிடப்பட்டிருக்கும் வழக்கத்தால் இவை தாக்கத்துக்கு உட்பட்டன. எனினும் மத்திய கால ஐரோப்பாவில் மாணவர்கள் அங்கு செய்தது போல், இந்தியாவிலும் குரு குல மாணவர்கள் பிட்சை எடுத்து வாழ்ந்தவர்களாகக் குறிப்பிடப்படுகின்றனர். கிரேக்கச் சிந்தனை வரலாற்றில் பார்க்க முடிவது போலவே வழக்கத்திலிருந்து மாறுபட்டு மெய்யியல் வாதம் செய்வோரை (sophist) பற்றியும் கேள்விப்படுகிறோம். ஆனால், விசித்திரமான செய்தி என்னவென்றால், பௌத்தத்தின் எழுச்சிக்கு முன், குரு குல மாணவர்கள் மட்டும் பிட்சை எடுத்து வாழவில்லை; ஆசான்களுமே தேச சஞ்சாரிகளாக பிட்சை எடுத்து வாழும் பழக்கத்தைக் கொண்டிருந்தனர்.

இப்படி தேச சஞ்சாரிகளாக இருந்த குரு பரம்பரையினர், பிரம்மச்சாரிகளாக இருந்தனர்; அதைத் தவிர்த்து அவர்கள்

துறவிகளாக இருக்கவேண்டிய அவசியமில்லை; ஆனால், எப்போதும் மக்களால் அவர்கள் உயர்வாக மதிக்கப்பட்டனர். நாம் முன்னர் பார்த்ததுபோல், முடியாட்சிகளில் அரச குடும்பங்களும், இனக் குழுக்களில் அந்தச் சமூகத்தினரும் இவர்களைப் போன்ற தேச சஞ்சாரிகள் வந்து தங்குவதற்காக பொதுக்கூடங்களை அமைத்தனர். அங்கு, தத்துவத்திலும் சமயம் சார்ந்த விஷயங்களிலும் உரையாடல் அடிப்படையில் விவாதங்கள் நடந்தன. இவற்றில் அனைவரும், ஏன் பெண்களும் கலந்து கொள்ளலாம். சிந்தனையிலும், கருத்து வெளிப்பாட்டிலும் கலந்து கொள்வோருக்குப் பூரண சுதந்திரம் அளிக்கப்பட்டது. அநேகமாக உலக வரலாற்றில் இதற்கிணையான சுதந்திரம் வேறெங்கும் குறிப்பிடப்படவில்லை.

மக்களிடையே சராசரியாகப் பொதுவான நுண்ணறிவும் நயமான பழக்கவழக்கங்களும் மிக நியாயமான அளவில் இருந்தால் மட்டுமே ஆர்வமூட்டும் இந்தச் சூழல் சாத்தியமாக இருந்திருக்கும். சீர்திருத்த காலத்துக்கு முந்தைய காலகட்டத்தில் மேற்கு ஐரோப்பா முழுவதும் மாணவர்கள் தேச சஞ்சாரம் செய்யும் வாழ்க்கையை மேற்கொண்டனர்; வரவிருக்கும் ஒரு மாற்றத்தின் அடையாளமாக அது பார்க்கப்பட்டது; அது மாற்றம் ஏற்படவும் பெரிதும் உதவியது; அதுபோலவே வட இந்தியாவில் காணப்பட்ட நிலைமைகள், தேச சஞ்சாரிகள் தமது வாழ்க்கையை விருப்பம்போல் வாழ்வதற்கு உதவின. உண்மை என்று அவர்கள் கருதியதைத் தேடிச் சென்றனர். அந்த இயக்கத்தின் முன்னோடிகளின் சிந்தனையை இப்போது நாம் புத்த மதம் என்று அழைக்கிறோம். அந்த இயக்கத்தை வளர்த்தெடுப்பதற்கு இந்த தேச சஞ்சாரிகளும் பெரிதும் உதவினர்.

தேச சஞ்சாரிகளின் ஆரம்பக்கால வரலாறு இன்னும் எழுதப்படவில்லை. இதைப் போன்ற புலனடக்கத்தை புரோகிதர் ஒருவர் பின்பற்றியது பற்றி தனிப்பட்ட நேர்வு ஒன்றில் நாம் கேள்விப்படுகிறோம். கௌதமரின் குடும்பத்தைச் சேர்ந்த அவர் பெயர் உத்தாலகா அருணி; அவரைப் பற்றி கதைகள் பல பாதுகாக்கப்படுகின்றன; ஆன்மிக விஷயங்களில் அவருடன் வாதத்தில் ஈடுபட்டு, அவரைத் தவறு என்று நிரூபிக்க, துணிவுடன் முன் வருபவருக்கு ஒரு தங்க நாணயம் தரத் தயாராக இருப்பதாகக் கூறியபடி அவர் நாடு முழுவதும் சஞ்சாரம் செய்தார். அவரை வெற்றி கொண்டவரிடம் இவர் சீடராகிவிடுவார்.

இவ்வாறாக, நாம் பார்த்த இந்த 'ஆன்மிக விஷயங்கள்' பிராமணர்களுக்கே உரிய சிறப்பியல்பு என்று சுட்டிக்காட்டலாம். வாதத்தின்போது இவை போன்ற கேள்விகள் முன்வைக்கப்படும்:

உயிரினங்கள் பற்கள் இல்லாமல் ஏன் பிறக்கின்றன; அதன் பின்னர் அவற்றுக்குப் பற்கள் ஏன் வளர்கின்றன; அந்த உயிரினங்களுக்கு வயதாகும்போது பற்கள் ஏன் சிதைவடைகின்றன? அவரை எதிர்க்கும் மரபுவாத புரோகிதரின் பதில் இப்படியாக இருக்கும்: பலியிடல் யாகத்தில் பூர்வாங்க ஆகுதி அளிப்பதற்கான தெய்வ அழைப்பில் விதிமுறைகள் ஏதுமில்லை; எனவே உயிரினங்கள் பற்கள் இல்லாமல் பிறக்கின்றன; முதன்மை யாகத்துக்கு விதிமுறைகள் இருப்பதால் பற்கள் வளர்கின்றன; யாகத்தின் இறுதி நிகழ்வுகளுக்கும் அத்தகைய விதிமுறைகள் இல்லை; எனவே வயதான காலத்தில் பற்கள் சிதைந்துவிடுகின்றன.

சமமான தெளிவும் ஏற்கக்கூடியதாகவும் இருக்கும் ஏனைய விளக்கங்கள் இனப்பெருக்க ஆற்றலின் வளர்ச்சிக்கும் சிதைவுக்கும் கொடுக்கப்பட்டுள்ளன. அவருக்குத் தெரியவில்லை என்பதற்காக உத்தாலக அருணி கேலி செய்யப்பட்ட 'ஆழமான புதிர்கள்' இவைதாம். புரோகிதர்களின் எழுத்துப்பிரதி இந்த சுவாரஸ்யமான பழைய கதையைப் பாதுகாத்து வைத்திருக்கிறது.

உலகம் முழுவதுமிருக்கும் எதிர் கருத்தாளர்களை வாதத்தில் சந்திப்பதற்காகக் கிராமம் கிராமமாக சஞ்சாரம் செய்த பெண் மெய்யியல்வாதி (தர்க்கவாதி) ஒருவரை அறிமுகப்படுத்தும் கதை ஒன்று உண்டு; வாதத்தில் அவர் தோல்வியுற்றால், அவரை வெற்றிகண்ட பௌத்தரின் சீடராக ஆகிவிடுவார். இந்த இரண்டு கதைகளும் நடந்ததாகக் கூறப்படும் காலத்துக்கு இடைப்பட்ட நூற்றாண்டுகளில் இந்த அமைப்பு முழுமையாக வளர்ச்சியுற்றது. ஆனால், கெடுவாய்ப்பாக புரோகிதர்களின் பதிவுகளில் இதைப் பற்றி மிகக் குறைவாகவே காணப்படுகிறது; ஆகவே, அந்த முன்னேற்றத்தின் தடத்தைக் கண்டறிவது எளிதாக இல்லை.

அவர்களது வாழ்வாதாரத்துக்கு மதிப்புக்கும் ஆதாரமான யாகப்பலி செயல்பாடுகளை இகழ்வாகக் கருதிய ஆண்களும் பெண்களும் இணைந்திருக்கும் ஓர் அமைப்பின் மதிப்பு படிப்படியாக வளர்ந்து வருவதை மிகவும் இயல்பாகவே புரோகிதர்கள் விரும்பவில்லை. ஆனால், அவர்களால் இந்த விஷயத்தில் எதுவும் செய்ய இயலவில்லை. அவர்கள் நடத்தித் தருவதற்குத் தயாராக இருந்த யாகங்கள், ஒரு காலத்தில் ராஜ்ஜிய அளவிலும் பழங்குடி விழாக்களிலும் பெற்றிருந்த முக்கியத்துவத்தை முற்றிலும் இழந்திருந்தன. அவை இப்போது ஒரு தனிநபரின் நலனுக்காக, அவரது செலவில் நடத்தப்படும் மந்திரச் சடங்குகளாக மாறிவிட்டன. இவ்வாறு நடத்திக் கொள்வதற்குத் தகுதியுள்ள

ஒவ்வொருவரும், தமக்காக யாகங்கள் செய்துகொள்ள விருப்பமுள்ளவர்களாக இருந்தனர் என்பதாக புரோகிதர்களின் பதிவுகளில் காணப்படுகிறது.

நிஜ வாழ்க்கையில் அதற்கான செலவைப் பார்த்துப் பின்னடைந்தவர்கள் அநேகமாகப் பலர் இருந்திருக்கலாம்; அத்துடன் அவர்கள் இதுபோன்ற மாய மந்திரத்தை விரும்பினால், வேறொருவர் கூறும் மந்திரத்தை, அதில் மலிவான வகையைத் தேர்ந்தெடுத்துக் கொண்டனர். எவ்விதம் பார்த்தாலும், புரோகிதத்துவம் என்பதற்கு மையப்படுத்தப்பட்ட அமைப்பு எதுவும் இருந்ததாகத் தெரியவில்லை; அவர்களது கடவுளர்களுக்கு நிரந்தரமான கோயில்கள் இல்லை; அவர்களது வழிபாட்டுச் சடங்குகள் அல்லது புரோகிதர்களின் செல்வாக்குக்கு முற்றிலும் அப்பால் அடிக்கடி செல்லக்கூடிய புனிதமான ஆலயங்களாக, அவர்கள் புனிதமெனக் கருதிய மரங்களும் அல்லது உள்ளூர்க் கடவுளர்களை வழிபடப் பயன்படும், மதிக்கப்பட வேண்டிய பொருட்களுமே இருந்தன.

புரோகிதர்கள் தங்களுக்குள் பிரிந்துகிடந்தனர். யாகப்பலி நடத்துவதற்கு உரிய தட்சணைகள் விஷயத்தில் அவர்கள் தமக்குள் போட்டியிட்டுக் கொண்டனர். அவர்களது தேவைகள் அனைத்தையும் பராமரிக்கும் அளவுக்கு இவர்களது சேவைகளை விரும்புவோர் போதுமான அளவில் இல்லை. ஆகவே, பிராமணர்கள் வேறுவிதமான தொழில்கள் அனைத்தையும் செய்யத் தொடங்கினர். அத்துடன் தொடர்ச்சியாக யாகங்கள் நடத்தும் வாய்ப்புகள் கிடைக்காதவர்கள், பெரும்பாலும் அவர்கள் கொண்டிருந்த கருத்துகளுக்கு முற்றிலும் மாறுபட்ட வாழ்க்கைச் சிந்தனைகளுக்கு, சமயம் பற்றிய பார்வைக்குத் திரும்பினர்.

யாகப்பலி முறைக்கும் மேலானதாக தபஸ் மற்றும் புலனடக்கத்தை பிராமணர்கள் தரவரிசைப்படுத்தியதைக் காண்கிறோம். மேலே குறிப்பிட்ட உள்முகப்பார்வையை கருத்தில் கொண்டவர்களில், அவர்களுக்கு எதிர்நிலையில் இருந்தவர்களின் வரிசையில், சாமானியர்களாக அல்லது தேச சஞ்சாரிகளாகச் சேர்ந்த பிராமணர்களைக் காணமுடிகிறது. எனவே, அவர்கள் விரும்பினார்களோ இல்லையோ அவர்களால் புதிய சிந்தனைகளின் வளர்ச்சியைத் தடுக்க முடியவில்லை; உள்ளே வேகமாகப் பாய்ந்து வந்த அலைநீரை, அவர்களது அமைப்புக்குச் சாதகமான வாய்க்கால்களின் வழியாக மடைமாற்றிக் கொள்ள புரோகிதர்கள் முயன்றனர்.

பௌத்த எழுச்சிக்குப் பிறகான சிறிது காலத்துக்குப் பிறகுதான் – ‘ஆஸ்ரமங்கள்’ என்ற புகழ்பெற்ற கோட்பாட்டைப் பிராமணர்கள் வகுத்தார்கள்; அதன்படி பிராமணச் சிந்தனைப் பள்ளி ஒன்றில் அவர்கள் பல ஆண்டுகள் படித்துத் தேர்ச்சி பெறவேண்டும்; பின்னர் பிராமணிய புத்தகங்களில் முறைப்படுத்தப்பட்டுக் கூறப்படும் விதிகளின்படி மணம் புரிந்து, குடும்ப வாழ்க்கையில் ஈடுபட வேண்டும்; அதன்பின்னர்தான், எவரும் துறவியாகவோ அல்லது தேச சஞ்சாரியாகவோ மாறமுடியும். உயர்நிலையை அடைவதற்கு ஒரு துணிச்சலான முயற்சி இது.

வெற்றி பெற்றிருந்தால், ஒட்டுமொத்த பௌத்த இயக்கத்தையும் அது நிறுத்தியிருக்க கூடும். ஆனால், எப்பொழுதும் உரிய முகவரியைச் சென்று சேராத கடிதமாகவே, செயலிழந்த கோட்பாடாகவே இருந்தது; நிச்சயமாக, இப்போது நாம் ஆய்வு செய்யும் காலகட்டத்தில் அப்படித்தான் இருந்தது. ஆனால், கிறித்தவச் சகாப்தத்துக்குப் பிந்தைய புரோகிதர்களின் பதிவுகள் இந்த விஷயங்களைப் பேசுகின்றன; விதிகள் கடைபிடிக்கப் பட்டதாகக் கூறுகின்றன என்பது முற்றிலும் உண்மை.

ஆனால், அவை இந்திய வாழ்க்கை குறித்த மெய் நிகழ்வுகளை நமக்குத் தருவதில்லை. அவை தருவதும், அல்லது தருவதாகக் கருதப்படுவதும், புரோகிதர்கள் கொடுக்கவேண்டும் என்று விரும்பிய தகவல்கள் மட்டுமே. அந்தத் தத்துவத்தில் மெள்ள மெள்ள ஏற்பட்ட வளர்ச்சி மற்றும் அதிலிருந்து வேறுபடும் பார்வைகள் குறித்தும், மக்கள் மத்தியில் அவற்றுக்கு இருந்த தளர்வான பிடிப்பு பற்றியும் அறிந்துகொள்ள ஏராளமான சான்றுகள் அந்தப் பதிவுகளில் உள்ளன. அந்த ஆதாரங்களை என்னால் திரட்ட முடிந்தது; வேறொரு இடத்தில் அவற்றை சேகரித்து வைத்துள்ளேன். மிகவும் ஆர்வமூட்டும் அவை வரலாற்று அடிப்படையில் முக்கியமானவை; மிகவும் இறுதியான அவற்றை, மிகவும் நீளமானது என்பதால் இங்கு கொடுக்க இயலவில்லை.

பௌத்தம் எழுச்சி பெறுவதற்கு முன்பே, புரோகிதர்கள் அவர்கள் பின்பற்றிய புதிரான விஷயங்கள் சிலவற்றுடன் மிகவும் இணக்கமாக இருக்கக்கூடிய ஊகச் சிந்தனை வகைகளை சிறிய விளக்கப் பாடல்களாக அமைத்து கொண்டனர்; அவை ஆக உயர்ந்த சத்தியம் என்று, அவற்றை. யாகப்பலி குறித்த புனித புத்தகங்களுக்கு பிற்சேர்க்கையாக இணைத்துக்கொண்டனர். இந்த விஷயத்தில் அவர்களது நடைமுறை, அவர்கள் விரும்பி வழிபடும் கடவுளர்களின் வரிசையில் சேர்க்கப்படாத, ஆனால், மிகவும்

சக்திவாய்ந்த, மக்கள் மத்தியில் பிரபலமாக இருந்த கடவுளர்களை நடத்திய முறைக்கு இணையாக இருந்தது.

வரலாற்று இயக்கங்களை முழுமையாக ஆய்வுக்கு உட்படுத்தும் போது, புரோகிதர்கள் பின்பற்றிய, அவர்களது புத்தகங்களில் பதிவு செய்திருக்கும் சிந்தனைகள் தவிர்த்து, வேறு சில சிந்தனைகளும் வழக்கங்களும் நடைமுறையில் இருந்திருக்க வேண்டும் என்பது தெளிவு. இவ்வாறு குறிப்பிடப்படும் மாற்றுச் சிந்தனைகள் என்ன என்பதைத் தெரிந்து கொள்வதற்கான மதிப்பு மிக்க சான்றுகள் நமக்குக் கிடைத்திருக்கும் பிற்கால இலக்கியங்களில் காணப் படுகின்றன. எனவே, மற்ற விஷயங்களைப் போலவே, இந்த விஷயத்திலும் புரோகிதர்களின் புத்தகங்கள் மதிப்புமிக்க ஆவணங்களை, பொதிந்து பாதுகாத்துள்ளன என்பது தெரிகிறது; ஆனால், அவை பகுதியளவே உள்ளன.

அவர்கள் அவ்வாறு தேர்ந்தெடுத்த கருத்துகள், இயல்பாக அனைவரும் எதிர்பார்ப்பது போல் யாகப்பலி குறித்து அவர்கள் கொண்டிருந்த கருத்துகளை அடிக்கோடிட்டுக் காட்டும் தொல் இறைக்கோட்பாட்டுக் கருத்துகளை அடிப்படையாகக் கொண்டவையே. பௌத்தத்துக்கு முந்தைய புத்தகங்களான இந்த உபநிடதங்களில் ஆன்மா குறித்துப் பேசப்படுகிறது; ஒவ்வொரு மனித உடலுக்குள்ளும் அது இருப்பதாகக் கருதப்படுகிறது. வாழ்க்கைக்கும் அதன் இயக்கத்துக்குமான ஒரே விளக்கம் இதுதான், போதுமான விளக்கமும் இதுதான் என்றும் கூறப்படுகிறது. உயிருள்ள ஓர் உடலில், இயல்பான நிலையில் ஆன்மா அதன் இதயக்குழியில் வசிக்கிறது. பார்லி அல்லது அரிசி தானியத்தின் அளவில் இருப்பதாகவும் விவரிக்கப்படுகிறது. பிற்கால ஊகச் சிந்தனைகளில் கட்டை விரல் பருமன் அளவுக்கு அது வளர்கிறது; அதனால், அதை 'குள்ளன்' என்று கூறுகின்றனர். ஆனால், வடிவத்தில் ஒரு மனிதனைப் போல் இருந்தது. அதன் தோற்றத்தை, ஓர் உவமானத்தின் மூலமாகவும் சித்திரிப்பது கடினமானது.

ஆனால், வேறு சில பத்திகளில், புகை நிறத்து கம்பளி போன்று, செந்நிறப் பூச்சி போன்று, சுடர் போன்று, வெண் தாமரை போன்று, மின்னல் ஒளி போன்று, புகையற்ற வெளிச்சம் போன்று இருக்கும் என்று கூறப்படுகிறது. ஆன்மா எப்படி உருவாகிறது என்பது குறித்த நம்பிக்கைகள் மாறுபடுகின்றன. பிரக்ஞை, மனம், மூச்சு, கண் மற்றும் காதுகள்; பூமி, நீர், நெருப்பு மற்றும் தூய வான்வெளி; வெப்பமும் வெப்பமின்மையும், ஆசையும் ஆசையின்மையும்; கோபமும் கோபமின்மையும்; விதிகளும் விதியின்மையும்

கொண்டதாக ஆன்மா இருக்கிறது; அனைத்து பொருட்களும் அதில் இருக்கின்றன என்று ஒரு பத்தியில் கூறப்படுகிறது. இவற்றிலிருந்து, இங்கு ஆன்மா எனப்படுவதை பருப்பொருள், மூலக்கூறு என சொல்லலாம் (பொருளின் நான்கு கூறுகளும்- அதாவது நிலம், நீர், நெருப்பு, ஆகாயம்- அதற்குள் இருக்கின்றன). ஆனால், தெரிந்தெடுக்கப்பட்ட மனம் சார்ந்த சில குணங்களும் இருக்கின்றன.

ஆர்வமூட்டும் பழமையான, மிக மிக புதிரான மற்றொரு நூலில் பொருளின் மூலக்கூறுகள் குறித்து விளக்கப்படுகிறது. அத்துடன், ஐந்து ஆன்மாக்கள் என்றொரு விஷயமும் பேசப்படுகிறது; ஒவ்வொன்றும் மற்றொன்றின் உள்ளே உறைகிறது; அனைத்தும் ஒன்றுதான். இருப்பினும், அதற்கு வெளியில் இருக்கும் ஒன்றிலிருந்து வேறுபட்டது. அவை ஒவ்வொன்றும், மனித வடிவில், முறையே உணவு, மூச்சு, மனம், பிரக்ஞை, மகிழ்ச்சி ஆகியவற்றால் உருவானவையாக இருக்கின்றன.

ஆன்மா உடலை விட்டு வெளியேறியதால்தான் சில வகை நோய்கள் ஏற்படுகின்றன என்றும் கூறப்படுகிறது. அதை மீண்டும் உடலுக்குள் வரவழைப்பதற்கு வசீகரிக்கும் மந்திரங்கள் சில பதிவு செய்யப்பட்டுள்ளன. கனவு தோன்றும் அளவுக்கு நாம் தூங்கும்போது 'ஆன்மா' உடலிலிருந்து விலகி வெளியில் உலவும். 'எனவே, ஒரு மனிதன் தூங்கும்போது அவனைத் திடீரென்று எழுப்பவேண்டாம்; அவனிடம் திரும்பி செல்வதற்கு வழியைக் கண்டுபிடிக்க ஆன்மாவால் இயலாது. அதனால், அவனைக் குணப்படுத்துவது கடினம்.' என்கிறார்கள்.

நாம் கனவு காணும்போது ஆன்மா, உடலை விட்டு வெளியேறி, விருப்பம் போல் அலைகிறது. தனது கற்பனைக்கேற்ப ஓர் உலகை உருவாக்குகிறது; தேர்களையும், வீடுகளையும், ஏரிகளையும், ஆறுகளையும், பலவிதமான வடிவங்களையும் உருவாக்கிக் கொள்கிறது; ஓர் அழகிய விளையாட்டு மைதானத்தை உருவாக்குகிறது; அதில் நடிக்கிறது, மகிழ்ச்சியுடன் இருக்கிறது, வேதனையுறுகிறது. 'பெண்களுடன் மகிழ்ச்சியாக இருக்கிறது, அல்லது, நண்பர்களுடன் சிரித்து விளையாடுகிறது, அல்லது பயங்கரமான காட்சிகளைப் பார்க்கிறது'. ஒரு ராஜாளி சிறகுகளை விரித்து, வானத்தில் அங்கும் இங்கும் பறந்து அலைந்து திரிந்து, சோர்ந்து, களைத்துப் போனபின் இறுதியில் கூடு திரும்புவதுபோல், விளையாட்டு மைதானத்திலிருந்து ஆன்மா உடலுக்குத் திரும்புகிறது. ஆழ்ந்த, விரைவான தூக்கம்; அதற்கு மேல் அதற்குத் தேவையில்லை. என்ன ஓர் அழகான, வசீகரமான சித்திரம்!

இத்தகைய கனவுகள் நல்வாய்ப்புகள் குறித்த அல்லது அதற்கு எதிரான மோசமானவை குறித்த முன்னறிவிப்புகள். இது இந்தியாவிற்கு மட்டும் உரியதல்ல. இதே காலகட்டத்தில் இதுமாதிரியான பண்பாடும் நாகரீகமும் கொண்டிருந்த மக்களிடம் உலகம் முழுவதும் இதுபோன்ற கற்பனைகள் நிலவின.

ஆன்மா மீண்டும் உடலுக்குத் திரும்பிய பின்னர், கனவற்ற உறக்கத்தில் சாவகாசமாகப் படுத்திருக்கும்; தலை முடி தொடங்கி, கால் நகங்களின் நுனிகள் வரை முழுமையாக வியாபித்திருக்கும்; ஹிதா எனப்படும் எழுபத்திரண்டாயிரம் ரத்தக் குழாய்களின் மூலம் இது நடைபெறும். அப்போதுதான் ஆன்மா மிகத் துல்லியமாக, ஒளியைப் பெறுகிறது என்பது கொஞ்சம் விந்தையான கருத்தாகத்தான் இருக்கிறது.

ஆன்மா உடலிலிருந்து எவ்வாறு வெளியேறுகிறது; மீண்டும் உடலுக்குள் எப்படிச் செல்கிறது என்பது குறித்து விவரங்கள் ஏதும் கூறப்படவில்லை. இது வியப்பான ஒன்றல்ல. ஏனெனில், ஆன்மா அதனுடைய முதல் உடலுக்குள் எவ்வாறு நுழைந்தது என்பது பற்றிய கருத்துகள் முரண்படுகின்றன: கருத்தரிக்கும் போதா, கருவின் முதல் இயக்கத்தை தாய் உணரும்போதா, குழந்தை பிறக்கும் போதா என்று தெரியவில்லை. இந்தப் பார்வை குறித்த அனைத்துக் கருத்துகளும், இப்போது மேலை நாடுகளில் இருப்பதைக் காட்டிலும், அக்கால இந்தியாவில் சந்தேகமின்றி தெளிவற்றதாகத்தான் இருந்தன.

அந்த ஆன்மா இந்த உடலில் பிறப்பதற்கு முன், வேறு ஓர் உடலில் இருந்ததாகக் கருதப்படும் செய்திகள் சில பத்திகளில் காணப்படுகின்றன.

வேறு சில பத்திகளில், வேறுவிதமான செய்திகள் பதிவாகியுள்ளன: அதாவது உயிரினங்கள் தோன்றும்போது, ஆன்மா அதனுடைய முதல் உடலில், மண்டை ஓட்டிலிருக்கும் பிளவின் வழியாகக் கீழ்நோக்கி இதயத்துக்குள் செருகப்படுகிறதாம். ஆனால், மேல்நோக்கி, குடல் மற்றும் வயிற்றின் வழியாக, தலைக்குள் ஆன்மா செருகப்படுகிறது என்பதை உறுதிப்படுத்தும் மற்றொரு பத்தியையும் படிக்க முடிகிறது. அத்துடன், விநோதமான ஊகச் சிந்தனை ஒன்றையும் காண்கிறோம்: அடுத்தத் தலைமுறைக்கு 'விதை' மூலம் ஆன்மாவை மாற்றுவது. அதில் மூன்று வகைகள் உள்ளனவாம்.

அந்தச் சிந்தனைகளில் ஒன்று இது: மனித ஆன்மாக்கள் சில சந்திரனுக்குச் செல்கின்றன; அப்போது அவை அங்கிருக்கும்

கடவுளர்களுக்கு உணவாகின்றன; செய்த நற்செயல்களின் விளைவாக/ அதன் அடிப்படையில் கடவுளர்களுடன் ஐக்கிய மாகின்றன. நற்செயல்களின் பலன்கள் தீர்ந்துவிட்டால், கடவுளிடமிருந்து விடுபட்டு அவை தூய வான்வெளிக்குச் செல்கின்றன; அங்கிருந்து காற்றுக்கும், காற்றிலிருந்து மழைக்கும், மழையிலிருந்து இந்த நிலத்துக்கும், நிலத்திலிருந்து தாவரங் களுக்கும் மாறுகின்றன. தாவரங்களிலிருந்து அவை ஆண்களுக்கு உணவாகின்றன; ஆண்களிடமிருந்து அவை பெண்களுக்குள் செல்கின்றன.

சாதாரணமாக, ஒரு மனிதன் இறந்த பின்னர், அவனது இதயத்தின் மேல் பகுதி ஒளிரத் தொடங்கும். இந்த ஒளிதான் ஆன்மாவை வழிநடத்துகிறது. இதயத்திலிருந்து ஆன்மாவைக் கண்ணுக்குள் இட்டுச் செல்கிறது; அதன்பின்னர் கண் வழியாக வேறொரு உடலுக்குச் செல்கிறது; அந்த உடலுக்குச் சொந்தமான மனிதன் செய்த செயல்கள் உயர்ந்ததா இல்லையா என்ற அடிப்படையில் ஆன்மா அந்த உடலிலிருந்து நீங்குகிறது. அவனது ஆசைகளும் ஏக்கங்களும் தீர்ந்துபோன ஒரு மனிதனின் ஆன்மா, மண்டை ஓட்டு (தலை உச்சி) பிளவின் வழியாகப் பிரம்மனிடம் செல்கிறது.

ஒவ்வொரு நேர்விலும், அது பயணிக்கும் வழியில் பல நிறுத்தங்கள் இருக்கின்றன; அதாவது வழியிலிருக்கும் இடங்கள். ஆனால், இவை குறித்தும் மற்றும் வேறு சில விவரங்கள் குறித்தும் வேறுபட்ட கொள்கைகள் இருக்கின்றன. இந்தக் கருத்துகளை வேறொரு இடத்தில் விவாதித்துள்ளேன். மேலும், புரோகித இலக்கியங்களின் வேறு சில பகுதிகளிலும் இவை போன்ற கருத்துகள் பதிவாகியுள்ளதை மிகக் கவனமான ஆய்வுகள் சந்தேகத்துக்கு இடமின்றி வெளிப்படுத்துகின்றன. ஆனால், அதிகம் பழமையான உபநிடதங்களில் அவை காணப்படவில்லை. எனினும் அவை பழமையானவை என்ற முத்திரையைத் தாங்கி நிற்கின்றன. மகாபாரதத்தில் இறந்துகொண்டிருக்கும் ஒருவன் அவனது முழங்கால்களை மடித்துக் குறுக்கும்போது, முழங்கால்களின் வழியாக ஆன்மா அவனை விட்டு வெளியேறி சாத்யாகளிடம் செல்வதாக கூறப்படுகிறது.

ஆனால், இந்தப் பிறவியில் ஒரு மனிதன் யாகம் செய்வதன் மூலமோ அல்லது தவம் இயற்றுவதன் மூலமோ மறுபிறப்பு என்பதிலிருந்து ஆன்மாவுக்கு விடுதலை கிட்டாது என்பதில் ஏறக்குறைய ஒருமித்த கருத்து உபநிடதங்களில் காணப்படுகிறது. நிரந்தர சத்தியமான, அனைத்துச் செயல்களுக்கும் அடிப்படையாகவும் காரணமாகவும்

இருக்கும் அந்த 'மாபெரும் ஆன்மாவும்', மனிதனின் ஆன்மாவும் ஒன்று எனக் கூறப்படுகிறது; இது ஒருவகையான, இறையியல் அல்லது தொல் இறைக் கோட்பாட்டின் அடிப்படையில் எழுந்த உள்முகப் பார்வையாக இருக்கலாம்.

ஆகவே, நமது வரலாறு தொடங்கிய அந்தக் காலகட்டத்தில், இந்தச் சிந்தனைகள் ஒரு முழுமையான சுழற்சியை முடித்துவிட்டன. ஓர் உடலுக்குள் இருப்பதாகக் கருதப்படும் ஹோமுங்குலஸ் (மனிதப் பிரதிமை) போன்றொரு மிக நுட்பமான விஷயமான ஆன்மா குறித்த கருதுகோள், மனிதர்களின் வாழ்க்கை மற்றும் இயக்கம், தூக்கம் மற்றும் இறப்பு ஆகியவற்றை விளக்கத் தொடங்கியது. இதே அளவிலான ஒத்திசைவுடன், இது போன்ற புற உலகு நிகழ்வுகளையும் போதிய அளவு அறிவுப்பூர்வமாக விளக்கியது. அது விரிவடைந்தது. அத்துடன் மேலும் மேலும் பரவலாக நீட்டிக்கப்பட்டது.

சூரியனுக்குள் ஓர் ஆன்மா இருக்கவேண்டும். இல்லையெனில், விண்ணுலகங்களுக்கு இடையே, ஒரு வெளிப்படையான நோக்கத்துடன், சூரியன் கம்பீரமாக வலம் வருவதையும், அதன் உதயத்தையும் அஸ்தமனத்தையும், அதன் அழகையும், ஒளியையும் பிரகாசத்தையும் வேறு எப்படி விளக்க முடியும்? அதனுடைய இயக்கம் ஓரளவு புதிரானதென்றால், மகிமை நிறைந்த இந்த உயிரினத்துள் இருக்கும் ஆன்மாவின் நோக்கங்களுக்கு வரம்பு நிர்ணயிப்பதும், அல்லது வரையறுப்பதும் யார்? இதில் விவாதம் செய்ய ஏதுமில்லை. அப்படியே ஏற்றுக் கொள்ளப்பட்டது. அப்படி யாராவது சந்தேகப்பட்டால், அவர்கள் நிந்தனையாளர்களாக சித்திரிக்கப்படுவார்கள்.

கடவுளர்கள் என்று அவர்கள் அழைத்த இந்த ஆன்மாக்கள், இயல்பில் அவற்றை உருவாக்கிய மனிதர்களின் மூளைக்கு வெளியில் நிச்சயமாக வசிக்கவில்லை. அவை மனிதனுடைய ஆன்மாவின் தர்க்கரீதியான அனுமானங்கள். அத்துடன் புறத்திலிருக்கும் இந்த ஆன்மாக்கள் - இந்தக் கடவுளர்கள் - மனித உடலில் வசிப்பதாகக் கூறப்படும் ஆன்மாக்களுடன் தோற்றத்திலும் இயல்பிலும் ஒத்திருந்தன. எனினும், இந்தப் புறநிலை ஆன்மாக்களை - கடவுளர்களை உருவாக்கிய மனிதர்கள், அவர்களுக்குள் இருக்கும் ஆன்மாக்களிலிருந்து முற்றிலும் மாறுபட்ட, உணர்வுக்கு அப்பாற்பட்ட மெய்யான ஒன்றாக அவற்றை பார்த்தனர். அவர்கள், அதாவது கடவுளர்கள் எப்போதும் மாறிக்கொண்டே இருந்தனர்; அதாவது அவர்களைப் பற்றிய

மனிதர்களின் கருத்துகள் எப்போதும் மாறிக்கொண்டும், நகர்ந்து கொண்டும், மாற்றியமைக்கப்பட்டுக் கொண்டும் இருந்தன.

இந்தியப் புராணங்களின் நீண்ட வரலாறு, இத்தகைய மாற்றங்களின் வரலாறு எனக் கூறலாம். எப்போதும் அது இறையியல் காரணங்களைச் சார்ந்து இருந்ததில்லை. ஒவ்வொரு மாற்றத்தின் போதும் புறத்திலிருக்கும் ஆன்மாக்களான - கடவுளர்களின் உணர்வுக்கு அப்பாற்பட்ட மெய்-நிலையும், மனிதர்களுக்குள் வசிக்கும் ஆன்மாக்களிலிருந்தும் வேறுபட்டு முன்னைக்காட்டிலும் தெளிவாகவும் உறுதியாகவும் வெளிப்பட்டதுபோல் இருந்தது.

இப்போதுதான் வருகிறது எதிர்வினை. பௌத்தம் தோன்றுவதற்கு சிறிது காலத்திற்கு முன்பு வரையிலும் சிந்தனையாளர்கள் மத்தியில், ஒரு கடவுள் மற்றொரு கடவுளைப் போன்றதுதான் என்ற கருத்து நிலவியது. எனினும், சாதாரண மக்கள் அப்படி நம்பவில்லை. அதன் பின்னர்தான், தொன்மையான ஆன்மா, இந்த உலகத்தின் ஆன்மா, ஆகஉயர்ந்த ஆன்மா-பரமாத்மா என்ற கருதுகோள் பரவத். தொடங்கியது. பரமாத்மாவிடமிருந்துதான் ஏனைய தேவர்கள் அனைவரும், ஆன்மாக்களும் தோன்றின. மிகவும் துணிச்சலான இந்த ஊகச் சிந்தனையில் ஓர் ஆழ்ந்த உண்மை இருக்கிறது. மனிதருக்குள் இருக்கும் ஆன்மா கடவுளுடன் ஒத்திருப்பதாகக் கருதப்பட்டது; அந்தக் கடவுள் தான், ஒரே, அசலான மற்றும் உண்மையான யதார்த்தம்; ஆனால், அதேநேரத்தில் இதன் வரலாற்றை ஆராய்ந்தால், ஆன்மா என்பதுதான் அசலான சிந்தனை; கடவுளர்கள் அதிலிருந்துதான் தோன்றினர் என்பது வெளிவருகிறது.

இந்தச் சிந்தனையைப் பின்பற்றிய புரோகிதர்களால் இந்த மாபெரும் பொதுமைப்படுத்தல் நிகழவில்லை; அவர்களது சிந்தனைப் பள்ளிகளிலும் நடக்கவில்லை. அதற்கான சான்றுகள் ஏராளமாக நமக்குக் கிடைத்துள்ளன. இந்தப் பொதுமைப்படுத்தலில் மிக நுட்பமான ஒன்று உள்ளது; அதாவது இந்தக் கட்டமைப்பைத் தாங்கிநிற்கும் முக்கியமான அடித்தளமாக, இந்தக் கருத்தைச் சிந்தித்து, புரோகிதர்களுக்குக் கற்பித்த சத்திரிய இனத்தவர்களின் பெயர்கள் புரோகித இலக்கியங்களிதில் பாதுகாக்கப்பட்டுள்ளன என்பதே அது. இவற்றைப் பின்பற்றிய புரோகிதர்களில், இந்த விஷயங்களை அவர்களது புனித இலக்கியங்களில் சேர்ப்பதற்கு அனுமதி பெறுவதில் அதிகம் பங்களித்தவராக உத்தாலக அரூணி என்ற கௌதமர் குறிப்பிடப்படுகிறார்; ‘ஆன்மிக விஷயங்கள்’ குறித்த வாதங்களில் அவரது தோல்வி பற்றி முன்னர் பதிவு செய்துள்ளோம்.

சிந்தனை இந்த நிலையை எட்டியதும், ஆன்மா என்ற கோட்பாட்டின் அடிப்படையிலான ஊகச் சிந்தனை அதற்கும் அப்பால் செல்லமுடியவில்லை. அகத்திலும் புறத்திலும் வசிக்கும் ஆன்மாக்களின் இயல்பு மற்றும் குணங்கள், மற்றும், அவைகளுக்கு இடையிலான உறவுகள் பற்றிய கருத்துகளில் மட்டுமே மாற்றம் ஏற்படுவது சாத்தியமானது. அதன் பின்னர், ஆனால், சற்று தாமதமாக சீனாவில் அதிகத் தெளிவின்றியும், அதன் பின்னர் கிரேக்கத்திலும் இந்த ஊகச் சிந்தனை இந்த நிலையை அடைந்தது. ஆனால், இந்தியாவில், இந்தியாவில் மட்டுமே, இதற்கு அடுத்துச் செல்வதற்கு ஓர் அடி எடுத்து வைக்கப்பட்டது. சத்திரியரான கௌதமரும் அவரது சீடர்களும் ஆன்மா என்ற கோட்பாட்டை முற்றிலும் கைவிட முடிவு செய்தனர். அவர்கள் உருவாக்கிய புதிய தத்துவத்தில் (அது சரியா தவறா என்பது இங்கே பிரச்சனை இல்லை) ஆன்மா இல்லை; அல்லது ஆன்மாக்கள் எந்தப் பங்களிப்பும் செய்யவில்லை.

இந்த முழுமையான, பரந்த தொலைநோக்கு நடவடிக்கையை பாமரர்கள் எடுத்தார்கள் என்பது நமக்கு வியப்பு அளிக்கக்கூடாது. அதிக அளவிலான புரோகிதர்களின் செல்வாக்கால், இந்தியர்கள் அந்தநேரத்தில் பிற மனிதர்களைக் காட்டிலும் அதிக மூடநம்பிக்கை கொண்டிருந்தனர் என்று கருதுவது சான்றுகளைத் தவறாகப் புரிந்துகொள்வதாகும். நேர்மாறாக, நல்ல தெளிவான உணர்வுகள் சாதாரண மக்களிடம் இருந்தன; உண்மையான புரிதலும், வலுவான இயல்பான அறிவும், இந்த விஷயங்கள் அனைத்திலும் பரந்துபட்ட விநயமும், எதையும் வரவேற்கும் தாராள சிந்தனையும் அவர்களிடம் காணப்பட்டன. நாம் ஏற்கனவே குறிப்பிட்டதுபோல் சிந்தனையிலும் அவற்றை வெளிப்படுத்துவதிலும் உலகம் இதுவரையிலும் கண்டிராத அளவுக்கு, முழுமையான, சந்தேகத்துக்கு இடமற்ற சுதந்திரம் இருந்தது என்ற உண்மையை வேறு எப்படி விளக்க முடியும்?

இவ்வாறான நிலைமைகளுக்குக் காரணமாக, அன்றைக்குப் பெரும்பான்மையாக நிலவிய, மிக எளிதான மற்றும் எளிமையான பொருளாதார நிலைமைகள் இருந்தன என்பதைக் கவனிக்கத் தவறினால், அக்கால வரலாற்றின் முக்கியமான அம்சம் ஒன்றைப் புறக்கணித்துவிடும் சாத்தியமுள்ளது.

அத்தியாயம் 14

சந்திரகுப்தன்

பௌளத்தத்தின் எழுச்சியின்போது அரசியல் அடிப்படையில் இந்தியாவில் இருந்த பல்வேறு பிரதேசங்களைத் தொடக்க அத்தியாயங்களில் கோடிட்டுக் காட்டினோம். புத்தரின் மரணத்துக்குப் பின்னர், அடுத்த ஒன்றரை நூற்றாண்டுகளில் என்ன நடந்தது என்பது பற்றி இந்தியாவில் கிடைத்திருக்கும் அல்லது வெளிநாட்டு ஆதாரங்களிலிருந்து மிகவும் குறைவாகவே அறிந்துகொள்ள முடிகிறது. திரை மீண்டும் உயரும்போது, மேடையில் கணிசமான மாற்றங்களை நாம் பார்க்கமுடிகிறது. ஆனால், புதிய சித்திரம் பழைய சித்திரத்துடன் ஒத்துப்போகிறது; முதன்மையான மனிதர்களும், குறைந்த முக்கியத்துவம் வாய்ந்த பெரும்பான்மை மனிதர்களும் அதே நபர்கள் தாம்; அத்துடன் அவர்களது நிலையில் ஏற்பட்டிருக்கும் மாற்றங்களையும் அவர்களது முந்தைய உறவுகளின் வெளிச்சத்தில் நன்கு புரிந்து கொள்ள முடியும்.

கி.மு.ஏழாம் நூற்றாண்டின் மத்தியில், பெரும் வலுவான ராஜ்ஜியமாக கோசலம் இருந்தது; செழிப்பின் உச்சத்திலிருந்த அந்த ராஜ்ஜியத்தின் பேரரசனாக பாசநேதியின் தந்தை, மாபெரும் கோசலன் (மகா கோசலன்) இருந்தார்; பேரரசின் ஆதிக்கம் இமய மலை முதல் கங்கை வரையிலும், மேற்கில் கோசலம் மற்றும் ராமகங்கை நதியிலிருந்தும் கிழக்கில் கண்டகி நதி வரையிலும்

பரவியிருந்தது. அந்த ராஜ்ஜியத்துக்கு மேற்கிலும் தெற்கிலும் பல சிறிய ராஜ்ஜியங்கள், சுதந்திரத்துடன் இயங்கிக் கொண்டிருந்தன. கிழக்குத் திசையில், கோசலம் சாக்கியர்கள் மீதான ஆதிக்கத்தை ஏற்கனவே நீட்டித்திருந்தது. ஆனால், அதற்குமேல் மேலும் முன்னேறிச் செல்லமுடியாமல் லிச்சாவியர்களின் ஆற்றல் வாய்ந்த கூட்டமைப்பு தடுத்தது. தெற்கே, இரண்டு சிறிய ராஜ்ஜியங்களான மகதத்துக்கும் சம்பாவுக்கு இடையில் ஒரு மரணப் போராட்டம் நடந்து கொண்டிருந்தது. புத்தர் சிறுவனாக இருக்கையில் இந்தப் பிரச்சனை ஒரு முடிவுக்கு வந்தது. இறுதியில் மகதம் வெற்றி பெற்றது. தென் கிழக்கில் இந்தப் புதிய நட்சத்திரத்தின் எழுச்சி, பழைய சித்திரத்தில் மிகவும் சுவாரஸ்யமான அம்சமாக இருந்தது.

சிலோனில் கிடைத்திருக்கும் காலவரிசைப் பதிவுகளும், இந்தியா குறித்த கிரேக்க விவரிப்புகளும் புதிய சித்திரத்தை நமக்குக் காட்டுகின்றன; குறிப்பாக, நமக்குக் கிடைத்திருக்கும் மெகஸ்தனிஸ் எழுதிய இண்டிகாவின் (கி.மு.300) அழிந்து போகாத சில பகுதிகள் வெற்றியில் திளைத்த மகதத்தை நமக்குக் காட்சிப்படுத்துகின்றன. சுதந்திரக் குடியரசுகளாக இயங்கிய சில குலங்களையும் மாபெரும் கோசல ராஜ்ஜியத்தையும் மகதம் கைப்பற்றியது. தெற்கிலும், கோசலத்துக்கு மேற்கிலுமிருந்த ராஜ்ஜியங்கள் ஒன்றன் பின் ஒன்றாக அதன் மேலாதிக்கத்தை ஒப்புக்கொண்டன. தொலைதூரத்தில் இருந்த பஞ்சாபையும், உஜ்ஜைனியையும் மகதத்தின் இராஜப்பிரதிநிதிகள் ஆட்சி செய்தனர். இந்திய வரலாற்றில் முதல்முறையாக ஆப்கானிஸ்தான் தொடங்கி, துணைக்கண்டத்தின் குறுக்கே கிழக்கில் வங்காளம் வரையிலும், இமயமலை தொடங்கி தெற்கே மத்திய மாகாணங்கள் வரையிலும் ஒரே ஆட்சியதிகாரத்தின் கீழ் இருந்தது.

அசீரியாவிலும் எகிப்திலும் நிகழ்ந்ததைப்போல, இந்தியாவின் புராதன வரலாற்றுச் சின்னங்கள் ஒரு நாள் தோண்டப்பட வேண்டும்; ஆய்வு செய்யப்பட வேண்டும்; இல்லையென்றால் இந்தப் பெரும் மாற்றங்கள் உண்மையில் எவ்வாறு நிகழ்ந்தன; யாரால் கொண்டு வரப்பட்டன என்பது நமக்கு எப்போதும் தெரியாமலே போய்விடும். இப்போது, குறிப்பிடும்படியாக இரண்டு அதிகாரப்பூர்வமான தொகுதிகள் கிடைத்துள்ளன; உண்மையில் மாற்றங்கள் எப்படி நிகழ்ந்தன என்பதற்கான உறுதியான சான்றுகளை அவை தருகின்றன; இரண்டும் ஒன்றை மற்றொன்று சார்ந்திராத சுதந்திரமான படைப்புகள்; ஆனால், மிக

முக்கியமான விஷயங்களில் பரஸ்பரம் ஒன்றையொன்று உறுதிப்படுத்திக் கொள்கின்றன.

தனித்தனியாக இவற்றை ஆய்வு செய்தால், இந்த ஆவணங்கள் கடுமையான ஆட்சேபணைகளை வரவேற்கக் கூடியதாகவும் இருக்கின்றன. சிலோனின் காலவரிசைப் பதிவுகள், முற்றிலும் பயனுள்ளவைதான். எனினும் அவற்றில் பயனற்றவையும் இருக்கின்றன. இவை கிழக்கிலோ அல்லது மேற்கிலோ இருந்த புத்தத் துறவிகளால் எழுதப்பட்ட பதிவுகள். கிரேக்க விவரிப்புகள் பல்வேறு வழிகளிலும் குறைந்த அளவில்தான் பயனுள்ளவையாக இருக்கின்றன.

மெகஸ்தனிஸ் எழுதியவை தொலைந்துவிட்டன. பிற்கால ஆசிரியர்களின் மேற்கோள்களில் பிழைத்திருந்த சிறு சிறு பகுதிகளை ஸ்வான்பெக் (Schwanbeck) சேகரித்தார்; அவற்றை, மெக்ரின்டல் (McCrindle) மொழிபெயர்த்து பண்டைய இந்தியா என்ற சிறந்த படைப்பாக்கினார். இங்கு ஒரு செய்தியைச் சொல்ல வேண்டும்; மெகஸ்தனிஸ் எழுதியதாகக் கூறப்படும் பத்தியிலிருந்து மேற்கோள் காட்டப்படும் ஒரு தகவல், பிற்கால கிரேக்க எழுத்தாளர்களாலும் ஒன்றுக்கு மேற்பட்ட முறை எடுத்தாளப்படுகிறது; ஆனால், அவற்றில் பல நேர்வுகளில், ஒன்று மற்றொன்றுடன் ஒத்துப்போகவில்லை. இந்த மேற்கோள்கள் என்றும் மெகஸ்தனிஸ் பயன்படுத்திய அதே சொற்களில் எழுதப்படுவதில்லை என்பது இதனால் உறுதியாகிறது. எடுத்தாளப்பட்டிருக்கும் இந்தப் பத்திகள் சரியானவையா என்ற சந்தேகம் கணிசமாக ஏற்படுத்துகிறது. ஓர் ஆசிரியரிடம் மட்டுமே இப்படிக் காணப்படுவதால் ஒப்பிட்டு சரியானதா என்பதைச் சோதிக்கவும் இயலவில்லை.

இந்த மேற்கோள்கள் பலவும், இவை அபத்தம் என்று வெளிப்படையாகச் சொல்லுமளவுக்கு விவரிப்புகளைக் கொண்டுள்ளன. தங்கம் தோண்டும் எறும்புகள், அதில் முடங்கித் தூங்கும் அளவுக்குப் பெரிய காதுகள் கொண்ட மனிதர்கள், வாய் இல்லாத மற்றும் மூக்குகள் இல்லாதவர்கள், ஒரு கண் மட்டுமே உள்ளவர்கள், சிலந்தி கால்கள் கொண்டவர்கள் அல்லது பின்புறம் மடியும் விரல்கள் கொண்டவர்கள் போன்றவை விவரிக்கப் படுகின்றன. கிரேக்கப் புவியியல் அறிஞர் ஸ்ட்ராபோ இந்தக் கதைகள் அபத்தமானவை, புனைவு என்கிறார். ஆனால், ஓரளவுக்கு மெகஸ்தனிசின் திறனாய்வு முடிவுகளுக்குச் சிறிய அளவில் சான்றுகளாகவும் இருக்கின்றன. மெகஸ்தனிஸ் கூறும் சிறுபிள்ளைத்தனமான அற்பச் செய்திகளைத் தேர்ந்தெடுத்து

எழுதும் கிரேக்க எழுத்தாளர்கள், அவற்றைத் திரும்பவும் கூறுவது முக்கியம் என்று நினைத்தார்கள். தவறுகள் திருத்தப்பட்டு, சரி செய்யப்பட்ட பின் எஞ்சியிருக்கும் சில பக்கங்கள், அறிவுப் பூர்வமான தகவல்-படிவை நமக்குத் தருகின்றன. அவை அனைத்தும் சுவாரஸ்யமானவை என்பதுடன், அவை வேறு எங்கும் காணக்கிடைக்காத தகவல்கள். அவற்றில் மெகஸ்தனிஸ், அவர் வசித்த மகதத்தின் தலைநகர் பாடலிபுத்திரம் குறித்து எழுதியிருக்கும் மிகச் சுருக்கமான விவரிப்புகள் மிக முக்கியமானவை.

'பாலிம்போத்ரா (பாடலிபுத்திரம்) என்று அழைக்கப்படும் இந்நகரம் இந்தியாவில் மிகவும் பெரியது; 'பிராசியன்களின் ராஜ்ஜியத்தில்' அது இருந்தது. எரன்னோபோவாஸ் நதியும் (இது ஹிரன்னாவதி என்பதின் கிரேக்கச் சிதைவு- இக்காலத்து சோனே நதி) மற்றும் கங்கையும் ஒன்றிணையும் இடத்துக்கு அருகில் அந்த நகரம் அமைந்துள்ளது. மக்கள் வசிக்கும் குடியிருப்பு களுடன் இந்த நகரம், நீளவாக்கில் இரு பக்கங்களிலும் 80 ஸ்டேடியா (சுமார் 10 மைல்கள்) அளவுக்கு நீண்டிருந்தது என்று மெகஸ்தனிஸ் தெரிவிக்கிறார். அதன் அகலம் பதினைந்து ஸ்டேடியா (சுமார் 2 மைல்கள்); நகரம் 600 அடி அகலமும் 30 முழம் ஆழமும் கொண்ட அகழியால் சூழப்பட்டிருந்தது. மதில்களின் மேல் 570 கண்காணிப்புக் கோபுரங்கள் இருந்தன; கோட்டைக்கு அறுபத்து நான்கு வாயில்கள் இருந்தன. ஆசிரியர் இந்தியாவைப் பற்றிய முக்கியமான உண்மை ஒன்றையும் சொல்கிறார்; இந்தியர்கள் அனைவரும் சுதந்திரமானவர்கள்; அவர்களில் ஒருவரும் அடிமை இல்லை.'

கி.மு.300-ல் இருந்த பாடலிபுத்திரத்தின் பரப்பளவு மற்றும் கோட்டைகள் பற்றிய விவரங்கள். நமக்கு புதியவை; சந்தேகத்துக்கு இடமின்றி அவை உண்மையான தகவல்கள் தாம். கணக்கிட்டுப் பார்த்தால் எழுபத்தைந்து கெஜ தூரத்துக்கு ஒன்று என்ற அளவில் கண்காணிப்புக் கோபுரங்கள் அமைந்துள்ளன. அதனால் இரண்டு கோபுரங்களுக்கு இடைப்பட்ட பகுதியை, அதில் மறைந்திருக்கும் வில் வீரர்களால் பாதுகாக்க முடியும். வாயில்களின் எண்ணிக்கை, ஒவ்வொரு 660 கெஜ தூரத்துக்கு ஒன்று என அமைந்துள்ளது. இது மிகவும் சாத்தியமான மற்றும் வசதியான தூரம்தான். கோட்டையின் பரப்பளவு உண்மையில் மிகப் பெரியது. ஆற்றின் கரையோரமாகவே பத்து மைல்கள் நீள்கிறது; லண்டன் கோபுரத்திலிருந்து ஹேமர்ஸ்மித் பாலம் வரையிலான தூரம் இது; நேர்கோட்டில் பார்த்தால் கிரீன்விச்சிலிருந்து ரிச்மான்டுக்கு இடையிலுள்ள தூரம் அது;

அத்துடன் செல்சியா ஆற்றங்கரை பகுதியிலிருந்து மார்புள் ஆர்ச் வரை தெற்கிலிருந்து வடக்கே இரண்டு மைல்கள். லண்டன் கோபுரம் முதல் பாராளுமன்றக் கட்டிடங்கள் வரை, ஆற்றிலிருந்து ஹாம்ப்ஸ்டெட் குன்றுகள் வரையிலும் பரவியிருக்கும் லண்டன் மாநகரம் இதேயளவு இடத்தை ஆக்கிரமிக்கக்கூடும். நாம் பார்த்தது போல, இப்போது போலவே அன்றும் இந்திய நகரங்கள் பரந்த நிலப்பரப்புடன் அமைந்திருந்தன என்பதை இந்தியாவைச் சேர்ந்தவர்களின் பதிவுகள் உறுதிப்படுத்துகின்றன. ஆகவே, மெகஸ்தனிஸ் அவர் வசித்த நகரத்தின் அளவு குறித்து எழுதியிருக்கும் பதிவுகளை ஏற்றுக் கொள்ளலாம்.

அடிமைத்தனம் பற்றிய கூற்றுதான் சற்று விநோதமாக இருக்கிறது. இந்தியா குறித்துக் கிடைத்திருக்கும் சான்றுகள் தரும் தனித்துவமான மற்றும் ஒருமனதான சாட்சியங்கள், இந்திய வாழ்க்கை முறையில் அடிமைத்தனம் மெய்நிகழ்வான ஒன்று என்கின்றன; எனினும், மிக முக்கியமானதாக இருக்கவில்லை என்று உறுதி செய்கின்றன. ஆனால், கிரேக்க எழுத்தாளர் இதற்கு மாறான ஒன்றை மிக உறுதியாகக் கூறும்போது, முக்கியமான உண்மையை அவர் தவறாகப் புரிந்துகொண்டார் என்று மட்டுமே சொல்லமுடியும்; அத்துடன் கிரேக்கத்தில் அப்போது நிலவியது போன்ற அடிமைத்தனத்துக்கு பழக்கப்பட்ட ஒரு வெளிநாட்டவருக்கு இந்தியாவில் அப்போது நிலவிய மிகக் குறைந்த அளவிலான அடிமைத்தனம் வியப்பை அளித்திருக்கும் என்பதையே அவர் அளிக்கும் சான்று வெளிப்படுத்துகிறது.

இந்திய மக்கள் ஏழு வகுப்பினராகப் பிரிந்து இருந்தனர் என்று மெகஸ்தனிஸ் கூறுகிறார்: 1. தத்துவ அறிஞர்கள், 2. விவசாயி, 3. மந்தைக்காரர்கள், 4. கைவினைஞர்கள், 5. படை வீரர்கள், 6. ஒற்றர்கள், 7. நிர்வாகிகள். 'அவர் வகுப்பைச் சேராத ஒருவரை மணந்துகொள்ள எவருக்கும் அனுமதியில்லை; அவருடையதை தவிர்த்து வேறு தொழிலை அல்லது கைவினைத் தொழிலைச் செய்யக்கூடாது; எடுத்துக்காட்டாக, ஒரு படைவீரன் விவசாயி ஆக முடியாது; ஒரு கைவினைஞன் தத்துவ அறிஞர் ஆக முடியாது.'*

---

* ஸ்ட்ராபோ, 15.49 என்ற கடைசி விதியுடன் இதையும் குறிப்பிடுகிறார்: '...(ஒருவர்) தனது தொழிலை வேறொரு தொழிலுக்குப் பரிமாற்றம் செய்துகொள்ள முடியாது; அல்லது ஒன்றுக்கும் மேற்பட்ட வியாபாரம் செய்ய முடியாது. ஒரு தத்துவ அறிஞருக்கு மட்டும் விதிவிலக்கு அளிக்கப்படுகிறது. அவரது அறநெறி சார்ந்து இந்தச் சலுகை அனுமதிக்கப்படுகிறது.'

மீண்டும், இங்கே மெகஸ்தனிஸ் தகவல்களைத் துல்லியமாகச் சொல்லவில்லை. அகமண முறை மற்றும் பிறமண முறை வழக்கங்கள் அப்போது இருந்துள்ளன. அதுபோல், ஒரு மனிதன் அவனது தந்தையின் வணிகத்தை (அவனது மகன்) தொடர்ந்து செய்யும் பழக்கமும் இருந்தது. ஆனால், அவர் குறிப்பிடுவதுபோல் அல்ல. அவர் கூறும் வகுப்பு பிரிவுகள் அனைத்தும் தவறானவை. அவர் குறிப்பிடாத இன்னும் பல வகுப்பினரும் இருந்தனர். இந்தியாவில் அப்போதிருந்த திருமண வழக்கங்கள் அடிப்படையிலோ தொழில் சார்ந்து மக்களிடம் இருந்த பழக்கவழக்கங்களின் படியோ இப்பிரிவினர் இருந்தனர். இது குறித்த உண்மையான விவரிப்பு வேறொரு இடத்தில் கொடுக்கப் பட்டுள்ளது. இந்திய மொழியை அறிந்திராத வெளிநாட்டவர் ஒருவர், இதுபோன்ற ஏராளமான விவரங்களால், விஷயங்களைத் துல்லியமாக கொடுக்க முடியாமல் தடுமாறியிருக்கலாம். இதற்கு மாறாக, மெகஸ்தனிசிற்கு அரசாங்க அலுவல் சார்ந்த அதிகாரப்பூர்வ வாழ்க்கையில் நல்ல அனுபவம் கிடைத்திருக்கும். அவை குறித்து அவர் சொல்வது:

'அரசாங்கத்தின் பெரிய அதிகாரிகளில் சிலர் சந்தைகளுக்குப் பொறுப்பாக இருந்தனர். சிலருக்கு, நகரப் பொறுப்பு, சிலருக்கு, படைவீரர்கள் பொறுப்பு. சிலர் நதிகளை (கால்வாய்கள்!) மேற்பார்வையிட்டனர்; நிலங்களை அளவிட்டனர். எகிப்து நாட்டில் வழக்கத்தில் இருந்ததுபோல் நீர் வெளியேறும் மதகுகளை அவர்கள் ஆய்வு செய்கிறார்கள். பிரதானக் கால்வாய்களிலிருந்து வாய்க்கால்களுக்கு நீர் வெளியேறு வதையும், நீர் விநியோகம் சமச்சீரான அளவில் அனைவருக்கும் கிடைக்கிறதா என்றும் பார்க்கின்றனர்.

அதே அதிகாரிகள் தாம், வேட்டைக்காரர்களுக்கும் (நிச்சயமாக அரச குடும்பத்தைச் சேர்ந்த வேட்டைக்காரர்கள் மட்டுமே) பொறுப்பாக இருந்தனர். வெகுமதி அளிப்பதும் அல்லது குழுவிலிருந்து விலகிச் செல்பவர்களுக்குத் தண்டனை வழங்கும் அதிகாரமும் இவர்களிடம் ஒப்படைக்கப்பட்டது.

அவர்கள் வரிகளும் வசூல் செய்கிறார்கள், நிலத்துடன் தொடர்புடைய வேலைகளையும் மேற்பார்வையிடுவார்கள்; அதாவது அவர்கள் அரசாங்கத்துக்குச் செலுத்த வேண்டிய நிலுவைகளையும் கவனிக்கிறார்கள்; அதுபோல், மரம் வெட்டுபவர்கள், தச்சர்கள், கொல்லர்கள் சுரங்கத் தொழிலாளர்களின் பணிகளையும் மேற்பார்வையிடுவார்கள்.

மேலும், சாலைகள் அமைக்கும் பணிகளையும் அவர்கள் ஏற்றுக் கொண்டுள்ளனர். அத்துடன் சாலையில் ஒவ்வொரு பத்து ஸ்டேடியா தூரத்துக்கு தூண் ஒன்று கைகாட்டிபோல் நிறுவப்படுகிறது. பிரிந்து செல்லும் சாலைகள், தூரம் ஆகியன அதில் குறிக்கப்படுகின்றன. (குறிப்பு: பத்து ஸ்டேடியா என்பது 2x22.5 கெஜ தூரம். இது, சில கெஜங்கள் குறைவாக, ஒரு யோஜனை தூரத்தின் ஆறில் ஒரு பகுதி. யோஜனை- அக்காலத்தின் இந்தியாவில் நீளம்/ தூரத்தை குறிக்கப் பயன்பட்ட பொதுவான அளவீடு).

நகரத்துக்குப் பொறுப்பான அதிகாரிகள், ஐந்து பேர் கொண்ட ஆறு குழுக்களாகப் பிரிக்கப்படுகின்றனர். முதல் குழு, தொழிற்துறை சார்ந்த கைவினைத் தொழில்கள் அனைத்தையும் பார்த்துக் கொள்கிறார்கள்.

இரண்டாவது குழுவினர், வெளிநாட்டு விருந்தினர்களின் பொழுதுபோக்கைக் கவனித்துக் கொள்கிறார்கள். அவர்களுக்குத் தங்குமிடங்கள் ஏற்பாடு செய்வார்கள்; அவர்களுக்கு ஏற்பாடு செய்யப்படும் வேலையாட்கள் மூலமாக அவர்களது தினசரி வாழ்க்கை முறைகளைக் கவனித்து, வசதி செய்து தருகிறார்கள். ராஜ்ஜியத்தை விட்டு அவர்கள் வெளியேறும்போது அவர்களுக்குப் பாதுகாப்பு அளிக்கிறார்கள். இங்கிருக்கையில் ஒருவேளை அவர்கள் இறக்க நேர்ந்தால், சொத்துகளை அவர்களது உறவினர்களுக்கு அனுப்பி வைப்பார்கள். நோய்வாய்ப்பட்டால், தேவையான சிகிச்சை அளிப்பார்கள்; இறக்க நேர்ந்தால், அவர்களை அடக்கம் செய்துவிடுவார்கள்.'

மூன்றாவது குழுவினர், பிறப்பும் இறப்பும் நிகழும்போது விசாரணை செய்வார்கள். வரி விதிப்பதற்காக மட்டுமின்றி, உயர் குலத்தவர் மற்றும் தாழ்ந்த வகுப்பினரிடையே அரசாங்கத்தின் கவனத்திலிருந்து பிறப்பும் இறப்பும் தப்பிவிடக்கூடாது என்பதற்காகவும் அவ்வாறு செய்கின்றனர்.

நான்காவது குழுவினர் வர்த்தகம் மற்றும் வணிகத்தை மேற்பார்வையிடுகின்றனர். குழுவின் உறுப்பினர்கள் எடை கற்களுக்கும் அளவைகளுக்கும் பொறுப்பானவர்கள்; பொருட்கள், அவற்றிற்குரிய பருவத்தின் போது, பொது அறிவிப்பு செய்ததற்குப் பின் விற்கப்படுகிறதா எனப் பார்த்துக் கொள்வார்கள். இரட்டை வரி செலுத்துகிறவர் தவிர்த்து வேறு எவரும் ஒரு பொருளுக்கு மேல் வியாபாரம் செய்ய அனுமதிக்கப்படுவதில்லை. (மிகவும்

தெளிவற்றதாக இது இருக்கிறது. இந்தச் சொற்கள் விற்பனையை, அதாவது வழக்கமான தனியார் பண்டமாற்று மூலமான விற்பனையைக் குறிப்பிடவில்லை. ஆனால், ஏலத்தின் மூலமாக அல்லது விளம்பரம் மூலம் விற்பனை செய்யப் படுவதைக் குறிப்பிடுகிறது. இந்த இரண்டு கூற்றுகளுமே சரியானதென்று தோன்றவில்லை).

ஐந்தாவது குழுவினர் உற்பத்தி செய்யப்பட்ட பொருட்களை மேற்பார்வையிடுவார்கள்; இப்பொருட்கள் பொது அறிவிப்பு மூலம் விற்கப்படுகின்றன. புதியவை, பழைய பொருளுடன் சேராமல் தனியாக வைத்து விற்கப்படுகின்றன; இரண்டையும் ஒன்றாகக் கலந்துவிட்டால், அதற்கு அபராதம் உண்டு.

ஆறாவது குழுவினர், விற்கப்படும் பொருட்களின் மதிப்பில் பத்தில் ஒரு பங்கை வசூல் செய்கிறார்கள்; வரி செலுத்துவதில் மோசடி செய்பவர்களுக்கு மரண தண்டனை விதிக்கப்படுகிறது.'

மேற்கோள் காட்டப்படும் பத்திகளில், படைகளின் அமைப்பு பற்றி மேலோட்டமான விவரங்கள் கொடுக்கப்பட்டுள்ளன. சுட்டிக்காட்ட எவ்விதத்திலும் அவை தகுதியற்றவை. எனினும், புள்ளிவிவரங்கள் சுவாரஸ்யமானவை: 'பாடலிபுத்திர மன்னன் நிலையான படை ஒன்றை ஊதியம் அளித்து வைத்திருந்தான்: அதில் 60,000 காலாட்படையினரும், 30,000 குதிரை வீரர்களும் 8,000 யானைகளும் இருந்தனர். எனில், அவன் எவ்வளவு மிகப் பெரும் செழிப்புடன் இருந்தான் என்பதை ஊகிக்கலாம்.'

பிளீனி, இந்தப் பத்தியின் தகவல்களை எதிரொலிக்கிறார்: 600,000, 30,000, மற்றும் 9,000. ஆனால், இவற்றில் முதலாவதாகக் கூறப் பட்டிருக்கும் எண்ணிக்கை தவறு என்பது தெளிவு; நகல் எடுத்தவரின் பிழையாகவும் அது இருக்கலாம். அதே கால கட்டத்தைச் சேர்ந்த ஏனைய இந்திய அரசர்களது படைகளின் எண்ணிக்கையைத் தெரிவிப்பதை இந்த ஆசிரியர் ஒரு மரபாகப் பாதுகாக்கிறார். நிச்சயம் இத்தகவல் மெகஸ்தனிஸிடமிருந்து பெறப்பட்டது என்பதில் சந்தேகமில்லை; அவை கீழே கொடுக்கப் பட்டுள்ளன:

ராஜ்ஜியம்	காலாட்படை	குதிரைப்படை	யானைகள்
கலிங்கம்	60,000	10,000	700
தாலுக்தா	50,000	4,000	700
ஆந்திரம்	100,000	2,000	1,000

மகதத்தின் காலாட்படை மற்றவர்களுக்கு இணையான சமபலத்துடன் இருப்பதும், யுத்தத்தில் அதனுடைய குதிரைப்படையும், யானைகளும் பெரும் மேன்மையைக் காட்ட முடியும் என்பதும் கவனிக்கத்தக்கது. இந்த விவரம் அநேகமாகச் சரியாக இருக்கலாம். தொலைவிலிருந்த வடக்கு மற்றும் மேற்குப் பிரதேசங்களில் குதிரைகளுக்குப் பயிற்சி அளிப்பதற்குப் பெரும் முக்கியத்துவம் அளிக்கப்பட்டது என்பதை இந்தியா குறித்தப் பதிவுகள் ஒருமித்துக் கூறுகின்றன; அப்பகுதிகள் மகதத்து ஆட்சியின் கீழ் இருந்தவை; கிழக்குப் பிரதேசங்களில் யானைகளுக்குப் பயிற்சி அளிப்பதில் பெரும் முக்கியத்துவம் அளிக்கப்பட்டது; நிச்சயம், இவையும் மகதத்தைச் சேர்ந்தவைதான். மகதம் படிப்படியாக மேலாதிக்க நிலையை அடைந்ததற்கு போரில் யானைகளைப் பயன்படுத்தியது முக்கியக் காரணியாக இருந்திருக்கலாம் என்று அவதானிக்கிறேன்.

மகதத்துக்கு இந்த மேலாதிக்க நிலை கிடைக்கக் காரணமாக இருந்தவர் சந்திரகுப்தர் என்று கருதுவது நிச்சயம் மிக மோசமான பிழையாகும். அலெக்சாண்டர் வடமேற்கு இந்தியா மீது படையெடுத்த நேரத்தில் மகதத்தின் அப்போதைய பேரரசர் தனநந்தன். அவன் சந்திரகுப்தனுக்கு முந்தியவன். அவனிடம் 200,000 காலாட்படையும், 20,000 குதிரைப்படையும், 2,000 ரதங்களும் 4,000 யானைகளும் கொண்ட படையும் இருந்ததாகக் கூறப்பட்டது. அப்போது, அந்த ராஜ்ஜியம் நிச்சயம் கோசலத்தைக் கைப்பற்றியிருந்தது. அத்துடன் கோசலத்துக்குத் தெற்கிலும் மேற்கிலும் உள்ள மற்ற ராஜ்ஜியங்களையும் கைப்பற்றியிருந்தது. அதன் பின்னர் சந்திரகுப்தர், பஞ்சாபையும் சிந்து நதிக்கரை அருகில் அதன் முகத்துவாரம் வரையிலிருந்த பிரதேசங்களையும் சேர்த்தார். அலெக்சாண்டரது படையெடுப்பின் விளைவாக ஏற்பட்ட சீர்குலைவுக்கு ஆட்பட்டிருந்த பஞ்சாபிலிருந்துதான், தனநந்தனை முற்றுகையிட்டு, முறியடிக்கத் தேவையான திறமையான வீரர்களை சந்திரகுப்தர் படையில் சேர்த்துக் கொண்டார். சிந்து நதிக்குத் தென்புறத்து மாகாணங்களும் அவரது கட்டுப்பாட்டில்தான் இருந்தனவா என்பது நமக்குத் தெரியவில்லை.

ஆனால், பிளீனி, காலகட்டம் குறித்த எவ்விதச் சந்தேகமும் இன்றி, மகதப் பேரரசு சிந்து நதி வரை நீண்டிருந்தது என்று கூறுகிறார். குஜராத் தீபகற்பத்தைக் கைப்பற்றிய அதே நேரத்தில், அப்பகுதிகளையும் அவர் அடிபணியச் செய்திருக்கலாம். ருத்ரதாமனின் கல்வெட்டிலிருந்து அவருடைய ராஜப்பிரதிநிதி

பௌத்த இந்தியா ✦ 245

ஒருவர் அங்கு இருந்து ஆட்சி செய்தார் என்பதை அறிகிறோம். உஜ்ஜைனியைத் தலைநகராகக் கொண்டிருந்த புராதன இராஜ்ஜியமான அவந்தி, அவரது காலத்துக்கு முன்பே, பேரரசுடன் இணைக்கப்பட்டிருக்க வேண்டும்.

சந்திரகுப்தன் இவ்வாறாக கிரேக்கர்களையே எதிர்த்து நிற்கும் அளவுக்கு வலிமை பெற்றவராக இருந்தார். கி.மு.நான்காம் நூற்றாண்டில் வலிமையின் உச்சத்திலிருந்த செலுகஸ் நிகேட்டர், அலெக்சாண்டரை விஞ்சி நிற்க முயன்று இந்தியா மீது படையெடுத்தார். ஆனால் அவர் மிகவும் வித்தியாசமான எதிரியைச் சந்தித்தார். அலெக்சாண்டர், அவரது படையெடுப்பின் போது சிறிய ராஜ்ஜியங்களையும் குடியரசுகளையும் அடுத்தடுத்து சந்தித்து வெற்றி கண்டார். அந்த அரசுகளுக்கு இடையே நிலவிய பரஸ்பரப் பொறாமை, போரிடுவதில் அப்படைகள் பெற்றிருந்த வீரத்தையும் துணிச்சலையும் சமன் செய்துவிட்டது. இந்தச் சூழல், அலெக்ஸாண்டர் அந்நாடுகளைத் தோற்கடிக்க உதவியது. ஆனால், செலுகஸ் மகதத்தின் ஒருங்கிணைக்கப்பட்ட, ஒன்று திரட்டப்பட்ட திடமானப் பேரரசை எதிர்த்தார். அதனால், அவர் எடுத்த முயற்சிகள் அனைத்தும் வீணாகிப்போயின. படையெடுப்பு தோல்வியுற்றது; இன்றைய ஆப்கானிஸ்தான் பிரதேசத்துக்கு இணையான கெட்ரோசியா மற்றும் அராச்சோசியா பிரதேசங்கள் உட்பட சிந்து நதிக்கு மேற்கிலிருந்த அவரது ராஜ்ஜியத்தின் அனைத்து மாகாணங்களையும் விட்டுக்கொடுத்துத் தப்பினார்; அவரது மகளையும் இந்தியாவின் வெற்றிகரமான பேரரசருக்குத் திருமணம் செய்து கொடுப்பதில் மகிழ்ச்சி அடைந்தார். கைம்மாறாக ஐநூறு யானைகள் கொண்ட படையொன்று அவருக்குக் கிடைத்தது.

அப்போதுதான் மெகஸ்தனிஸ் பாடலிபுத்திரத்துக்குத் தூதராக அனுப்பப்படுகிறார். இளவரசியும் அவளுடைய பரிவாரங்களும், தூதரும் அவருடைய உதவியாளர்களும் பணியாட்களும், அரசாங்கத்தில் பணியாற்றிய கிரேக்கத்தின் கலைஞர்களும் கைவினைஞர்களும் என்று கி.மு.300ம் ஆண்டில் கங்கை நதியின் தென் கரையில் அவர்களது நாட்டிலிருந்து தொலைதூரத்திலிருந்த நகரத்தில் கணிசமான அளவில் கிரேக்கச் சமூகத்தினர் வசித்திருக்க வேண்டும். வெறும் கோட்டையாக இருந்த அந்த நகரத்துக்கு அஸ்திவாரம் அப்போது மகத அரசரின் மந்திரியாக இருந்த பிராமணரால் போடப்பட்டது. அந்த நேரத்தில் தான் இந்தியாவின் மாபெரும் ஆசான், அவர் இறந்து போவதற்குச் சில மாதங்களுக்கு முன்பாக, தனது இறுதிப் பயணத்தைத் தொடங்கியிருந்தார். ஆனால்,

அந்தக் கிரேக்கச் சமூகம் இந்த விஷயங்களில் சிறிதும் அக்கறை காட்டியதாகத் தெரியவில்லை; அதுமட்டுமின்றி, நமக்குத் தெரிந்தவரை, மெகஸ்தனிஸ், இந்தியாவைப் பற்றிய விவரக் குறிப்புகளில் புத்தரைப் பற்றியோ அவரது அமைப்பைப் பற்றியோ ஒரு சொல்லையும் பதிவு செய்திருக்கவில்லை.

சந்திரகுப்தனின் திகைக்க வைக்கும் வாழ்க்கை ஆழ்ந்த தாக்கத்தை ஏற்படுத்தும் ஒன்று. அந்தப் பெரும் பேரரசின் எல்லைப்புறத்தில் திருடர்கள் கூட்டத்தின் தலைவனாக இருந்த அவன், அப்போது உலகின் வலிமை மிக்க ராஜ்ஜியத்தின் சிம்மாசனத்தை அடைவதற்குப் பெரிதும் முயன்றார். நமக்குக் கிடைத்திருக்கும் கிரேக்கம், பௌத்தம் மற்றும் ஹிந்து ஆவணங்களில் இவை ஒரு பழங்கதை போல் விவரிக்கப்படுகின்றன. உலகின் ஏனைய பெரும் வெற்றியாளர்களும் ஆட்சியாளர்களும் சந்தித்தது போன்ற பிரச்சனைகளை, விதியை அவரும் எதிர்கொண்டார். அலெக்சாண்டர் மற்றும் சார்லமேனைப் போல மக்களைக் கவர்ந்து ஈர்க்கும் சாகச வீரனாகிவிட்டார்.

பிரிட்டனின் ஆல்ஃபிரட் தி கிரேட் குறித்து, மக்கள் மத்தியில் இப்போதும் நிலவும் கவர்ச்சியான கதை ஒன்றைப் புனைவதற்கு அவர் காரணமாக இருந்ததை வாசகர்கள் நினைத்துப் பார்க்கலாம். தோற்கடிக்கப்பட்டுத் திரிந்த அகதியாக, அவன் ஒரு விவசாயப் பெண்மணியைச் சந்திக்க நேர்ந்தது; அவள் சமைத்த ரொட்டி என்று அந்தக் கதையை நினைவு கூரலாம். சிலோனில் கிடைத்திருக்கும் காலவரிசைப் பதிவில் சந்திரகுப்தனைப் பற்றி இது போன்ற சிறு சம்பவம் விவரிக்கப்படுகிறது.

'கிராமம் ஒன்றில் பெண்மணி ஒருத்தி தனது குழந்தைக்குச் சப்பாத்தி செய்து கொடுத்துக் கொண்டிருந்தாள்; அந்த வீட்டுச் சமையலறை அருகில் தான் சந்திரகுப்தன் மறைந்து வசித்தான். அந்தச் சிறுவன், சப்பாத்தியின் ஓரப்பகுதியைப் பிய்த்து எறிந்துவிட்டு மையப் பகுதியை மட்டும் சாப்பிட்டான்; மேலும் சப்பாத்தி செய்து கொடுக்கும்படி தாயைக் கேட்டான். அப்போது அவள், 'உன் செயல், இந்த ராஜ்ஜியத்தைச் சந்திரகுப்தன் தாக்க முயல்வது போல் உள்ளது' என்று கூறியிருக்கிறாள். பையன் அவளிடம், 'ஏன் அம்மா, நான் என்ன செய்கிறேன், சந்திரகுப்தன் என்ன செய்தான், இதற்கும் அதற்கும் என்ன சம்பந்தம்? ' என்று கேட்டான். அவள், 'என் அன்பு மகனே! சப்பாத்தியின் ஓரத்தை எறிந்துவிட்டு, நடுப்பகுதியை மட்டும் சாப்பிடுகிறாய். மன்னராக வேண்டும் என்று விரும்பும் சந்திரகுப்தனும், எல்லையிலிருந்து

தொடங்கி, ஒவ்வொரு நகரமாக வரிசையாகத் தாக்கிக் கைப்பற்றாமல் நேராக ராஜ்ஜியத்தின் மையத்தைத் தாக்குகிறான். அதனால், அவனது படை சூழ்ந்து கொள்ளப்பட்டு, தாக்கி அழிக்கப்படுகிறது; அவன் செய்யும் முட்டாள்தனம் இது' என்று மகனிடம் கூறுகிறாள்.'

இதைக் கேட்டுக்கொண்டிருந்த சந்திரகுப்தன் பாடம் கற்றான். வாழ்வில் வெற்றி பெற்றான். தொடர்ச்சியான சாகசங்கள், தோல்விகள், வெற்றிகள், சூழ்ச்சிகள், கொலைகள், துரோகங்கள் என்று அனைத்தும் அரியணை நோக்கி அவனை அழைத்துச் சென்றன. இத்தகைய வெற்றிகளுக்கும் ஆட்சியைப் பெற்றதற்கும் சாணக்கியன் என்ற பிராமணரின் தொடர்ச்சியான ஆலோசனை களுக்கும் உதவிக்கும் அவன் பெரிதும் கடன்பட்டுள்ளான். அவர் இயல்பான உடல் வடிவம் கொண்டவரில்லை என்கிறார்கள்; அது போலவே அவரது இதயமும். (அல்லது, ஒருவேளை, தெய்வங்களைக் கூறுவதுபோல அவர் அறநெறியாளர் இல்லை எனினும் ஒழுக்கக்கேடானவர் இல்லை என்று சொல்லலாம்).

கிரேக்க வரலாற்றாளர் ஜஸ்டின், கிரேக்க விஷயங்களில் விற்பன்னர். விலங்குகள் சார்ந்து இந்த அரசனுக்கு இருக்கும் அற்புதமான இயல்புகள் குறித்து அழகான கதைகளைச் சொல்கிறார். ஒருமுறை, எதிரிகளிடமிருந்து தப்பியோடிய நேரத்தில் தூக்கம் அவரைப் பிடித்துக்கொண்டது; எதிரிகள் அல்ல. தூங்கிக் கொண்டிருந்த அவனருகில் வந்த வலிமை மிக்க சிங்கம் களைத்துப்போன அவர் உடலை நக்கி அவருக்குச் சேவை செய்ததாம். வேறொரு நிகழ்வில், அவரது ஆதரவாளர்களைக் கூட்டிக்கொண்டு, தாக்குதலுக்குச் சென்றபோது, வனத்திலிருந்த யானை ஒன்று சந்திரகுப்தனை தனது முதுகில் ஏற்றிக் கொள்ளக் குனிந்ததாம்.

பரவலான பிராமண இலக்கியங்களில், பத்து நூற்றாண்டுகளுக்கு சந்திரகுப்தன் முற்றிலும் புறக்கணிக்கப்பட்டுள்ளார் என்பதை அறியும்போது, அத்தகவல் ஆர்வத்தைத் தூண்டுகிறது. சாணக்கிய பிராமணருடன் அவருக்கு நட்பு இருந்தபோதிலும், வெறுக்கப்பட்ட மௌரிய வம்சத்தைத் தோற்றுவித்தவர் என்பதால் அவர் அவமதிக்கப்பட்டார். ஆனால், அவர் குறித்த நினைவுப் பதிவுகள், அல்லது குறைந்தபட்சம் மக்களுக்கு அவர் மீதிருந்த ஒருவிதக் கவர்ச்சி இந்திய மக்களிடம் மிகவும் உயிர்ப்புடன் இருந்திருக்க வேண்டும். பின்னாளில் அந்த வம்சத்துக்கு, புத்தமதம் பெரிதும்

கடன்பட்டிருந்தது. நமது சகாப்தத்தின் எட்டாம் நூற்றாண்டில், முத்ராராக்?ஷசம் என்ற பிரபலமான சமஸ்கிருத நாடகத்தின் ஆசிரியரான ஒரு சாதாரண மனிதர் அந்த நாடகத்தின் மையக்கருவாக மக்களிடம் சந்திரகுப்தன் மீதிருந்த ஈர்ப்பை எடுத்துக் கொண்டார். ஏராளமான விவரங்களை அதில் அவர் அளித்துள்ளார். அரை நூற்றாண்டுக்கு முன்பு ஏனைய மரபுகளின் உதவியுடன் வரலாற்றாசிரியர் 'லாசென்' (Lassen) அந்த வரலாற்று நிகழ்வின் மையக்கருவை அவிழ்க்க முயன்றார். பல விவரங்களை அவர் தருகிறார். அதில் மிகச் சிறப்பாக வெற்றியும் பெற்றுள்ளார். ஆனால், இந்த நாடகம் பரிந்துரைக்கும், அறிந்துகொள்ள வேண்டிய மிக முக்கியமான செய்தி என்னவென்றால், பிராமணர்களையும் மீறி, மக்களின் இதயங்களில் சந்திரகுப்தன் உயிர்த்திருந்தான் என்பதே. புரோகிதர்களின் மௌனம் என்ற மிக நீண்ட இடைவெளியையும் கடந்து இது நடந்துள்ளது; ஆகவே, நமக்கு மற்றொரு ஆதாரம் ஏதேனும் தேவைப்பட்டால், பிராமணச் சான்றுகளை முழுவதுமாக நம்புவது மிகவும் புத்திசாலித்தனம் அல்ல என்பது இதிலிருந்து தெரிகிறது.

அத்தியாயம் 15

அசோகர்

மாபெரும் பேரரசான மகதத்தின் முந்தைய நிர்வாக அமைப்பால், சந்திரகுப்தர் பெருமளவுக்குப் பயன்பெற்றார் அரசை நடத்துவதில் நிபுணத்துவம் பெற்றார், நீண்ட காலத்துக்கு, இருபத்துநான்கு ஆண்டுகள் (கி.மு. 322-298) ஆட்சி செய்தார். விரிவுபடுத்திய பெரும் பேரரசை மகன் பிந்துசாரனிடம் ஒப்படைத்தார். இவரைப் பற்றி நமக்கு அதிகம் தெரியவில்லை. அவர் இருபத்தெட்டு ஆண்டுகள் ஆட்சி செய்தார் என்று சிலோன் காலவரிசைப் பதிவுகள் கூறுகின்றன. கிரேக்கர்கள், அவரை எதிரிகளை-அழிப்பவன் என்ற பொருளில், அமித்ரோசேட்ஸ் (அதாவது, அமித்ரா-காட்டா) என்று அழைத்தனர். சந்தேகமின்றி இது அவருக்கு அளிக்கப்பட்ட அதிகாரப்பூர்வப் பட்டமாக இருக்கக்கூடும். கிரேக்க அரசன் ஆண்டியோகோஸ் (Antiokhos) டீமாச்சோஸ் என்பவனையும், அதன்பின்னர் டோலமி ஃபிலடெல்போஸ் (Ptolemy Philadelphos) என்ற அரசன் டயோனிஸியோஸையும் (Dionysios) தூதர்களாக பாடலிபுத்திரத்துக்கு அனுப்பியதாகவும் கூறுகின்றன.

காலவரிசைப் பதிவுகளின் சில வரிகளைப் பார்க்கலாம்: கி.மு. 270 இல் பிந்துசாரன் இறந்த பின்னர் அவரது மகன் அசோகர் பதவியேற்றார், அப்போது அவர், உஜ்ஜைனியில் மகதத்தின் ராஜப்பிரதானியாக இருந்தார். சிலோனின் காலவரிசைப் பதிவுகளும், பௌத்தப் படைப்புகளும், அவரது கல்வெட்டுகளும்

அவரைப் பற்றி நமக்கு ஏராளமான தகவல்களை அளிக்கின்றன. கிரேக்கர்கள் அவரைப் பற்றிக் குறிப்பிடவில்லை. அசோகரது செல்வாக்கின் விளைவான ஆபத்துகள் அனைத்தும் நிச்சயமாக நீங்கிவிட்டன என்று தெரியும் வரை பிராமணர்களின் பதிவுகள் அவரை முற்றிலும் புறக்கணித்தன. பத்து அல்லது பன்னிரண்டு நூற்றாண்டுகளுக்குப் பின்னர்தான் அவர்களது பட்டியலில் இருந்த மன்னர்களுடன் இவரது பெயரையும் சேர்த்துக் கொண்டனர். ஆனால், அப்போது அந்தப் படைப்பாளிகள் பௌத்தப் படைப்புகள் எதையும் புரட்டியிருக்கவில்லை. கல்வெட்டுகளையும் படித்திருக்க வில்லை. பிராமணப் பள்ளிகள் இந்த மரபை எப்பொழுதும் கடைப்பிடித்தன என்பதுடன், இதைப் பற்றி ஒரு வரி எழுதவும் அவை அனுமதிக்கப்படவில்லை.

ஐரோப்பிய அறிஞர்கள் இந்த வெளியில் ஆய்வுகளைத் தொடங்கிய நேரத்தில், சிலோன் காலவரிசைப் பதிவுகள்தாம் பெரும் உதவியாய் இருந்தன. வேறொரு இடத்தில் இப்படிக் குறிப்பிட்டுள்ளேன்: சிறப்பும் மரியாதையும் பெற்ற ஜேம்ஸ் பிரின்செப் இந்திய தொல்பொருள் ஆராய்ச்சியாளர்களில் மிகவும் திறமையானவர்; அசலான மனிதர்; அப்போது அவர் தனது முப்பதுகளில் இருந்தார்; கிடைத்திருக்கும் நாணயங்களையும் கல்வெட்டுகளையும் ஆய்ந்து புரிந்துகொள்ளும் உற்சாக முயற்சிகளில் ஈடுபட்டிருந்தார்; ஆனால், அவர் சோர்ந்து போயிருந்தார்; கண்டறிந்த எழுத்துகளையும் பேச்சுவழக்குகளையும் அவரால் உறுதிப்படுத்த முடியவில்லை. அப்போது சிலோன் சிவில் சர்வீஸைச் சேர்ந்த ஜார்ஜ் டர்னர் அவருக்குத் தொடர்ந்து உதவிகள் செய்தார். எனில், சிலோனில் அப்போது வரலாறு ஒன்று கிடைத்திருந்தது; உண்மையில் வரலாற்று புத்தகங்கள் பல கிடைத்திருந்தன.

அதேநேரத்தில் கல்கத்தாவிலும் இந்தியா குறித்த பதிவேடுகள் பாதுகாக்கப்பட்டிருந்தன; ஆனால், அடையாள காண முடியும் என்று அவர் நினைத்திருந்த புதிய பெயர்களை உறுதிபடுத்த நம்பகமான தரவுகள் ஏதும் ஜேம்சுக்குக் கிடைக்கவில்லை. சிலோன் புத்தகங்களின் உதவியின்றி மன்னன் பிரியதர்சனை அவனது கல்வெட்டுகளில் வியத்தகு முறையில் அடையாளம் கண்டிருக்க முடியாது; மன்னன் அசோகரின் வரலாற்றையும் எழுதியிருக்க முடியாது என்று கூறுவது மிகையன்று. அடையாளம் உறுதி செய்யப்பட்டவுடன் அடுத்தடுத்த நடவடிக்கைகள் ஒப்பீட்டளவில் எளிதாகின; ஜேம்சுக்கும் அவரது இணை ஆய்வாளர்களுக்கும் தேவையான ஊக்கத்தை அது அளித்தது; அத்துடன் அவர்களது

உற்சாகத்தை உயிர்ப்புடன் வைத்திருக்கத் தேவையான அம்சமாகவும் இருந்தது.

பிரின்செப் கல்வெட்டுகளைப் படித்தார் ஆய்வு செய்தார். அவர் இட்ட அஸ்திவாரத்தின் அடிப்படையில் இப்போது நாம் அவற்றை நன்றாகப் படிக்க முடிகிறது. ஆனால், இப்படியான அடிப்படைக் கட்டமைப்பை உருவாக்குவது மிகவும் சாத்தியமற்றது என்று தோன்றும் பணியில், உன்னத வாழ்க்கையை தியாகம் செய்த அந்த அன்பான அறிஞரை நிச்சயம் மறக்க வாய்ப்பில்லை. இப்போது நம்மிடம் அக்காலத்துப் பதிவுகள் அனைத்தும் எளிமையாக, அக்காலகட்டத்தை நினைவூட்டுவனவாக, சித்திரத்தைப் பார்ப்பது போன்று விரிவாக, விளக்கமாகக் கிடைத்துள்ளன; ஆறு நூற்றாண்டுகளோ அதற்கும் மேற்பட்ட காலத்துக்குப் பின்னரோ பௌத்தச் சமயத்தின் நலம் விரும்பிகள் சில படைப்புகளைத் தந்தனர். ஆனால், அவர்கள் அந்தநேரத்தில் அப்படைப்புகள் மீது வரலாற்று ரீதியான விமர்சனம் எழலாம் என்று எண்ணியிருக்க வாய்ப்பில்லை; அப்போது அவர்களது நோக்கம் சமயம் சார்ந்த விஷயங்களை எடுத்துரைப்பதே. அவை, சாதாரண விவரிப்புகள் போலவே இருக்கின்றன.

ஏறி வர உதவிய ஏணியை உதைத்துத் தள்ளுவது மனிதக் குணமாக இருக்கலாம். ஆனால், இந்த விஷயத்தில் பெரும் வன்முறையுடன் நாம் அவ்வாறு செய்ய வேண்டியதில்லை. நமக்கு அவை மீண்டும் தேவைப்படும். நேர்மையற்ற துறவிகளின் ஏமாற்றுப் புனைவுகள் கொண்ட காலவரிசைப் பதிவுகளைப் பார்வையிடச் சொல்லி வாசகரை அவை எரிச்சலடைய வைக்கின்றன. அவ்வாறு முகங்காட்டுதல் தவறானது. கவனம் கொள்ளத் தகுதியான கருத்துகள் இருக்கின்றன, அவை, மிகத் தீவிரமான பாராட்டுக்கள் தேவை என்பதையும் காட்டுகின்றன. மெகஸ்தனிஸின் பதிவுகள் போல அல்லது தொடக்கக்கால ஆங்கிலக் காலவரிசைப் பதிவாளர்கள் போல, சிலோன் காலவரிசைப் பதிவுகளின் விஷயத்திலும் அதேயளவு வரலாற்றுப் பயிற்சியை எதிர்பார்ப்பது முற்றிலும் நியாயமற்றது; ஐரோப்பாவிலும் இத்தகையப் பதிவு முறை சமீபத்திய வளர்ச்சிதானே.

ஒப்பீட்டுப் பார்வையில் சிலோன் காலவரிசைப் பதிவுகளை மோசமானவை என்று சொல்ல முடியாது. இங்கிலாந்தில் அல்லது பிரான்ஸில் எழுதப்பட்ட பிற்காலப் பதிவுகளுடன் ஒப்பிட்டுப் பார்த்தாலும் அப்படித்தான். இத்தகையப் படைப்புகளை ஆய்வு செய்கையில் கடைப்பிடிக்க வேண்டிய அணுகுமுறை குறித்து

அறிஞர்கள் ஒருமித்தக் கருத்துக் கொண்டுள்ளனர். வலிந்து பொய் சொல்வது, தெரிந்தே போலியான தகவல் தருவது போன்ற அனுமானங்களுக்குப் பொதுவில் மதிப்பு அளிக்கப்படுவதில்லை. சிலோன் பதிவுகளில் காணப்படுவது, உண்மையில், நிதானமாக எழுதப்பட்ட ஒரு வரலாறு அல்ல; இதைச் சரியாகப் புரிந்துகொள்ள வேண்டும்; ஆனால், அதை அசலான புனைவு என்று சொல்லவும் முடியாது. அவை எழுதப்பட்ட காலத்தில் மக்கள் மத்தியில் நிலவிய கருத்துகளுக்கு அது ஒரு நல்ல சான்றாக அமையும். மேலும் இதைப் போன்ற ஒரு கருத்து அப்போது நிலவியது என்ற தகவலிலிருந்து, ஒவ்வொரு நேர்வுடனும் தொடர்புடைய சூழலின் அடிப்படையில், இந்த விஷயம் குறித்து சற்று முந்தைய காலகட்டத்தில் எவ்வகைக் கருத்து ஒருவேளை நிலவியிருக்கக்கூடும் என்பதை அறிந்து நாம் வாதிடமுடியும். கடினமானச் சொற்கள் எதுவும் தேவையில்லை: அந்தப் பழங்காலத்து மாணவர்களுக்கும் எழுத்தாளர்களுக்கும் போலித்தனமின்றி நன்றி தெரிவிப்போம். நிறைவற்ற பதிவேடு களில் இருந்து, அவர்களால் எவ்வளவு சேகரிக்க முடியுமோ அந்த அளவுக்கு அவற்றைப் பாதுகாத்து வைத்திருந்தனர்.

அக்காலத்து ஆவணங்களையும் கல்வெட்டுகளையும் மட்டுமே பிரத்தியேகமாக ஆய்வு செய்வது என்ற அளவில், முழுமையாக நம்ப முடியாத பிற்காலத்து விவரிப்புகளில் காணப்படும் நிகழ்வுகளைச் சமன் செய்து சீர்தூக்கிப் பார்க்கத் தேவையான அறிவார்ந்த முயற்சிகளுக்கு ஏன் ஆதரவளிக்கப்படவில்லை என்றும் கேட்க முடியும். அத்தகைய முயற்சி நகைப்புக்கு இடமானது என்பதே பதிலாக இருக்கும்; சிக்கலிலிருந்து காப்பாற்றாது. இந்தக் கல்வெட்டு எழுத்துக்கள் போதுமானவை அல்ல. அனைத்து எழுத்துகளையும் ஒன்று சேர்த்தாலும் ஓர் இருபது பக்கங்களுக்குக் குறைவாகவே நிரம்பும். அவை விவாதிக்கும் பல்வேறு சூழல்கள் குறித்து, வரம்புக்கு உட்பட்ட பார்வையை மட்டுமே அவை கொடுக்கின்றன.

பொதுவாக அரசாங்கப் பிரகடனங்களோ அதிகாரப்பூர்வ அறிக்கைகளோ உண்மையைச் சொல்பவை என்று கருதப்படுவ தில்லை. உண்மையை முழுமையாக, வேறெதுவும் அன்றி உண்மையை மட்டுமே அவை கூறுகின்றன என்று சொல்ல முடிவதில்லை. மென்மையாகச் சொல்வதென்றால், இந்த ஆவணங்களில் நேர்மை மிகவும் குறைவாகக் காணப்படுகிறது. எனினும், அவை மிகவும் சுவாரஸ்யமானவை. அத்துடன் அவை புதிர் நிறைந்தவை. பிற்காலத்து விவரிப்புகள் அவற்றின் மீது

வெளிச்சம் பாய்ச்சவில்லை என்றால், அவற்றைப் புரிந்துகொள்வது சாத்தியமில்லை. எடுத்துக்காட்டாக, கல்வெட்டு எழுத்துகளில் இருக்கும் பிரியதர்சனை இலக்கியத்தில் பதிவாகியிருக்கும் அசோகனுடன் அடையாளம் காண்பதில் மேலும் சிரமம் ஏற்பட்டிருக்கும்; அல்லது சந்திரகுப்தனுடனான அவரது உறவை அல்லது அவரது தலைநகரம் பாடலிபுத்திரத்தில் இருந்தது என்பதை அல்லது காலவரிசைப் பதிவுகளில் இருந்து எண்ணற்ற துணை விவரங்களை நாம் தேடிப் பெறுவதின் சிரமம் மேலும் அதிகமாக ஆகியிருக்கும்.

எம்.செனார்ட் இவ்வாறு சொல்கிறார்: ‘அசோகர் என்ற பெயரில் காணப்படும் காலவரிசைப் பதிவுகளில் சில குறிப்பிட்ட விவரங்களில், பிரியதர்சன் குறித்த அக்காலத்துச் செய்திகள் போதுமான அளவு துல்லியமாகப் பாதுகாக்கப்பட்டுள்ளதாக நம்புகிறேன்; போதுமான அளவுக்கு ஓர் ஒத்தத் தன்மை தோன்றுவது மட்டுமின்றி, நமது நினைவுச்சின்னங்களில் காணப்படும் பதிவுகளின் தெளிவற்ற பத்திகளைப் புரிந்து கொள்ளும் அளவுக்குப் பயன் மிக்க பங்களிப்பையும் செய்கின்றன.’

இவை நான்கும் அசோகரைப் பற்றி விவரிப்பவை; இவை தவிர்த்து, வேறு பல புத்தகங்களின் ஏராளமான பத்திகளில் அவரைப் பற்றிய விவரங்கள் சிதறிக் கிடக்கின்றன; ஆனால், அவை இன்னமும் ஒன்றுதிரட்டப்படவில்லை.

1. அசோக அவதானம்: பௌத்த சம்ஸ்கிருத புத்தகம்; நேபாளத்தில் பாதுகாக்கப்படுகிறது.
2. தீபவம்சம்: பாலி மொழி புத்தகம்; பர்மாவில் பாதுகாக்கப் படுகிறது.
3. விநயப் பிடகம் குறித்த எழுதியிருக்கும் அவரது விளக்க உரை, புத்தகோசர்
4. மகாவம்சம்: பாலி மொழி புத்தகம்; சிலோனில் பாதுகாக்கப் படுகிறது.

இவற்றில் முதலில் கூறப்படுவது கங்கைச் சமவெளியில் இயற்றப்பட்டது. இயற்றிய ஆசிரியர் யார் என்பதும் காலமும் தெரியவில்லை; ஆனால், அநேகமாக நமது சகாப்தத்தின் மூன்றாம் நூற்றாண்டைச் சேர்ந்ததாக இருக்கலாம். திவ்ய வதனா என்று அழைக்கப்படும் பழங்கதை தொகுப்புகளில் ஒன்று இது. இந்தத் தலைப்பு ஏற்படுத்தும் தாக்கம் ஓரளவு தெளிவற்றதாக இருக்கிறது.

அவதானா என்றால் கதை என்று பொருள்படும். அந்தச் சமயத்தின் தனித்துக் குறிப்பிட வேண்டிய மனிதரின் வாழ்க்கை வரலாற்றைச் சொல்லப் பிரத்தியேகமாகப் பயன்படுகிறது; ஆகவே, இந்தத் தொகுப்பு கிறிஸ்தவத் தேவாலயத்தின் (Vita Sanctorum) பாடல்களைப் போன்றது எனலாம். பௌத்தச் சம்ஸ்கிருதத்தில் எழுதப்பட்டிருக்கும் இலக்கியங்கள் குறித்து இதுவரை மிகக் குறைவாகவே அறிந்திருக்கிறோம். ஆகவே, பேணிப் பாதுகாத்து வைத்திருந்த மரபை, அடுத்த நிலைக்கு எந்த முறையில் அது தந்திருக்கிறது என்பது பற்றி ஒரு தெளிவான கருத்தை நம்மால் உருவாக்க முடியவில்லை.

மற்ற மூன்றும் வேறுவிதமாக உள்ளன. சிலோன் அனுராதபுரத்தில் இரண்டு பெரும் மடாலயங்கள் இருந்ததை அறிவோம். ஒன்று, பெரும் மடாலயம், இன்னொன்று வடக்கு மடாலயம். அங்குதான் பாலி மொழியில் எழுதப்பட்ட நியதி புத்தகங்கள் கையளிக்கப் பட்டன. சிங்களத்தில் எழுதப்பட்ட அந்தப் புத்தகத்திற்கு, இடையிடையே பாலி மொழியில் உணர்வைத் தூண்டுவதாக வசனங்களில் விளக்கவுரை எழுதப்பட்டுள்ளது. நமது சகாப்தத்தின் நான்காம் நூற்றாண்டு சிலோனின் வரலாற்றைக் குறிப்பிடும் இந்தப் பாலி வசனங்களைச் சேகரித்து, வேறு வசனங்களின் உதவியுடன் ஒன்று சேர்த்து தொடர்ச்சியான விவரிப்பு ஒன்றை உருவாக்கி யுள்ளனர். அவ்வாறு ஒன்று திரட்டி உருவாக்கிய பாடல்களின் திரட்சியை அதாவது, அந்தத் தீவின் காலவரிசைப் பதிவைத் தீப வம்சம் (ஐலண்டு கிரானிக்கிள்) என்று அழைத்தனர். பழைய வசனங்கள் மோசமான பாலி மொழியில் இருக்கின்றன; சேர்க்கப்பட்ட புதியனவும் சிறந்தவை என்று சொல்லமுடியாது. மட்டுமின்றி, பழைய வசனங்களைப் போல், விளக்கவுரையிலிருந்து இவை எடுக்கப்படவில்லை. பலவற்றிலிருந்து எடுத்துச் சேர்க்கப் பட்டுள்ளன.

ஆகவே, ஒரே அத்தியாயம், வெவ்வேறு வசனங்களில் திரும்பத் திரும்பக் கூறப்படுவதைப் பார்க்கிறோம். இதனுடன், மற்றொரு படைப்பும் சிலோனில் சேர்ந்து கொண்டது: அது மகா வம்சம், 'கிரேட் கிரானிக்கிள்'. மிகச் சிறப்பாக எழுதப்பட்ட இந்தப் புத்தகம் தீப வம்சத்தின் இடத்தை எடுத்துக்கொண்டது. ஆனால், இது முற்றிலும் தொலைந்து போய்விட்டது. சிதைந்து போன புத்தகம் மீட்டெடுக்கப்பட்டது. இப்போதிருக்கும் புத்தகம், பேராசிரியர் ஓல்டன்பெர்க்கின் முயற்சியால் கையெழுத்துப் பிரதி ஒன்றிலிருந்து

எடுக்கப்பட்டு மிகச் சிறந்த பதிப்பாகக் கொண்டுவரப்பட்டுள்ளது. அந்தக் கையெழுத்துப் பிரதி பர்மாவில் பாதுகாக்கப்பட்டிருந்தது.

தீபவம்சம் (ஐலண்ட் கிரானிக்கிள்) இயற்றப்பட்ட சிறிது காலத்துக்குப் பின்னர், புகழ்பெற்ற புத்தகோசர் இலங்கைக்கு வந்தார். அவர் பீஹாரைச் சேர்ந்த பிராமணர். பழைய சிங்கள விளக்கவுரைகளைப் பாலி மொழியில் மீண்டும் எழுதினார். அவரது படைப்பு பிந்தையதின் இடத்தை எடுத்துக் கொண்டது; ஆனால், அவையும் இப்போது தொலைந்துவிட்டன; பண்டைய பாரம்பரியத்தின் இயல்பை அறிந்துகொள்ள நம்மிடம் இருக்கும் ஒரே சான்று அதுதான். தீப வம்சத்தில் இடம்பெற்றுள்ள உணர்வைத் தூண்டும் பல வசனங்களைப் பழைய சிங்கள விளக்கவுரையிலிருந்து அவர் மேற்கோள் காட்டுகிறார். அத்துடன் ஏற்கெனவே இந்த வசனங்களுடன் இணைந்து எழுதப்பட்டிருந்த சிங்கள உரைநடையின் சாரத்தையும் பாலி மொழியில், நமக்கு தருகிறார்.

ஒரு தலைமுறைக்குப் பின்னர், அவரது சிறந்த படைப்பான மகா வம்சத்தை, மகநமா எழுதுகிறார். அவர் ஒரு வரலாற்றாசிரியர் இல்லை. அவரது இரண்டு முன்னோடிகள் பயன்படுத்திய கருப்பொருட்கள் தவிர்த்து, மக்களிடம் பிரபலமாக இருந்த பழங்கதைகள் மட்டுமே அவருக்குக் கிடைத்திருந்தன. ஆனால், அவர் இலக்கியம் அறிந்த கலைஞர். எனவே, அவரது படைப்பைக் குறிப்பிட்டுச் சொல்லும்படியான மதிப்பு மிக்க காவியம் எனலாம். சிலோன் நாட்டின் மீது படையெடுத்த தமிழர்களை வென்ற, அந்த நாட்டின் போற்றுதலுக்குரிய அரசன் துஷ்டகாமினி அதன் கதை நாயகன். அசோகர் உள்ளிட்ட வேறு அரசர்களைப் பற்றி முதன்மைக் கதையில் ஓர் அறிமுகமாக அல்லது பின்னுரையாக மட்டுமே அவர் எழுதுகிறார்.

இதிலிருக்கும் ஓர் அத்தியாயத்தின் பல்வேறு பதிப்புகளையும், வேறு சில விவரிப்புகளையும் (அசோகர் குறித்தும் புத்தரின் நினைவுச் சின்னங்கள் குறித்தும்) வரலாற்றுப் பதிவுகளின் அடிப்படையில் ஒப்பிட்டு பார்த்தேன். அந்தச் செயல்முறையிலிருந்து பெற முடிந்தவை சுவாரஸ்யமானவை. அத்தகைய ஓர் அத்தியாயத்தை அதை எழுதியவரின் சொற்களில் திரும்பவும் கூறுவது வெற்றி கரமான இலக்கிய முயற்சியாக இருக்கக்கூடும்; ஆனால், அதற்கு வரலாற்று மதிப்பு ஏதும் இல்லை. நமக்கு ஒரு புதிய பதிப்பு கிடைக்கும் அவ்வளவுதான். இந்தியாவில் எங்கும், எந்த நேரத்திலும் நம்பப்படாத ஒரு வடிவமாகவும் இருக்கும். வரலாற்று

முறைமையின்படி, இந்தப் பிற்கால ஆசிரியர்களின் கவிதை நயமிக்க ஆழ்ந்த சிந்தனை வெளிப்பாடுகளில் இருந்து மேலும் சில முக்கியமான உண்மைகள் இன்னும் சேகரிக்கப்படலாம்.

எடுத்துக்காட்டாக, நேபாளத்தில் பாதுகாக்கப்பட்ட மரபுக் கதையொன்று அசோகரின் சம்பா நகரைக் குறிப்பிடுகிறது. நிச்சயம் அந்தக் கதை இந்தியாவில்தான் உருவாகியிருக்க வேண்டும். அது அவ்வாறு இருக்கலாம். அவரது இளமைப் பருவம் குறித்தோ தொடக்கக் காலத்தில் அவர் பெற்ற பயிற்சிகள் குறித்தோ நமக்கு எதுவும் தெரியவில்லை. சிலோனில் கிடைத்திருக்கும் புத்தகங்கள் அனைத்தும் இந்தத் தகவல்களை மட்டுமே கூறுகின்றன: அவரது தந்தையின் மரணத்தின்போது அவர் உஜ்ஜைனியில் ராஜப் பிரதிநிதியாக இருந்தார்; அருகில் வேதிசா என்ற இடத்தில் வசித்த அந்த ஊர்ப் பெண்ணை மணந்து கொண்டார்; அதன் பின்னர் இப்போது சாஞ்சி ஸ்தூபி எனப்படும் புகழ்பெற்ற சின்னம் இருக்கும் இடத்தில் வசித்தார். அவர்களுக்கு மகிந்தன் என்ற மகனும், சங்கமித்திரை என்ற மகளும் இருந்தனர். ஆனால், அது தகுதியற்ற ஒருவருடன் நிகழ்ந்த உறவு; அந்தப் பெண் ஒரு வணிகரின் குடும்பத்தைச் சேர்ந்தவர், பாடலிபுத்திரம் சென்று, அரியணை ஏறுவதற்காக அசோகர் உஜ்ஜைனியை விட்டுச் சென்றபோது, அவளை விட்டுவிட்டுத்தான் சென்றார்.

ஆனால், அவர் அரியணை ஏறியது அவ்வளவு எளிதான காரியமாக அமையவில்லை என்பதை அனைத்து விவரிப்புகளும் ஒப்புக் கொள்கின்றன. பஞ்சாபின் தட்சசீலத்தில் ராஜப்பிரதிநிதியாக இருந்த அவரது மூத்த சகோதரன் அவரை எதிர்த்தான்; கடுமையான போராட்டத்துக்குப் பின், அவரது சகோதரனின் மரணம் உள்ளிட்ட ஓர் இரத்தக் களரிக்குப் பின்னர்தான் அசோகரால் அரியணை ஏற முடிந்தது. இந்தப் போராட்டத்தின் விவரங்கள் வெவ்வேறு கதைகளில் வெவ்வேறு வடிவங்களில் கூறப்படுகின்றன, அத்துடன் பாறைச் சாசனம் ஒன்றில் எழுதப்பட்டுள்ள விவரங்கள் மிக முக்கியமானவை. ஏனெனில், அவை நிகழ்வின் போதே பொறிக்கப்பட்டவை எனத் தெரிகிறது. அதாவது, அசோகர் ஆட்சிக் கட்டில் ஏறியபோது முன்னிருந்த அரசனின் சகோதரர்கள் அனைவரும் உயிருடன் இருந்தனர் என்றும் அந்த ஆணை கூறுகிறது.

மொத்தத்தில், ஒரு வாரிசாக அவர் ஆட்சியைப் பெற்ற முறை, சர்ச்சைக்குரிய மரபாகத் தொடரும் என்பது அப்போது நிறுவப்பட்டது என்று நம்ப விரும்புகிறேன். பிந்துசாரரின்

மரணத்துக்குப் பிறகு நான்காவது மற்றும் ஐந்தாம் ஆண்டு வரை அசோகர் முறைப்படி ராஜாவாக அபிஷேகம் செய்யப்படவில்லை என்று காலவரிசைப் பதிவு கூறுகிறது. அத்துடன் கல்வெட்டுகளில் காணப்படும் சொற்றொடர்களும் அவ்வாறு காலத்தைக் குறிப்பிட வேண்டிய சந்தர்ப்பங்களில் அவர் முறைப்படி முடிசூடிக் கொண்ட ஆண்டைத்தான் குறிப்பிடுகின்றன. வாரிசாக அறிவிக்கப்பட்ட ஆண்டை அல்ல என்பது முன்குறிப்பிட்ட தகவலுடன் இணைந்து போகிறது.

அசோகரின் தாய் ஒரு பிராமணரின் மகள். அவர் ஆட்சி செய்த முதல் சில ஆண்டுகளில் நடந்த நிகழ்வுகள் குறித்து நமக்குப் பதிவுகள் / தகவல்கள் ஏதும் இல்லை. அவரது ஆட்சியின் ஒன்பதாம் ஆண்டில் மகதத்துக்கும் கலிங்கத்துக்கும் இடையே போர் மூண்டது. அசோகர் ஆட்சி செய்த சாம்ராஜ்ஜியத்துக்கு உட்படாமல் சுதந்திரமாக இயங்கிய இந்தியாவின் மிகவும் வலிமையான இராஜ்ஜியமாக கலிங்கம் இருந்தது. இரு நாடுகளுக்கும் இடையிலான சர்ச்சையில் சரி மற்றும் தவறு குறித்து நம்மால் தீர்மானம் செய்ய இயலவில்லை. தகவல் நமக்கு ஒரு பக்கத்திலிருந்து மட்டுமே கிடைக்கிறது. ஐந்து ஆண்டுகளுக்குப் பின்னர் அசோகர் நிறுவிய பதின்மூன்றாவது பாறைச் சாசனத்தில் செய்திகளுடன் செய்தியாக இத்தகவல் காணப்படுகிறது. .

அந்த ஆவணத்தில் கலிங்கத்தின் வெற்றிக்குப் பின்னணியில் நிகழ்ந்த கொடூரமான செயல்கள், கொலைகள், நோயினால் ஏற்பட்ட மரணங்கள், தனி நபர்களை வலுக்கட்டாயமாகத் தூக்கிச் செல்லுதல் - போரில் ஈடுபடாதவர்களும், அமைதியான பிராமணர்களும் சந்நியாசிகளும் அதில் மாட்டிக்கொண்டது போன்றவை விவரிக்கப்பட்டுள்ளன. இதையொட்டி அவரது மனத்தில் எழுந்த வேதனையும், பரிதாப உணர்வும்தான் அவர் மதம் மாறியதற்குக் காரணம் என்று குறிப்பிடப்படுகிறது. ஆனால், எங்கு, எந்த மதத்துக்கு மாறினார் என்று சொல்லவில்லை. ஆனால், முற்றிலும் வெளிப்படையாக, அனைவருக்கும் மிகவும் தெரிந்த தகவல் அது. உண்மையான வெற்றி என்பது சமயத்தால் (தம்மத்தால்) பெறும் வெற்றி என்ற எண்ணும் நிலையை அவர் அடைந்துவிட்டார் என்று சொன்னால் போதுமானது.

அவர் மதம் மாறிய செயல்முறையில் மூன்று நிலைகள் இருந்ததாக அரசனே நமக்குச் சொல்கிறார். ரூப்நாத் பாறைச் சாசனம் ஏறத்தாழ முன்னர் குறிப்பிட்ட சாசனத்தின் காலத்தைச் சேர்ந்தது; ஒருவேளை

சற்று முற்பட்டதாக இருக்கலாம். அதாவது அவர் முறைப்படி அரசனாக அபிஷேகம் செய்யப்பட்ட, அல்லது முடிசூட்டப்பட்ட பதின்மூன்றாவது ஆண்டு என்று சொல்லலாம். அவர் சட்டப்படி அரசனாகிய பின்னர், பதினேழாவது ஆண்டில் இருக்கலாம். இரண்டரை ஆண்டுகள் ஒரு சாதாரண சீடராக (உபத்சகா) இருந்ததாக அதில் கூறுகிறார். ஆனால், அப்போது அவ்வளவு சமயப் பிடிப்புள்ளவராக அவர் இருக்கவில்லை; பாறைக் கல்வெட்டின் தேதிக்கு ஓர் ஆண்டுக்கு முன்புதான், அவர் பௌத்த அமைப்பில் சேர்கிறார். மேலதிகமான சமயப் பிடிப்பை வெளிப்படுத்துகிறார்.

அதன் பின்னர் எட்டாவது பாறைக் கட்டளையில், முடிசூட்டிக் கொண்ட பின் பதின்மூன்றாவது ஆண்டில் 'சம்போதி'யை (Sambodi) அடையும் எண்ணத்தில் அதற்காக முயல்கிறார்; எட்டு நெறிமுறைகளைப் பின்பற்றி அருகநிலை என்ற மனோ நிலையைப் பெறுவது இப்பிறப்பில் இல்லை என்றாலும், அடுத்து வரும் ஏதாவது ஒரு பிறவியில் மனிதனாகப் பிறக்கும்போது அடையலாம் என்று கருதுகிறார். ஆகவே, அவரது ஆட்சியின் ஒன்பதாம் ஆண்டில் உபத்சாகராவும், பதினோறாம் ஆண்டில் பிட்சுவாகவும் பதிமூன்றாம் ஆண்டில் இன்னமும் மேல்நோக்கிச் சென்று, தம்ம பாதையிலும் அவர் நுழைகிறார்.

இது விஷயம் குறித்த அவரது சொந்த விவரிப்பு இது. அவர் தனது முன்னேற்றத்துக்கு வேறு யாரும் காரணம் என்று சொல்லவில்லை. சாமானியர் அல்லது துறவி அளித்த எந்தவொரு ஆலோசனையாலோ அறிவுறுத்தலாலோ இந்த நம்பிக்கையை ஏற்றுக்கொள்ளவில்லை. முழுவதும் அவரது சொந்த விருப்பம் என்கிறார். அவரது மதமாற்றத்துக்குக் காரணமான பிட்சுவின் பெயரை அறிந்தவர்கள் என்பது போல் காலவரிசைப் பதிவாளர்கள் வாதிடுகின்றனர். அவர்களது சான்றுகள் மிகவும் பிற்காலத்தவை என்றாலும் அவர்களது பார்வையில் சிறிதும் உண்மை இல்லை என்று நான் கூறத் தயாராக இல்லை.

'ஒவ்வொரு மனிதனும் தனக்குத் தானே ஒரு விளக்காக இருக்க வேண்டும், சத்தியத்தை (தம்மத்தை) அடைக்கலமாகப் பற்றிக்கொள்ளவேண்டும், தன்னைத் தவிர வேறு யாரிடமும் அடைக்கலம் தேடக்கூடாது' என்பது பௌத்த மதக் கோட்பாடு. ஆனால், அரசனின் மனமாற்றத்துக்குக் காரணம் இருக்கலாம்; அருகர்களில் ஒருவர் அல்லது மற்றவரின் உபதேசம் அல்லது உரையாடல் காரணமாக இருக்கலாம், இரண்டு விவரிப்புகளும் சரியென்றும் நாம் கருதலாம்.

அது இந்தியாவோ ஐரோப்பாவோ, முற்றிலும் உயர்ந்த வாழ்க்கைக்காக ஒரு மன்னன் தன்னைத் தீவிரமாக அர்ப்பணித்துக் கொள்வது விசித்திரமானது. அவ்வாறு செய்வதன் வழியாக அவன் தன்னையே வெற்றி கொள்வதில் தான் அந்த மீட்பு இருக்கிறது என்று நம்பிக்கைக கொள்ள வேண்டும் என்பதும் இரட்டை விசித்திரமானது. ஒரு மனிதன் கொண்டிருக்கும் தனிப்பட்ட நம்பிக்கைக்கும் இதற்கும் தொடர்பில்லை; அது சுதந்திரமானது. ஒரு சாதாரண மனிதன் இப்படி நடந்து கொண்டிருக்க வாய்ப்பில்லை; மேலும், முக்கியமாக அவரது சொந்த பண்புகள், நோக்கத்தின் உறுதிப்பாடு, அவரது வலுவான தனித்தன்மை காரணமாகவே நல்விளைவுகள் ஏற்பட்டிருக்க வேண்டும். அந்த அமைப்புமுறையைக் கண்டுபிடிக்கும் திறமையில்லாதவராகத்தான் அவர் இருந்தார். நீண்ட காலமாகவே அந்த அமைப்பு இருந்திருக் கிறது என்பதை நாம் அறிவோம். மேலும், அதில் ஏற்கனவே பயிற்சி பெற்றிருந்தவர்களுக்கு அவர் மீது முழுமையாகச் செல்வாக்கு செலுத்தும் வாய்ப்பும் இருந்திருக்கும்.

அந்த நாள் முதற்கொண்டு, தனது பெரும் சக்தியையும் பரந்து விரிந்திருந்த பேரரசின் ஆற்றல் நிறைந்த வளங்களையும் புதிய இலட்சியங்களை அடைவதற்கு அவர் அர்ப்பணித்தார். அவரது நோக்கத்துக்காகப் பாறைச் சாசனங்கள் வெளியிடப்பட்டன; பேரரசின் நிர்வாகத்தில் அவர் செய்த அனைத்து மாற்றங்களும், விலையுயர்ந்த பெரும் கட்டடங்களை எழுப்புவதில் ஏராளமான தொகைகள் தாராளமாகச் செலவு செய்யப்பட்டதும் அவர் ஏற்றுக்கொண்ட புதிய நம்பிக்கைக்கு ஆதரவு அளிக்கத்தான். ஆனால், இவை குறித்து ஒரு வார்த்தையும் சொல்லவில்லை என்பது அவரது சிறப்பியல்பு. அவரது மனத்தில், போதனைகள் மிக முக்கிய இடத்தைப் பெற்றிருந்தன; மற்ற விஷயங்களை அவை விழுங்கி விட்டன. பிற்காலத்து மரபுகள் அனைத்தும் அளிக்கும் ஒருமித்த சாட்சியங்களும், கிடைத்திருக்கும் அழிபாடுகளின் அசல் எச்சங்களும் எவ்விதச் சந்தேகமும் இன்றி இந்தக் கருத்தை உறுதி செய்கின்றன.

அசோகர் எழுப்பிய கட்டடம் எதுவும் இப்போது தரைக்கு மேல் சிதைவின்றி முழுமையாக இல்லை என்பது உண்மைதான். ஆனால், சாஞ்சியில் அவரது கல்வெட்டு ஒன்று கண்டுபிடிக்கப்பட்டுள்ளது. அத்துடன், புத்த கயாவில்தான் தனது முதல் கோயிலை அவர் கட்டினார் என்பது அறிஞர்களின் ஒருமித்த கருத்தும். சாஞ்சியின்

பழைய பெயர் 'சேட்டிய கிரி' (குன்றும் அதன் மேல் ஒரு கோயிலும்). அசோகர், உஜ்ஜைனிக்கு செல்வதற்கு முன்பு அது பிரபலமான இடமாக இருந்திருக்க வேண்டும். மலையின் மேல் சமதளமான பரப்பில் பதினோரு ஸ்தூபிகளுக்குக் குறையாமல் அமைந்துள்ளன. அவற்றில் சில 1822-ல் பார்வையாளர்களுக்குத் திறக்கப்பட்டன, மீதமுள்ளவை 1851-ல் திறக்கப்பட்டன. இரண்டாவது அகழ்வாராய்ச்சியின் போது அவற்றில் சிறியதாக இருக்கும் ஒன்றில் புத்தரின் முக்கிய சீடர்களான சாரிபுத்தர் மற்றும் மொகல்லானா ஆகியோரது அஸ்தியின் பகுதி இருப்பது கண்டறியப்பட்டது. அசோகரது முதல் மனைவியின் கிராமம் வேதிசாவிற்கு அருகில் இந்த இடம் உள்ளது. அத்துடன் அக்கம் பக்கத்தில் இருக்கும் வேறு மலைகளின் உச்சிகளும் ஸ்தூபிகளை முடிசூட்டிக் கொண்டுள்ளன.

எவரைக் கௌரவிக்கும் விதமாக அந்த மிகப் பெரும் ஸ்தூபி கட்டப்பட்டது என்பது இன்னமும் கண்டுபிடிக்கப்படவில்லை. ஏனெனில், ஸ்தூபிக்குள் இருந்த நினைவுச்சின்ன பெட்டகம் கிடைக்கவில்லை. சுற்றியிருக்கும் தூண்களிலும் கைப்பிடிக் கட்டுமானங்களிலும் அசோகர் காலத்து எழுத்துகளில் ஏராளமான கல்வெட்டுகள் கண்டுபிடிக்கப்பட்டுள்ளன. சமதளப் பகுதியில் இருக்கும் மற்ற ஸ்தூபிகளைப் போலவே, இந்த ஸ்தூபியும் மிகவும் பழைமையானதுதான்; நுழைவாயில் அமைப்புகள் அசோகரின் காலத்துக்கு பின்னர், அமைந்தவை; பௌத்தக் காலத்து கைப்பிடி அமைப்புகள் அவரது ஆட்சிக் காலத்துக்குரியவை என்று ஜெனரல் கன்னிங்ஹாம் கருதுகிறார். ஆனால், நுழைவாயில்கள் அமைப்பு களையும் அசோகர் தான் அமைத்தார் என்று கூறுவதற்கு எந்தச் சாத்தியமுமில்லை. எப்படியிருப்பினும், சாஞ்சியில் நாம் பார்க்கும் அழிபாடுகளின் எச்சங்கள், அசோகரின் கட்டளையால் அந்த இடத்தில் கட்டடம் ஒன்று கட்டப்பட்டிருக்கலாம் என்று சிந்திக்க வைக்கின்றன.

பௌத்த இந்தியாவின் வரலாற்றை அறிவதில் இந்த இடம் பெரும் பங்களிக்கிறது. அந்த இடம் முழுவதும் இப்போது பாழடைந்து கிடக்கும் இடிபாடு; அழகாக அது தோற்றமளித்திருக்கும் அந்த ஆரம்பக்காலத்து நாட்களில் அதன் வடிவம் எப்படி இருந்திருக்கலாம் என்பதற்கு, ஒரு மீட்பு முயற்சி, குறைந்தபட்சம் ஓவிய வடிவில் கூட இதுவரையிலும் எடுக்கப்படவில்லை. ஆனால், சில விளக்கப்படங்கள் முதன்மை ஸ்தூபியின் தற்போதைய தோற்றத்தையும், அதைச் சுற்றியிருக்கும் சிற்பங்கள் குறித்த

விவரங்கள் சிலவற்றையும் வெளிக்காட்டுகின்றன. இந்தச் சிற்பங்களின் பெரிய அளவிலான மறுவுருவாக்கம் மிக அவசரமாகத் தேவைப்படுகிறது.

மறுபுறம், புத்தகயாவில், தொடக்கத்தில் இருந்த கோயில் அசோகர் கட்டியது என்று அறியப்படுகிறது. ஆனால், அந்தக் கருத்து அடிக்கடி மாறுகிறது; வேறொன்று சேர்க்கப்படுகிறது; கைப்பிடிச் சுவர் கட்டுமானங்களில் சில பகுதிகள் மட்டுமே, அநேகமாக மிகவும் குறிப்பிட்டுச் சொல்லும்படியாக அங்கிருக்கும் சிங்காசனம் அல்லது சிம்மாசனம் மட்டுமே, அவர் காலத்தின் பணிகளாக எஞ்சியுள்ளன. தற்போதைய கட்டடம் ஆங்கில அரசாங்கத்தின் உத்தரவின் பேரில் புதுப்பிக்கப்பட்டு, தேசிய நினைவுச் சின்னமாக்கப்பட்டுள்ளது.

பழங்கால வடிவத்திலிருந்து முற்றிலும் மாறுபட்ட வடிவில், வளைவற்ற செங்குத்தான சுற்று-பக்கங்களைக் கொண்டுள்ளது. கருத்தியலில் ஏற்பட்ட வேறுபாடு காரணமாக இந்த வடிவ மாற்றம் உருவாகியிருக்கிறது. பழமையான ஸ்தூபி, விரிவடைந்த, மகிமைப்படுத்தப்பட்ட வட்டவடிவிலான கல்லறை போன்றது. பிந்தையவை சாதாரணக் குடியிருப்பு குடிசை போன்று அமைந்துள்ளன; வெளிப்புறம் இயற்கையான வளைவு கொண்ட இரண்டு மூங்கில்கள் இடைவெளி விட்டு தரையில் தனித்தனியாக நடப்பட்டு, மேல்புறம் ஒன்றோடொன்று இழுத்துக் கட்டப்பட்டது போல் இருக்கிறது. இந்த வடிவம் இந்தியாவிலிருக்கும் ஏறத்தாழ அனைத்து இடைக்காலத்துக் கோவில்களின் சிறப்பியல்பு ஆகும், இந்தப் பாணிக்கான சிறந்த எடுத்துக்காட்டுகளில் ஒன்றாக கஜுரஹோவின் ஹிந்துக் கோவிலைக் கூறலாம்.

இப்போது அசோகர் செய்த பணிகளுக்குத் திரும்புவோம். இதுவரை கண்டுபிடிக்கப்பட்டிருக்கும் பாறை ஆணைகள் முப்பத்து நான்கு. ஏழாம் நூற்றாண்டில் கண்டுபிடிக்கப்பட்ட மற்றவைப் பற்றியும் நாம் அறிவோம்; தோராயமாக, அவை எந்த இடங்களில் கண்டு பிடிக்கப்பட்டன என்பதையும் அறிவோம். எடுத்துக்காட்டாக, சிராவஸ்தி மற்றும் ராமகிராமத்திலும், தவிர்த்து வேறு இடங்களிலும் கிடைத்துள்ளன. மேலும் கண்டுபிடிப்புகளை நம்பிக்கையுடன் நாம் எதிர்பார்க்கலாம். இப்போது அறியப்பட்டவற்றில் இரண்டு, கோனகமநா என்றறியப்படும் புத்தரின் (புத்தரின் இருப்பத்தொன்பது பெயர்களில் ஒன்று) அஸ்தியின் மேல் அமைக்கப்பட்ட ஸ்தூபிக்கும், மற்றொன்று கௌதம புத்தரின் பிறந்த இடத்துக்கும் அசோகர் மேற்கொண்ட வருகைகளைப் பதிவு செய்திருக்கும் நினைவுச் சின்னங்களே. ஆசீவகர்கள் பயன்பாட்டிற்குக் குறுகியகாலம்

சாஞ்சி ஸ்தூபி

அர்ப்பணிக்கப்பட்ட சில குகைகளாக மற்ற மூன்று குகைகளும் இருக்கலாம். பௌத்த நியதிப் புத்தகங்களில் அடிக்கடிக் குறிப்பிடப்படும் துறவிகளின் கூட்டம் இவர்கள். எஞ்சியவை தம்மத்தைப் பிரசாரம் செய்யும் நோக்கில் வெளியிடப்பட்ட, பாறையில் பொறிக்கப்பட்ட பலவிதமான அறிவிப்புகள், சிறு பிரகடனங்கள். அவரது நோக்கத்தை அடைவதற்கு பேரரசர் கடைப்பிடித்த வழிமுறைகளை விளக்குவன.

'தம்மம்' என்ற சொல் மொழிபெயர்ப்பாளர்களுக்குப் பெரும் தொல்லை கொடுத்துள்ளது; எப்போதும் கொடுக்கும். இது பலவற்றை மறைமுகமாகக் குறிக்கிறது அல்லது பலவற்றுடன் தொடர்புடையதாக இருக்கிறது. சொற்பிறப்பியல் ரீதியாக இது லத்தீன் சொல்லான 'வடிவம்' என்பதுடன் ஒத்திருக்கிறது; அசோகரின் காலத்தில் இந்தச் சொல் இந்தியாவில் பேச்சு வழக்கின் வரலாற்றில் 'நல்ல வடிவம்' என்பது போல் பயன்பட்டுள்ளதாக நன்கு விளக்கப்படுகிறது. தம்மம், சட்டம் என்பதாக ஆக்கப் பட்டது.

ஆனால், ஆங்கிலத்தில் 'சட்டம்' என்ற சொல்லுடன் இணைத்து பேசப்படும் பல்வேறு பண்புகளில் எதையும் அச்சொல் கொண்டிருக்கவில்லை. மாறாக, இங்கு இச்சொல், நடை முறையிலிருக்கும் வழக்கத்துக்கு ஏற்ப செயலாற்றுவது 'நல்ல வடிவம்' என்று பொருள்படும்படி பயன்படுத்தப்பட்டுள்ளது. அது ஒருபோதும் மிகச் சரியாக ஒரு சமயத்தைக் குறிக்கவில்லை; மாறாக, மேற்குறிப்பிட்டச் சூழலில் பயன்படுத்தப்படும்போது, சரியான உணர்வுள்ள ஒரு மனிதன் தனது கடமையாகச் செய்ய விரும்புவதை, அல்லது வேறுவிதத்தில் கூறலாம் எனில், இயல்பாக எதை அவன் கடைப்பிடிக்க விரும்புவான் என்பதைச் சுட்டுகிறது. சடங்கு சார்ந்த அல்லது இறையியல் சார்ந்த அனைத்து விஷயங்களிலிருந்தும் இது முற்றிலும் வேறுபட்டது.

ஆனால், அதிகார அமைப்பில் இருந்தவர்கள் என்ற அளவிலும்கூட பிராமணர்கள் இந்தத் தம்மம் குறித்த விஷயங்களில் தொடர்பு உடையவர்களாகத் தம்மைக் காட்டிக் கொள்ளவில்லை. ஆனால், சஞ்சாரிகள் மத்தியில் சிந்தனைக்குரிய முக்கியப் பொருளாகவும் விவாதத்துக்குரியதாகவும் இதுதான் இருந்தது. மட்டுமின்றி மக்கள் சஞ்சாரிகளை தம்மத்தின் உபதேசிகளாகக் கருதினர். ஒருபுறத்தில், தம்மம் அனைவருக்குமான பொதுச் சொத்தாக இருந்தாலும், அதைப் பௌத்தத்துக்கு உரியது என்று சொல்வதைக் காட்டிலும் இந்தியர்களுடையது எனலாம்.

மறுபுறத்தில் இப்போது பௌத்தர்கள் (அவர்கள் தம்மை அப்படி அழைத்துக் கொள்ளவில்லை) என்று நாம் அழைக்கும் மக்கள் தம்மத்தின் மீது தனிப்பட்ட அக்கறை கொண்டிருந்தனர். சடங்கு அல்லது இறையியல் என்பதற்கு அப்பால், அவர்களது கோட்பாடு, தம்மம் என்று அழைக்கப்பட்டது. அது இயல்பாகவே அவர்களுக்கு மூன்று பிரிவுகளாக அமைந்தது, ஒன்று மற்றொன்றிலிருந்து முற்றிலும் வேறுபட்டது. முதலாவது, சாமானியன் ஒருவனுக்கு (உபத்சகர்) எது சரியானது (நல்ல வடிவம்) என்ற கோட்பாடு; இரண்டாவது, தேச சஞ்சாரிகள் என்ன செய்ய வேண்டும், எப்படி இருக்கவேண்டும் என்பது; மூன்றாவது, அருகநிலைத் தேடி அந்தப் பாதையில் நுழையும் பாமர மக்களோ தேச சஞ்சாரிகளோ, ஆண்களோ பெண்களோ, என்ன செய்ய வேண்டும், எப்படி இருக்க வேண்டும், என்ன தெரிந்து கொள்ள வேண்டும் என்பது.

இந்த மூன்று கருத்துகளும், பார்வைகளும் பொதுவாக நிலவிய கருத்துகளுடன் பெருமளவுக்கு ஒத்திசைவுடன் இருந்தன; மேலும், விவரங்கள் பலவற்றில் அவை ஒவ்வொன்றும் அதனளவில் விநோதமான விஷயங்களைக் கொண்டிருந்தன. அசோகர் பிரகடனப்படுத்திய தம்மம் இந்த மூன்று பிரிவுகளில் முதலாவது. இது இந்தியாவில் பொதுவாகப் பின்பற்றப்பட்ட சாதாரண மக்களுக்கான தம்மம்; அதே வடிவத்தில், மாற்றங்களுடனும், பௌத்தர்களால் ஏற்றுக்கொள்ளப்பட்டது.

ஒரு நல்ல மனிதனுக்குரிய ஒட்டுமொத்தக் கடமைகளின் விளக்கமாக தம்மம் பேசப்படுகிறது. அந்தக் கருத்து உருவான காலகட்டமும், அசாதாரணமான எளிமையும் ஆர்வமூட்டுவது என்று குறிப்பிட்டுச் சொல்லலாம். வரலாற்றுப் போக்கில். இது மிகவும் சுவாரஸ்ய மானது. தம்மத்தை முழுமையான அளவில் பரப்புவது மதிப்பானதாக இருக்கும்.

அசோகரின் தம்மம்

பாறைக் கல்வெட்டு 1

- பலியிடுதலுக்காக எந்த விலங்கையும் கொல்லக்கூடாது
- புனிதமான இடங்களில் பழங்குடியினரின் விருந்து கொண்டாட்டங்கள் நடத்தக்கூடாது.

பாறைக் கல்வெட்டு 3

- பெற்றோரிடம் பணிவு நல்லது.

- நண்பர்கள், தெரிந்தவர்கள், உறவினர்கள், பிராமணர்கள் துறவிகளிடம் தாராளத்துடன் நடந்துகொள்வது நல்லது
- உயிர்களுக்கு தீங்கு விளைவிக்காமல் இருத்தல் நல்லது.
- செலவுகளில் சிக்கனமும், சச்சரவுகளைத் தவிர்ப்பதும் நல்லது.

பாறைக்கல்வெட்டு 7

- சுய தேர்ச்சி
- இதயத்தின் தூய்மை
- நன்றியுணர்வு
- விசுவாசம்

பெருமளவில் கொடுக்க முடியாத ஏழையான ஒருவனாலும் இவற்றைப் பின்பற்றுவது சாத்தியமானது, சிறந்தது ஆகும்.

பாறைக்கல்வெட்டு 9, 11

- மக்கள் நோயில் விழுந்துவிட்டாலோ, திருமணங்களின் போதோ அதிலிருந்து மீள்வதற்கு, பிரசவத்தின் போதோ ஒரு பயணத்தைத் தொடங்கும் போதோ - அது நல்லபடியாக நடப்பதற்குச் சடங்குகள் செய்கிறார்கள்; இவை ஊழல் நிறைந்த, பயனற்ற சடங்குகள். நல்வாய்ப்பை அளிக்கும் சடங்கு ஒன்றை இப்போது நடத்தலாம்; முன்னர் குறிப்பிட்டது போல், இது பயனற்றது அல்ல; பலன்கள் நிறைந்தது. தம்மம் என்ற சடங்கு அது.

- தாசர்களிடமும் வேலையாட்களிடம் சரியாக நடந்து கொள்ளுதல், ஆசிரியர்களை மரியாதையுடன் நடத்துதல், உயிரினங்களிடம் அன்புடன் நடத்தல், பிராமணர்களிடமும் சந்நியாசிகளிடமும் தாராள மனப்பான்மை காட்டுதல் ஆகியன அதில் அடங்கியுள்ளன. இந்த விஷயங்களும் இது போன்ற வேறு விஷயங்களும் தம்மத்தின் படி நல்வாய்ப்புச் சடங்குகளே.

- ஆகவே ஒரு தந்தையோ மகனோ, சகோதரனோ, எஜமானரோ இதில் தலையிட்டு, இப்படிக் கூறவேண்டும்: 'இந்தச் சடங்குதான் சரி. ஒரு நீடித்த லாபத்துக்காக இந்தச் சடங்கு செய்யப்பட வேண்டும். தாராளமாக இருத்தல் நல்லது என்று மக்கள் சொல்கிறார்கள். வேறு பரிசோ அல்லது ஏதோ உதவியோ செய்யாமலிருக்கும் நிலையில், தம்மம் என்ற பரிசை மற்றவர்களுக்கு அளிப்பதும், மற்றவர்கள் தம்மத்தைப் பெற உதவுவதும் நல்லது.'

பாறைக் கல்வெட்டு 12

- சகிப்புத்தன்மை: அனைவருக்கும் மரியாதை செலுத்த வேண்டும்: சாமானியர்களையும், சந்நியாசிகளையும், பிற பிரிவினர்களையும் ஒரே மாதிரியாக மதிக்கவேண்டும். தனது பிரிவினரை உயர்த்துவதற்காக, மற்றவரை எவரும் இழிவுபடுத்தக் கூடாது. பேசும் சொற்களில் சுய-கட்டுப்பாடு மிகவும் சரியானது. ஒரு மனிதன் அவனது பிரிவின் வளர்ச்சியைத் தேடிச் செல்வதற்கு மாறாக, அந்தக் குறிப்பிட்ட பிரிவு கூறும் கொள்கையின் சாராம்சத்தைத் தேடிச்செல்ல வேண்டும்.

பாறைக்கல்வெட்டு 13

- தம்மம் நல்லது. ஆனால் தம்மம் என்றால் என்ன?

  *ஒருவன் மனத்தில் எந்தவிதத்திலும் ஒரு விஷயம் குறித்து தீவிரப் பற்றுகொண்டவனாக இருக்கக் கூடாது; பிறருக்கு நன்மைகள் செய்பவனாக இருக்க வேண்டும்; இரக்கம், தாராள குணம், உண்மை, உள்ளத்தின் தூய்மையுடன் இருக்க வேண்டும்.

  (*இது பௌத்த அமைப்பில் பின்பற்றப்படும் சுய-பயிற்சி என்ற முறையின் துறை சார்ந்த நுட்பமான விஷயம். அடிப்படையில் அவை மூன்று விதமானவை; சிற்றின்ப எண்ணங்களால் எழும் போதை, நல்லதொரு எதிர்கால வாழ்க்கையின் மீதான ஏக்கம் மற்றும் அறியாமை. அடுத்து நான்காவதாக ஒன்று இதனுடன் கூடுதலாகச் சேர்க்கப்பட்டுள்ளது. கொள்கை சார்ந்து அல்லது இயல் கடந்த விஷயங்களின் ஊகச் சிந்தனையால் ஏற்படும் போதை. ஒரு அருகருக்கு இவை அனைத்தும் இருக்கக்கூடாது. அசோகர் கூறும் ஒரு நல்ல, சாதாரண மனிதன் இவற்றில் சிறிதளவாவது பெற்றிருப்பவன்.)

பாறைக் கல்வெட்டு 3

- ஒரு மனிதன் தனது நல்ல செயல்களை மட்டுமே வெளியில் சொல்கிறான்: அதாவது, 'இந்த நல்ல செயலை நான் செய்தேன்'. செய்த தீய செயல்களை அவன் கண்டுகொள்வதில்லை: 'அந்தக் கெட்ட செயலை நான் செய்தேன், அது ஊழல் நிறைந்த செயல்' என்று அவன் கூறுவதில்லை. அத்தகைய சுய-பரிசோதனை கடினமானது. ஒரு மனிதன் சொல்வதைக் கவனிக்கலாம்: 'இத்தகையச் செயல்களால் மனம் கெட்டுப்போகும்; மிருகத்தனம், கொடூரம், கோபம், கர்வம் போன்றவை சேரும்; பொறாமையின் காரணமாக மற்றவரை அவதூறு செய்யாமல் என்னைக் கவனமுடன் பார்த்துக் கொள்கிறேன். இந்த உலகின்

எனக்கு நன்மையைத் தரும் செயல்; நிச்சயமாக, அடுத்தப் பிறவியிலும் எனக்கு நன்மையாக அமையும்'.

தம்மம் என்பது அவ்வளவுதான். கடவுள் அல்லது ஆன்மா பற்றிய சொற்கள் எதுவும் அதில் இல்லை, புத்தரைப் பற்றியோ அல்லது பௌத்தம் பற்றியோ ஒன்றும் இல்லை. பேரரசின் அனைத்துக் குடிமக்களும் ஆணைகளை அவர்கள் சுயமாகவே விளங்கிக் கொள்வார்கள் என்ற வெளிப்படையான நம்பிக்கையில் இந்த வேண்டுகோள் வைக்கப்படுகிறது. எந்தச் சூழ்நிலையில் இதைப் போன்றதொரு நிலைமை சாத்தியமாக இருந்திருக்கும்? வாழ்க்கை குறித்த இந்தப் பார்வையில் (ஓர் ஐரோப்பிய வாசகருக்கு இது மிகவும் விசித்திரமாகத் தெரியலாம்) இது புதியது அல்லது விசித்திர மானது என்று ஏதேனும் அந்தநேரத்தில் தோன்றியிருக்கலாம்; அப்படியெனில், இயல்பாக எழுந்திருக்க வேண்டிய ஆட்சேபனைக்கு பதில் சொல்ல முயலும் வகையில், பாறைக் கல்வெட்டுகளில் ஏதேனும் சொற்றொடர்கள் இருக்கலாம். ஆனால், அதைப் போன்ற எதுவும் காணப்படவில்லை. அந்தக் கோட்பாடு, ஓர் இலட்சியமாக ஏற்கனவே பரவலாக ஏற்றுக் கொள்ளப்பட்ட ஒன்று என்பது போலத்தான் தொடர்கிறது. இருப்பினும் மனிதர்கள் எப்போதும் அதற்காகச் செயலாற்றியது போலும் தெரியவில்லை. அதாவது கிறிஸ்தவர்கள் இருக்கும் நாட்டில், அங்கீகரிக்கப்பட்ட ஒரு கிறித்துவ வாழ்க்கையின் இலக்கை அடைவதற்கான விஷயங்களை அனுசரிக்க, அந்நாட்டின் மன்னர் பிரகடனங்களை வெளியிட வேண்டும் என்று எதிர்பார்ப்பது போன்றது இச்செயல். அசோகருடையதும், துல்லியமாக கான்ஸ்டன்டைனுக்கு இணையான ஒரு செயல்தான்; இதுவரையிலும் மிகவும் வெற்றிகரமான ஒரு கொள்கையாக வெற்றியின் விளிம்பில் இருந்த ஓர் இலட்சியத்தை அவர் தழுவிக்கொண்டார். கான்ஸ்டன்டைன் விவகாரத்திலும் நடந்தது போலவே, அசோகரின் மீது செல்வாக்கு செலுத்துவதில் அரசு தொடர்பான காரணங்களும் முக்கிய பங்கு வகித்திருக்க வாய்ப்பு இருந்தது.

அசோகர் அவரது பேரரசின் எல்லைக்கு அப்பாலும் தம்மத்தைப் பரப்புவதற்கு முயன்றார். கி.மு.255-ல் நிறுவப்பட்ட பதின்மூன்றாவது கல்வெட்டு ஆணையில், அவருடைய மகன்களையும் பேரப்பிள்ளைகளையும் நோக்கி அவர் பேசுகிறார். வாளால் வெற்றி கொள்வதைக் காட்டிலும் தம்மத்தின் மூலமாகக் கிடைக்கும் வெற்றிகளால் நான் மகிழ்ச்சி அடைகிறேன் என்கிறார்.

அதுமட்டுமின்றி, அத்தகைய வெற்றிகளை உலகத்திலிருக்கும் வேறு நாடுகளின் மீது அடைந்திருப்பதாகவும் கூறுகிறார். சிரியா, எகிப்து, மாசிடோனியா, எபிரஸ் மற்றும் கைரேன் ஆகிய நாடுகளின் மன்னர்கள் மீதும், தென்னிந்தியாவின் சோழர்கள் மற்றும் பாண்டியர்கள் மீதும், சிலோன் அரசர்கள் மீதும், அவரது பேரரசின் எல்லைகளில் வசிக்கும் பல்வேறு இனத்து மக்கள் மீதும் பெற்றிருப்பதாகக் கூறுகிறார்.'

அவர் மேலும் கூறுகிறார்: 'மக்கள் அனைத்து இடங்களிலும் தம்மம் சார்ந்து அரசர் கூறும் அறிவுறுத்தல்களுக்கு இணங்கி நடக்கிறார்கள்; மன்னரின் தூதர்கள் செல்லாத இடத்திலும், அரசரின் தம்மத்தைப் பற்றிக் கேள்விப்பட்டவுடன், அங்கிருக்கும் மக்கள் இணக்கமுடன் நடக்கிறார்கள்; தம்மத்தின் கடமைகளுக்கு இணங்கிப் போகிறார்கள்.'.

இதில் ராஜாவின் வெறும் தற்பெருமை பேச்சு எந்த அளவு இருக்கிறது என்பதைச் சொல்வது கடினம். கிரேக்க மன்னர்கள் முற்றிலும் முக்கியமற்ற நபர்களால் / விஷயங்களால் மட்டுமே தூக்கி எறியப்பட்டனர் என்று கருதுவதற்குச் சாத்தியமுள்ளது. உண்மையில், அந்த நிலப்பரப்புக்கு எந்தத் தூதர்களும் அனுப்பப்பட்டிருக்கவில்லை. அப்படி அனுப்பப்பட்டிருந்தாலும், இந்த கருத்தையொட்டியோ, வேறு விஷயத்திலோ அவர்கள் அங்கு செயல்பட்ட சூழலில் கிரேக்கர்களின் சுய-பெருமித உணர்வு அதிகம் தொந்தரவுக்கு ஆளாகியிருக்கும் என்று நம்புவதற்கு காரணம் ஏதுமில்லை. 'கிரேக்கர்களின் பணிவைக் காட்டிலும், அசோகர் தான் பெற்றதாகக் கூறும் முடிவுகளின் விளைவுகளின் மீதான அவரது மதிப்பீடு, தற்பெருமை வெளிப்படும் அவரது பேச்சுக்குச் சிறந்த சான்றாகும். ஒரு 'நாகரிகமற்ற' மனிதன் கடமையைப் பற்றி அவர்களுக்குக் கற்பிக்கும் அபத்தமான சிந்தனையை ஒட்டி கிரேக்கர்களின் நகைச்சுவையைக் கற்பனை செய்யலாம்; ஆனால், ஓர் அந்நிய நாட்டு அரசனின் கட்டளையை ஏற்று, தமது கடவுளர்களையும் மூடநம்பிக்கைகளையும் அவர்கள் நிராகரிப்பதை நாம் கிஞ்சித்தும் கற்பனை செய்ய முடியாது.

இங்கே, நல்வாய்ப்பாக காலவரிசைப்பதிவு நம் உதவிக்கு வருகிறது. சுருக்கமான பதிவு ஒன்றில் திஸ்ஸா அனுப்பிய சமயப் பிரச்சாரகர்களின் பெயர்களை நமக்குத் தருகிறார்கள். இவர், கதா வட்டத்தின் ஆசிரியரும் அசோகரின் ஆட்சியில், அவரது ஆதரவில் நடைபெற்ற மூன்றாவது பௌத்த கவுன்சிலின் தலைவருமான

மொக்காலிபுட்டசாவின் மகன். அவர்கள் காஷ்மீரத்துக்கும், காந்தாரத்துக்கும், இமயமலைப் பகுதியின் நேபாளத்துக்கும் திபெத்துக்கும், சிந்து நதியோரச் சமவெளிப் பகுதிகளுக்கும், பர்மாவின் கடற்கரைப் பகுதிக்கும், தென் இந்தியாவுக்கும் சிலோனுக்கும் அனுப்பப்பட்டனர். ஒவ்வொரு குழுவிலும் ஒரு தலைவரும் நான்கு உதவியாளர்களும் இருந்தனர். இமயமலைப் பகுதிக்கு அனுப்பப்பட்ட ஐந்து குழுக்களில் மூன்று குழுக்களின் பெயர்கள், மஜ்ஹிமா, காஸப்ப-கோட்டா மற்றும் துந்துபிசாரா ஆகியனவாகும்.

சாஞ்சியிலும் அதற்கு அருகிலும் இருந்த கல்லறை மேடுகளை (செங்கல்லால் கட்டப்பட்ட கல்லறைகள்) ஆய்வுக்காக கன்னிங்ஹாம் தோண்டியபோது அஸ்திக் கலசங்கள் பல அவற்றில் இருப்பதைக் கண்டார். யாருக்கு மரியாதை செய்யும் வகையில் அந்த மேடுகள் கட்டப்பட்டிருந்தனவோ, அந்தப் புகழ்பெற்ற நபர்களின் அஸ்தி அடங்கிய கலசங்கள். அவற்றில் ஒன்றின் வெளிப்புறத்தில் கி.மு.மூன்றாம் நூற்றாண்டின் எழுத்துகளில் எளிய வரிகள் பொறிக்கப்பட்டிருந்தன: 'நல்ல மனிதர், இமயமலைப் பகுதியின் ஆசிரியரான காஸப்ப-கோட்டா என்பவருடையது.' கலசத்தின் வளைவான உட்புறத்தில் பழைய வரிகள் 'நல்ல மனிதர், மஜ்ஹிமா என்பவருடையது' என்கின்றன. சோனாரிக்கு அருகில், மற்றொரு கல்லறை மேட்டில் இரண்டு கலசங்கள் கிடைத்துள்ளன; அவற்றில் தனித்தனியாக எழுத்துகள் பொறிக்கப்பட்டுள்ளன: ஒன்றில் 'கோட்டியின் மகன், நல்ல மனிதர், இமயமலைப் பகுதியின் ஆசிரியரான காஸப்ப-கோட்டா என்பவருடையது' என்றும், மற்றொன்றில் 'கோடினியின் மகன், நல்ல மனிதர் மஜ்ஹிமா என்பவருடையது' என்றும் பொறிக்கப்பட்டுள்ளன. அதே கல்லறை மேட்டில் மூன்றாவது கலசமும் எழுத்துகள் பொறிக்கப்பட்டு கிடைத்துள்ளது. அதில், 'இமயமலைப் பகுதியைச் சேர்ந்த துந்துபிசாரர்க்கு அடுத்து வந்தவரான, நல்ல மனிதர் கோதிபுத்தனுடையது' என்று உள்ளது.

புதையல்களைத் தேடியவர்கள் கல்லறை மேடுகள் பலவற்றைத் தோண்டினர்; தொல்பொருள் ஆய்வாளர்கள் அவற்றை ஆய்வு செய்வதற்கு முன்பே பல அஸ்திக் கலசங்கள் இரக்கமின்றி உடைக்கப்பட்டன; எனவே, அந்தச் சான்றுகள் முழுமையற்றதாகி விட்டன. எனினும், பாதுகாக்கப்பட்டிருக்கும் பழைய எழுத்துக் களுக்கு அவை சான்றுகளாகக் கொள்ளப்படலாம்; வேறுபட்ட

புரிதல் திறன்கொண்டு, அவற்றை வெவ்வேறு வழிகளில் மதிப்பிடவும் கூடும். இவற்றைக் கொண்டும், இவற்றுக்கு முன்னால் கிடைத்திருக்கும் இதேபோன்ற தகவல்களைக் கொண்டும் அந்த இலக்கியத்தைப் போலியான புனைவுகளின் சாரமாக இன்னமும் சிலர் கருதுகின்றனர்; மற்றவர்கள் இதை ஒரு புராண கதையாகக் கருதுகின்றனர். புத்தரை சூரியன் என்றும் அவரது சீடர்களைச் சாதாரணமாக நட்சத்திரங்கள் என்றும் கூறுகின்றனர். இவ்வளவு, மிகவும் துணிவான ஊகங்களை என்னால் ஏற்க முடியவில்லை என்பதைத் தாழ்மையுடன் ஒப்புக்கொள்ளத்தான் வேண்டும்.

நீண்ட காலம் மண்ணுக்கு அடியில் புதையுண்டிருந்த இந்தக் கல்வெட்டு எழுத்துகள் பற்றி சிலோன் அறிஞர்களுக்கு நிச்சயமாக எதுவும் தெரிந்திருக்காது. அப்படி அவர்களுக்கு இவை கிடைத்திருந்தாலும், அதை அவர்களால் படிக்க முடிந்திருக்காது அல்லது புரிந்து கொண்டிருக்கவும் முடியாது. ஆனால், நாம் விளக்க வேண்டியது ஒன்றுதான், பல நூற்றாண்டுகளுக்குப் பின்னர், இது தொடர்பான விஷயத்தில் அதே பெயர்களைத் துல்லியமாக அவர்களால் எப்படிப் பதிவு செய்ய முடிந்தது? எதையும் நம்பிவிடுகிற மிக மோசமான ஏமாளித்தனம் மட்டுமே இதற்கான வாய்ப்பு என்று கூறமுடியும். நம்பகத்தன்மை குறைவு என்றாலும், இந்த மிக எளிய விளக்கம் தவிர்த்து வேறு மேலான ஒன்றை என்னால் கண்டுபிடிக்க இயலவில்லை: அதாவது இந்த மனிதர்கள் உண்மையிலேயே இமயமலைப் பகுதிக்குச் சென்று சமயப் பிரச்சாரம் செய்தார்கள்; அவ்வாறு செய்தார்கள் என்பது மற்றவர்களுக்கும் கொண்டு சேர்க்கப்பட்டது, அதாவது காலவரிசைப் பதிவைச் செய்த வரலாற்றாளர்கள் இந்த முறிபடாத மரபை நமக்கு எழுதி வைக்கும் வரையிலும்.

காலவரிசைப் பதிவுகள் இவற்றை உறுதிப்படுத்துவது மட்டுமின்றி, அசோகரின் பணிகள் பற்றிய தகவலையும் கூடுதலாக வழங்குகின்றன. சமயப்பிரசாரகர்களை அனுப்பியது அசோகர் என்று அவை கூறவில்லை; ஆனால், பௌத்த அமைப்பின் தலைவர்கள் அனுப்பியதாகக் கூறுகின்றனர். மேற்குத் திசையில் தொலை தூரத்தில் கிரேக்கப் பேரரசுகளுக்கு அத்தகைய பிரச்சாரகர்கள் அனுப்பப்பட்டது குறித்து அவை ஏதும் குறிப்பிடவில்லை. குறைந்தபட்சம் இந்த விஷயத்தில் அதிகாரப்பூர்வ பிரகடனத்தைக் காட்டிலும், இந்த நிலைப்பாடு மிகவும் துல்லியமானது என்பதற்குச் சாத்தியமுள்ளது.

சிலோனுக்குப் பிரச்சாரகர்கள் அனுப்பப்பட்டனர் என்று அசோகர் குறிப்பிடுகிறார். முற்றிலும் அவருடைய முயற்சி அது. அவரைத் தவிர்த்து வேறு யாருக்கும் இந்த பலனைக் கொடுக்க முடியாது. வெற்றிகரமான முயற்சி என்று மட்டுமே அவர் சாதாரணமாகக் கூறுகிறார், தவிர்த்து வேறு எந்த விவரமும் கொடுக்கவில்லை. எதிர்பார்ப்பது போல, சிலோன் தீவின் காலவரிசைப் பதிவாளர்கள் பெயர்களையும் மேலும் விவரங்களையும் கொடுக்கிறார்கள். சித்திரம் போன்ற ஓர் அழகிய, அறிவூட்டும் புராணக்கதையாக அதைப் படைத்திருக்கிறார்கள். அதன் மைய நிகழ்வாக, புத்தர் அறிவொளி பெற்ற புத்த கயாவிலிருந்து (போதி) மரக்கிளை ஒன்று எடுத்துச் செல்லப்பட்டு சிலோனில் நடப்பட்டது இருக்கிறது.

இந்த நிகழ்வு, சாஞ்சி ஸ்தூபி வளாகத்தின் கிழக்கு நுழைவாயிலில் காணப்படும் ஆர்வமூட்டும் இரண்டு செதுக்கு சிற்பங்களில் சித்திரிக்கப்பட்டுள்ளது. அது நிகழ்ந்த காலத்தைப் போலவே சிற்பமும் பழமையானதாக இருக்க வேண்டும். அடிப்பகுதியில் இருக்கும் சிற்பத்தின் நடுவில் போதி மரம் உள்ளது. மரம் கயாவில் நிற்பது போல் செதுக்கப்பட்டுள்ளது. மரத்தின் பாதி நிலையில்/ உயரத்தில் அசோகர் அமைத்த ஆலயமும் காணப்படுகிறது. அதன் இருபுறமும் இசைக்கலைஞர்களின் ஊர்வலம். வலதுபுறத்தில் அரசர்க்குரிய தோரணையில் ஒருவர். ஒருவேளை அது அசோகராக இருக்கலாம்; குள்ளன் ஒருவன் உதவியுடன் குதிரையிலிருந்து இறங்குகிறார். படத்தின் மேல் பகுதியில் ஒரு மண் தொட்டியும் அதில் சிறிய போதி மரமும் உள்ளது. மீண்டும் ஒரு பெரிய ஊர்வலம் தெரிகிறது.

இடதுபுறத்தில் இருக்கும் ஒரு நகரம் நோக்கிச் செல்வதுபோல் தோன்றுகிறது, ஒருவேளை அது அனுராதபுரம் அல்லது தாம்ரலிப்தியாக (இன்றைய மிட்னாப்பூர் மாவட்டத்தின் தாம்லுக்) இருக்கலாம். அந்த இளஞ் செடி, சிலோனுக்கு எடுத்துச் செல்லப் படுவதற்காக அங்கு எடுத்துச் செல்லப்படுகிறதோ? கீழ்ப்பகுதி புடைப்பு சிற்பத்தின் இருபுறமும் மயில்கள் அலங்காரமாக அமைந்துள்ளன. அவை அசோகரது வம்ச அடையாளமான மோரியாக்கள் (மயில்கள்) ஆகும்; அத்துடன் சிங்கங்களும் காணப்படுகின்றன; இவை சிலோன் ராஜ்ஜியத்துக்கான அல்லது அந்த நாட்டு அரச குடும்பத்தின் (அதாவது சிம்ஹலா, சிங்கத் தீவு) சின்னமாக இருக்கலாம். சித்திரத்தின் விவரங்களுக்கு அளிக்கப்படும் விளக்கங்கள் வேறுபடலாம்; ஆனால், முக்கிய விஷயம் குறித்து எவ்விதச் சந்தேகமும் இருக்க முடியாது.

அது ஒரு பெரும் நிகழ்வு. ஒரு கம்பீரமான அரசு விழா; அசோகரது சமயப் பணி முயற்சிகளில் ஒன்றின் மிகப் பொருத்தமான இறுதிக் காட்சி. மிகவும் அதிக அளவில் பலன் தந்த முயற்சி இது. அந்த அழகிய நிலம், தீவு, ராஜ்ஜியம், இந்தியாவிலிருக்கும் எந்தப் பிரதேசத்தையும் போலவே மிகவும் செழிப்பானது. தொடர்ச்சியான வெற்றிகரமான இலக்கியப் பணியையும் முயற்சிகளையும் தன்னகத்தே வைத்திருந்தது. அன்று முதல் இன்று வரையிலும் அவற்றை உயிர்ப்புடன் வைத்திருக்கத் தேவையான எண்ணிக்கையில் ஆர்வமுள்ள அறிஞர்களும் மாணவர்களும் என்றும் அங்கு குறைவின்றி இருக்கிறார்கள். அவர்களது பரம்பரையில் அடுத்து வந்தவர்களுக்கும் நமக்கும், விலைமதிப்பற்ற அந்த இலக்கியத்தைத் தந்திருக்கிறார்கள்; அதன்மூலம் அந்தப் பௌத்த வரலாற்றின் பெரும்பகுதியை சிலோனுக்கு மட்டுமல்ல இந்தியாவுக்கும் தந்திருக்கிறார்கள்.

அவரது ஆட்சிக் காலத்தின் இருபத்தெட்டாம் ஆண்டில் நிறுவப்பட்ட அவரது ஏழாவது கல்வெட்டு ஆணையில் (அதாவது பிந்துசாரரின் மரணத்துக்குப் பின்னர், முப்பத்திரண்டாம் ஆண்டில் ஏறத்தாழ கி.மு.248 என்று சொல்லலாம்), அசோகர் தம்மம் என்று கூறியதன் பிரச்சாரத்துக்காக எடுத்த மற்ற நடவடிக்கைகள் அனைத்தையும் தொகுத்துக் கூறியுள்ளார்.

அவை பின்வருவன:

1. மக்களுக்குக் கற்பிப்பதற்காக மாவட்டங்களிலும் மாகாணங்களிலும் பொறுப்பாளர்கள் நியமித்தல்.
2. தம்மத்தை எடுத்துரைக்க தூண்கள் அமைத்தல்; அதாவது ஆணைகள் பொறிக்கப்பட்ட தூண்கள்; தர்மத்தின் பிரசாரத்தை மேற்பார்வையிட அரசவையில் இதற்காகச் சிறப்பு அமைச்சர்கள் நியமித்தல்.
3. சாலைகளில் நிழலுக்காக மரங்கள் நடுதல்; சற்றுத் தூரத்துக்கு ஒன்று என்ற அளவில் குறுகிய இடைவெளியில் சாலையோரங்களில் கிணறுகள் தோண்டுதல்.
4. குடும்பத்தினருக்கும் தேச சஞ்சாரிகளுக்கும் செய்யப்படும் அறப்பணிகளை மேற்பார்வையிடவும், பௌத்த அமைப்பின் விவகாரங்களை ஒழுங்குபடுத்தவும் சிறப்பு அமைச்சர்கள் நியமித்தல்; மேலும் சாதாரண நீதிபதிகளின் அதிகார வரம்புக்குள் இருக்கும், மற்றும் அதற்கு அப்பாலும் இருக்கும் வேறு துறைகளின் விவகாரங்களையும் அவர்கள் பார்ப்பார்கள்.

5. ராணியும் அவரது குழந்தை வாரிசுகளும் செய்யும் அறப்பணிகளின் விநியோகத்தை, இவர்களும், நியமிக்கப்படும் வேறு அதிகாரிகளும் மேற்பார்வையிடுவார்கள்.

இந்த வழிமுறைகளின் மூலமாக (மேலே குறிப்பிட்டுள்ள வழிமுறைகள்) தம்மத்தைப் பரப்புவதில் பெரும் வெற்றியைப் பெற்றதாக அவர் கூறுகிறார். மேலும், செய்ய எண்ணிய நேர்மறையான ஒழுங்குமுறைகளுடன் ஒப்பிடுகையில் ஏற்படுத்த முடிந்த மனநிலை மாற்றம், மிகவும் சிறிய அளவே என்றும் கூறுகிறார். எல்லாவற்றுக்கும் மேலாக, எடுத்துக்காட்டாக வாழ்ந்தால் அதன் மூலமாக, அவருடைய போதனைகளை மக்கள் ஏற்றுக்கொள்வார்கள் என்கிறார்.

இந்தியர்களின் உணர்வு நிலையை அறிந்த எவரும் துணிவு மிக்க இந்தத் திட்டத்தைப் பார்த்து வியந்து போவார்கள். அளிக்கும் கொடைகளை மேற்பார்வையிடுவதற்கு 'Lord High Almoners' அல்லது அறக்கட்டளை ஆணையர்கள் போன்றோரை நியமிக்க வேண்டும் என்ற அசோகரின் முடிவு யாரையும் புண்படுத்தாது. அரசவையிலிருந்த பெரும் முக்கியஸ்தர்கள் /அதிகாரிகள் அறக்கட்டளை பொருட்களை எவ்வாறு விநியோகம் செய்கிறார்கள் என்பதை மேற்பார்வை அதிகாரிகள் கவனிக்கவேண்டும்; அவர்கள் தவறாக நடந்தால் (இங்கு தவறு என்பது அரசரின் பார்வையில்) அரசரிடம் புகாரளிக்க வேண்டும். எந்தவொரு சந்தர்ப்பத்திலும் இது வெளியில் தெரியாது.

பல்வேறு அமைப்புகளின் உறுப்பினர்களுக்கிடையில் உண்டாகும் தகராறுகள் அரசருக்கு முன் அல்லது அவரது அரசவைக்குக் கொண்டு வரப்படும் போது, அரசர் அவற்றைத் தீர்த்துவைப்பார்; அவர் சொல்வதே சரியான தீர்ப்பு. பிரச்சனைகளை, கொண்டு வருபவர்களின் தனிப்பட்ட கவலைகளை சரியாகப் புரிந்து கொள்வதற்கு அவர் தன்னைத் தயார்படுத்திக்கொள்ள வேண்டும் என்பது முக்கியம். அவருக்கென்றும் குறிப்பிட்ட சில கருத்துகள் இருக்கும்; அவற்றைப் பரப்புவதில் அவர் முனைப்பாக இருக்கவேண்டும்; ஒத்தக் கருத்துகளை வைத்திருப்போரிடம் பேசும்போது மகிழ்வளிப்பதாக இருக்கும். மற்றவர்களை, அவர்கள் அவரைச் சேர்ந்தவர்களாக இருந்தாலும் அவர் புறக்கணிக்க வேண்டும்; தான் ஆசிரியர் என்பதையும், தம்மம் அவருடைய தம்மம் என்பதையும் அவர் கூறவேண்டும், நிச்சயமாக அது ஏற்றுக் கொள்ளப்படும்; ஆனால், அரசரின் மனநிறைவுக்கு அதிகளவில்

சலுகைகள் அளிக்கப்பட வேண்டும் என்பதை ஒரு தோள் குலுக்கலுடன் குறிப்பாகத் தெரிவிக்கலாம்.

அவர் தோல்வியடைந்தார் என்பதில் வியப்பேதுமில்லை. புரவலராக அவர் ஆதரவளித்துப் பரிந்துரைத்த கருத்துகள் அவரது ஆதரவின் காரணமாகவே பலவீனமடைந்து சிதைந்து போயின. சாத்தியமான அனைத்து நல்ல விஷயங்களையும் செய்யவேண்டும் என்ற அவரது விருப்பம் வெளிப்படையானது. தன்னுடைய குழந்தைகளாகக் கருதிய குடிமக்களின் முறையீடுகளுக்கு எப்போதும் அணுகக்கூடிய நிலையில், திறந்த மனதுடன் இருக்க நினைத்த அவர், பேரரசை விரைந்து உருக்குலைந்து, நொறுங்கிப்போகும் நிலைக்குத் தள்ளிவிட்டார். இப்பூமியில் தாமே கடவுளர்கள் என்று கூறிக்கொண்ட பிராமணர்கள், தனது (அசோகர்) முயற்சியால், அப்படிக் கருதப்படுவதை நிறுத்திக்கொண்டனர் என்று பெருமை (வீண் தற்பெருமை) பேசிக்கொண்டார். அத்துடன் அனைத்துப் பொருட்களையும் மனிதர்களையும் சரி செய்யக்கூடிய, உரிய இடத்தில் வைக்கக்கூடிய, 'அனைத்துச் சக்தியும் பெற்ற' மனிதராகத் தன்னைக் கற்பனை செய்துகொள்ளும் சரி செய்ய முடியாத தவறையும் அவர் செய்தார்.

இருப்பினும், இவை அனைத்தையும் மீறி, நிச்சயமாக உலக வரலாற்றில் மிகவும் குறிப்பிடத்தக்க, சுவாரஸ்யமான ஆளுமைகளில் ஒருவராக அவர் இருக்கிறார். அவரது பாறைச் சாசனங்கள் தனிநபருடன் நெருக்கமாகப் பேசும் தன்மை கொண்டவை என்பதைப் புறக்கணிக்க முடியாது. அதில் எழுதப்படும் சொற்கள் அவருடையவை. தலைசிறந்த அந்தத் தலைவரிடம் எந்த அமைச்சரும் தமது வெளிப்படையான கருத்துகளையோ, சில அறிவிப்புகளையோ சொல்வதற்கு துணிந்திருக்க மாட்டார்கள். அவரது மொழி முரட்டுத்தனமானது, பண்பாடு குறைந்தது, சுய-ஈடுபாடு நிறைந்தது, திரும்பத் திரும்பக் கூறப்படுவது. இவை, கிராம்வெல் பேசும் போது வெளிப்படுத்தும் உடலசைவுகளை அடிக்கடி நமக்கு நினைவூட்டுவன. அவர் தன்னைப்பற்றி கொள்ளும் அக்கறையும், கருத்துகளை முன்வைப்பதும், காட்டும் எடுத்துக்காட்டுகளும், நற்செயல்களை எடுத்துரைப்பதும் ஏறத்தாழ ஒரு 'தற்புகழ்ச்சிப் பித்தனாகத்தான்' அவரைக் கருத வைக்கின்றன. ஆனால், புரிந்துகொள்ள மிகக் கடினமான விஷயங்களைப் புரிந்துகொள்வது எவ்வளவு விவேகமானது! தனிமனித நடத்தையைப் பற்றியும் வாழ்க்கைக் குறித்தும் அவர் கொண்டிருந்த பார்வை மிகவும் எளிமையானது,

உண்மையானது, சகிப்புத்தன்மை நிறைந்தது! இப்போது போல் அன்றும் கீழை உலகத்திலும் மேலை நாட்டிலும் மனித மனங்களை ஆதிக்கம் செலுத்திய மூடநம்பிக்கைகள் அனைத்திலிருந்தும் விலகி நிற்பவை!

இது அவருக்கு உரித்தான கண்ணோட்டம் அல்ல; அதை அவர் வெளிப்படுத்தும் அளவுக்கு அது உண்மையே. ஆனால், அவர் அதைத் தனதாக்கிக் கொண்டார்; அத்துடன், அதை மற்றவர்களும் அறிந்துகொள்ள வேண்டும் என்பதில் ஆர்வமாக இருந்தார். இதன் பொருள் என்ன என்பதை உணர்ந்து கொள்ள ஓர் எடுத்துக்காட்டைப் பார்க்கலாம். அலெக்சாண்டர் பேரரசாக உருவாக்கிய அந்தப் பரந்த பிரதேசம் முழுவதும், அவர் அடைந்த அதே உயரத்தை எட்டுமளவுக்கு அறிவுத் திறன் கொண்ட கிரேக்க இளவரசர்கள் எத்தனை பேர் இருந்திருப்பார்கள் என்பதை எண்ணிப் பார்க்கலாம். அந்தக் காலத்தில் கிரீஸைக் காட்டிலும் இந்தியாவில் இத்தகைய விஷயங்களில் சராசரி புத்திசாலித்தனம் பொதுவாக அதிகமாக இருந்தது என்பதையும் கணக்கில் கொண்டால் அசோகர் மிகவும் அசாதாரண இயற்கைத் திறன் கொண்டவராக இருந்திருக்க வேண்டும் என்று முடிவு செய்வது தவிர்க்க முடியாதது. ஆனால், மறுபுறத்தில், அவரது ஆணைகளின் பாணி, அறிவுசார் பண்பாட்டுடனோ அல்லது கல்விப் பயிற்சியுடனோ அரிதாகவே ஒத்துப்போயின. அவரது ஆட்சியின் தொடக்க ஆண்டுகள் வேறுவிதங்களில் ஆக்கிரமிக்கப்பட்டன என்பதும் வெளிப்படை.

அவர் அதிக ஆண்டுகள் ஆட்சி செய்தது, அவரது உடல் வலிமைக்கான எடுத்துக்காட்டு; மேலும் அவரது வலுவான மனத் திட்பமும் தார்மீக அக்கறையும், சுய-கட்டுப்பாடும் எவ்விதக் கேள்விக்கும் உட்படுத்த முடியாதவை. இந்திய விவகாரங்களை மத்திய காலத்துப் பிராமணர்களின் கண்ணோட்டத்தில் பார்க்க வேண்டும் என்று நினைப்பவர்கள், புரோகிதர்களையும் கடவுளர்களையும், மூடநம்பிக்கைச் சடங்குகளையும் எளிதாக எடுத்துக் கொண்ட அவரை என்றைக்கும் மன்னிக்க மாட்டார்கள். ஆனால், அவர் பிரகடனப்படுத்திய அந்த நற்செய்தி அன்றைய இந்தியாவுக்கும் மட்டுமல்ல இன்றைய இந்தியாவுக்கும் பொருத்தமானதே.

மிகத் திறமையான நடைமுறை அரசாட்சியை விரும்பினார் என்பது, அவருக்கு அவர் வகித்த உயர் பதவியின் மீதான ஈர்ப்பின் காரணமாக எனத் தெரிகிறது. உண்மையில் (இதை நாம் ஒருபோதும் மறந்துவிடக் கூடாது), அது மிகவும் மெச்சத் தகுந்ததாக,

பெரும்பான்மையோர் புறக்கணிக்கும் அளவுக்கு மதிப்பு மிக்கதாகவும் இருந்தது. ஒரு மார்கஸ் ஆரேலியஸிடமோ அல்லது ஓர் அக்பரிடமோ காணப்பட்ட பண்பாடு இதிலிருந்து அவரைக் காப்பாற்றியிருக்கலாம். அப்படித்தான் என்றாலும் ஐரோப்பிய ஆட்சியாளர்களில் சில விஷயங்களில் மார்கஸ் ஆரேலியஸுடன், சிலவற்றில் கிரோம்வெல்லுடன் ஒப்பிடக்கூடியத் தகுதி படைத்தவர் அவர். இது எளிமையான ஒரு பாராட்டு அல்ல. அசோகர், அவர் அப்போது இருந்த நிலையைக் காட்டிலும் பெரும் மதிப்பு மிக்கவராக இருந்திருந்தால், சாத்தியமற்றதை முயன்றிருக்க மாட்டார். நமக்கு எந்த ஆணைகளும் கிடைத்திருக்காது. இந்திய நாட்டின் அரசர்களில் மிகவும் குறிப்பிடத்தக்க, நம்மை ஆட்கொள்ளுகிற ஓர் ஆளுமையைப் பற்றி நாம் சிறிதளவே அறிந்திருக்கிறோம்.

அத்தியாயம் 16

கனிஷ்கர்

அசோகரின் மரணம் முதல் குப்தர்கள் காலம் வரை, இந்தியாவின் வரலாறு, மிகுந்த குழப்பம் நிறைந்து, இருள் மண்டிக் கிடக்கிறது. இந்தக் காலகட்டத்துடன் தொடர்புடைய ஜைன மற்றும் பௌத்த இலக்கியங்கள் ஏறத்தாழ இன்னமும் முற்றிலும், கையெழுத்துப் பிரதிகளில் தான் புதையுண்டிருக்கின்றன. ஒரு காலத்தில் பெரும் மகதப் பேரரசாக இருந்த ராஜ்ஜியத்தின் ஒரு பகுதியில் அவ்வப்போது வெளிச்சம் பாய்ச்சப்பட்டது; இப்போது மற்றொரு பகுதியில் வீசப்படும் வெளிச்சம் இருளைத்தான் வெளிப்படுத்து கிறது. நாணயவியல் வல்லுநர்களும் கல்வெட்டு ஆய்வாளர்களும், நாணயங்களும் கல்வெட்டுகளும் அளித்திருக்கும் முழுமையற்ற தரவுகளிலிருந்து இந்த வரலாற்றை உருவாக்க உழைத்தனர். அதன் மூலம் தொடர்ச்சியாக காலவரிசைப்படுத்தப்பட்ட, முறிபடாத வரலாறு நமக்குக் கிடைத்தது. இந்தப் பணியில், குறிப்பாகக் கடந்த சில ஆண்டுகளில் பெரும் முன்னேற்றம், ஏற்பட்டுள்ளது. ஆனால், ஆய்வு வெளி மிகவும் பரந்தது; தரவுகள் பெருமளவு சிதறிக் கிடந்தன. எந்தச் சகாப்தத்தில் இவை பயன்படுத்தப்பட்டன என்பது குறித்தச் சந்தேகம் ஒரு தடையாக இருக்கிறது; அந்த அடிப்படையில் பார்த்தால், இந்த மறு உருவாக்கம் எவ்வளவு சிரமமானது என்று தெரியும்.

பண்டைய நினைவுச் சின்னங்களில் ஒன்றோ அல்லது இரண்டோ பகுதியளவில்தான் ஆய்வு செய்யப்பட்டுள்ளன; ஆனால்,

இந்தியாவில், தொல்பொருள் ஆய்வு என்பது, மேற்பரப்பில் காணக்கிடைக்கும் சான்றுகளுடன் ஏறத்தாழ நின்று போகிறது. குறிப்பிடப்படும் இருண்ட காலம் முழுவதும் பரவலான, தொடர்ச்சியான இலக்கியச் செயல்பாடு இருந்தது; அதன் பெரும்பகுதி இன்னமும் பரவலாகத்தான் காணப்படுகிறது. அவற்றில் ஒரு பகுதி மட்டுமே பிராமணர்களின் இறையியல் மற்றும் யாகப்பலி தொடர்பான சிந்தனைப் பள்ளிகளில் பாதுகாக்கப்பட்டுள்ளன; இதுவரையிலும் அவை போதுமான அளவு ஆய்வு செய்யப்பட்டுள்ளன. பெரும்பாலும் பிற்காலத்தில் இவை புது வடிவத்தில் ஆக்கப்பட்டன; அத்துடன், புரோகிதர்கள் அவர்களது ஆதிக்கம் நிலவாத காலகட்டத்தை மிகவும் இயல்பாகப் புறக்கணிக்க முனைந்தனர்; ஆகவே இந்தப் பகுதியினால் பயன் மிகவும் குறைவே

எனவே, இந்தக் காலகட்டத்து மக்களின் சமூக அல்லது பொருளாதார நிலையை விவரிக்கவோ, தலமட்டத்தில் ஏற்பட்டுக் கொண்டிருந்த மாறுபடும் செல்வாக்குகளால் படிப்படியாக மக்களின் மனத்தில் ஏற்பட்ட கருத்து மாற்றங்களைக் கண்டறியவோ எந்த முயற்சியும் எடுக்கப்படவில்லை. வெறுமனே அரசர்களின் பெயர்களும், நடந்த போர்களும் பதிவாகியுள்ளன; இவருக்கு நஷ்டம் அவருக்கு லாபம், இந்த நகரத்தை அல்லது அந்த மாகாணத்தை அவர் அல்லது அந்த வீரன் பிடித்தான் போன்ற விவரங்கள் இருக்கின்றன; ஆனால், அதற்கான சிறிய அளவிலான சான்றுகள் மட்டுமே தற்போது இருக்கின்றன. மேலும் அந்தக் குறைந்த அளவு தகவல்கள் என்ன பொருளைத் தருகின்றன என்பதிலும் மிகுந்த நிறைவு தராத ஒருமித்த கருத்தே நிலவுகிறது. இந்தச் சூழலில், கிடைத்திருக்கும் முக்கியமான தகவல்கள் குறித்து விரைவான ஒரு மேலோட்டமான பார்வையுடன் நம்மைக் கட்டுப்படுத்திக்கொள்வது போதுமானது.

இந்தக் காலகட்டம் முழுவதும் இந்தியாவில் உண்மையில் ஆதிக்கம் செலுத்திய வலிமையான ராஜ்ஜியம் எதுவும் இல்லை. பல சிறிய ராஜ்யங்களாக நாடு பிரிவுண்டிருந்தது; ஒன்றோ மற்றொன்றோ ஏதோ ஒரு நேரத்தில் அல்லது வசதியான நேரத்தில் தனது எல்லையைக் கணிசமான அளவில் விரிவாக்கிக் கொண்டது. ஒரு தலைமுறை அல்லது இரண்டு தலைமுறைகளுக்கு மற்ற ராஜ்ஜியங்களைக் காட்டிலும் உயர்ந்த நிலையில் இருந்தது. ஆனால், அவற்றில் எந்த ஒன்றும், எந்த நேரத்திலும் பழைய மகத சாம்ராஜ்ஜியத்தின் அளவில் கால் பங்கு அளவையும் எட்டவேயில்லை.

அசோகரின் மரணத்துக்கு பின்னர் ஐந்து நூற்றாண்டுகளுக்கு மேல் மகதச் சாம்ராஜ்ஜியம் குறித்து நமக்கு எந்தத் தகவலும் கிடைக்கவில்லை; உண்மையில் இது அரிதான, வியப்பளிக்கும் ஒன்று. இந்தியாவின் மேற்குப் பகுதிகளில் மக்கள் பயன்படுத்திய நாணயங்கள் அப்பகுதி மன்னர்களின் பெயர்களைக் கொண்டிருந்தன. ஆனால், மகதத்தில் மக்கள் தொடர்ந்து பயன்படுத்திய நாணயங்களில், அவற்றை வெளியிட்ட தனிப்பட்ட அமைப்பின் அடையாளங்கள், அல்லது தனிநபர் அல்லது ஒரு கில்டின் அடையாளங்களே இருந்தன. பண்டைய நினைவுச் சின்னங்கள் நிறைந்திருக்கும் சிராவஸ்தி அல்லது வைசாலி அல்லது மிதிலை அல்லது பாடலிபுத்திரம் அல்லது ராஜகிருகம் என எங்குமே அகழாய்வுகள் செய்யப்படவில்லை. மூன்றாவதாக, இந்தக் காலகட்டத்தில் மகதத்தின் இலக்கியங்கள், பெரும்பாலும் ஜைன இலக்கியங்களாகவும் அல்லது அதன் பின்னர் பௌத்த இலக்கியங்களாகவும் தான் இருந்தன; அவை இன்னமும் கையெழுத்துப் பிரதிகளாகத்தான் இருக்கின்றன. ஆனால், அந்தக் காலகட்டத்தின் மிகவும் தொடக்கத்தின், அதாவது கி.மு.150-ம் ஆண்டைச் சேர்ந்த கல்வெட்டு ஒன்றில் நமக்கு ஒரு சிறு குறிப்பு கிடைத்துள்ளது. கலிங்க மன்னன் காரவேலன் ‘யானைக் குகை’ என்று அழைக்கப்படும் இடத்தில் அதைப் பொறித்திருந்தான். மகதத்தின் மீது இரண்டு முறை வெற்றிகரமாகப் படையெடுத்த தாகக் குறிப்பிடும் அவன், இரண்டாவது முறை படையெடுப்பின் போது வடக்கே கங்கை வரையிலும் முன்னேறியதாகக் கூறுகிறான்.

அவனுக்கு முன் கலிங்கத்தை ஆட்சி செய்த அவனது தந்தையும், தாத்தாவும் அசோகரின் மரணத்துக்குப் பின்னர் மிக விரைவிலேயே மகதத்தின் ஆதிக்கத்திலிருந்து விடுபட்டு சுதந்திரமாக இயங்கியிருக்க வேண்டும் என்று அதிலிருந்து நாம் அனுமானிக்க முடிகிற மறைமுகக் குறிப்பு கொண்டதாக அது இருக்கிறது. ஆனால், கெடுவாய்ப்பாக அந்த நேரத்தில் மகதப் பேரரசை ஆண்ட மன்னரின் பெயர் குறிப்பிடப்படாதது வருத்தமளிக்கிறது. எந்தவொரு அண்டை நாட்டு அரசரும் தங்களை ஆக்கிரமித்தாகக் கூறவில்லை என்பதிலிருந்து, நிகழ்வுகளின் அடிப்படையில் ஒரு தாற்காலிக முடிவை அறிவுக்குப் பொருந்தும் வகையில் எடுக்கலாம். கனிஷ்கரைப்போல் அசோகர் இறந்ததற்குப் பின்னர் மகதமும் கலிங்கமும் தமது சுதந்திரத்தைத் தக்கவைத்துக் கொண்டிருந்தன; எனினும், மகதம், அதைச் சுற்றி, அதன் ஆளுகையில் இருந்த மாகாணங்கள் அனைத்தையும் இழந்திருந்தது.

பழைய மகத ராஜ்ஜியத்தின் அளவை மட்டும் கொண்டிருந்தது; மகதம், சம்பா, கோசலத்தின் கிழக்குப் பகுதி மட்டும் அதில் அடங்கியிருந்தன.

கலிங்கத்துக்குத் தெற்கே ஆந்திரர்களின் முக்கியமான, வலிமையான மற்றும் சக்திவாய்ந்த ராஜ்ஜியம் இருந்தது, அதன் முதன்மைத் தலைநகராக 'தந்தபுரம்' என்பது இருந்தது. வரலாற்றாசிரியர்கள், குஷான வம்சத்தின் மிகவும் பிரபலமான அரசரான கனிஷ்கரின் காலத்தில் புத்த சரிதத்தின் ஆசிரியர் அஸ்வகோஷர் வாழ்ந்தார் என்கின்றனர். இது சம்ஸ்கிருதத்தில், நேர்த்தியான நடையில் புத்தரின் வாழ்க்கையைக் கூறும் ஒரு கவிதை படைப்பு. எனவே, நிச்சயமாக, இது பிராமணர்களுக்காக எழுதப்பட்டதல்ல. சாதாரண மக்களுக்கே எழுதப்பட்டது. மொழியின் வரலாறு குறித்த அத்தியாயம் ஒன்பதில் விவாதிக்கப்பட்ட தகவல்களின் அடிப்படையில் இந்திய இலக்கிய வரலாற்றில் எந்தக் கால கட்டத்தில் இத்தகைய கவிதைப் படைப்பு எழுதப்பட்டிருக்கும்? தூய சம்ஸ்கிருதத்தில் கிடைத்திருக்கும் மிகப் பழமையான கல்வெட்டு கி.பி.இரண்டாம் நூற்றாண்டின் மத்தியப் பகுதியைச் சேர்ந்தது.

அஸ்வகோஷர் எழுதிய இந்தக் கவிதையானது வழக்கமான சமஸ்கிருதத்தில் சாதாரண மக்களின் பயன்பாட்டிற்காக எழுதப்பட்ட மிக ஆரம்பக்கால இலக்கியப் படைப்பாக இருக்கலாம். (அது சாத்தியமற்ற ஒன்றும் அல்ல). எனில், அது இன்னும் முன்பாகவே இயற்றப்பட்டிருக்கலாம் என்று அரிதாகவே கூறமுடியும். மொழியின் வரலாறு குறித்து அறிவதற்கு நிகரான நம்பகத்தன்மை கொண்ட நூற்றுக்கணக்கான கல்வெட்டுப் பதிவுகளிலிருந்து சான்றுகள் பல கிடைத்துள்ளன; ஆகவே குஷானர்களது கல்வெட்டுகளில் கூறப்படும் காலகட்டம் இதிலிருந்து மாறுபடுவது, இதற்கு முற்காலத்தது என்று குறிப்பிடும் நிபுணர்களின் கருத்து ஏற்றுக்கொள்ளப்படும் என்றால் நிச்சயம் இது சாத்தியமற்றதே.

மறுபுறத்தில், கனிஷ்கருடைய காலம் மிகவும் முந்தையதாக இருந்திருந்தால், அந்தக் கவிதை அவரது அரசவையில் இயற்றப் பட்டிருக்க முடியாது; ஆனால், இதை முடிவு செய்யவேண்டிய நிபுணர்கள் கூறுவது தவறு என்று நிரூபிக்கப்படும் வரை நாம் இந்தக் கருத்தைத் தாற்காலிகமாக ஏற்றுக்கொள்ளத்தான் வேண்டும். எந்தச் சந்தர்ப்பத்திலும் இந்தப் படைப்பு தோராயமாக கி.பி.இரண்டாம் நூற்றாண்டின் இரண்டாம் பாதியைச் சேர்ந்ததாக இருக்கவேண்டும்.

வழக்கமான சம்ஸ்கிருதத்தில் முதல் பொதுமக்களுக்கான அறிவிப்பு அந்நிய அரசனான சித்தியன் (Scythian) சத்ரபதியின் கிரிநகரத்தில் எழுதப்பட்டது; அதுபோல், கிடைத்திருக்கும் மற்ற அனைத்து தகவல்களையும் வைத்துப் பார்க்கும்போது, முதலாவது என்று சொல்ல முடியாவிட்டாலும் சாதாரண மக்களுக்கு வழக்கமான சம்ஸ்கிருதத்தில் எழுதப்பட்ட முதல் இலக்கியப் படைப்புகளில் ஒன்றாக இது இருக்கலாம்; அத்துடன், தார்த்தாரிய வம்சத்து குஷான சாம்ராஜ்யத்தில் ஓர் அந்நிய மன்னனின் அரசவையில் எழுதப்பட்டிருக்கலாம் என்று கருதுவது முரணற்றதாகவே இருக்கும்.

இந்த வாதம் மற்றொரு தகவலால் மேலும் உறுதிப்படுகிறது. கனிஷ்கரின் ஆதரவில் நடந்த பௌத்த அமைப்பின் கூட்டம் ஒன்றில் மூன்று படைப்புகள் இயற்றப்பட்டுள்ளன. அவை பண்டைய நியதி புத்தகங்கள் மீதான அதிகாரப்பூர்வ விளக்கவுரைகள். இந்த மூன்று சம்ஸ்கிருதப் படைப்புகளுக்கும் சீன மொழிபெயர்ப்புகள் உள்ளன. ஆனால், இந்த முக்கியமான ஆவணங்கள் இன்னமும் பதிப்பிக்கப் படவில்லை என்பது மிகவும் வருத்தத்துக்குரியது. அவை நமக்கு முழுமையாகக் கிடைக்கப்பெறவில்லை; எனினும், இதைப் போன்ற ஒரு சந்தர்ப்பத்தில் (பௌத்தச் சபை) எத்தகைய மொழியைப் பயன்படுத்த வேண்டும் என்பது அங்கீகரிக்கப் பட்டிருந்த காலத்துக்கு முன்பு கனிஷ்கர் ஆட்சி செய்திருக்க முடியாது என்ற முடிவுக்கு நாம் வரலாம். அந்த மொழி சம்ஸ்கிருதம் தவிர்த்து பாலி மொழியாக இருக்கமுடியாது. ஆனால், இந்தப் படைப்புகளை ஆராயும் போது, அஸ்வகோஸர் எழுதியதைக் காட்டிலும் இந்தப் படைப்புகளில் பயன்படுத்தப்பட்டிருக்கும் சம்ஸ்கிருதம் நயம் குறைவாக இருக்கிறது என்பதும் உண்மை.

இவ்வாறு சம்ஸ்கிருதத்தை ஓர் இணைப்பு மொழியாகப் பயன்படுத்தலாம் என்ற அறிமுகம் இந்திய மக்களின் மனம் சார்ந்த வரலாற்றுப் பதிவில் ஒரு திருப்புமுனை. இந்தக் கருத்தை முன்னிறுத்திப் பேசிய அறிவார்ந்தவர்களின் நிலைப்பாட்டில் ஏற்பட்ட மாற்றங்களும், விளைவாக ஏற்பட்ட சாதகமான முடிவுகளும் அதற்குக் காரணங்கள்; இவை இரண்டும் அடிப்படை முக்கியத்துவம் வாய்ந்தவை. இவற்றிற்கான முக்கியக் காரணங்களாக இவற்றைக் கூறலாம்: பிராமணியப் பள்ளிகளில் வேதம் சார்ந்த அமைப்பு முறைகள் பற்றி நடந்த ஆய்வுகள் பிரபலம் இழந்தன; அவர்கள் பின்பற்றிய பாணியின் அடிப்படையில் இலக்கண முறைமை வளர்ச்சியுற்றது; பின்னர் அந்த முறைமை

படிப்படியாக தலமட்டப் பேச்சு வழக்கில் பிரயோகிக்கப்பட்டது; இறுதியில், இந்த முறைமையோடு இசைந்துபோகாத எந்த வடிவமும் மோசமானதாகக் கருதப்பட்டு, பயன்பாட்டிலிருந்து விலகிப்போனது.

இரண்டாம் நிலை காரணம் ஒன்றையும் கவனத்தில் கொள்ளவேண்டும். அதாவது அந்நியர்களின் கலப்பால் ஏற்பட்ட செல்வாக்கு: குறிப்பாக, சமூக அளவில் வலிமை மிக்கவர்களான கிரேக்கர்கள், சித்தியர்கள் (Scythians), தார்த்தாரியர்கள் போன்ற இனத்தவர்களின் கலப்பு. இதைப்போன்ற இனத்தவர்களுக்கு மொழியியல் வடிவங்களை விளக்க வேண்டி எழுந்த தேவையின் காரணமாக, இலக்கணம் கற்பித்தலும், கற்றறிந்த மனிதர்களிடம் தேர்ந்த சொல்லாட்சி சிந்தனைகளைப் பரப்புவதும் பெரிதும் வலுப்பெற்றன. இந்த விஷயத்தில் ஏற்கனவே ஈடுபாடு கொண்டவர்களாகப் பிராமணர்கள் அறியப்பட்டிருந்தனர்; அவர்கள் நற்பெயரும் ஈட்டியிருந்தனர்; இந்தப் பணியைச் செய்யும்படி இவர்கள் தவிர்த்து வேறு யாரிடம் கேட்டிருக்க முடியும்? அப்படி இல்லையெனில், (வேறு விஷயங்களில் மரபுவழி கற்பித்தலின் தாயகமாக அப்பகுதி பார்க்கப்படவில்லை) என்றாலும் மிகத் தூரத்திலிருக்கும் வடமேற்கு எல்லைப்புறத்தை ஒட்டி இருந்த, இந்த மாவட்டங்கள் மிகவும் மேம்பட்ட, மிகவும் தகுதி வாய்ந்த இலக்கணம் கற்பித்தலுக்குத் தாயகமாகவும், புகழ்பெற்ற இலக்கண அறிஞர்கள் வசித்த இடமாகவும் எப்படி இருந்திருக்க முடியும்?

பிராமணிய இலக்கிய மொழியை படிப்படியாக ஏற்றுக்கொண்ட பின்னர், அதனுடைய பிரத்தியேகப் பயன்பாட்டுடன் கைகோத்துச் செல்வதாக, அந்த மொழியின் அங்கீகரிக்கப்பட்ட வல்லுநர்களின் பால் படிப்படியாக அதிகரித்த பணிவும் மரியாதையும் இருந்தன. நிச்சயமாக, வேறு காரணங்களும் இருந்தன; இந்த விஷயங்கள் அனைத்துக்கும் நடவடிக்கைகளும் எதிர் நடவடிக்கைகளும் இருந்தன. ஆனால், விளைவுகள் மிகவும் வியக்கத்தக்கதாக இருந்தன. இந்தியா முழுவதிலும் அசோகரின் காலம் முதல் கனிஷ்கர் வரையிலும் அனைத்துக் கல்வெட்டுகளிலும் குறிப்பிடப் பட்டிருக்கும் நபர்களில், கொடையாகக் கூறப்படும் பொருட்களில் மூன்று பங்கும் அல்லது அதற்கு மேலும் பௌத்தர்கள்; எஞ்சியவர்களில் பெரும்பாலோர் ஜைனர்கள். அந்தக் காலகட்டத்திலிருந்து இவை மிகச் சரியாகத் தலைகீழாக மாறும் வரையிலும், பிராமணர்களும், அவர்கள் ஆதரித்த தெய்வங்களும், அவர்கள் செய்த யாகங்களும் அதிகரிக்கும் கவனம் பெற்றன;

கி.பி.ஐந்தாம் நூற்றாண்டில், நான்கில் மூன்று பங்கினர் பிராமணர்களாகவும், மீதமுள்ள பெரும்பாலோர் ஜைனர்கள் என்பதாகவும் மாறிப்போனது. விநோதமான வெறுப்புணர்வின் தெளிவான சான்று இது. அதிகாரம் படைத்த தேசிய நம்பிக்கையாக இருந்த பௌத்தம் இப்போது சிறுபான்மை மக்களின் நம்பிக்கையாக மாறிவிட்டது. கனிஷ்கரின் காலம் வரையிலும் நேர்மையாக 'பௌத்த இந்தியா' என்று அழைக்கப்பட்ட இந்தியா அந்த நிலையை இழந்துவிட்டது. பௌத்தம் தோன்றிய மண்ணில் ஒரு பௌத்தன் கூட எஞ்சியிருக்காத நிலை வரும் வரையிலும், அந்தச் செயல்முறை, மெதுவாக, ஆனால், தொடர்ந்து நடைபெறுகிறது.

இந்தியாவில் பயணம் செய்தபோது பார்த்தவை குறித்து சீனப் பயணிகள் எழுதியிருக்கும் விவரிப்புகள், இந்தச் சரிவு எவ்வளவு மெதுவாக நடந்தது என்பதைக் காட்டுகின்றன. நான்காம் நூற்றாண்டின் ஆரம்ப ஆண்டுகளில் வந்திருந்த ஃபா ஹியான் பௌத்தம் ஏறக்குறைய எல்லா இடங்களிலும் வீழ்ச்சி அடைந்து வருவதைக் கண்டறிகிறார். நல்வாய்ப்பாக அவர் விவரங்கள் எதையும் அளிக்கவில்லை. ஆனால் ஏழாம் நூற்றாண்டில் இந்தியா வந்த யுவான் சுவாங் அதைச் செய்தார். இவற்றை நான் விரிவாக ஆய்வு செய்தேன். கிடைத்த விவரங்கள், அந்த நேரத்தில், இந்தியாவில், பௌத்தச் சமயத்தின் சங்கங்கள் ஏறக்குறைய இருநூறாயிரம் இருந்தன என்று காட்டுகின்றன; அவற்றில் மூன்று பங்கு சங்கங்கள் பௌத்த நம்பிக்கையின் பழைய வடிவத்தை, ஹீனயானத்தைக் கடைப்பிடித்தன. நான்கில் ஒரு பகுதியினர் மகாயானத்தைப் பின்பற்றினர். வீழ்ச்சியை நோக்கிய இந்த நகர்வு இறுதிக்கட்டத்தை அடைந்ததற்கு, எட்டாம் நூற்றாண்டின் முதல் பாதியில், முக்கிய பிராமணிய மீட்பரான குமரில பட்டரின் தூண்டுதலின் காரணமாக நடத்தப்பட்ட வெறித்தனமான துன்புறுத்தல்களே காரணம் என்று பிராமணிய விவரிப்புகள் கூறுகின்றன. இந்தக் கருத்தைப் புகழ்பெற்ற ஐரோப்பிய அறிஞர்கள், வில்சன் மற்றும் கோல்ப்ரூக் ஆகியோர் ஆதரிக்கின்றனர்; இயல்பாக, பரவலாக, பலராலும் இந்தக் கருத்துக் கூறப்பட்டது. ரெவரண்ட் டபிள்யூ. டி. வில்கின்ஸ் இது குறித்து கூறிய கருத்தும் நமக்குக் கிடைத்துள்ளது:

'புத்தரின் சீடர்கள் மிகவும் இரக்கமற்ற முறையில் துன்புறுத்தப் பட்டனர்; அவர்கள் அனைவரும் கொல்லப்பட்டனர், அல்லது நாடு கடத்தப்பட்டனர் அல்லது அவர்கள் தம் சமய நம்பிக்கையை மாற்றிக் கொண்டனர். இந்தியாவிலிருந்து புத்த மதம்

விரட்டியடிக்கப்பட்டது போன்ற வெற்றிகரமாக நடத்தப்பட்ட சமயத் துன்புறுத்தல் நிகழ்வு வேறெங்கும் பதிவு செய்யப்பட வில்லை.'

இதில் ஒரு சொல்லையும் நான் நம்பவில்லை. பாலி டெக்ஸ்ட் சொசைட்டியின் 1896ம் ஆண்டின் இதழில் இந்த விஷயம் குறித்து நான் விரிவாக விவாதித்து எழுதியுள்ளேன். சந்தேகத்துக்குரிய நிபுணர் ஒருவரின் ஐயப்பாடான கருத்தை எடுத்துக் கொண்டு அதை ஆதாரமேதுமின்றி பெருமை பேசுவதுபோல் கூறிய செயல் என்ற எனது முடிவை மறைந்த பேராசிரியர் பியூலர் முழுமையாக அங்கீகரித்துள்ளார். பௌத்தச் சமயத்தின் வீழ்ச்சிக்கான காரணங்களை நாம் வேறு இடத்தில் தேட முடியும்; அதன் காரணங்களில் ஒரு பகுதியாக அந்தச் சமயத்துக்குள்ளேயே, அதன் நம்பிக்கையில் ஏற்பட்ட மாற்றங்களையும், மக்களிடம் அவர்களது அறிவுத் தரநிலையில் ஏற்பட்ட மாற்றங்களையும் சொல்ல முடியும் என்று நினைக்கிறேன். இந்த இரண்டு அம்சங்களிலும் வடமேற்கு திசையிலிருந்து இந்தியாவுக்குள் நுழைந்த அந்நியப் பழங்குடியினரின் செல்வாக்கையும் மிகைப்படுத்திவிட முடியாது.

ஐரோப்பாவில் ரோமானியப் பேரரசின் மீது 'காத்' இனத்தவரும் 'வேண்டல்' இனத்தவரும் படையெடுத்த நேரத்தில், அவர்கள் தமது புறச்சமய நம்பிக்கையைக் கைவிட்டு அப்போது ஆதிக்க நிலையிலிருந்த கிறிஸ்தவ நம்பிக்கையை ஏற்றுக்கொண்டனர்; இதற்கு, இணையான, மிகவும் நெருக்கமான குறிப்பிட்டுச் சொல்லமுடிகிற செயல்முறைகள் நிறைந்த வரலாற்றுச் சம்பவம் எதுவும் சுட்டிக்காட்டப்படவில்லை என்பது வியப்பளிக்கிறது; ஆனால், அதை ஏற்றுக்கொண்ட உடன் நிலைப்பாட்டு மாற்றத்தின் செயல்முறைக்கு அவர்கள் அதிகம் பங்களித்தனர். சிலர் இதை வீழ்ச்சி என்று சொல்லலாம்; ஆனால், மாற்றத்திற்கான நகர்வு ஏற்கனவே இயக்கத்திலிருந்தது என்பதே உண்மை. இந்தியாவிலும் இதுபோல்தான் நிகழ்ந்தது; சித்தியர்களும், குஷான தார்த்தாரியர்களும் மேற்கு மாகாணங்கள் அனைத்தையும் கைப்பற்றிய பிறகு, தமது சமய நம்பிக்கையைக் கைவிட்டு, அப்பகுதியில் அவர்களது புதிய குடிமக்களின் மத்தியில் ஆதிக்கம் செலுத்திய பௌத்தச் சமய நம்பிக்கையை ஏற்றுக்கொண்டனர். ஆனால், அதை ஏற்றுக்கொண்டதும் மனநிலையின் ஏற்பட்ட மாற்றத்தின் விளவாக நிலை மாற்றத்தின் செயல்முறைக்கு, அதிகம் பங்களித்தார்கள். சிலர் இதை வீழ்ச்சி என்று சொல்லலாம்; ஆனால், மாற்றத்துக்கான நகர்வு ஏற்கனவே இயக்கத்தில் இருந்தது.

இத்தகைய சரிவும் வீழ்ச்சியும் நிறைந்த கதையை எவ்வளவு சுவாரஸ்யமானதாக அறிவுறுத்துவதாக உருவாக்க முடியும் என்பதைப் பிரிட்டானிய எழுத்தாளர் எட்வர்டு கிப்பான் தனது தலைசிறந்த படைப்பில் நமக்குக் காட்டியுள்ளார். குறிப்பாகப் பௌத்த சம்ஸ்கிருத புத்தகங்களை வைத்திருக்கும் அதிகார அமைப்புகள் அவற்றை அணுக அனுமதித்தால், நினைவுச் சின்னங்கள் ஆய்வுக்கு உட்படுத்தப்பட்டால், கிடைக்கக்கூடிய தகவல்களையும் விவரங்களையும் கொண்டு எதிர்காலத்தில் சில வரலாற்றாசிரியர்கள் கதையொன்றை / விவரிப்பு ஒன்றை உருவாக்க முடியும் என்று நம்புவது அறிவுடைமை. இந்தியாவில் பௌத்தத்தின் சரிவையும் வீழ்ச்சியையும் சமமான அளவில் சுவாரஸ்யமாக, அறிவூட்டும் அளவில் விவரிப்பதாக அந்தக் கதை இருக்க முடியும்.

T.W. ரீஸ் டேவிட்ஸ்

தாமஸ் வில்லியம்ஸ் ரீஸ் டேவிட்ஸ் (1843-1922) பிரிட்டனைச் சேர்ந்த பாலி மொழி அறிஞர். பிரிட்டிஷ் இந்தியாவில், சிலோனில் சிவில் சர்வீஸ் பணியில் இருந்தவர். பின்னர் பௌத்த ஆய்வுகளில் தன்னை ஈடுபடுத்திக் கொண்டார். பௌத்த ஆய்வுகளுக்கும் பாலி மொழியிலிருந்த பௌத்த நூல்களை (தேர வாத பௌத்தம்) மீட்டு, மொழிபெயர்த்து ஆங்கிலத்தில் வெளியிடுவதிலும் முக்கிய பங்காற்றிய Pali Text Book society எனும் அமைப்பை 1881இல் தோற்றுவித்தவர்.

பௌத்தச் சமயத்தின் தோற்றம், வளர்ச்சி, பரவல் மற்றும் சரிவை விரிவான ஆய்வுகளின்மூலம் வெளிக்கொணர்ந்தவர். மேன்மையான நிலையிலிருந்து பௌத்தத்தின் ஆதிக்கநிலையை இருட்டடிப்பு செய்த பிராமண இலக்கியங்களைச் சார்ந்திராமல், நாணயங்கள், கல்வெட்டுகள், நினைவுச் சின்னங்கள் மூலம் அந்தச் சமயத்தின் வரலாற்றை சமச்சீரான பார்வையில் மீளுருவாக்கம் செய்தார். பிரிட்டிஷ் அகாதெமியையும் கீழைத் தேசத்தின் ஆய்வுகளுக்கு லண்டனின் கல்லூரி ஒன்றையும் தொடங்குவதில் இவரது பங்களிப்பு முக்கியமானது.

பௌத்தக் கதைகள், கீழைத் தேசத்தின் புனித நூல்கள், பௌத்த இந்தியா, பௌத்த வரலாறும் இலக்கியமும், புத்தரின் உரையாடல்கள் போன்ற படைப்புகள் வெளிவந்துள்ளன. இந்தியாவிலும் உலகு தழுவிய அளவிலும் பௌத்த ஆய்விற்கு இவரது நூல்கள் பேருதவி புரிந்துள்ளன. அவரது பாலி-ஆங்கிலம் அகராதி குறிப்பிட வேண்டிய முக்கியமான படைப்பு.

அக்களூர் இரவி

மாயவரத்தைச் சேர்ந்தவர். தொலைத்தொடர்புத் துறையில் பணியாற்றி ஓய்வு பெற்றவர். பத்துக்கும் மேற்பட்ட நூல்களை மொழி பெயர்த்துள்ளார். பராக் ஒபாமாவின் ‘என் கதை’, ‘இந்தியப் பயணக் கடிதங்கள்’, ‘காந்தியும் பகத்சிங்கும்’, ‘அரசியல் சிந்தனையாளர் புத்தர்’, ‘கனவில் தொலைந்தவன்’, திசையெட்டும் மொழிபெயர்ப்பு விருது பெற்ற ‘இந்தியா என்கிற கருத்தாக்கம்’ உள்ளிட்ட மொழிபெயர்ப்புகள் வெளிவந்துள்ளன. சமீபத்திய நூல், ‘கனவு நகரம் காஞ்சிபுரம்’.

நீங்கள் விரும்பும் புத்தகம் உங்கள்
வீடு தேடி வர அழையுங்கள்

Dial for Books

94459 01234 | 9445 97 97 97

WhatsApp No: 95000 45609

dialforbooks.in | amazon.in | flipkart.com

KizhakkuToday.in

ஒரு புதிய இணைய இதழ்